மதுரைப் பதிப்பு வரலாறு

(1835 - 1950)

பொ.ராஜா

நீலம்

நீலம்

மதுரைப் பதிப்பு வரலாறு (1835 - 1950)

ஆசிரியர் : பொ.ராஜா
முதற்பதிப்பு : செப்டம்பர் - 2024

நீலம் பப்ளிகேஷன்ஸ்,
முதல் தளம், திரு காம்ப்ளக்ஸ்,
மிடில்டன் தெரு, எழும்பூர், சென்னை - 600008.

அட்டை வடிவமைப்பு : சந்தோஷ் நாராயணன் செந்தில்குமார்
நூல் வடிவமைப்பு : நெகிழன்

விலை ரூ.350

MADHURAI PADHIPPU VARALAARU

Author : P.Raja
Copyrights : P.Raja
First Edition : September - 2024

Published by : NEELAM PUBLICATIONS,
1st floor, Thiru Complex, Middleton street,
Egmore, Chennai- 600008.

Email : editor@neelampublications.com
Mobile : +91 98945 25815

INR : 350
ISBN : 978-93-94591-73-8

Neelam Monthly Magazine & Subscription - www.theneelam.com
Neelam Online Store - www.neelambooks.com

பொ.ராஜா (1988)

மதுரை மாவட்டம் வாடிப்பட்டி அருகிலுள்ள சித்தாலங்குடியில் பிறந்தவர். மதுரை அமெரிக்கன் கல்லூரி தமிழ்த்துறையில் இளங்கலை தொடங்கி முனைவர் பட்டம் வரை படித்தார். அச்சுப் பண்பாடு, பதிப்பியல், அகராதியியல், திறனாய்வு ஆகியவற்றில் ஆர்வம் கொண்ட ராஜா "ராஜ்கௌதமன் பார்வையில் கலித்தொகை பரிபாடல்" என்ற தலைப்பில் இளநிலை ஆய்வையும், "மதுரைப் பதிப்பு வரலாறு (1835 – 1950)" என்ற தலைப்பில் முனைவர் பட்ட ஆய்வையும் நிறைவு செய்தார். கீழடி பற்றி "கீழடி மகிமைச் சிந்து வழிநடைச் சிந்து (1906)" என்ற நூலையும் பதிப்பித்துள்ளார். தற்போது மதுரைக் கல்லூரி தமிழ்த்துறையில் உதவிப் பேராசிரியராக பணியாற்றி வருகிறார்.

மின்னஞ்சல் : acraja40@gmail.com

பத்து மாதம் உடலால் சுமந்ததோடு,
இன்றுவரை மனதாலும் சுமந்துவரும்

என் தாய் **பாப்பா** அவர்களுக்கு இந்நூல்
சமர்ப்பணம்

நன்றிக்குரியவர்கள்

19 ஆம் நூற்றாண்டில் வளர்ச்சியுற்ற பதிப்புச் செயல்பாடு தமிழ்ச் சமூகத்தில் மிகப்பெரும் தாக்கத்தை ஏற்படுத்தியது. தன் முயற்சியால் புற்றீசல்களின் அரிப்பிலிருந்து ஏடுகளை மீட்டெடுத்த தமிழ் இலக்கியப் பதிப்பு முன்னோடிகளின் பதிப்பு அளப்பறியது. அப்பதிப்பு செயற்பாட்டாளர்கள் மீதான ஆய்வுப் பார்வை எழத்தொடங்கியுள்ளது. குறிப்பாக 2010-க்குப் பிறகு உருவான பதிப்பு பற்றி ஆய்வுகள், நூல்கள், இதழ்கள் தமிழக ஆய்வளர்கள் மத்தியில் பேசுபொருளாயின. இக்காலத்தில் முனைவர் பட்ட ஆய்வுக்காக பல்வேறு துறைசார்ந்த உரையாடல்களை நானும் என் ஆசிரியரும் நிகழ்த்தி வந்த சூழலில், மதுரையைச் சுற்றியான பதிப்புச் செயல்பாடுகளை ஆய்வு செய்யலாம் என்று முடிவுசெய்தோம்.

மதுரைப் பதிப்பு வரலாறு (1835-1950) என்னும் தலைப்பில் ஆய்வை மேற்கொள்ள ஆரம்பித்தேன். அச்சின் மீதான தடைச் சட்டம் நீக்கம் பெற்ற 1835இல் இருந்து இந்தியா குடியரசு ஆன 1950 வரை கால கணக்கு முடிவுசெய்யப்பட்டது.

ஆய்வுக்காக பழந்தமிழ் நூல்கள் இருக்கும் பொதுநூலகம், கல்லூரி நூலகம், தனிநபர் நூலகம் என மதுரை, சென்னை, காரைக்குடி, புதுக்கோட்டை, பாகனேரி, தஞ்சை, இராமநாதபுரம் போன்ற பல ஊர்களின் நூலகங்களுக்கும் தனிநபர்களை சந்திக்க கிராமங்களுக்கும் சென்றேன். நூலகம் மற்றும் பல தனிநபர் சந்திப்பில் இனிமையான நிகழ்வுகளும் சில கசப்பான அனுபவங்களும் நிறைய உண்டு. அதை எழுதினாலே இரண்டு புத்தகமாக வெளியிடலாம்.

ஒருமுறை புதுச்சேரி பிரெஞ்சு ஆய்வு நிறுவனத்திலிருந்து ஒரு அழைப்பு வந்தது. தமிழகத்தில் நல்ல தலைப்புகளில் ஆய்வு செய்யும் மாணவர்களை அழைத்து ஆய்வில் ஏற்படும் சிக்கல்கள் தொடர்பாக ஒரு விவதாம் நிகழ்த்தினார்கள். அதில் நானும் நண்பர் முருகனும் தேர்வானோம். அமர்வில் தலைமையேற்ற சுப்புராயலு அவர்கள் “இது நல்ல தலைப்பு. ஒரு பல்கலைகழகம் செய்யவேண்டிய தலைப்பு. நாங்கள் செய்யலாம் என்று பேசிக்கிட்டு இருந்தோம், அதே தலைப்பில் நீங்கள்

பண்ணறது சந்தோசமாக இருக்கிறது" என்றார். மறுநாள் என் புகைப்படம் மற்றும் ஆய்வுத் தலைப்போடு தி இந்து ஆங்கில நாளிதழில் செய்தி வெளியிடப்பட்டிருந்தது. ஏழு வருடங்கள் என் வாழ்க்கை முழுவதும் நூலகமாகவே இருந்தது.

தரவுகள் தேடத் தேட கரையான் புற்றுக்குள் இருந்து புற்றீசல் வருவதுபோல வந்து சேர்ந்தது. ஒருகட்டத்தில் ஆய்வை தற்காலிகமாக முடிவுக்கு கொணர்ந்தேன். ஆய்வைத்தான் முடித்தேனே ஒழிய தேடல் தொடர்ந்துகொண்டே இருக்கிறது. ஆய்வுப்பணியில் உதவிபுரிந்தோர்களுக்கு நன்றி கூற கடமைப்பட்டிருக்கிறேன்.

என் முதல் நூலாக வெளியிட்ட 'கீழடி மகிமைச் சிந்து - வழிநடைச் சிந்து (1906)' என்ற பதிப்பு நூலாக இருந்தாலும், இதுவே என்னுடைய முதல் நூல். நூல் வடிவத்திற்கு ஏற்ப சில மாற்றங்களும் திருத்தங்களும் செய்யப்பட்டு வெளிவருகின்றது.

முனைவர் பட்ட ஆய்வு செய்ய அனுமதியளித்த மதுரை காமராசர் பல்கலைகழகம், மதுரை அமெரிக்கன் கல்லூரி முதல்வர் மற்றும் தமிழ்த்துறைத் தலைவர்,

ஆய்வுத் தலைப்பில் வழிகாட்டுதலை செய்த எனது நெறியாளர் முனைவர் உ.பாலசுப்பிரமணியன் ஆகியோருக்கு முதலில் நன்றியை தெரிவித்துக்கொள்கிறேன்.

சிறப்பாக மெய்ப்புத் திருத்தம் செய்த பேராசிரியர் முனைவர் எவாஞ்சலின் மனோகரன், என்மீது அக்கறை கொண்ட பேராசிரியர்கள் ந.இரத்தினக்குமார், இரா.பிரபாகர் வேதமாணிக்கம், சே.பாலகிருஷ்ணன், பொன்.சசிக்குமார், சுந்தர்காளி, ந.கோவிந்தராஜன் அவர்களுக்கும்,

அழைப்பிலும் நேரிலும் தொடர்ந்து எழுதுங்கள் என்று என்னை செயல்படத் தூண்டுபவர்கள் இருவர். இந்நூல் ஆக்கத்தில் ஆலோசனை வழங்கிய எழுத்தாளர் ஸ்டாலின் ராஜாங்கம், இந்நூலிற்கு பின்னட்டை குறிப்புகளை கொடுத்ததன் மூலம் எனக்கு ஒரு அங்கீகாரம் வழங்குகிற எழுத்தாளர் பெருமாள் முருகன்,

சில பழைய நூல்களைக் கொடுத்து உதவிய அண்ணன் தங்க முனியாண்டி, மணியம்மை பள்ளி தாளாளர் வரதராஜன், நண்பர் ரா.குமார், கண்ணதாசன்,

என் ஆய்வின் மீதான கருத்தாடல்களையும், கேள்விகளையும், ஐயங்களையும் எழுப்பி என்னை மேலும் சிந்திக்கத் தூண்டிய எனது நண்பர்களான வெ.முருகன், இரா.மாதவன், அ.ராஜன், முத்துப்பாண்டி, க.விஜயா, ம.நந்தினி,

என் வாழ்வின் மீது பெரும் அக்கறைகொண்ட பா.ஆசைத்தம்பி, மீ.மருதுபாண்டியன், ஆனந்தி ஆகியோரை நெஞ்சில் நிறுத்தி நன்றி கூறிக்கொள்கிறேன்.

தற்போது நான் உதவிப் பேராசிரியராக பணியாற்றுகிற மதுரைக் கல்லூரி வாரியத்தின் தலைவர் சங்கர சீத்தாராமன், செயலர் சிஎ.எஸ். நடனகோபால், முதல்வர் ஜா.சுரேஷ் மற்றும் முதன்மை ஒருங்கிணைப்பாளர் ந.பன்னீர் செல்வம்,

என்னுடன் பணியாற்றுகின்ற ஒருங்கிணைப்பாளர் இரா.கார்த்திகேயன், பேராசிரியர் ம.கண்ணன், ந.கமலதாசன் மற்றும் சக பேராசிரியர்கள் ஆகியோருக்கும் நன்றி.

ஆய்வுக்குத் தேவையான தரவு நூல்களைத் திரட்ட உதவிபுரிந்த செந்தமிழ் கல்லூரி நூலகர் பிருந்தா, பிரம்ம ஞான சபை காப்பாளர் கிருஷ்ண மூர்த்தி, இராமகிருஷ்ண மட நூலகர் ஜெகன் ஆகியோர் என் நன்றிக்குரியோர். மதுரை அமெரிக்கன் கல்லூரி நூலகம், மதுரை மீனாட்சியம்மன் கோவில் நூலகம், சென்னை ரோஜா முத்தையா நூலகம், உ.வே.சா. நூல் நிலையம், கன்னிமாரா நூலகம், ஆவணக் காப்பகம், உலகத் தமிழராய்ச்சி நிறுவன நூலகம், புதுச்சேரி பிரெஞ்ச் நிறுவன நூலகம், தமிழ் இணையக் கல்விக் கழகம் ஆகியவற்றை நினைத்துக்கொள்கிறேன். தனிநபர் நூலகங்களுக்கும் அதன் நூலகர்களுக்கும் இவ்வேளையில் நன்றி,

இதனை நூலாக வெளியீடும் நீலம் பதிப்பகத்தின் நிறுவனர் இயக்குநர் பா.இரஞ்சித், வாசுகி பாஸ்கர், ஏ.பி.ராஜசேகரன், பிழைத்திருத்தங்கள் செய்த சிவராஜ் பாரதி, இலஞ்சி அ.கண்ணன், தமிழ்மணி ஆகியோருக்கும்,

என் நெஞ்சம் நிறைந்த நன்றிகள் பல.

பொ.ராஜா

பொருளடக்கம்

அறிமுகம்	10
தமிழ்ப் பதிப்பு வரலாறு	13
தமிழ்ப் பதிப்பு முன்னோடிகள்	29
சமய / நவீன நிறுவனங்களின் பதிப்புப் பணிகள்	51
நவீன நிறுவனங்கள்	56
வட்டாரப் பதிப்பும் மதுரை வட்டாரமும்	67
மதுரை : நிறுவனம் சார்ந்த பதிப்புகள்	100
மதுரை : தனிநபர் சார்ந்த பதிப்புகள்	163
மதுரைப் பதிப்பகங்களும் இஸ்லாமியர்களும்	228
மதுரையில் பதிப்பிக்கப்பெற்ற இஸ்லாமியர்களின் படைப்புகள்	234
மதுரை மீனலோசனி அச்சியந்திரம்	237
பின்னிணைப்பு - 1	281
பின்னிணைப்பு - 2	289

அறிமுகம்

ஐரோப்பிய வருகையினூடாகத் தமிழ்ச் சமூகத்தில் அச்சு இயந்திரம் அறிமுகமானது. நெடிய எழுத்திலக்கிய மரபைக் கொண்ட தமிழில் 'எழுத்தில்' அர்த்தமே வேறொன்றாக மாறியது. தொடக்கத்தில் கிறித்தவ சமய பரப்புரைக்கும், அரசாங்க உத்தியோகப் பறிமாற்றத்திற்கும் பயன்படுத்தப்பட்டுவந்த அச்செழுத்து, மெல்லமெல்ல ஓலைச் சுவடிகளிலும் வாய்மொழியாகவும் இருந்தவற்றைச் சுமக்கும் வாகனமாக மாறியது. ஆங்கிலேயர் ஆட்சியின் பல்வேறு மாற்றங்களுக்கு நடுவில் அச்செழுத்தின் பயன்பாடும் கலந்து எழுத்து வடிவிலான ஆக்கங்களின் பொதுவெளி பயன்பாட்டுக்கு வந்தது. இதன்படி பழம் ஏட்டுப்பிரதிகள் மடங்களிலிருந்தும், கோயில்களிலிருந்தும், பண்டிதர்களின் பரண்களிலிருந்தும் வெளியேறி அச்சேறின. இவ்வாறு பழந்தமிழ் ஏடுகளை நூல்களாக அச்சிடும் போக்கிற்குப் 'பதிப்பு' என்று பெயரிட்டழைத்தனர். இந்தப் பதிப்பு நூல்களே நவீன கல்வித் திட்டத்தில் பாடநூல்களாயின; தமிழர் என்றும் மொழிவழி அடையாளத்திற்குச் சான்றுகளாக்கப்பட்டன; இலக்கிய வரலாறு எழுதுதலும், இலக்கிய ஆய்வும் பிறந்தன. நவீன தமிழகம் அவ்வாறே உருவானது.

பல்வேறு பதிப்புச் சார்ந்த விவாதங்கள் ஊடாகவே ஏடுகள் நூல்களாயின. பதிப்பாசிரியர்கள் தாங்கள் பதிப்பிக்கும் நூல்களிலிலே பதிப்புத் தொடர்பான விசயங்களை விவாதித்திருக்கின்றனர். பின்னர் அது ஓய்ந்து நூல்கள் நிலைப்பெற்றன. ஆனால், கடந்த சில பத்தாண்டுகளில் தமிழில் பதிப்புத் தொடர்பான பல்வேறு ஆய்வுகளும், கண்டுபிடிப்புகளும் எழுந்துள்ளன. ஏற்கெனவே வெளியாகி நிலைப்பெற்றுவிட்ட பழம்பெரும்

இலக்கியங்களின் பதிப்புகள் பற்றி மட்டுமல்லாது சமகால இலக்கியங்களின் பதிப்புப் போக்குகள் பற்றியும் இவற்றில் பேசப்பட்டிருக்கின்றன. எனவே, பதிப்புத் தொடர்பாக நிறைய ஆதாரங்களையும், கோணங்களையும் திரட்டி ஆராயும் சூழல் ஏற்பட்டிருக்கிறது. இந்தப் பின்னணியில் தான் இவ்வாய்வு நூல் பிறந்துள்ளது. வட்டாரப் பதிப்பு என்றும் அணுகுமுறையை இந்த ஆய்வு நூல் தேர்ந்துகொண்டுள்ளது. அதன்படி 'மதுரைப் பதிப்பு வரலாறு (1835-1950)' என்பது இந்நூலின் தலைப்பாகும்.

தலைநகரம், நவீன வாய்ப்புகளுக்கான நகரம் என்கிற விதத்தில் ஆரம்பத்திலிருந்தே பதிப்புச் செயல்பாட்டில் சென்னை மையமாக இருந்தது. இது இயல்பே. அதேவேளையில் சென்னை அளவிற்கு இல்லாவிட்டாலும் தமிழகத்தின் வேறுவேறு வட்டாரங்களிலும் குறிப்பிடத்தக்க அளவில் பதிப்புப் பணிகள் நடந்திருக்கின்றன. ஆனால், அத்தகைய பணிகள் தொகுக்கப்பட்டு முறையாக ஆராயப்படவில்லை. இந்த வகையில் சென்னைக்கு அடுத்தபடியாகப் பதிப்புச் செயல்பாட்டில் இடம்வகித்த மதுரையையும், மதுரையை ஒட்டிய பகுதிகளையும் கணக்கில் கொண்டு 'மதுரை வட்டாரம்' என்கிற பெயரில் இந்த ஆய்வு அமைகிறது. தமிழ்ச் சமூகத்தின் பரந்துபட்ட வரலாற்றை உருவாக்கியதில் பல்வேறு பகுதிகளின் செயற்பாடுகளுக்கிருந்த பங்களிப்பு இதன் மூலம் வெளிப்படும்.

மதுரை வட்டாரம் என்பதில் எப்பகுதிகள் அடங்கும்? இந்த வட்டாரத்தில் எத்தகைய நூல்கள் வெளியாயின? பதிப்பாசிரியர்கள் யாவர்? பதிப்பிலும், பதிப்பு நூல்களின் உள்ளடக்கத்திலும் நடந்துவந்த மாற்றங்கள் எவை? பதிப்பில் பிற பகுதிகளுக்கும் இந்த வட்டாரத்திற்கும் இடையிலான பொதுப் பண்புகளும் தனித் தன்மைகளும் எவை? போன்றவற்றைப் புரிந்துகொள்ள இந்நூல் உதவும். அதோடு இவற்றை முன்னுதாரணமாகக் கொண்டு தமிழகத்தின் பிற வட்டாரங்களை ஆராயவும் உதவும்.

இதற்காக 1835ஆம் ஆண்டு தொடங்கி 1950 வரையிலான பதிப்புகள் மட்டுமே இந்த நூலில் எடுத்துக்கொள்ளப்பட்டுள்ளன. 1835ஆம் ஆண்டு முதலே இந்தியர்களுக்கு அச்சியந்திரத்தைப் பயன்படுத்த முழு உரிமை கிடைத்தது. எனவே, அந்த ஆண்டையே தொடக்கமாகக் கொண்டு இந்தியர்கள் தங்களைத் தங்களே ஆளத் தொடங்கிய சுதந்திரம் கிடைத்த 1947ஆம் ஆண்டு வரையிலும் ஒரு வரையறையாகக் கொள்ளப்பட்டது. 1947ஐ குறித்தாலும் ஒரு முழுமைக்காக 1950 என்று நீட்டித்துக்

கொள்ளப்பட்டது. அதன்படி தமிழக வரலாற்றின் இன்றியமையாத காலகட்டமே ஆய்வு எல்லையாகக் கொள்ளப்பட்டது என்று கூறலாம்.

ஆய்விற்கான சான்றுகள் மடங்கள், கோயில், நூலகம், தனிநபர்கள் சார்ந்து களஆய்வு மேற்கொண்டு அறியப்படாத நூல்கள் - பதிப்புகள் - தகவல்கள் முதன்முறையாக இந்நூலில் தொகுத்துக்காட்டப்பட்டுள்ளன. தமிழக அளவில் செயற்பட்ட பதிப்பாசிரியர்களுடன் மதுரைப் பகுதி உறவு - அவர்கள் மதுரை வட்டாரத்தைப் பயன்படுத்திக்கொண்ட விதம் போன்றவையும் சுட்டப்பட்டுள்ளன. மதுரை வட்டாரத்தில் பதிப்பிக்கப்பட்ட நூல்களின் உள்ளடக்கத்தை ஆய்வின் பொருண்மை கருதி சொல்ல முடியவில்லை. மாறாக, நூல்களின் பதிப்புகளின் பெயர்கள் பட்டியல்படுத்தப்பட்டுள்ளன. பதிப்பிற்குக் காரணமான பதிப்பாசிரியர்கள், நிறுவனங்கள், அதன் வகைகள் விளக்கப்பட்டுள்ளன. அந்தவகையில் இந்நூல் ஒரு பதிப்பு வரலாற்று நூலாகும். இதில் சொல்லப்பட்டுள்ள பெரும்பாண்மையான நூல்கள் நூலாசிரியரால் கண்ணுறப்பட்டது என்பது குறிப்பிடத்தக்கது. எதிர்கால ஆய்வில் நூல்களின் உள்ளடக்கம் ஆராயப்படலாம்.

மதுரை வட்டாரத்தின் அனைத்து பதிப்புகளும் திரட்டப்பட்டுவிட்டன என்பது இந்நூலின் வாதமல்ல. மதுரை வட்டாரத்தில் தனித்த பதிப்பு வரலாறு இருந்தது என்பதையும் பதிப்புகள் எவையானவை என்பதையும் இந்நூலில் குறிப்பிடப்பட்டுள்ளது என்பதுதான் இங்கு முக்கியம். இவற்றை விளக்குவதற்குப் பதிப்பு பற்றிய நூல்கள், கட்டுரைகள், இதழ்கள், ஆய்வேடுகள் பயன்படுத்தப்பட்டுள்ளன. இவற்றின் ஆசிரியர்கள் போற்றுதலுக்குரியவர்கள். இன்றும் கிடைக்காத - அறியப்படாத பதிப்புகளும் தகவல்களும் இருக்கக்கூடும் என்கிற புரிதலுடனே இதுவரை கிடைத்த தகவல்கள் இந்நூலில் சொல்லப்பட்டுள்ளன. நூலின் உள்ளடக்கம் ஆறு தலைப்புகளில் அமைக்கப்பட்டுள்ளன.

பொ.ராஜா

தமிழ்ப் பதிப்பு வரலாறு

தமிழ்க் கல்வி வரலாற்றில் அச்சு நூல்களின் உருவாக்கம் அறிவுத் தேடலில் ஒரு புதிய பரிமாணத்தை ஏற்படுத்தியது. கி.பி.18ஆம் நூற்றாண்டுவரைக்கும் ஏடுகளைச் சார்ந்தே தமிழ்க் கல்வி இருந்தது. பழந்தமிழறிஞர்கள் ஏடுகளின் வாயிலாகவே தம் புலமையை வளர்த்துக்கொண்டு அதனை அடுத்த தலைமுறைக்குக் கடத்திவந்தனர். வரலாற்றையும் ஆவணங்களையும் வாய்மொழியாகவே பதிவுசெய்யும் போக்கிற்குப் புலமை சார்ந்த எழுத்துமரபு உருவானதும், இம்மரபிற்கு ஏதுவானது ஓலைச்சுவடியே என்பதைக் கண்டடைந்ததும் ஒரு பெரும் முயற்சியே. பழந்தமிழ் இலக்கியங்கள் யாவும் ஏடுகளிலேயே எழுதப்பெற்றும் பராமரிக்கப்பட்டும் வந்தன. அவ்வாறு பதியப்பெற்ற ஏடுகள் யாவும் எல்லோருக்கும் கிடைக்கும் வகையில் அமையவில்லை. அவற்றை உருவாக்குவதும் பாதுகாப்பதும்கூட சிரமமே. இலக்கியம், வரலாறு, மருத்துவம், ஜோதிடம், வானவியல், கணக்கு போன்ற எல்லாவகையான செய்திகளும் ஏடுகளிலேயே எழுதப்பெற்றன. அத்தகைய ஏடுகள் புலமை பெற்றவர்களாலேயே பாதுகாக்கப்பட்டும் பராமரிக்கப்பட்டும் வந்தன. அவர்களைத் தவிர மற்றவர்களுக்கு அது தேவை இல்லாமல் இருந்தது. அச்சு என்னும் சொல்லிலிருந்து பதிப்பு என்னும் சொல் சற்றே விரிந்தது. ஓலையில் இருந்த தமிழ் எழுத்துகளைக் காகிதத்தில் வெறுமனே அச்சடித்தல் என்னும் நிலையிலிருந்து பதிப்பு என்னும் நிலைக்கு வருவது விரிவான வரலாறு கொண்டது. இவ்வரலாற்றை ஆராய்ந்து எழுதுவதன் மூலம் தமிழ்க் கல்வி மரபையும் அறிவு மரபையும் அறிந்துகொள்வதற்கு வழி ஏற்படுவது மட்டுமின்றித் தமிழ்ப் பதிப்பு வரலாற்றை முழுமையாக எழுதுவதற்கும் வாய்ப்பு ஏற்படும்.

ஏட்டுச்சுவடி முறையும் பழைய கல்வி முறையும்

தமிழ்ச் சமூகத்தில் பதினெட்டாம் நூற்றாண்டுவரை கல்விசார்ந்த அறிவு குறிப்பிட்ட சில சமூகங்களிடமே இருந்ததாகத் தெரிகிறது. கல்வி கற்க ஏதுவான இடங்களாகக் கோயில்கள், மடங்கள் திகழ்ந்தன. தமிழகத்தில் நிலவிய பழந்தமிழ்க் கல்வி முறையைப் பற்றிக் குறிப்பிடும் மயிலை சீனி. வேங்கடசாமி, "பண்டைய காலத்தில் கல்வி இரண்டு நிலைகளாக இருந்தது. அவை: கணக்காயரிடத்தில் கற்கும் பாடசாலைக் கல்வி; புலவர்களிடத்தில் கற்கும் உயர்தரக் கல்வி என்பன. முதல் முதலாகச் சிறுவர்கள், கணக்காயரிடத்தில் சென்று கிராமப் பாடசாலையாகிய திண்ணைப் பள்ளிக்கூடத்தில் எழுதப் படிக்கக் கற்றுக்கொள்வார்கள். பிறகு நீதி நூல்களையும், இலக்கணச் சூத்திரங்களையும், நிகண்டு, இலக்கணம் முதலிய கருவி நூல்களையும் மனப்பாடம் செய்வார்கள். இவற்றுடன் புலவரிடம் சென்று இலக்கண இலக்கிய நூல்களையும் பாடங்கேட்டுப் பொருள் உணர்ந்துகொள்வார்கள். காரிகை கற்றுக் கவி பாடவும் பழகிக்கொள்வார்கள்[1]" என்கிறார். மடாலயங்கள் தவிர மரத்தின் அடியிலும், அதன் கீழ் அமைக்கப்பட்ட மேடைகளிலும் ஆசிரியரின் வீட்டுத் திண்ணைகளிலும் பாடங்கள் நடந்துவந்தன.

மரத்தடியில் நடைபெற்றுவந்த பள்ளிக்கூடத்தின் நீட்சியாகக் கிராமங்கள் தோறும் சிறுபாடசாலைகள், அல்லது கிராமத்தில் உள்ள வசதி படைத்த பெரியோரின் வீட்டுத் திண்ணை, கோயில் மண்டபங்கள் எனப் பாடசாலைகள் விரிவடைந்தன. பள்ளி என்பது சமணர்கள் பயன்படுத்திய சொல்லாகும். இது மடங்களையும் பள்ளிக்கூடங்களையும் குறிக்கும் பொதுப்பெயராகச் சமணர்களால் கையாளப்பட்டது. திண்ணைப் பள்ளியில் கணக்காயர் எனும் ஆசிரியர்கள் கற்றுக்கொடுத்தனர். கணக்காயர் என்பவர் பல நூல்களைக் கற்றுத்தேர்ந்தவராக அறியப்பட்டார். காகிதமும் எழுதுகோலும் இல்லாத அன்றைய சூழலில் ஆசிரியர் பாடத்தைச் சொல்ல மாணவர்கள் அதனை மனப்பாடம் செய்வதோடு மட்டுமல்லாமல் அதன் வரிவடிவத்தையும் மணலில் எழுதிப் பழகினர்; காலப்போக்கில் ஓலையில் எழுதினர். உயிரெழுத்துகள், மெய்யெழுத்துகள், உயிர்மெய் எழுத்துகள் என அனைத்து எழுத்துகளும் எழுதப்பட்டன. அவை அரிச்சுவடி என அழைக்கப்பட்டன. இதனைப் படித்த பின்பு அன்றைக்கு வழக்கிலிருந்த தமிழ் எண்கள் எழுதித் தரப்படும். இது எண் சுவடியாகும். அரிச்சுவடி, எண் சுவடியைத் தொடர்ந்து பாலபோதம், எண் கணிதம் முதலியனவும் எழுதித் தரப்படும்.

திண்ணைப் பள்ளிகளின் முதல் நோக்கம் செய்யுட்களையும் சூத்திரங்களையும் மனப்பாடம் செய்ய வைப்பதே. இம்மனப்பாட செய்யுட்கள் ஒரு சமூகத்தின் மரபான அற நெறிகளைச் சார்ந்திருந்தன. இது ஆசிரியரின் தனித்துவத்தைச் சார்ந்தது. அன்றைய சூழலில் ஏடுகள் சமய மடங்களிலும் மண்டபங்களிலும் சமயத்துறையில் புலமை மிக்க தனிநபர் வீடுகளிலும் இருந்தன. ஏடுகளைத் தங்களின் சொத்தாகவும் புனிதத்துவமாகவும் பார்க்கும் நிலை இருந்தது. ஏட்டின் பிரதிகள் மிகுதியாகக் கிடைக்கப்பெறாத நிலையில் ஆசிரியரிடம் உள்ள ஒரேயோர் ஏட்டினை சார்ந்த மனப்பாடம் செய்யும் நிலை இருந்தது. வரிவடிவத்தைக் கற்ற மாணவர்க்கு, ஆசிரியர் பனையோலை பயன்பாடு குறித்தும் அதனைப் பயன்படுத்தும் முறை குறித்தும் வலியுறுத்துவார். இதன் அடுத்தநிலையான பனையோலையில் எழுத்துப் பயிற்சி கற்றுக்கொடுப்பார். எழுத்துப் பழக்கத்தில் கற்றுத் தேர்ந்த பிறகு தாங்கள் இதுவரை மனப்பாடம் செய்துவைத்திருந்த நூல்களை ஓலைச்சுவடியில் மாணவர்கள் எழுதத் தொடங்குவர். இதனைப் பற்றி மயிலை சீனி. வேங்கடசாமி கூறுகையில் "எழுத்துகளைக் கற்ற சிறுவர்கள், ஆத்திச்சூடி, கொன்றை வேந்தன், மூதுரை, நல்வழி, வாய்பாடு முதலியவற்றை நெட்டுருச் செய்வார்கள். இவற்றை மனப்பாடஞ் செய்த பிறகு, நிகண்டு, திவாகரம், நன்னூல், சின்னூல் முதலிய நூல்களை நெட்டுருப்போட்டு, மனப்பாடஞ் செய்வர். ஏடுகளில் எழுத்தாணியால் எழுதிப் பழகுவார்கள்"[2] என்கிறார்.

ஏடுகளின் வழி செய்யுட்களை அறிந்த பிறகு அடுத்தக்கட்டமாக அச்செய்யுட்களில் புலமை பெற்றவர்களிடம் சென்று அதற்கான உரையைக் கேட்டு அறிந்தனர். இத்தகைய தனிச்சிறப்புகளோடு புலமை பெற்ற புலவர்களை அந்தந்தச் சமயங்களைச் சேர்ந்த மடாதிபதிகளும் மடாலயங்களும் ஆதரித்தனர். திருவாவடுதுறை, தருமபுரம், காஞ்சி ஞானப்பிரகாசர், திருப்பனந்தாள், மதுரை திருஞானசம்பந்தர் மடம் முதலிய சைவ மடங்களும் இன்னும் பல மடங்களும் புலவர்களை ஆதரித்தன. அவ்வாறு ஆதரிக்கப் பெற்றவர்கள் மூலம் பல செய்யுட்களை இயற்றவும் பழைய ஏடுகளைப் படியெடுக்கவும் முற்பட்டனர். அவர்கள் இயற்றிய நூல்களும் படியெடுத்த பிரதிகளும் மடாலயங்களில் போற்றிப் பாதுகாக்கப்பட்டுவந்தன. இம்மடாலயங்கள் தத்தம் சமயநெறி கருத்துகளைக் கொண்ட இலக்கியங்களையே மாணவர்களுக்குப் போதிப்பதனைக் குறிக்கோளாகக் கொண்டிருந்தன. சமண மடங்கள் சமண நெறிகளையும், சைவமடங்கள் சைவநெறித் தத்துவங்களையும் சொல்லிக் கொடுத்தன.

இம்மனப்பாடச் செய்யுட்களில் சிறந்த பாடல்களைக் குறித்துவைக்கும் பழக்கம் எல்லோரிடத்திலும் இருந்திருக்கிறது. ஆசிரியர் படியெடுப்பதோடு தங்கள் தலைமாணாக்கர்களையும் படியெடுக்கச் செய்தனர். உ.வே.சா தன் பிரதான ஆசிரியர் மகாவித்துவான் மீனாட்சிசுந்தரம் பிள்ளை பற்றிக் கூறுகையில், "பல தமிழ் நூல்கள் ஒவ்வொன்றையும் ஒரே அளவுள்ள சுவடிகளில் எழுதிவைத்துக்கொள்வதில் விருப்பம் அதிகம் என்றும், பதினாயிரம் பாடலுக்குக் குறையாமல் பாடங்கேட்ட பின்பே இலக்கணப் பாடம் தொடங்குதல் நலம் எனக் கூறுவர் என்றும், பனையோலைகளை வருவித்து, வாரித் துளையிட்டுச் சேர்த்துப் புத்தகமாக்கி எங்களிடம் கொடுத்து எழுதச் செய்வார்[3]" என்றும் கூறுகின்றார்.

ஓலைச்சுவடி

இன்றைக்குக் கிடைக்கின்ற பழைய இலக்கியங்கள் யாவும் ஒருகாலத்தில் ஏடுகளிலேயே எழுதப்பட்டு பாதுகாக்கப்பட்டவை ஆகும். இவ்வாறு எழுதப்படும் ஓலைகளைத்தான் 'ஏடு', 'சுவடி' எனும் பெயர்களில் அழைத்தனர். இந்தியாவிலும் குறிப்பாகத் தமிழகத்திலும் பனையோலையின் பயன்பாடு நன்கு அறியப்பட்டிருந்தது. அதற்கு, மிகுதியான அளவில் பனையோலைகள் கிடைத்ததும் அவற்றை ஓரிடத்திலிருந்து மற்றோர் இடத்திற்கு எடுத்துச் செல்ல ஏதுவாக இருந்ததுமே காரணமாகும். இப்பனையோலைகளை எழுதுவதற்கு உரிய சுவடிகள் உருவாக்கியதைப் பற்றி மா.சு.சம்பந்தன் கூறுகையில், "பனையோலைகளை ஒரே அளவாக நறுக்கி, வேக வைத்து உலர்த்தி, ஒன்றாகச் சேர்த்து, இரண்டு மரச் சட்டங்களை இருபுறங்களிலும் நீண்ட பக்கமாக அமைத்து அவற்றின் ஊடே இரண்டு துளைகளையிட்டுக் கயிறு கொண்டு சுற்றிக் கட்டிய சுவடிகளே ஓலைச்சுவடிகளாகும். இப்பனை ஏடுகளில் இரும்பிலான கூரான எழுத்தாணி கொண்டு வரைவார்கள். ஓலைகளை அதிக முற்றலாகவும் இல்லாமல், அதிக இளைசலாகவும் நடுப்பதமுள்ளதாகத் தேர்ந்தெடுப்பார்கள். எழுதுவதற்குப் பதமாக இருக்கிறதா - காய்ந்துவிட்டதா - ஈரமாக இருக்கிறதா என்பதைக் கவனிப்பதற்காக, எழுத்தாணியால் முதலில் சுழித்துப் பார்ப்பார்கள்; சுழிக்க எளிதாக இருந்தால் எழுதத் துவங்குவார்கள்"[4] என்கிறார். காகிதமும் பேனாவும் அறிமுகமாவதற்கு முன் ஓலைச்சுவடிகளே நூல்களாகப் பயிலப்பட்டன.

சுவடிகளைக் கையாள்வது மிகக் கடினம். அதை நன்கு பயன்படுத்தத் தெரிந்தவர் மட்டுமே கையாள முடியும். அன்றைய காலத்தில் கல்வியறிவு

பெற்றவர்களிடம் மட்டுமே ஏடுகள் அதிகமான புழக்கத்தில் இருந்தன. ஓலையில் எழுதப்பட்டிருக்கும் எழுத்துகளில் புள்ளி பெறவேண்டிய எழுத்துகள் புள்ளி பெறாமல் (முற்றுப்புள்ளியும் பயன்பாட்டில் இல்லாததால்) எழுத்துகள் யாவும் தொடர்ச்சியாகவே எழுதப்பட்டன. சான்றாக 'களவா' என்று ஏட்டில் எழுதப்பட்டிருக்கும் எழுத்தைக் 'கள்வர்' என்றோ, 'களவர்' என்றோ 'களவா' என்றோ படிக்க முடியும். ஆகவே மேற்படி 'களவா' என்ற சொல்லுக்கு முன்னும் பின்னுமாக உள்ள எழுத்துகளைக் கொண்டு அச்சொல்லினைப் புரிந்துகொள்ள வேண்டும். எனவே ஏடுகளை வாசிப்பது மட்டுமல்ல பொருள்கொள்ளவும் புலமை தேவைப்பட்டது.

இந்தியாவிலும் குறிப்பாகத் தமிழக வட்டாரங்களிலும் வெளிவந்த நூல்கள் மனப்பாடத்திற்கேற்ற வகையில் செய்யுள் வடிவத்தில் இயற்றப்பட்டன. செய்யுள் வடிவம் எளிதில் மனப்பாடம் செய்யவும் எழுதுவதற்கும் எளிதாக இருந்தன. பனையோலையில் எழுத்தாணி கொண்டு எழுதுவதற்குப் பொறுமையும், காலநீட்டிப்பும், பெரும் பயிற்சியும் தேவைப்பட்டன. தமிழர்களின் ஏடு எழுதும் முறையானது ஐரோப்பியர்களின் மத்தியில் கவனத்தை ஈர்த்தது. இதன் விளைவாக ஐரோப்பியர்கள் இலக்கியங்களைப் படிப்பதற்கு அடிப்படையாக ஏடு எழுதும் முறையை விரும்பிக் கற்றனர். சீகன்பால்கு மலபாரிகள் ஏட்டைப் பயன்படுத்தும் பாங்கைப் பற்றித் தன் கடிதங்களில் விரிவாகக் குறிப்பிடும்போது "பேனாவையும் மையையும் எவ்வாறு கையாள வேண்டும் என்று மலபாரிகளுக்குத் தெரியாது. நாம் காகிதத்திலும் பேனாவிலும் எப்படி வேகமாக எழுதுவோமோ அப்படிப் பனையோலையில் எழுத்தாணியைக் கொண்டு இடது கையில் எழுதுகிறார்கள். இடது கையில் பனையோலையையும் வலது கையில் அதிக எடையுள்ள எழுத்தாணியையும் கொண்டு, இரவுப் பகலாக எந்த ஓய்வும் எடுக்காமல் எழுதுகிறார்கள். இதற்கு பொறுமையும் நல்ல பயிற்சியும் தேவைப்படுகின்றன. பனையோலை ஏடுகள் மஞ்சள் நிறத்தில் உள்ளன. அவற்றில் எழுதப்படும் எழுத்துகள் கருப்பு நிறத்தில் காணப்படுகின்றன. குங்குமப்பூ, டின்டர், கருப்பு நிறத்தைத் தரும் கலவை ஆகியவை கொண்ட எண்ணெய்யைப் பயன்படுத்துவதால் அவை அவ்வாறு காணப்படுகின்றன. இந்த எண்ணெய் ஏடு நீண்ட காலம் வருகிறது. எழுத்தும் தெளிவாக அமைகிறது. இந்த எண்ணெய் இல்லாமல் எழுத்துகள் வெள்ளையாகத் தெரிகின்றன. ஏடுகளில் எழுத்துகள் கருப்பு நிறத்தில் தெரிவதால் அவை கண்களுக்கு இதமாக இருக்கின்றன[5]." என்று கூறுகிறார்.

படியெடுத்தலும் சுவடிகளின் பாடபேதங்களும்

புற்றீசல்களின் அரிப்பிலிருந்தும் பாதுகாப்பு கருதியும் அரிய பல ஏடுகளைப் படியெடுக்கும் முறை முன்னோர்களிடம் இருந்தது. படியெடுப்பதற்குப் பெரும் பொருட்செலவு ஏற்பட்டது. அதனால்தான் அரசர்கள், மடங்கள், செல்வந்தர்கள் ஆதரவில் படியெடுக்கும் முறை நடைபெற்றது. இதற்கு அதிக நேரமும் உழைப்பும் தேவைப்பட்டன. இது சிக்கலான வேலையுமாகும். இந்நிலையில், ஏடெழுதுவதையே சிலர் தொழிலாகக் கொண்டிருந்தனர். சிலர் கூலிக்கும் ஏடெழுதினர். கல்வியறிவு இல்லாதவர் ஏடு எழுதும்போது (படியெடுக்கும்போது) பிழைகள் ஏற்பட்டன. அரசவைகளில் ஒருவர் ஏட்டினை வாசிக்க அவரைச் சுற்றியுள்ளவர்கள் அதனை எழுதும்போது (படியெடுக்கும்போது) கவனக்குறைவாலும் அறியாமையினாலும் பிழைகள் ஏற்படுவது இயல்பு. அதிகமான பாடங்களைக் கற்ற புலவர்கள் தம் சொந்தக் கருத்துகளை இடைச்செருகல் செய்ததன் மூலமாகப் பாடபேதங்களும் பிழைகளும் ஏற்பட்டன. சான்றாகத் தொல்காப்பிய பொருளதிகாரம் நச்சினார்க்கினியர் உரையுடன் பதிப்பித்தபோது ஏட்டிலிருந்த வழுக்களைச் சுட்டிக்காட்டத் தொடங்கிய சி.வை.தாமோதரம் பிள்ளை "சம்பளத்திற்காக ஏடெழுதுவோரது சாதாரண கல்வித் திறமையையும், எழுத எழுத வழுக்கள் அதிகப்படும் விதத்தையும், பழைய காலத்து ஏட்டுப் பிரதிகள் அடைந்திருக்கும் ஈன ஸ்திதியையும், பாடங்கேட்டார் இல்லாத தன்மையையும் நோக்கில், அநேக வித்துவான்களாய் ஒரு சபை சேர்ந்து ஒருவரோடொருவர் தீர்க்க ஆலோசனை செய்து பதிப்பிப்பினும் பல வழுக்கள் புகுதற்கிடனாய இவ்வரிய நூலை யான் ஒருவனாய்ப் பரிசோதித்துப் பிரசுரஞ் செய்தமையால் இடமிடந்தோறும் பலபல வழுக்கள் செறிந்திருத்தல் இன்றியமையாமையாகும்"[6] என்கிறார்.

ஒரு நூலின் பிரதியானது ஒவ்வொரு பகுதியிலும் ஒவ்வொரு விதமாக எழுதப்பட்டிருக்கிறது. மதுரையில் கிடைக்கப்பெறும் ஒரு நூலின் பிரதிக்கும் தஞ்சாவூரில் கிடைக்கும் அதே நூலின் பிரதிக்கும் வித்தியாசங்கள் நிறையக் காணப்பட்டிருக்கின்றன. அப்பிரதிகளில் எழுத்துப்பிழை, சொற்பிழை, வாக்கியப்பிழை என்று பிழைகள் நிறைந்துள்ளமையால் அந்நூலைப் பதிப்பிக்கும் பதிப்பாளருக்குப் பெரும் சிக்கலையும் உண்டாக்கியிருக்கிறது. சி.வை.தா. தான் மூன்றாவது பதிப்பு நூலான வீரசோழியம் பதிப்பில் ஏற்பட்ட இடர்பாடுகளைப் பதிவுசெய்கிறார். அதாவது, "கரலிகிதங்களால் ஏட்டுப் பிரதிகளிற் காலந்தோறும் புக்க அக்ஷர வழுவுஞ் சொற்சிதைவும்

வாக்கியப் பிறழ்வும் இத்துணையவென்று சொல்லற்பாலனதன்று. இதிகாச சிரோ ரத்தினமாகிய இராமாயணத்தை எழுதி அரங்கேற்றிய கம்பர் சோழன்மேற் கொண்ட சில வெறுப்பினால் அவனூரை விட்டு இருபது முப்பது வருஷஞ் சேரனிடம் போயிருந்து பின்பு சோழனைக் காண அபேட்சை யுடையராய்த் திரும்பி வரும் வழியில் ஒரு மடத்திலே சில வித்துவான்கள் சேர்ந்து இராமாயணப் பிரசங்கம் செய்துகொண்டிருந்தனர். அது தனது இராமாயணப் பிரசங்கமெனத் தெரியாதிருந்துங் கற்றாரைக் கற்றார் காமுறுதல் இயல்பாதலின் கம்பர், யாது பிரசங்கமாயினு மாகுக கல்விப் பிரசங்கங் கண்டுங் கம்பன் புறம்பொழுகலாமா வென்று, தன்னை யின்னானென்று அன்னோர்க்குத் தெரிவியாது யாரோ வழிப் பிரயாணக்காரன் போல உள்ளே சிலநேரம் போயிருந்து, ஒன்றையொன்று பார்த்தெழுத எழுதப் பிரதிகள் தோறும் புக்க வழுக்களுந் திரிபுகளும் அதிப்பட்டிருந் தமையால் அது தனது இராமாயண மென்று மட்டிடாமற் றன்வாக்குஞ் செய்யுட்களும் இடைக்கிடை யாரோ சொருகு கவிகள் சேர்த்திருப்பதாகச் சொன்னாராம். ஒருவர் காலத்திலே இவ்வளவாயின் ஆயிரத்தைஞ்நூறு வருஷத்துத் திரிபு எப்படியிருக்கலா மென்பதை அனுமானித்துக்கொள்க.

ஒரு தேசத்தில் வழங்கிவரும் பிரதிகளை மாத்திரம் பார்த்தார்க்கு இம்மாறுபாட்டின் பெருக்கந் தோன்றாது. மதுரைப் பிரதி திருநெல்வேலிப் பிரதிக்கு வேறு. யாழ்ப்பாணத்துப் பிரதி இவ்விரு தேசப் பிரதிகட்கும் வேறு. தஞ்சாவூர்ப் பிரதி முதன் மூன்றற்கும் வேறு. சென்னைப்பட்டணப் பிரதிகள் இவை யெல்லாவற்றிற்கும் வேறு[7]" என்கிறார். ஒரு பிரதியில் இருக்கும் பிழையை மற்றொரு பிரதியின் வழி ஒப்பிட்டு அதனைச் சரியான பிரதியாக அச்சிடும் பெரும் பொறுப்பு பதிப்பாசிரியருக்குரியது. ஒரு நூலுக்கு எழுதப்பட்ட உரையினை வைத்துக்கொண்டு அது பழைய உரையா, புதிய உரையா என்று சான்றுகளின் வழி ஆராய்ந்து பதிப்பிக்கப்படுகிறது. இன்னார் உரை பழைய உரை என்றும் இன்னார் உரை புதிய உரை என்றும் வேறுபடுத்திப் பதிப்பிப்பது பதிப்பாசிரியரின் கடமையாக இருக்கிறது. சி.வை.தா. அந்நெறி நின்று நூல்களைப் பதிப்பித்திருக்கிறார் என்பதற்கு மேற்கூறிய சான்றே உதாரணமாகும்.

ஐரோப்பியரின் வருகை

பதினைந்தாம் நூற்றாண்டின் இறுதியிலிருந்து பதினெட்டாம் நூற்றாண்டின் இறுதிவரை இந்தியாவின் தென்பகுதியின் நிர்வாகம்

பல்வேறு குழப்பங்களுக்கு உட்பட்டிருந்தது. பல்வேறு சிற்றரசுகள், பாளையக்காரர்கள், பிரித்தானியக் கிழக்கிந்திய கம்பெனி ஆகியோரின் அதிகாரத்திற்கு இந்நிலப்பகுதி உள்ளாகியிருந்தது. விஜயநகர நாயக்கர்கள், மராட்டியர்கள், பிரெஞ்சுக்காரர்கள், டச்சுக்காரர்கள், ஆங்கிலேயர் என்று பலரும் அரசதிகாரத்திற்குப் பூசலிட்டுக்கொண்டிருந்தார்கள். டச்சுக்காரர்கள் இந்தியாவில் வாணிபம் செய்வதைக் கண்ட பிற ஐரோப்பியர்கள் குறிப்பாகப் போர்ச்சுகல் நாட்டினர், இந்தியாவின் கோவா, கள்ளிக்கோட்டை, கொச்சி, தூத்துக்குடி போன்ற வணிக நகரங்களில் தங்கள் ஆட்சியையும் மேலாண்மையையும் நிறுவினர். போர்ச்சுகல் நாட்டினர் தமது ஆட்சியை எங்கெல்லாம் செலுத்துகிறார்களோ அங்கெல்லாம் கிறித்தவ மதக் கருத்துகளைப் பிற இனத்தவரிடம் பரப்பினர். அத்தகைய சமயப் பரப்பிற்காகத் தங்களோடு குருமார்களையும் அழைத்துவந்தனர். கிறித்தவ மதத்தைத் தழுவியவர்களுக்குச் சலுகைகள் வழங்கப்பட்டன. அவ்வாறு மதம் மாறியவர்களுக்கு வழிபடும் ஆலயங்களும், அவர்களின் குழந்தைகள் படிப்பதற்குப் பள்ளிக்கூடங்களும் கட்டித்தரப்பட்டன. ஐரோப்பியர்கள் சென்னைப்பட்டணத்தை விலைக்கு வாங்கிய பின் மெட்ராஸ் என்று பெயரிட்டனர். அவர்கள் ஆட்சி அலுவலமாகச் செயல்படுவதற்கு ஒரு கோட்டையையும் கட்டினர். அதுதான் செயிண்ட் ஜார்ஜ் கோட்டை *(1639)*. ஐரோப்பியர்கள் ஆளும் அதிகார மையங்களாக உருப்பெற்ற நிலையில் அவர்கள் தம்முடைய ஆட்சி அதிகாரச் செயல்பாட்டிற்கான தொடர்பு கருவியாக அச்சு ஊடகத்தைப் பயன்படுத்தினர். தங்கள் அலுவல் சார்ந்த பல்வேறு அறிக்கைகள், அதாவது கெசட்டியர் எனப்படும் அறிவிப்புகள், அவ்வப்போது அவர்கள் உருவாக்கும் சட்ட வரையறைகள், விதிமுறைகள் ஆகியவற்றை அச்சிட்டு வெளியிடுவதற்கு அச்சு முறையைப் பயன்படுத்தத் தொடங்கினர். நிர்வாகம் சார்ந்தவர்கள் மட்டுமல்லாது ஐரோப்பியக் கிறித்தவப் பாதிரிமார்களும் தங்களின் சமயப் பிரச்சாரத்திற்குத் தேவையானது அச்சுக்கருவியே என்பதை உணர்ந்தனர். அதன் விளைவாக அவர்களும் அச்சியந்திரத்தைத் தங்களின் திருச்சபைச் சார்ந்து அமைக்கத் தொடங்கினர். இவ்வாறாக ஐரோப்பியர்கள் வழி தமிழ்ச் சமூகத்திற்கு அச்சியந்திரம் அறிமுகமானது.

அச்சியந்திரத்தின் வருகை

அச்சியந்திரமானது, தமிழ்ச் சமூகத்தில் மிகப்பெரிய மாற்றத்தை உண்டாக்கியது. இவ்வியந்திரத்தின் எழுத்துருவாக்கத்தைக் கண்டடைந்ததும்

அதில் தமிழ் எழுத்தின் வடிவத்தைப் பயன்படுத்தியதும் மிகப் பெரிய பரிமாணமாகும். தமிழில் அச்சுருவம் கண்டுபிடித்தவர் பற்றி மா.சு.சம்பந்தன், "1578இல் 'மலபார் எழுத்துகளைச் செதுக்கினார். அவர் செதுக்கிய எழுத்துகளை மலையாளம் என்று சொல்வதைவிடத் தமிழ் என்று சொல்வதே பொருத்தமாகும். அவ்வெழுத்துகளைக் கொண்டு பதிப்பிக்க கோவாவில் ஒரு நூல் அச்சடிக்கப்பட்டது. பிறகு, அதே முறையில் ஒரு கிறித்தவ வினாவிடையும் பதிப்பிக்கப்பட்டது. திரு.சாச்சினியின் இக்கூற்றை, டி-சௌ-சா (Fr. De Souze) என்பவர் வேறோர் இடத்தில் உறுதிப்படுத்தியுள்ளார். அங்கு, ஜோவா-டி-பாரியா என்கிற பாதிரியார், கரையோரங்களில் வழங்கிய தமிழ் மொழியில் முதன்முதலாக அச்சுருவம் அமைத்துக் கொடுத்தார். அதன் மூலம் 1578இல் சில நூல்களை அச்சடித்தார் என்று கூறப்படுகிறது. 16 வரிகள் கொண்ட முன் சொன்ன நூலின் கடைசியில் 8 வரிகள் கோவாவில் தயாரிக்கப்பட்ட அச்செழுத்துகளாலும், எஞ்சியிருக்கும் எட்டுவரிகள் கொல்லத்தில் உண்டாக்கப்பட்ட எழுத்துகளாலும் 1578இல் அச்சடிக்கப்பட்டிருக்கின்றன[8]" என்கிறார்.

1578இல், கொல்லத்தில் திருத்தமான தமிழ் அச்செழுத்துகள் உருவாக்கப்பட்டன. இதன் மூலம் 'தம்பிரான் வணக்கம்' (Doctrina Christam) என்ற தமிழ் அச்சுப் புத்தகத்தை ஹென்றிக்ஸ் அடிகளார் 1578ஆம் ஆண்டு, அக்டோபர் 20ஆம் தேதி அம்பலக்காட்டில் வெளியிட்டார். இந்திய மொழிகளில் முதன்முதலாக வெளியிடப்பட்ட அச்சுப்புத்தகம் இதுதான் என்பது குறிப்பிடத்தக்கது. பதினாறு பக்கங்களை உடைய அப்புத்தகத்தின் முகப்பு அட்டையில் மலபார் தமிழ் (Malabar Tamil) என்று அச்சடிக்கப்பட்டிருக்கிறது. இந்நூல் தமிழ் என்று குறிப்பிடாமல் மலபார் தமிழ் என்று அச்சடித்ததற்கான காரணம் பற்றிப் பாதிரியாரும் வரலாற்று ஆசிரியருமான ஜார்ஜ் சுராமர் கூறுகையில், "பதினாறாம் நூற்றாண்டில், போர்ச்சுக்கீசியர்கள் தென்னிந்தியாவில் பேசப்பட்டுவந்த 'தமிழ்', 'மலையாளம்' ஆகிய இருமொழிகளையும் 'மலபார்' என்றே அழைத்துவந்தனர். இந்த இரண்டு திராவிட மொழிகளிலும் 'தமிழ்' மொழி மிகத் தொன்மையானதும், வளம் செறிந்ததாகவும் இருந்தது. இம்மொழியானது கார் மணல் துறை (Coromandel Coast), முத்துக்குளித்துறை (Pearl Fishery Coast), இலங்கையின் வடபகுதி மற்றும் திருவாங்கூர் சமஸ்தானத்தின் சில பகுதிகளிலும் பரவியிருந்தது. மலையாள மொழியானது தமிழ் மொழியிலிருந்து உருவாக்கம் பெற்று, தனக்கென்று தனி எழுத்து வடிவமைப்பைக் கொண்டு, கேரளாவின் மலபார் கடற்கரைகளிலும்,

திருவாங்கூர் மற்றும் கொச்சி சமஸ்தானங்களிலும் பரவியிருந்தது என்றாலும் தென்னகத்தின் கடற்கரைப் பகுதிகளில் தமிழ்மொழியே அதிக அளவில் பேசப்பட்டுவந்தது. 'மலபார்' என்பதை இருமொழிகளுக்குமான பொது வார்த்தையாகவும், 'தமிழ்' என்று குறிப்பிடுவதன் மூலம், இப்புத்தகம் தமிழ் மொழியில் அச்சிடப்பட்டுள்ளது என்பதைத் தெளிவுபடுத்துவதற்காக 'மலபார் தமிழ்' என்று குறிப்பிடப்பட்டுள்ளது. உண்மையாகச் சொல்ல வேண்டுமென்றால் பதினாறாம் நூற்றாண்டில், தென்னிந்தியாவில் தமிழ்மொழியே ஆதிக்கம் செலுத்திவந்தது[9]" என்கிறார். இதன் அடிப்படையில் பார்க்கும்போது காலனிய காலத்தில் தமிழ் மொழியை மலபார் என்றழைத்தது தெரிகிறது.

இதனைத் தொடர்ந்து அச்சியந்திரத்தின் வருகை குறித்து ஆ.சிவசுப்பிரமணியன் "இந்தியாவிலே முதல்முறையாக அச்சாக்கம் கோவாவிலும், கேரளத்தில் உள்ள அம்பலகாட்டிலும் நிகழ்ந்தது. 'தம்பிரான் வணக்கம்' என்ற தமிழ் நூல் **1578**இல் அம்பலக்காட்டில் அச்சானது. இந்தியாவின் முதல் அச்சுநூல் என்ற பெருமையை இந்நூல் பெற்றது. இதன் தொடர்ச்சியாக **1579**இல் 'கிறிசித்தியாணி வணக்கம்' என்ற நூலும் **1586**இல் 'அடியார் வரலாறு' என்ற நூலும் அச்சாயின. இவற்றைக் கத்தோலிக்க மறைப்பணியாளரான அண்ட்ரிக் அடிகளார் வெளியிட்டார். இதன் பின்னர் தமிழ் அச்சாக்கம் குறித்த செய்திகள் நமக்குக் கிட்டவில்லை. நீண்ட இடைவெளிக்குப் பின் **1712**இல்தான் தமிழ் அச்சாக்க முயற்சிகள் சீகன்பால்குவால் தரங்கம்பாடியில் தொடங்கப்பட்டன. பன்மொழி அச்சகம் என்று கூறத்தக்க அளவில் தமிழ் அச்சுக்கள் மட்டுமின்றி போர்த்துகீஸ், ஜெர்மன், ஆங்கிலம் ஆகிய ஐரோப்பிய மொழிகளின் அச்சுக்கள் இங்கிருந்தன[10]" என்று கூறுகிறார். இக்கருத்து ஐரோப்பாவிற்கு வெளியே, முதன்முதலாக அச்சு சாதனம் தமிழுக்குதான் வாய்த்திருக்கிறது என்பதைத் தெரிவிக்கிறது.

தொடக்கத்தில் அச்சியந்திரம் சமயப்பரப்புரைகளுக்காகவே பயன்படுத்தப் பட்டது. கிறித்துவ சமயத்தின் துண்டறிக்கைகள், கிறித்துவ நூல்கள், விவிலிய மொழிபெயர்ப்புகள் என்று அச்சிடத் தொடங்கினர். சீகன்பால்கு இதற்கான சான்றாவார். **1712**இல் அச்சியந்திரம் நிறுவப்பட்ட ஆண்டிலேயே 'தரங்கம்பாடியில் இருக்கும் குருமார்கள் தமிழ்ச் சாதியார் எல்லோருக்கும் நிருபம்' என்ற தலைப்பில் சீகன்பால்கு எழுதிய கடிதம் இவ்வச்சகத்தின் முதல் பிரதியாக வெளியிடப்பட்டது. இதனைத் தொடர்ந்து விவிலிய

மொழிபெயர்ப்பு, ஏசுவின் ஐந்து சீடர்கள் எழுதிய 'அப்போஸ்தலர் நடபடிகள்' எனும் மொழிபெயர்ப்பு என ஐந்து நூல்களின் தொகுப்பாக 'ஐந்துவேதப் பொத்தகம்' என்று தம் மொழிபெயர்ப்பு நூலை அச்சிட்டார். பின்னர் சமய நூல்களோடு அங்கு செயல்பட்டுவந்த பள்ளிகளுக்குத் தேவையான பாடநூல்களும் அச்சிடப்பட்டன.

இவ்வச்சியந்திரம் மூலம் அதிக அளவில் நூல்கள் அச்சிடப்பட்டதால், இறக்குமதி செய்யப்பட்ட காகிதங்கள் தீர்ந்து காகிதத் தட்டுப்பாடு ஏற்பட்டது. இதன் பின்னணியால் சீகன்பால்கு பணியாற்றிய தரங்கம்பாடிக்கு அருகிலிருந்த பொறையாற்றில் 1716இல் காகித ஆலை நிறுவப்பட்டது. காகித உற்பத்தியின் தேவை அதிகரித்துக்கொண்டே போனது. 1722இல் தண்ணீர் பற்றாக்குறையினால் காகித ஆலையின் இயக்கத்தில் தடையேற்பட்டது. பின்னாட்களில் அது செயல்படாமலே போயிற்று.

தரங்கம்பாடியில் நிறுவப்பட்ட அச்சியந்திரத்தின் வழி அச்சிடப்பட்ட கிறித்தவ புத்தகங்கள் பொதுசனங்களுக்கு விற்கப்பட்டன. ஆனால், அதற்கு முன்பு அச்சிடப்பட்ட புத்தகங்களைக் கிறித்தவ பாதிரிமார்கள் மட்டுமே பயன்படுத்திவந்தனர். ஐரோப்பிய பாதிரிமார்களும் அரசு அதிகாரிகளும் பயன்படுத்திய அச்சியந்திரங்கள் பொதுப்பயன்பாட்டுக்கு வராதநிலையில் இங்கிருந்த ஏட்டுச்சுவடிகள் அச்சாகும் நிலை உருவாகவில்லை.

அச்சுக் கருவியும் தடைச்சட்டமும்

அச்சு ஊடகம் தமிழகத்தில் அறிமுகப்படுத்தப்பட்டதையும் பல நூற்றாண்டுகளாகப் பாதுகாக்கப்பட்டுவந்த ஓலைச்சுவடிகள் அச்சுப்புத்தகங்களாக மாறின முறையையும் அறிவது இன்றியமையாதது. தமிழகத்தில் புழங்கிவந்த ஏட்டுச்சுவடிகளிலான தமிழ் நூல்கள் 19ஆம் நூற்றாண்டில்தான் அச்சுப்புத்தகங்களாகப் பதிப்பிக்கப்பெற்றன. 16, 17, 18ஆம் நூற்றாண்டுகளில் அச்சியந்திரங்கள் தமிழ்நாட்டிற்குள் அறிமுகமாகியிருந்தாலும் அவை யாவும் கிறித்தவ சமயப் பரப்புதலுக்கும் அரசு நிறுவனங்களுக்காகவுமே பயன்படுத்தப்பட்டுவந்தன. இதே காலத்தில் அதாவது 18ஆம் நூற்றாண்டின் பேரறிஞர் சிவஞான முனிவர் எழுதிய நூல்கள் அவர் வாழ்ந்த காலத்தில் அச்சில் வெளிவரவில்லை என்பது குறிப்பிடத்தக்கது. இதற்குக் காரணம் அச்சுப்பொறி தமிழர்களின் பயன்பாட்டில் இல்லாமல் இருந்ததே. சிவஞான முனிவர் எழுதிய

இலக்கண விளக்கத்தின் கடைசி இயல்கள் எங்கு தேடியும் கிடைக்கவில்லை என்கிறார் அதன் பதிப்பாசிரியர் சி.வை.தாமோதரம் பிள்ளை. மேலும், "அச்சின்வாய்த் தோற்றாமலும் பரிபாலனம் அடையாமலும் இருக்கும் நூல்கள் எத்தனை சீக்கிரம் இறந்துவிடுகின்றன வென்பதற்குச், சொற்ப காலத்திற்கு முன்னர் உதித்த இந்நூலின் கடைசி இயல்களுக்குத் தமிழ்நாட்டிலே பிரதிகள் அகப்படாமையும், எங்கெங்குந் தேடியும் யாதும் முயற்சி செய்தும் பாட்டியலுக்கு இரண்டு பிரதிமாத்திரம் அகப்பட்டதுஞ் சான்று பகரும்[11]." 18ஆம் நூற்றாண்டில் வாழ்ந்த சிவஞான முனிவரால் எழுதப்பட்ட இலக்கியப் பிரதியே கிடைக்கப்பெறாமல் போயிற்று என்றால் இந்நூற்றாண்டுக்கு முன்னர் தோன்றிய இலக்கியப் பிரதிகளின் நிலையைச் சொல்ல வேண்டியதே இல்லை. அச்சியந்திரத்தின் இல்லாமல் இருந்ததன் விளைவு தமிழ் நூல்கள் பல அழிந்துபோயின என்பதனை சி.வை.தா. பல இடங்களில் கூறியிருக்கிறார்.

கிறித்தவ பாதிரிமார்களும் அரசு நிறுவனங்களும் பயன்படுத்திவந்த அச்சியந்திரங்களை இந்தியர்கள் பயன்படுத்துவதில் சில தடைகள் இருந்தன. பின்னர் சுதேசிகள் சுதேசிகளும் அச்சகங்கள் நிறுவலாம் என்ற சட்டத்தை 1835இல் சார்லஸ் மெட்காஃப் கொணர்ந்தார். இதன் பின்னரே தமிழ்நாட்டவரும் அச்சியந்திரங்களை நிறுவி, பழைய ஏட்டுப்பிரதிகளை அச்சாக்கம் செய்யத் தொடங்கினர். இதனால் அச்சு நூல்கள் பெருகி, தமிழ் மக்களிடையே பரவலாகப் புழங்கத் தொடங்கின. புற்றீசல்களின் அரிப்பிலிருந்து சுவடிகள் கரையேற்றப்பட்டதை தி.லஷ்மண பிள்ளை "தமிழ் அச்சுக்கூடங்கள் தென்னிந்தியாவில் நிலைபெறச் செய்து சற்றேறக் குறைய ஐம்பது வருஷமாகிவிட்டது. இப்போது அவைகள் மூலமாக அனேகம் கிரந்தங்கள் அந்தகாரமென்னுங் கடலிலாழ்ந்து மடியாமல் கரையேற்றப்பட்டன[12]" என்று கூறுகிறார்.

பழைய ஏட்டுப்பிரதிகள் அச்சேறிய சூழலில் தங்களின் தனிமனிதச் சொத்தாகப் (உடைமையாக) பாதுகாத்துவந்த இலக்கிய நூல்களைப் பதிப்பில் கொண்டுவருவதில் தமிழ்ச் சமூகத்தில் தயக்கமும் இருந்தது. முதலில் ஏடுகளை அச்சில் கொண்டுவரும் போக்கு ஆங்கிலேயர்களிடமே இருந்தது. அப்படியாக கம்பராமாயணம் அச்சில் வந்ததைக் கண்ட அம்பலவாண தேசிகரின் வியப்பை உ.வே.சாமிநாதையர் கூறுகிறார். அதாவது "1870களின் தொடக்கத்தில் ஒருநாள், சாமிநாதையர் தம் சக மாணவர்களோடு திருவாவடுதுறை மடத்தில் கம்பராமாயணப் பாடல்கள்

சிலவற்றை அச்சிட்ட புத்தகம் படித்துக்கொண்டிருந்தார். உலக இயல்பு அறியாதவரும், சிவபூஜை செய்தல், ஏடு வாசித்தல் முதலானவற்றிலேயே மூழ்கியிருந்தவரும், மகாவித்துவான் மீனாட்சிசுந்தரம் பிள்ளைக்கே சில காலம் பாடம் சொன்னவருமான அம்பலவாண தேசிகர் என்ற முதிய தம்பிரான், மாணவர்கள் புத்தகம் படிப்பதைப் பார்த்து, என்ன நூல் என்று கேட்டாராம். கம்பராமாயணம் என்று கூறியதும், 'அப்படியா! இதைக்கூடப் 'புக்குப்' போட்டுவிட்டானா?' என்று வியப்புடன் கூறினாராம். சாமிநாதையர் உள்ளிட்ட மாணவர்களுக்கோ சிரிப்பை அடக்க முடியவில்லை. மேலும் 'புக்குப் போட்டுவிட்டானா?' என்பதில் 'அன்' (ஒருமை) விகுதி ஆங்கிலேயரையே குறிப்பிடுகிறது. 'எல்லாப் புத்தகங்களையும் வெள்ளைக்காரர்களே அச்சிற் பதிப்பவர்களென்ற எண்ணம் அவருக்கு இருந்துவந்தது[13]" எனவும் உ.வே.சாமிநாதையர் விளக்குகிறார்.

தொடக்க நிலையில் ஏடுகளைப் புத்தக வடிவமாக மாற்றியவர்களை வியப்பாகவும் ஏளனமாகவும் பார்க்கும் சூழல் இருந்ததை உ.வே. சாமிநாதையரின் கருத்துப் புலப்படுத்துகிறது. பழைய தலைமுறைக்கு அச்சுநூல்கள் புதுமையாகவும் புதிய தலைமுறைக்கு அவை பழக்கப்பட்டுவருவதையும் இது காட்டுகிறது. இதேவேளையில் அச்சு இயந்திரம் வந்த பிறகும்கூட இம்மக்களிடம் ஏடு எழுதும் பழக்கம் தொடரத்தான் செய்தது. ஏடுகள் உடனே அழிந்துபோய்விடவும் இல்லை. இதனை மயிலை சீனி.வேங்கடசாமி "அச்சியந்திரங்களை இந்துக்கள் வைத்தவுடனே, எல்லா ஏட்டுச்சுவடிகளும் திடீரென்று அச்சுப் புத்தகங்களாக வெளிவந்துவிடவில்லை, ஏட்டுச்சுவடிகள் திடீரென்று மறைந்துவிடவில்லை. 19ஆம் நூற்றாண்டிலே, ஒருபுறம் அச்சுப் புத்தகங்கள் வெளிவந்துகொண்டிருந்த அதே சமயத்தில், ஏடும் எழுத்தாணியும் இருந்துவந்தன. மெல்ல மெல்ல இரண்டு மூன்று தலைமுறைகளுக்குப் பிறகு, ஏட்டுச்சுவடிகள் எழுதும் பழக்கம் மறைந்துபோய், அச்சுப்புத்தகங்கள் நிலைபெற்றுவிட்டன. இப்போது ஏடும் எழுத்தாணியும் காட்சிச்சாலையில் காட்சிப்பொருளாக இடம்பெற்றுவிட்டன.[14]" என்று கூறுவது கவனிக்கத்தக்கது.

ஏட்டுச்சுவடிகளும் அச்சுப்புத்தகங்களும்

அச்சுச் சாதனம் வந்த பின்னர் புத்தகம் கிடைப்பதிலுள்ள சிரமங்கள் குறைந்தன. பணம் இருந்தால் யார் வேண்டுமானாலும் புத்தகம் வாங்கலாம் என்ற நிலை உண்டானது. அதுவரை கண்களில்கூடப் பார்த்திடாத

நூல்கள் பலவற்றை அச்சின் உதவியால் காணத் தொடங்கினர். இதற்கு மாறாகப் பழங்காலத்தில் புழங்கிவந்த ஏட்டுச்சுவடிகளைப் பெறுவது குதிரைக்கொம்பாக இருந்தது. நினைத்த மாத்திரத்தில் யாரிடமும் பிரதிகளை வாங்குவது கடினமான ஒன்று. இப்படியாகப் பல சிரமங்களைத் தாண்டிப் பிரதி கைவசம் கிடைத்தாலும் அதனைப் படியெடுத்தலில் உண்டாகும் செலவு என்பது நினைத்துப் பார்க்க முடியாத அளவிற்கு இருந்தது. இதில் பொருள் வசதி அற்றவர்களின் நிலை பரிதாபமாக இருந்தது. ஏடுகளைப் படியெடுத்துப் பரிசுப்பொருள்களாக வழங்கும் வழக்கம் சமணர்களிடம் நீண்டகாலமாக இருந்தது. இதனைச் சமணர்கள் ‘சாஸ்தர தானம்’ என்றனர். செல்வம் படைத்த சமணர்கள் சமயப் பிரதிகளைத் தங்களின் இல்லங்களில் நிகழ்ந்த திருமணம் போன்ற விழாக்களில் படியெடுத்துப் பரிசுப்பொருள்களாக வழங்கினர்.

மிக அரிதாகக் கிடைக்கப்பெற்ற ஏட்டுப்பிரதி அச்சுவாகனம் ஏறிய பிறகு மிகச் சொற்ப விலைக்கு விற்கப்பட்டது. இதனை மயிலை சீனி.வேங்கடசாமி “பெர்சிவல் ஐயர், 1835ஆம் ஆண்டுக்கு முன்னர், சதுரகராதி ஓலைப்பிரதியைப் பத்துப் பவுன் (நூற்றைம்பது ரூபா) விலைகொடுத்து வாங்கியதாகவும், அந்த அகராதி அச்சிற் பதிப்பிக்கப்பட்ட பிறகு, ஒரு பிரதியை 2லு ஷில்லிங்கு (1ரூபாய் 14அணா) விலைகொடுத்து வாங்கியதாகவும் மர்டாக்கு என்பவர் எழுதியுள்ளார். இதிலிருந்து, அச்சுப் புத்தகத்துக்கும் ஏட்டுச்சுவடிக்கும் விலையில் உள்ள ஏற்றத்தாழ்வுகளைத் தெரிந்துகொள்ளலாம்[15]” என்கிறார். தமிழகத்தில் புனிதமாகப் போற்றப்பட்டுவந்த ஏட்டுப்பிரதிகளின் செல்வாக்கு அச்சியந்திரத்தின் வருகைக்குப் பின்னர் குறைந்ததை இதனால் உணரமுடிகிறது.

தமிழ்ச் சமூகத்தில் அச்சு ஊடக வரவால் அச்சுப்பிரதிகளின் வாசிப்புப் பழக்கம் பெருகியது. அதேவேளையில் சுவடிகளை வாசிக்கும் பழக்கம் புழக்கத்திலிருந்ததும் குறிப்பிடத்தக்கது. இச்சூழலில் ஓலைச்சுவடிகளை வாசிக்கும் முறைக்கும், அச்சு நூல்களை வாசிக்கும் முறைக்கும் முரண்பாடு ஏற்பட்டது. ஏட்டுச்சுவடிகளைக் கற்றுத் துறைபோகிய அறிஞர்கள், ஏடுகளைப் படிக்கத் தடுமாறிய இளையோரைக் கண்டு நகையாடினர். இதனைப் போன்று தம்முடைய பழந்தமிழ் நூற்பதிப்புகளை விமர்சித்தவரை கேலிசெய்வதைப் “போலி வித்துவான்களை ஏடு பிடித்து வாசிக்க அறியாத அச்சுப்பிரதி வித்துவான்கள்[16]” என்ற வரியின் மூலம் அறியமுடிகிறது. சி.வை.தா. தனது ‘தொல்காப்பிய சொல்லதிகாரம் நச்சினார்க்கினியர் உரை’ எனும் நூலின் பதிப்புரையில் இதனைச் சி.வை.தா. குறிப்பிடுகிறார்.

அச்சுப் பண்பாடு

மடங்களிலும் பரண்களிலும் தேங்கிக் கிடந்த ஏட்டுப்பிரதிகள் அச்சியந்திரப் பரவலாக்கத்தினால் நவீன வடிவில் வெளிவரத் தொடங்கின. இம்முயற்சியானது தமிழ்ச் சமூகத்தில் சாதாரணமாக நடந்தேறவில்லை. ஒரு குறிப்பிட்ட சமூகத்தாரிடமிருந்த மரபான வாசிப்பு முறையினைப் பொதுத்தளத்திற்கு மாற்றியமைத்ததில் அச்சியந்திரத்திற்குப் பெரும் பங்குண்டு. இவ்வச்சுப் பண்பாட்டினால் எழுத்து மரபு பெரும் மாற்றத்தை அடைந்தது. எழுத்து மரபு சனநாயகத் தன்மை பெறும் சூழலை உருவாக்கியது. உள்ளூர் மக்களிடம் வாய்மொழியாகப் புழங்கிவந்த வழக்காறுகள், வரலாறுகள், இலக்கியங்கள் போன்றவையெல்லாம் எழுத்து மரபாக உருமாற்றம் பெற்றன. இதன் தொடர்ச்சியாகவே தமிழ் மக்களிடம் இருந்த பழைய வரலாறுகளை அச்சில் கொணரும் போக்கு உருவானது. இது பதிப்பிக்கப்படும் சுவடி மரபிலிருந்து முற்றிலும் மாறுபட்டதாக இருந்தது.

தமிழ்ப் புத்தக உருவாக்கம் முதலில் ஓலைகளில் உள்ளவற்றைக் காகிதத்தில் அச்சிடுவதாகவே இருந்தது. ஓலையிலிருந்து அச்சு வாகனம் ஏறுதலின் வரலாறும், பண்பாட்டுப் பரிமாணங்களை ஆவணப்படுத்தும் போக்கும் தமிழ்ச் சமூகத்தில் உருவானது. துண்டுப்பிரசுரங்கள், அரசின் ஆவணங்கள், பாடநூல்கள், குறுநூல்கள் போன்றவற்றைத் தமிழறிஞர்கள் அச்சிடத் தொடங்கினர். இதன் தொடர்ச்சியாகப் புத்தகத் தொழில் பதிப்பு நிறுவனமாக வளர்ந்தது.

அச்சு மரபு அறிமுகமான காலத்தில் தமிழகத்தில் கல்லூரி மற்றும் பல்கலைக்கழகம் போன்ற கல்வி நிறுவனங்கள் உருவாயின. இவற்றை அரசும் தனிநபர்களும் தொடங்கினர். இக்கல்வி நிறுவனங்களுக்கு ஏற்றவகையில் மரபான இலக்கியங்களைப் பதிப்பிப்பதும் நவீன பாடத்திட்டத்திற்கு ஏற்றவகையில் புதிய நூல்களை உருவாக்குவதுமாக அச்சுத்தொழில் அமையத் தொடங்கியது. இச்சூழலில்தான் தமிழ் மொழியில் உள்ள யாப்பு வடிவிலான செய்யுள்களை உரைநடைகளாக எழுதும் போக்கு உருவானது. வாய்மொழியாக வழங்கிவந்த கர்ண பரம்பரைக் கதைகளை எழுத்துவடிவில் அதாவது, உரைநடையில் அச்சிடத் தொடங்கினர். ஐரோப்பியர்களே இதனைத் தொடக்கத்தில் செய்தனர். வாய்மொழி மரபுக் கதை வடிவங்களை அச்சிடுதல் பத்தொன்பதாம் நூற்றாண்டின் இறுதியிலும் இருபதாம் நூற்றாண்டின் தொடக்கத்திலும் அதிகமாக நடைபெற்றது. இச்சூழலில்தான்

குறைந்த அளவில் வாசிப்புப் பழக்கம் கொண்டவர்களுக்காகப் ‘பெரிய எழுத்து’ கதைப் புத்தகங்கள், பத்திரிகைகள் தோன்றின.

கல்வி நிறுவனங்களோடு தொடர்புடையனவாக இதழ்களும் நாளிதழ்களும் உருவாகின. இலக்கியம் இலக்கணங்களோடு தொடர்புடைய உரைநடைக் கட்டுரைகளும் மருத்துவம், ஜோதிடம், வானசாஸ்திரம், கணிதம் போன்று பல்வேறு துறைசார்ந்தும் கட்டுரைகள் எழுதப்பட்டும் அச்சிடப்பட்டும் வந்தன. பின்னாளில் மருத்துவம், ஜோதிடம், வானசாஸ்திரம் போன்றவற்றைச் சொல்லிக்கொடுக்கும் தனிநிறுவனங்கள் தோற்றம் பெற்றன. சான்றாக, சித்த மருத்துவமனைகள், ஆங்கில மருத்துவமனைகள் என்ற கல்வி நிறுவனங்களைக் கூறலாம். இதனைப் போன்று இதழியல் சார்ந்த தனித் துறையும் உருவாகியது. இவ்வாறு தமிழ்ச் சமூகத்தில் அச்சின் வருகை மிகப்பெரும் பண்பாட்டுத் தாக்கத்தை உண்டாக்கியது.

தொடக்கக் காலப் பதிப்பாசிரியர்கள்

அச்சுக்கலை காரணமாக அரிதாகக் கிடைத்தும் வாசிக்கப்பட்டும் வந்த ஏடுகள், ஒரே நேரத்தில் ஆயிரக்கணக்கான பிரதிகளாக மாற வழிபிறந்தது. அந்தவகையில் தொடக்கக் கால ஓலைச்சுவடியிலிருந்து பெயர்த்தெழுதிப் பதிப்புப் பணியில் ஈடுபட்ட பழம்பதிப்பாசிரியர்களைப் பற்றி மா.சு.சம்மந்தன் கூறுவதை கெ.மகாதேவன் “அ.முத்துச்சாமிப் பிள்ளை, புதுவை நயனப்ப முதலியார், முகவை இராமாநுசக் கவிராயர், களத்தூர் வேதகிரி முதலியார், தாண்டவராய முதலியார், மழவை மகாலிங்கையர், திருத்தணிகை விசாகப்பெருமாளையர், யாழ்ப்பாண ஆறுமுக நாவலர், சி.வை.தாமோதரம் பிள்ளை, உ.வே.சாமிநாத ஐயர், ச.பவானந்தம் பிள்ளை, ராய. சொக்கலிங்கம்[17]” என்று குறிப்பிடுகிறார். இந்தத் தொடக்கநிலைப் பதிப்பாசிரியர்கள் ஓரிரு நூல்களை மட்டும் பதிப்பிப்பதோடு நின்றனர். ஆனால், இவர்கள் தொடங்கிய பதிப்பினை அடுத்தகட்டத்திற்கு நகர்த்திச் சென்றவர்கள் பின்னர் வந்தனர்.

தமிழ்ப் பதிப்பு முன்னோடிகள்

பழம்பெரும் இலக்கியங்களைத் தமிழ் அறிவுமரபினருக்கும், சாமானியருக்கும் எளிதில் சென்றடைய காரணமான ஆங்கிலேய அதிகாரிகளையும், கிறித்தவ பாதிரிமார்களையும், உள்ளூர்த் தமிழ்ப் புலவர்களையும் கீழே பார்க்கலாம்.

1. கிறித்தவப் பாதிரிமார்கள்: இராபர் டி நொபிலி, வீரமாமுனிவர், சீகன் பால்கு
2. ஆட்சி அதிகாரிகள் (ஆங்கிலேயர்): மெக்கன்சி, கிண்டர்ஸ்லி, எல்லீஸ்
3. உள்ளூர்த் தமிழ்ப் புலவர்கள் (பதிப்பாசிரியர்கள்): ஆறுமுகநாவலர், சி.வை.தாமோதரம் பிள்ளை, உ.வே.சா., ச.வையாபுரிப் பிள்ளை.

கிறித்தவப் பாதிரிமார்கள்

கி.பி. 16ஆம் நூற்றாண்டு முதல் ஐரோப்பியக் கிறித்தவப் பாதிரிமார்கள் இந்தியாவிற்கு வந்து சமயப் பரப்புதலையே முக்கிய நோக்கமாகக் கொண்டு உள்ளூர் மக்களிடம் புழங்கிவந்த சடங்குமுறைகளையும் நம்பிக்கைகளையும் கற்றுணர்ந்தனர். அவற்றைத் தங்கள் வழிபாட்டு முறையிலும் கடைபிடித்தனர். மக்களின் மொழியைக் கற்று அதில் உள்ள சொற்களை ஆராய்ந்து அகராதிகளை உருவாக்க முனைந்தனர். தங்களின் சமயப் பரப்புதலின் ஊடாக இம்மக்களின் மொழி குறித்ததான ஆராய்ச்சியைச் செய்துவந்தது குறிப்பிடத்தக்கது. இந்தியாவில் அச்சியந்திரம் அறிமுகமாகாத சூழலில் சொற்கள் தொகுப்புப் பணியினையே பதிப்புப் பணிக்கான தொடக்கமாகக் கொள்ளலாம். இப்பணியைச் செய்தவர்களில் குறிப்பிடத்தக்கவர்கள் இராபர்ட் டி நொபிலி, வீரமாமுனிவர், சீகன் பால்கு ஆகியோர் ஆவர்.

ரெவ.இராபர்ட் டி நொபிலி *(Rev. Robert De Nobili 1577 - 1656)*

இத்தாலி நாட்டிலுள்ள தஸ்கனி மாகாணத்தில் **1577**ஆம் ஆண்டு செப்டம்பர் மாதம் பிறந்தார். அங்குள்ள ஏசு சபையின் சமயக்கூடத்தில் கல்வி கற்றார். தனது பதினேழு வயதில் ஏசு சபைக் குழுவில் சேர்ந்தார். தத்துவம், அறிவியல், வானியல், உளவியல் ஆகியவற்றைக் கற்றறிந்தார். இந்தியக் கிழக்குப் பகுதிக்குச் சென்று சமயப் பணியை மேற்கொள்ள ஆவல் கொண்டிருந்த நொபிலி, **1606**இல் தமிழ்நாட்டிற்குச் சமய ஊழியம் புரியவந்தார். கத்தோலிக்கத் திருச்சபையைச் சேர்ந்த இவர் தமிழகத்திலுள்ள உயர் சாதி இந்துக்களை மதமாற்றம் செய்யத் தொடங்கினார். இவருக்கு முன்னதாக மதுரையில் செயல்பட்டுவந்த பெர்னாண்டஸ் சமயக்குழுவின் செயல்பாடுகள் குறித்து ஆய்வை மேற்கொண்டார். அச்சமயக்குழுவின் குறைபாடுகளைக் கண்டறிந்து புதிய முயற்சியினை மேற்கொண்டார். இச்சமய மாறுதலுக்காக மதுரை நகர மக்களின் பழக்கவழக்கங்களையும் நம்பிக்கைகளையும் அறிந்து, அவற்றைப்போல் தனது சமயத்திலும் கடைபிடிக்கத் தொடங்கினார். இந்து சமய வழக்கங்களைக் கையாளும் விதமாக ‘சத்திய வேதம்’ என்று விவிலியத்தை அழைத்தார். இத்தருணத்தில் இந்துக்களைப் போல் சடங்குமுறைகளையும் கையாண்டார்.

உயர் சாதிகளைச் சமய மாற்றத்திற்குத் தயார் செய்வதற்குத் தோதாக அவர்களைப் போல் தன்னையும் மாற்றிக்கொண்டார். இதற்காகக் காவி உடை அணிதல், ஊன் உண்ணாமை, உடலில் பூணூல் அணிதல், இந்து துறவிகளைப் போல் சந்தனம் வைத்துக்கொள்ளுதல் போன்ற பல்வேறு முறைகளையும் கடைபிடித்தார். தன்னை ‘ரோம அந்தணன்’ என்றும் அழைத்தார். இம்மக்களின் மொழியாகிய தமிழைக் கற்பது அவருக்குக் கடினமாக இருந்தது. நொபிலிக்குத் தமிழ்ப் பயிலும் ஆர்வம் இருந்ததாலும் இந்துக்களின் வழக்கங்களைக் கடைபிடித்து வந்ததாலும், அவருக்குத் தமிழர்கள் பலர் நண்பர்களானார்கள்.

தன்னுடைய சமயப் பரப்புதலுக்காகத் தமிழில் கிறித்தவ சமய உரைநடை நூல்கள் பல எழுதினார். இவர் காலத்தில் அச்சு இயந்திரம் பரவலாக்கம் பெறாததால் இவருடைய நூல்கள் எதுவும் அச்சாகவில்லை. ஞானோபதேச காண்டம், மந்திரமாலை, ஆத்தும நிர்ணயம், தூஷணதிக்காரம், சத்திய வேதலஷணம், சகுண நிவாரணம், பரம சூட்சும அபிப்பிராயம், கடவுள் நிர்ணயம், தத்துவக் கண்ணாடி, புணர் ஜென்ம ஆட்சேபம், நித்திய ஜீவன

சல்லாபம், சேசுநாதர் சரித்திரம், தவசுச் சதகம், ஞான தீபிகை, நீதிச் சொல், அந்நித்திய நித்திய வித்தியாசம், பிரபஞ்ச விரோத வித்தியாசம், போர்ச்சுகீசு அகராதி போன்றவை அவர் எழுதியவையாகும்.

அச்சியந்திரம் பரவலாக்கம் பெற்ற பிறகுதான் இவரின் நூல்கள் அச்சிட்டப்பட்டன. இதனைப் பற்றி மா.சு.சம்பந்தன் "ஞானோபதேசத்தின் முதல் இரண்டாம் காண்டங்களின் முதல் பதிப்பு 1675இல் அம்பலக்காட்டு அச்சகத்திலும், அதன் மூன்றாம் காண்டத்தின் முதல் பதிப்பு 1677இல் கொச்சியிலும் அச்சாகியுள்ளன. பின்பு திருச்சியில் அஞ்ஞான நிவாரணம் 1891இல் அச்சாகியது. திரு.ம.சா.இயாசப் பிள்ளை என்பவர் 1881இல் இரண்டாம் பதிப்பாக ஞானோபதேச முதல் இரண்டு காண்டங்களையும், 1891இல் ஆத்தும நிர்ணயத்தையும், 1907இல் ஞானோபதேசத்தின் மூன்றாம் காண்டத்தையும் அச்சிட்டுள்ளார்... ஆத்தும நிர்ணயம் 1889இலும், அக்கியான நிவாரணம் 1891இலும் அச்சாகியுள்ளது[18]" என்று குறிப்பிடுகிறார்.

வீரமாமுனிவர் *(Constantine Joseph Beschi) (1680 - 1742)*

இத்தாலியிலுள்ள கஸ்டிகிலியோன் என்னும் நகரில் 1680இல் பிறந்தார். தனது சிறுவயதிலேயே ஏசு சபையில் சேர்ந்து இலக்கியப் படிப்பை முடித்துப் பின்னர் ஓராண்டு மன தத்துவமும் பயின்றார். பின்னர் 1698இல் ஏசு சபையில் ஊழியம் செய்யும் பணியினை மேற்கொண்டார். ஃபிரெஞ்சு, கிரேக்கம், எபிரேயம், போர்த்துகீஸ் போன்ற மொழிகளையும் கற்றிருந்தார். பெரும் கடல்வழிப் பயணத்தினை மேற்கொண்ட இவர் இறுதியாக மதுரையை அடைந்தார். மதுரையில் செயல்பட்டுவந்த சமயப்பணிக்குழுவில் இணைந்தார். தம் முன்னோடியான நொபிலியைப் போன்று உள்ளூர் மக்களின் மொழியிலேயே பேசி, அம்மக்களைப் போலவே வாழ்ந்து, தன்னுடைய சமயப்பணியைச் செய்துவந்தார். தமிழைக் கற்பதற்கு அன்றைக்கு மதுரையில் வாழ்ந்த சுப்பிரதீபக் கவிராயர் பெரிதும் உதவினார். தமிழ் மட்டுமல்லாமல் தெலுங்கு, சமஸ்கிருதம் ஆகிய மொழிகளிலும் தேர்ச்சி பெற்றார். தமிழில் செய்யுள் வடிவில் பாடல் எழுதும் அளவிற்கு அறிவைப் பெற்றிருந்தார். மதுரை மட்டுமல்லாது அதனைச் சுற்றியுள்ள வட்டாரங்களில் செயல்பட்டுவந்த சமயப் பணிக்குழுவினருடன் சென்றுவந்ததோடு அங்குப் பணிபுரிந்த கிறித்தவ ஆசிரியர்களுக்குத் தமிழ் இலக்கியத்தைக் கற்க ஒரு பயிற்சிப் பள்ளியை நிறுவினார். மேலும் அவர் இளம் சமயப் பணியாளர்களுக்குத் தமிழ்க் கற்றுக்கொடுக்கும் ஆசிரியரானார்.

தமிழ்நாட்டின் அரசியல் சூழல் பெரும் குழப்பத்தில் இருந்ததால் வீரமாமுனிவர் தம் பணியிடத்தை அடிக்கடி மாற்றினார். நொபிலி பின்பற்றிய காவி நிற ஆடை, சந்தனப்பொட்டு, புலித்தோல் இருக்கை என்று பல பாவனை முறைகளையும் தழுவிக்கொண்டார்.

தமிழில் உள்ள காப்பிய இலக்கணப்படி தேம்பாவணியை 1726இல் எழுதினார். இதனை 3,615 செய்யுள்களுடன் 36 படலங்களாக 3 காண்டங்களில் பிரித்து எழுதினார். இந்நூல் மதுரையில் அரங்கேற்றப்பட்டது. இக்காப்பியத்தை அறிந்த தமிழ் அறிஞர்கள் இவருக்கு 'வீரமாமுனிவர்' என்ற பட்டத்தை வழங்கினர் என்பது குறிப்பிடத்தக்கது. வீரமாமுனிவரைப் பற்றி மா.சு.சம்பந்தன், ஏ.எல்.பாஷம் குறிப்பிடுவதை "இதுவரை வாழ்ந்த ஐரோப்பியர்களில், இவரைப் போல் (வீரமாமுனிவர்) இந்திய மொழி ஒன்றில் இவ்வளவு ஆழ்ந்த ஞானம் பெற்றவர் ஒருவர் இருக்கின்றாரா என்பது ஐயப்பாடே[19]" என்று எடுத்துக்காட்டுகிறார்.

இந்நூலினைத் தொடர்ந்து திருக்காவலூர்க் கலம்பகம், அடைக்கல நாயகி மேல் வெண்கலிப்பா, அடைக்கல மாலை, அன்னை அழுங்கல் அந்தாதி, கித்தேரியம்மாள் அம்மானை, கருணாம்பரப் பதிகம் (வண்ணம் - தேவராம்) ஆகிய நூல்களையும் சிறுகாப்பிய அமைப்பு முறையில் எழுதினார். செய்யுள் வடிவில் எழுதியதோடு நொபிலியைப் போன்று உரைநடை வடிவிலும் சில நூல்களையும் எழுதியுள்ளார். வேத விளக்கம் (1842), லுத்தேரினத்தியல்பு (1842), வேதியர் ஒழுக்கம் (1844), பேதகமறுத்தல் (1868), ஞான உணர்த்துதல், திருச்சபைக் கணிதம், பரமார்த்த குரு கதை போன்றவற்றையும் எழுதினார். இதனைத் தொடர்ந்து தமிழில் உள்ள இலக்கண அமைப்புகளைக் கொண்டு தொன்னூல் விளக்கம், கொடுந்தமிழ் இலக்கணம், செந்தமிழ் இலக்கணம், கிளாவிஸ் (இலத்தின்) போன்ற இலக்கண நூல்களையும் உருவாக்கினார்.

தமிழகத்தில் அகராதிகள் இல்லை என்பதை உணர்ந்து அப்பணியில் ஈடுபட்டார். தமிழகத்தில் புழக்கத்திலிருந்த நிகண்டுகளுக்கு அடுத்தபடியாக அகராதி என்ற சொல்லையும் அதனை உருவாக்கும் பணியையும் முதலில் செய்தவர் இவரே. தமிழ் அகராதிப் பணியில் முன்னோடியாக விளங்குவது இவர் உருவாக்கிய 'சதுர் அகராதி' ஆகும். கீழ்த்திசை நோக்கி சமயம் மற்றும் ஆட்சியை நிலைநிறுத்தவரும் மேல்திசை ஆட்சியாளர்களும் பாதிரிமார்களும் தமிழ் மொழியைக் கற்பதற்காக இவர் உருவாக்கிய தமிழ்

- இலத்தீன், தமிழ் - போர்த்துகீஸ், தமிழ் - ஃபிரஞ்சு போன்ற அகராதிகள் உதவின. இப்பணியினால் தமிழ் மொழியின் எழுத்து அமைப்புகளை மாற்றியமைத்தார். இந்த சீர்திருத்தத்தால் தமிழ் மக்களும் ஐரோப்பியர்களும் பெரும் பயனை அடைந்தனர்.

இவருடைய காலகட்டத்தில் அச்சு இயந்திரம் பரவலாக்கம் பெறாததால் இவருடைய நூல்களும் அச்சாக்கம் பெறவில்லை. அச்சியந்திரம் பரவலாக்கம் பெற்றபோது கொடுந்தமிழ் இலக்கணம் **1806**இலும், சதுர் அகராதி **1824**இலும், இது மறுபதிப்பாக மீண்டும் **1835** இலும் தாண்டவராய முதலியாராலும், இராமச்சந்திரக் கவிராயராலும் பதிப்பிக்கப் பெற்றன. **1822**இல் பரமார்த்த குருவின் கதை, **1851**இல் தேம்பாவணி, **1868**இல் பேதக மறுத்தல், **1842**இல் லூத்தேரினத்தியல்பு, **1842**இல் வேத விளக்கம், **1847**இல் வேதியர் ஒழுக்கம் போன்ற நூல்கள் அச்சிடப்பட்டிருப்பது குறிப்பிடத்தக்கது.

பார்த்தலோமியோ சீகன் பால்கு *(Bartholomaeus Ziegen balg) (1683 - 1716)*

ஜெர்மனியிலுள்ள பல்சினிட்ஸில் என்னும் நகரில் **1683**இல் பிறந்தார். தொண்டு செய்து சமய ஊழியம் செய்ய வேண்டும் என்பதே இவரின் விருப்பம். சமயக்கல்வி கற்றுப் பாதிரியாரானார். பிரெடரிக் என்ற டென்மார்க் மன்னன் கிறித்தவத்தை இந்தியாவில் பரப்புவதற்காக ஜெர்மனி நாட்டிலிருந்து ஹென்றிச் புலூட்சத், பார்த்தலோமியோ சீகன் பால்கு ஆகிய இரு சமயப் பணியாளர்களையும் நியமித்தார். அவர்கள் இருவரையும் தனது கட்டுப்பாட்டில் இருக்கும் தரங்கம்பாடிக்குச் சென்று மறைப்பணி செய்ய அனுப்பிவைத்தார். ஏழு மாதங்கள் கடல்வழியாகப் பயணம் செய்து **1706**ஆம் ஆண்டு ஜூலை மாதம் தரங்கம்பாடியை அடைந்தனர். அங்கிருந்த டச்சு ஆட்சியினர் இவர்களை வரவேற்கவில்லை. தரங்கம்பாடியில் இருந்த டேனிஷ் ஆளுநர் இவர்கள் இருவரையும் அழைத்துச் சென்று அங்குச் செயல்பட்டுவந்த டேனிஷ் பள்ளியில் ஆசிரியராகப் பணியாற்றச் செய்தார். கிறித்துவச் சமயப் பரப்புதலை மேற்கொள்வதில் இருவரும் உறுதியாக இருந்தனர்.

உள்நாட்டு மக்களைக் கிறித்தவ சமயத்தில் சேர்க்க வேண்டுமானால் அவர்களின் மொழியைக் கற்க வேண்டுமென்று தமிழ்மொழியைக் கற்க ஆரம்பித்தார். தன் பணியாளராக இருந்த முதலியப்பன் வழியாகத்

தமிழை நன்கு கற்று, தமிழ் எழுத்துகளை மணலிலும் ஓலைச்சுடியிலும் எழுதக் கற்றுக்கொண்டார்; தமிழ் மொழியில் வல்லமை பெற்றிருந்ததால் உள்நாட்டினரோடு சமயச் சார்பான கலந்துரையாடல் செய்வது அவருக்கு எளிதாக இருந்தது. எல்லப்பர் என்பவர் உதவியுடன் தமிழில் உள்ள பல்வேறு இலக்கியம், தத்துவம், வரலாறு, தெய்வீகம், மருத்துவம் போன்ற நூல்களையும் படித்து அவற்றிலுள்ள தமிழ்ச் சொற்களைத் தொகுத்து ஓர் அகராதியை உருவாக்க முயன்றார். இவ்விலக்கியங்களின் வழி ஏறக்குறைய 26,000 தமிழ்ச் சொற்களைத் தொகுத்தார். அவற்றை மூன்று பத்திகளாகவும் ஏழு பாகங்களாகவும் பிரித்தார். முதல் பத்தியில் தமிழும், இரண்டாவது பத்தியில் ரோமன் எழுத்துகளும் அதன் உச்சரிப்பும், மூன்றாவது பத்தியில் ஜெர்மனிய மொழியும் பொருளும் தந்துள்ளார். இதற்கு அடுத்ததாக எளிதில் பொருள் புரியும்படி தமிழ்ச் செய்யுளில் வரும் சொற்களைத் திரட்டி அவற்றை அகரவரிசைப்படி அமைத்து இரண்டாவது அகராதியையும் உருவாக்கினார்.

தரங்கம்பாடியில் சீகன் பால்குவால் கிறித்தவம் தழுவிய தமிழ் கிறித்தவர்களுக்கென்றே ஒரு சீர்திருத்த புராடெஸ்டெண்டு மாதாக் கோயிலைக் கட்டினார். இதனைத் தொடர்ந்து சீகன் பால்குவும் அவரது பணியாளர்களும் இணைந்து பள்ளிக்கூடம், அச்சகம், காகித ஆலை, நூல்கள் உருவாக்கம், தமிழ் மருத்துவம் அறிதல் எனப் பல பணிகளையும் செய்யத் தொடங்கினர். 1707இல் தரங்கம்பாடியில் பள்ளிக்கூடம் ஒன்றை நிறுவினார். அங்குள்ள கிறித்தவப் பிள்ளைகளுக்கு கிறித்தவத்தின் அடிப்படையான நூல்கள் பற்றியும் விவிலியம் வாசிப்புமுறை பற்றியும் சொல்லிக்கொடுக்கப்பட்டது. இங்கு பயிலும் மாணவர்களுக்கு எழுதுபொருள்களும், உணவு, உடை, உறையுள் போன்றனவும் இலவசமாக வழங்கப்பட்டன. இப்பள்ளிக்குத் தேவையான பாட நூல்கள் உருவாக்குவதற்கும் மத ஊழிய பிரச்சாரத்திற்குத் துண்டறிக்கை அச்சிடுவதற்கும் தரங்கம்பாடியில் 1712இல் அச்சியந்திர சாலையை நிறுவினார்.

'தரங்கம்பாடியில் இருக்கும் குருமார்கள் தமிழ்ச்சாதியார் எல்லோருக்கும் எழுதின நிருபம்' என்ற தலைப்பிலான சீகன் பால்குவின் கடிதம் முதன்முதலில் அச்சிடப்பட்டது. இதனைத் தொடர்ந்து இரண்டாவதாகப் புதிய ஏற்பாடு மொழிபெயர்ப்புப் பணியில் ஈடுபட்ட சீகன் பால்கு, அதனை 1715இல் அச்சாக்கம் செய்தார். முதன்முதலாகப் புத்தக வடிவில் வெளிவந்த தமிழ் மொழிபெயர்ப்பு நூல் இதுவே. மேலும் 1712 தொடங்கி சீகன்

பால்கு மறைவுவரை (1719) தரங்கம்பாடி அச்சகத்தில் அச்சிடப்பட்ட நூல்கள், அதற்குப் பின் அச்சிடப்பட்ட நூல்கள் என, "'இரட்சிப்பின் ஒழுக்கம் (மொழிபெயர்ப்பு)' - 1712, 'வேதசாஸ்திரம், ஞான உபதேசக் குறிப்பு' - 1718, 'வேத புஸ்தகத்தின் முதல் பாங்கு' - 1719, சீகன் பால்கு இறப்பிற்குப் பின் வெளிவந்தவை: 'ஞானப்பாட்டுகளின் பொஸ்த்தகம்' - 1724, 'இஸ்லாமானவன் சுவடி' (Book of Islamism) -1727, 'திருச்சபை சரித்திரப் பொத்தகம்' - 1798, 'ஞான உபதேசத்தின் குருபீடம்' - 1799, (இந்நூல் திருத்தப்பட்டு 1816இல் மீண்டும் அச்சாகியது), சத்திய வேதம் - பழைய ஏற்பாடு - 1796, 'தரங்கம்பாடிச் திருச்சபையில் வழங்கும் ஞான முறைமைகளின் விளக்கம்' -1781, 'மெஞ்ஞானம் ஏதென்று காண்பிக்கும் வேதப் பிரமாணம்' - 1804[20]" மா.சு.சம்பந்தன் குறிப்பிடுகின்றார்.

மேற்கூறிய மூவரும் தமிழ்ப் பதிப்பு வரலாற்றில் முக்கியத்துவம் பெறுகின்றனர். அதாவது, உள்ளூர் மக்களிடம் புழங்கிவந்த சடங்கு முறைகளையும் பழக்கவழக்கங்களையும் கற்றும் அவர்கள் பேசிய மொழிகளை ஆய்வுசெய்தும் அவற்றைச் சேகரித்தனர். சொற்கள் தொகுப்பு, மொழிபெயர்ப்பு, புதிய இலக்கியம் உருவாக்குதல், எளிய வடிவில் உரைநடை நூல்கள் என்று பல்வேறு விதங்களில் செய்யப்பட்டுவந்த இவர்களின் பணி பின்னாளில் உருவான பதிப்பு முயற்சிக்குப் பெரிதும் உதவியாக இருந்தது.

ஆங்கிலேய அதிகாரிகளின் பதிப்புத் தொடர்பான பணிகள்

கி.பி. 18 - 19ஆம் நூற்றாண்டுகளில் இந்தியாவில் கிழக்கிந்திய கம்பெனியை நிலைநிறுத்துவதற்கும் கிறித்தவ மதத்தைப் பரப்புவதற்கும் பலர் வந்தனர். அவர்களுள் சிலர் இந்திய மக்களின் வாழ்க்கை, வரலாறு, பண்பாடு, சடங்கு, நம்பிக்கை போன்றவை குறித்த ஆய்வினை மேற்கொண்டனர். அதன் வாயிலாக மக்களின் மனநிலையைக் கண்டறிந்து அதற்கேற்ப ஆட்சியை நிலைநிறுத்தவும் மதத்தைப் பரப்புவதற்கான வழிமுறைகளையும் கண்டறிந்தனர். இக்காலனிய ஆட்சிக் காலத்தில் அரசு அதிகாரிகளாக இருந்து செயல்பட்டவர்களில் குறிப்பிடத்தக்கவர்கள் காலின் மெக்கன்ஸி, எல்லிஸ், கிண்டர்ஸி ஆவர். இவர்கள் தங்களுடைய ஆட்சிப் பணிக்காக நில அமைப்பு முறைகளையும் நில எல்லைகளையும் மொழியமைப்பையும் வரையறுப்பதற்காக உள்ளூர் மக்களிடம் புழங்கிவந்த ஏட்டுப்பிரதிகளைச் சேகரித்தனர். இம்முறையே பதிப்புச் செயல்பாட்டிற்கான

தொடக்கநிலையாகும். இவ் அதிகாரிகளின் சுவடி சேகரிப்பே பின்னாளில் உருவான அச்சுக்கோர்ப்புக்குப் பெருந்துணைபுரிந்துள்ளதைப் பதிப்பு நூல்களின் வழி அறியமுடிகிறது.

காலின் மெக்கன்ஸி *(1754 - 1821)*

இந்தியாவில் முதன்முதலில் கள ஆய்வைத் தொடங்கி வைத்தவரும் இந்திய நாட்டின் பண்டைய வரலாறு, வாழ்க்கை முறை, இலக்கியம், பண்பாடு முதலிய பல்வேறு துறைசார்ந்த சுவடிகளையும் கல்வெட்டுகளையும் பிற தொல்பொருளையும் தொகுத்ததில் முன்னோடியாக விளங்குபவர் காலின் மெக்கன்ஸி. இவரது சுவடித்தொகுப்புகள் குறித்து சர்.கிளிமென்ட் மார்கம் ஒரு புள்ளிவிவரம் கொடுத்துள்ளார். கல்லிலும் செம்பிலும் உள்ள சாசனங்கள் 3,000 என்றும், பல்வேறு மொழிகளைச் சேர்ந்த சுவடிகள் 1,568 என்றும், கல்வெட்டுகள் 8,076 என்றும், ஓவியங்கள் 2,630 என்றும், வரைபடங்கள் 78 என்றும், நாணயங்கள் 6,218 என்றும், படிமங்கள் 106 என்றும் கூறுகிறார். மெக்கன்ஸியின் தொகுப்புப் பணியைப் பற்றி வரலாற்றாசிரியரான வி.ஆர்.ஆர்.தீட்சிதர் கூறுவதாக ம.இராஜேந்திரன், "மெக்கன்ஸியின் உழைப்பின் பயனாகக் கிடைத்தவைதாம் இப்போதுள்ள வரலாற்றுக் கையெழுத்துப் பிரதிகளும் பிறவுமாய் இருக்கின்றன. இந்தத் தொகுப்பைப் போல் ஐரோப்பாவிலும் இந்தியாவிலும் இதுவரைக்கும் யாரும் செய்ததில்லை[21]" என்றும் பதிவுசெய்கிறார்.

நதானியல் எட்வர்ட் கிண்டர்ஸ்லி *(1762 - 1831)*

காலனிய காலத்தில் கிழக்கிந்திய கம்பெனியின் சார்பாகப் புனித ஜார்ஜ் கோட்டையில் எழுத்தர் பணிக்காகத் தனது பதினேழு வயதில் இந்தியா வந்தார். பின்னர் 1790இல் வணிக வாரியத்தின் உறுப்பினராகவும் கர்னாடிக் வங்கியின் இயக்குநராகவும் பணியாற்றினார். அதனைத் தொடர்ந்து இதே ஆண்டில் பெர்சிய மொழிபெயர்ப்பாளரின் உதவியாளராகவும் இருந்தார். இக்காலகட்டத்தில் சென்னை மாகாணத்தைப் பொறுத்தவரை வரி வசூலித்தல், நிலத்தைச் செம்மைப்படுத்துதல் ஆகியவற்றையே கருத்தில்கொண்டு வேலைபார்த்துவந்த அதிகாரிகளுக்கு நடுவில் தமிழ் மொழி மற்றும் இலக்கியம் குறித்த ஆய்வு முயற்சியில் இவர் ஈடுபட்டார். சமஸ்கிருத மொழியை முன்னிறுத்திப் பேசிவந்த அதிகாரிகள் மத்தியில் தமிழ் மொழி குறித்துப் பேசியவர்களில் முதன்மையானவர் கிண்டர்ஸ்லியே.

பெர்சிய, சமஸ்கிருத மொழிகளையும் கிண்டர்ஸி அறிந்திருந்தாலும் தமிழ் மொழியையும் அதன் இலக்கியத்தையும் மொழிபெயர்த்தார்.

கிண்டர்ஸ்லி தன்னுடைய மொழிபெயர்ப்புக்குப் பயன்படுத்தியிருக்கும் நூல்கள் எனப் பார்க்கும்போது அது உள்ளூர் மக்களிடம் (சாதாரண மக்களிடம்) பயிலப்பட்டுவந்த இலக்கியங்களாகவே இருந்திருக்கின்றன. அதற்குக் காரணம் இவ்விலக்கியங்கள் அதிகமான மக்களிடம் வாய்மொழிப் பாடல்களாக இருந்தன. அதாவது குறைவான எழுத்தறிவு உடையோர், சிறிதும் எழுத்தறிவு இல்லாதவர்கள் மத்தியில் புழங்கிக்கொண்டிருந்த திருக்குறளையும் (கவிராஜபண்டிதர் உரை), நளராஜா கதையுமே ஆகும். இவ்விரு நூல்களும் மக்களிடம் வாசித்தல், கூட்டத்தை நோக்கி நூலை உரத்தக் குரலில் சொல்லுதல் என்ற நிலையில் புழங்கிவந்தன. இவற்றையே தன்னுடைய ஆய்வுக்கு எடுத்துக்கொண்டு, அதனை ஆங்கிலத்தில் மொழிபெயர்த்தார் கிண்டர்ஸ்லி. அன்றைய காலச் சூழலில் திருக்குறளுக்குப் பல்வேறு உரைகள் இருந்தபோதிலும் கவிராஜ பண்டிதரின் உரை வெகுமக்களிடம் புழங்கியதற்குக் காரணம், அது எளிய நடையில் அமைந்திருந்தது. பின்னாளில் அச்சு ஊடகம் வந்ததற்குப் பிறகு கல்வியறிவு இல்லாத அல்லது ஓரளவு கல்வியறிவு பெற்ற மக்களுக்கும் எளிதில் புரியும் வகையில் தடித்த எழுத்துகளில் பெரிய படங்களுடன் பேச்சு நடையில் அமைந்த இலக்கியங்கள் எழுதப்பட்டும் அச்சிடப்பட்டும் வந்துள்ளன. இதை உரக்க ஒருவர் வாசிக்க, பிறர் சுற்றிநின்று கேட்கும் வகையில் மக்கள் கூடுகின்ற சந்தைகளிலும் பொது வெளியிலும் வாசிக்கப்பட்டுவந்தன. இவை பெரிய எழுத்து இலக்கியங்கள் என்றும், முச்சந்தி இலக்கியங்கள் என்றும் (குஜிலி இலக்கியம்) அழைக்கப்பட்டன. மேற்குறிப்பிட்ட கவிராஜ பண்டிதரின் உரை போன்றவற்றையே பிற்காலத்தில் இவைபோன்ற இலக்கியங்கள் உருவாவதற்கான துவக்கமாகக் கொள்ளலாம்.

இந்து சமய நம்பிக்கையுடன் செயல்பட்டுவந்த ஆங்கிலேயர்கள் மத்தியில் சமயச் சார்பற்ற இலக்கியமாகத் திருக்குறளைக் கருதி அதனை மொழிபெயர்த்தார். 1794ஆம் ஆண்டு இலண்டனில் 'இந்து இலக்கிய மாதிரிகள்' (*Hindoo Literature: Consisting of Translations*) எனும் நூலை வெளியிட்டார். இந்நூலில் தமிழ் மொழியில் உள்ள சில இந்து நூல்களிலிருந்து (எடுக்கப்பட்ட) அறநெறிகள், புனைவுகள், மொழிகளின் தொன்மம், இலக்கியம் மற்றும் இன்ன பிறவும் பற்றிய அறிமுகக் கருத்துகள் முற்சேர்க்கையாகச் சேர்க்கப்பட்டுள்ளன. இந்நூலை முன்னுரை தவிர்த்து

நான்கு பகுதிகளாக கிண்டர்ஸ்லி பிரித்துள்ளார் என்று ந.கோவிந்தராஜன் கூறுகிறார். அவை,

1. 'இந்துக்களின் தொன்மம் மற்றும் இலக்கியம் பற்றிய அறிமுகக் குறிப்புரை' என்று முதல் பகுதி அமைந்துள்ளது. இந்து தெய்வங்கள் பற்றியும் தமிழ் மொழி குறித்துச் சிறு அறிமுகமும் இதில் கொடுத்திருக்கிறார்.
2. இரண்டாவது பகுதியில் திருக்குறளின் சில அதிகாரங்களை மொழிபெயர்த்துத் தந்திருக்கிறார். 'திருவள்ளுவர் குறள் அல்லது ஞானக்கடல்' என்று அதற்குத் தலைப்பிட்டுள்ளார்.
3. மூன்றாவது பகுதியில் 'நளராஜா வரலாறு ஒரு இந்து காதல் கதை' என்று தலைப்பிட்டு, நள - தமயந்தி கதையை மொழிபெயர்த்துக் கொடுத்துள்ளார். நூலின் பெரும்பகுதியை இக்கதை ஆக்கிரமித்துள்ளது.
4. சிற்பங்கள் பற்றிய விளக்கங்கள் நான்காவதாகவும் கடைசிப் பகுதியாவும் அமைந்துள்ளன. இந்தப் பகுதியில், மதுரை புதுமண்டபத்துச் சிற்பங்கள் சில தேர்ந்தெடுத்து, வரையப்பட்டு ஒவ்வொரு சிற்பத்துக்கும் சிறுவிளக்கம் கொடுக்கப்பட்டுள்ளது. முதல் பகுதியில் அமைந்துள்ள இந்து தெய்வங்கள் பற்றிய தகவல்களுக்குச் சான்றுகள் சேர்க்கும் விதமாக இப்பகுதி அமைந்துள்ளது[22]"

இதனை வைத்துப் பார்க்கும்போது கிண்டர்ஸ்லி உள்ளூர் மக்களிடம் புழங்கிவந்த இலக்கியம், வரலாறு, தெய்வம், மற்றும் வழிபாட்டு முறையில் இருந்த சிற்பங்களையே தன்னுடைய நூலில் பதிவுசெய்திருக்கிறார்.

வாய்மொழியாக வழங்கிவந்த இலக்கியத்தை, கதையை, தம்முடைய தேடுதலின் பயனாகக் கிடைத்தவற்றை மொழிபெயர்த்தும், அதனை அச்சிட்டும் தமிழ் மொழியின் மீது தங்களுடைய கவனத்தைக் காலனிய ஆட்சியாளர்கள் செலுத்தியிருப்பது தமிழ்ப் பதிப்புப் பணியின் தொடக்க நிலையாகக் கருதத்தக்கது.

பிரான்சிஸ் ஒயிட் எல்லீஸ் (1777 - 1819)

பிரான்சிஸ் ஒயிட் எல்லீஸ் சென்னை மாகாண அரசாங்கத்தின் அலுவலராகப் பணியாற்றியவர். படிப்படியாகப் பதவி உயர்வு பெற்றுச் சென்னை முதலிய இடங்களில் ஆட்சியாளராகப் பணியாற்றிவந்தார். புதுவை

சாமிநாதப் பிள்ளையிடம் தமிழ்க் கற்ற எல்லீஸ், தமிழில் 'பா' புனையும் அளவிற்குத் தகுதிபெற்றார். தமிழ், சமஸ்கிருதம் ஆகியவற்றிலும் புலமை பெற்றிருந்தார். இந்தியாவின் மொழி குறித்த ஆய்வினையும் மேற்கொண்டார். இதற்காக 1812இல் செயிண்ட் ஜார்ஜ் கோட்டையில் கல்லூரியையும் (College of fort.st.Gerore) சென்னைக் கல்விச் சங்கம் (Madras Literary Society) என்றொரு சங்கத்தையும் நிறுவினார். இக்கல்லூரியின் வாயிலாக மேல்நாட்டிலிருந்து பணியாற்றவரும் இளநிலைப் பணியாளர்களுக்குக் கீழைத்தேய மொழிகள் கற்றுத்தரப்பட்டன. இக்கல்லூரியில் தலைமையாசிரியர்களாகச் சிதம்பர பண்டாரம், தாண்டவராய முதலியார், முத்துசாமிப் பிள்ளை, புதுவை நயனப்ப முதலியார், சிவக்கொழுந்து தேசிகர், என்.கந்தசாமிப் பிள்ளை முதலானோர் செயல்பட்டுவந்தனர். இச்சங்கம் பற்றிய விரிவான தகவல்களை நிறுவனம் சார்ந்த ஆய்வுப்பகுதியில் பார்க்கலாம்.

மெக்கன்ஸியைப் போலவே எல்லீஸும் தென்னிந்தியா தொடர்பான வரலாற்றுத் தரவுத் தேடலில் ஈடுபட்டார். அதன் பலனாகப் பல அரிய தமிழ்ச் சுவடிகளைத் தொகுக்கத் தொடங்கினார். அதன் பின் 1816இல் சங்கத்தின் தலைமையாசிரியராக இருந்த முத்துசாமிப் பிள்ளையவர்களைக் கொண்டு தென்மாவட்டங்களின் பல இடங்களுக்குச் சென்று ஏட்டுச்சுவடிகளைச் சேகரிக்கச் செய்தார். இப்பணியில்தான் வீரமாமுனிவரின் ஏட்டுப்பிரதிகள் கிடைக்கப்பெற்றன. இதன்பின் வீரமாமுனிவரின் இலக்கிய ஆக்கங்களையும் வாழ்க்கை வரலாறையும் தமிழிலும் ஆங்கிலத்திலும் எழுதி வெளியிட முன்மொழிந்தார் எல்லீஸ். வீரமாமுனிவரின் வாழ்க்கை வரலாற்று நூலிற்காகச் சுவடி சேகரிப்புப் பணியைப் பற்றிக் குறிப்பிடுகையில், "தான் சுவடி சேகரிப்பிற்குச் சென்றிருந்தபோது திருச்சிராப்பள்ளியிலிருந்து 20 மைலுக்குத் தெற்கில் உள்ள ஆவூரில் லஸ் நாயக் என்பவரிடம் பெஸ்கியின் கையெழுத்துச்சுவடி இருந்ததாகவும், அவரின் தந்தை பங்காரு நாயக், பெஸ்கியின் சீடர் எனவும், மேற்படி லஸ் நாயக்கிடமிருந்து எல்லீஸ், வீரமாமுனிவரின் தேம்பாவணி கையெழுத்துச் சுவடியை 300 ரூபாய்க்கு வாங்கியதாகவும் பதிவுசெய்கிறார்.[23]"

எல்லிஸின் ஆக்கங்களாக காம்பெல் என்பவரால் செய்யப்பட்ட 'தெலுங்கு இலக்கணம்' என்ற நூலின் முன்னுரைக்குக் குறிப்புரை ஒன்றை எழுதினார். இதனையே பின்னாளில் தாமஸ் டிரவுட்மன் 'திராவிடச் சான்று' எனும் பெயரில் குறிப்பிடுகிறார். மிராசுதார் உரிமை குறித்த ஆய்வுரை, மநுதர்ம பாடல்களுக்கான குறிப்பு (239 முதல் 243 வரையிலான குறிப்புகள்), மலையாள மொழி குறித்த ஆய்வுரை, யஜுர்வேதம் பற்றிய

ஆய்வுக்கட்டுரை, கோ வைசூரி புராணம் (தேவதையும் தன்வந்திரியும் உரையாடும் தன்மையில் அமைந்தது. இது எல்லீஸால் தமிழில் எழுதி ஆங்கிலத்தில் மொழிபெயர்க்கப்பட்டதாகும்), யாப்பிலக்கணம் தொடர்பான ஆய்வுரைகள், திருக்குறள் மொழிபெயர்ப்பும் விளக்கவுரையும் (செய்யுள் வடிவிலான மொழிபெயர்ப்பு. 24 அதிகாரங்களுக்கு 133 குறட்பாக்கள் கிடைத்துள்ளன. விளக்கவுரைகளுடன் மட்டும் 16 அதிகாரங்களுக்கு 90 குறட்பாக்கள் கிடைத்துள்ளன), இதனைத் தொடர்ந்து திருச்சிற்றம்பல தேசிகரால் எழுதப்பட்ட 'இலக்கணச் சுருக்கம்' எனும் நூல் 1813இல் எல்லீஸால் அச்சிட்டப்பெற்று வெளியிடப்பட்டதாகும்.

மேற்கூறிய மூவரும் ஆங்கிலேய கம்பெனியின் அலுவலர்களாகவும் ஆட்சியாளராகவும் இருந்தாலும்கூட தங்கள் பணியின் ஊடே உள்ளூர் மக்களிடம் புழங்கிவந்த கதைகளையும் ஏடுகளையும் சேகரித்தனர். சில தமிழ் நூல்களை மொழிபெயர்ப்பும் செய்தனர். இவர்களுக்கு முன்னர் செயல்பட்ட பாதிரிமார்கள் சொற்களைச் சேகரித்தனர். அடுத்துவந்த இந்நிர்வாகத்தார்கள் ஏடுகளையும் பழங்கதைகளையும் சேகரித்தனர். இவ்வரிய சேகரிப்புப் பணியே பின்னாளில் வந்த ஐரோப்பியர்களுக்கும் தமிழறிஞர்களுக்கும் பேருதவியாக இருந்தது என்பதில் எந்த ஐயமும் இல்லை.

உள்ளூர் தமிழ்ப் புலவர்கள் (பதிப்பாளர்கள்)

பதிப்புப் பணியில் ஈடுபட்ட தமிழ் அறிஞர்களைப் பற்றித் திரு.வி.கல்யாணசுந்தரனார் பின்வருமாறு குறிப்பிடுகிறார்: "பழந்தமிழ் இலக்கிய வெளியீட்டுக்குக் கால் கொண்டவர் ஆறுமுக நாவலர்; சுவர் எழுப்பியவர் தாமோதரம் பிள்ளை; கூரை வேய்ந்து நிலையம் கோலியவர் சாமிநாத ஐயர்; மேலும் பதிப்பாசிரியர் உலகிலே ஒரு வான்மணியாகத் திகழும் வையாபுரிப்பிள்ளை.[24]" இவர்கள் நால்வரும் பதிப்பு முன்னோடிகளாகவும் கருதப்படுவர் என்கிறார். இனி இவர்களைப் பற்றி விரிவாகக் காணலாம்.

ஆறுமுக நாவலர் (1822 - 1879)

யாழ்ப்பாணத்திலுள்ள நல்லூரில் ப.கந்தையா பிள்ளையின் மகனாக 18.12.1822 அன்று பிறந்தார். நாவலர் இளமையில் நல்லூர் சுப்பிரமணிய உபாத்தியாரிடமும் வேலாயுத முதலியாரிடமும் தமிழ்க் கல்வி கற்றார்.

தனது 12ஆவது வயதில் பீட்டர் பெர்சிவல் பாதிரியாருடைய மெதடிஸ்ட் மிஷன் பள்ளிக்கூடத்தில் பயின்றார். இங்குதான் முறையாகத் தமிழ் இலக்கணங்களைச் சேனாதிராய முதலியாரிடமும் சரவணமுத்துப் புலவரிடமும் கற்றுக்கொண்டார். பின்னர் சித்தாந்த சாத்திரங்களையும், திருமுறைகளையும் வேதசிவாகமங்களையும் கற்றுப் பண்டிதரானார்.

அமெரிக்கன் மிஷன் பாதிரியான பெர்சிவலுக்குத் தமிழ் கற்றுக்கொடுக்கும் ஆசிரியரானார். இது மட்டுமல்லாது யாழ்ப்பாணத்திலிருந்த இந்து மாணவர்களுக்கு 'வேதனம்' கற்றுக்கொடுத்ததோடு அல்லாமல் சைவச் சொற்பொழிவுகளையும் நிகழ்த்திவந்தார். 1841 முதல் 1851 வரையிலான காலத்தில் பைபிளை மொழிபெயர்க்கத் தொடங்கிய பெர்சிவல் பாதிரியாருக்குத் துணையாக இருந்தார். இந்த மொழிபெயர்ப்புப் பணியின் அனுபவமானது தமிழ் உரைநடையைக் கையாளும் ஆற்றலை நாவலருக்கு ஏற்படுத்தியது. அதுமட்டுமல்லாது இப்பணி அனுபவமே அவரைப் பழந்தமிழ் நூல் பதிப்புக்குக் கொண்டு சென்றது.

19ஆம் நூற்றாண்டின் தொடக்கத்தில் வெஸ்லியன் மிஷன், சர்ச் சபை சொசைட்டி, அமெரிக்கன் சிலோன் மிஷன், கொழும்பு - யாழ்ப்பாணம் குருசபை போன்ற செல்வ வளம் படைத்த சங்கங்களைச் சேர்ந்தவர்கள் கிறித்தவ மதப் பிரச்சாரங்களையும் கல்லூரிகளையும் நிறுவி ஆங்கிலக் கல்வியின் ஊடாக அங்கிருந்த அறிஞர்களையும் சாமானியர்களையும் பரிசுத்த ஆவியாக்கினார்கள். ஆங்கிலக் கல்வி இலங்கையில் பெரும் வரவேற்பினைப் பெற்றது.

இச்சூழ்நிலையில்தான் நாவலரின் சைவ சமய மீட்டுருவாக்கம் நடைபெறத் தொடங்கியது. யாழ்ப்பாணத்தில் மேலோங்கியிருந்த சைவப் பண்பாட்டைப் பாதுகாத்து வைத்திருந்தவை சைவ 'வேதங்கள்' சார்ந்த நூல்கள்தாம் என்று கூறிய நாவலர், சைவ நூல்களை ஏட்டுச்சுவடியிலிருந்து அச்சுக்குக் கொண்டுவருவதிலும், அவற்றினடிப்படையில் குழந்தைகளுக்கும் இளைஞர்களுக்கும் பாடத்திட்ட நூல்களை உருவாக்குவதிலும் கவனம் செலுத்தத் தொடங்கினார். பழைய முறைகளிலேயே (திண்ணைப் பள்ளி முறை) கற்பிக்கப்பட்டுவந்த சைவ சமய நூல்களையும் சமயத்தையும் நவீனமாக்கிட முனைந்த நாவலர், அதற்கான பணிகளையும் உடனடியாக மேற்கொண்டார். மிஷனரிகளைப் போன்று தானும் பள்ளிக்கூடங்களை நிறுவி நடத்தத் தொடங்கினார். பாடசாலை நிறுவுதல், அச்சுக்கூடங்களை நிறுவுதல், பிரசங்கம் செய்தல் (அதனை அச்சிடுதல்) ஆகியவற்றுடன்

நின்றுவிடாமல் தமிழ்க்கல்வியை வளர்க்க வேண்டுமென்பதும் நாவலருக்கு முதன்மையானதாகப் பட்டது. இதனையே "நான் இங்கிலீஷிலே அற்ப விற்பத்தியாயினும் பெற்றிருந்ததும் என்னோடு இங்கிலீஷ் கற்றவர்களுள்ளும் எனக்குப் பின் இங்கிலீஷ் கற்றவர்களுள்ளும் அநேகர் தங்கள் சக்திக்கேற்ற உத்தியோகம் பெற்று வாழ்ந்திருக்கக் கண்டும், நானும் என் சக்திக்கேற்ற உத்தியோகத்தின் பொருட்டு முயற்சி செய்யின் அது தப்பாது சித்திக்குமென்றறிருந்தும், அஃதில்லாமையால் விளையும் அவமதிப்பைப் பார்த்தும் உத்தியோகத்தை விரும்பவில்லை. தமிழ்க் கல்வித்துணை மாத்திரங்கொண்டு செய்யப்படும் உத்தியோகம் வலிய வாய்த்த பொழுதும் அதையும் நான் விரும்பவில்லை. ஒரு பெண்ணைத் திருமணம் செய்யும்போது அந்த மணமகனுக்கு வீடு, விளைநிலம், தோட்டம், ஆபரணம் ஆகியவற்றை வழங்குவது தமிழர்களின் பழக்கமாக இருந்தது. இத்தகைய வசதி வாய்ப்புகள் நிறைந்த இல்வாழ்க்கையில் நான் நுழையவில்லை. இவைகள் எல்லாவற்றிற்கும் காரணம் சைவ சமயத்தையும் அதன் வளர்ச்சிக்குக் கருவியாகிய கல்வியையும் வளர்த்தல் வேண்டும் என்னும் பேராசையேயாம்"[25] என்கிறார்.

சைவ சமய வளர்ச்சிக்காக யாழ்ப்பாணத்தில் உள்ள நல்லூரில் அவர் உருவாக்கிய கல்வி நிறுவனம் சைவப் பிரகாச வித்தியாசாலை (1848). அதற்கான பாடத்திட்டங்களை அச்சிட்டுப் பரப்ப உருவாக்கப்பட்ட அச்சுக்கூடம் வித்தியாநு பாலன யந்திரசாலை (1849) என்பதாகும். தன்னுடைய சைவப் பள்ளிகளுக்கு வேண்டிய சமய நூல்களைப் பதிப்பித்தும் உரை எழுதியும்வந்த நாவலர், அந்த நூல்களின் தொடர்ச்சியாகப் பல்வேறு உரைநடை நூல்களையும் எழுதி அச்சாக்கினார். 1849இல் சென்னை வந்து சூடாமணி நிகண்டு உரையையும், சௌந்தரிய லகரி உரையையும் அச்சிட்டு வெளியிட்டார். பிறகு நான்கு பால பாடங்களை எழுதி 1850இல் வெளியிட்டார். தனது 29ஆவது வயதில் (1851) கொலை மறுத்தல் நூலை வெளியிட்டார். 1852இல் நாவலர் எழுதிய 'பெரியபுராண வசனம்', தமிழ்மொழியில் முதன்முதலாக வெளிவந்த உரைநடை நூல்களில் முதன்மையான பெரிய நூலாகும். இதுபோன்று யாப்பு வடிவத்தில் இருந்த திருவிளையாடற் புராணம், கந்தபுராணம் ஆகியவற்றை வசன நடையில் அதாவது கதை வடிவில் எழுதி அச்சாக்கினார். இவ்வசன நடையில் எழுதுவதற்குக் காரணம் அன்றைய கிறித்தவர்கள் தங்களின் சமய நூல்களைக் கதை வடிவில் வெளியிட்டதே.

நாவலரது அச்சுப் பணியின் தொடர்ச்சியாக நன்னூல் சங்கர நமச்சிவாயர் உரை (1851), இராமநாதபுர சமஸ்தானத் திரு.பொன்னுச்சாமித் தேவரின் விருப்பத்திற்கிணங்கவும், அவருடைய பொருளுதவியைக் கொண்டும் திருவாசகம், திருக்கோவையார் முதலிய நூல்களின் மூலத்தை மட்டும் (1859) செம்மையாக அச்சிட்டுப் பதிப்பித்தார். மேலும் அவரின் பொருளுதவியால் 'திருக்குறள் மூலமும் பரிமேலழகர் உரையும்' என்ற நூலை 1861இல் சென்னையில் பதிப்பித்தார். திருக்கோவையார் உரை (1860), திருக்குறள் பரிமேலழகர் உரை (1861) போன்ற நூல்களை எழுதினார். தொடர்ந்து நாவலர் 1866இல் இலக்கணக் கொத்து, இலக்கண விளக்கச் சூறாவளி, தொல்காப்பியச் சூத்திர விருத்தி என்பனவற்றையும் பரிசோதித்துப் பதிப்பித்தார். 1869இல் 'போலியருட்பா மறுப்பு' எனும் நூல் ஒன்றினை எழுதி வெளியிட்டார். இதுபோன்று நாவலர் மொத்தம் எழுதியதும் பதிப்பித்ததும் நாற்பதுக்கும் மேற்பட்ட நூல்களாகும். இப்பதிப்பில் மதத்திற்கு அப்பாற்பட்டவையாகத் தொல்காப்பியம் சொல்லதிகாரம், நன்னூல் காண்டிகையுரை ஆகியவை ஒட்டுமொத்தத்துக்குமான முக்கியத்துவமுடையன. இவர் பதிப்பித்தவை:

பாடபுத்தகங்கள் - 8

மதநூல்கள் - 3

உரையுடன் பதிப்பித்த நூல்கள் - 12

பிற நூல்கள் - 22

இவருடைய பதிப்புத் திறனையும் சமய சொற்பொழிவாற்றும் திறனையும், ஆராய்ச்சித் திறனையும் கண்டு தருமபுர ஆதீனம் இவருக்கு 'நாவலர்' என்ற பட்டத்தைக் கொடுத்துப் பெருமைப்படுத்தியது.

சி.வை.தாமோதரம் பிள்ளை (1832 - 1901)

யாழ்ப்பாணத்திலுள்ள சிறுபட்டி எனும் கிராமத்தில் 1832ஆம் ஆண்டு செப்டம்பர் 12 அன்று பிறந்தவர். இவர் தந்தை வைரவநாத பிள்ளையிடமும், சுன்னாகம் முத்துக் குமார நாவலரிடமும் தமிழ்க் கல்வி கற்றார். அமெரிக்கன் மிஷன் கலாசாலையில் கல்வி கற்றவர். தாமோதரம் பிள்ளை தொடக்கநிலையில் ஆசிரியராகவும் சென்னை இராசதானிக் கல்லூரித் தமிழ்ப் பண்டிதராகவும், 'தினவர்த்தமானி' என்னும் பத்திரிகையின்

ஆசிரியராகவும், நீதிபதியாகவும், சென்னைப் பல்கலைக்கழகப் பாடத்திட்டக் குழுவின் உறுப்பினராகவும், பதிப்பாசிரியராகவும், உரையாசிரியராகவும் பல்வேறுபட்ட நிலைகளில் செயல்பட்டவர். 1895இல் அன்றைய அரசாங்கம் இவரின் பல்வேறு திறமைகளை மதித்து 'இராவ் பகதூர்' என்னும் பட்டத்தை வழங்கியது.

1854ஆம் ஆண்டு முதன்முதலாகப் பதிப்புத்துறையில் காலடி வைத்த சி.வை.தா. 'நீதிநெறி விளக்க'த்தை பதிப்பித்தார். பின்னர் பதினான்கு ஆண்டுகள் கழித்து (1868) தொல்காப்பிய சொல்லதிகாரத்திற்கான சேனாவரையர் உரையை, ஆறுமுக நாவலரைப் பார்வையிடச் செய்த பின்னர் பதிப்பித்தார். சி.வை.தா. பதிப்பு முயற்சியில் ஈடுபட்ட சூழலை வையாபுரி பிள்ளை கீழ்க்காணுமாறு குறிப்பிடுகிறார்: "ஸ்ரீஆறுமுக நாவலர் சைவ சமய நூல்கள், குறள், பாரதம் வெளியிடுவதோடு அமைந்துவிட்டார். வித்வான் தாண்டவராய முதலியார் திவாகரம் முதலிய நூல்களையும் பள்ளி மாணவர்களுக்கு வேண்டும் வசன நூல்களையும் அச்சியற்றுவதில் ஒடுங்கிவிட்டார். மழவை மகாலிங்கையர் தொல்காப்பியம் எழுத்ததிகாரத்தை நச்சினார்க்கினியர் உரையோடு பதிப்பித்து, வேறு சில நூல்களையும் வெளியிட்டு அத்துடன் நின்றுவிட்டார். களத்தூர் வேதகிரி முதலியார் நாலடி, நைடதம் முதலிய நூல்களை வெளியிட்டு அவ்வளவில் திருப்தியுற்றார்கள். திருத்தணிகை விசாகப்பெருமாளையர் முதலியோர் குறளுக்குத் தெளிபொருள், பிரபுலிங்க லீலை, சூடாமணி நிகண்டு முதலியவற்றைப் பிரசுரித்து அவ்வளவில் தங்கள் முயற்சியைச் சுருக்கிக்கொண்டார்கள். திருவேங்கட முதலியார், இராசகோபாலப்பிள்ளை முதலானவர்கள் இராமாயணம் வெளியிடுவதிலும், நாலடி முதலியன பதிப்பித்தலிலும் ஈடுபட்டு நின்றனர். ஸ்ரீ உ.வே.சாமிநாத ஐயரவர்கள் அப்பொழுதுதான் சீவக சிந்தாமணிப் பதிப்பு முயற்சியில் போராடிக்கொண்டிருந்தார்கள்."[26]

தான் பதிப்புப் பணியில் ஈடுபடுவதற்கான காரணத்தைச் சி.வை.தா. கூறுகையில் "நமது தமிழ் நூல்களுக்கு வந்த விதியையும் கையெழுத்துப் பிரதிகளின் கதியையும் அவை அடைந்திருக்கும் ஸ்திதியையும் பார்த்துச் சகிக்க மாட்டாமையன்றே என்னை இத்தொழிலில் ஈடுபடுத்தியது"[27] என்று கலித்தொகைப் பதிப்புரையில் குறிப்பிடுகிறார்.

சி.வை.தா. சுவடியிலிருந்து அச்சில் பதிப்பிக்கும் நுட்பங்களை ஆறுமுக நாவலரிடமிருந்துதான் கற்றுக்கொண்டார். இதனால் சி.வை.தா.வின்

பதிப்புகள் அப்படியே நாவலரின் பதிப்பைப் பின்பற்றியே அமைந்திருக்கும். இதற்குச் சான்றாக, மற்ற பதிப்புகள் நூற்பாவுக்கும் உரைக்குமான வேறுபாடின்றிப் பதிப்பிக்கப்பட்டிருப்பதைக் கூறலாம். தனது தொல்காப்பிய - சொல்லதிகாரம் - சேனாவரையம் பதிப்பில்தான் (1868) நூற்பா பெரிய எழுத்தாகவும், உரை சிறிய எழுத்திலும் வேறுபாடு தெரியுமாறு பதிப்பித்திருக்கிறார். பழந்தமிழ் நூல்களின் பதிப்புப்பணியின் தொடர்ச்சியாக 1881இல் வீரசோழியம் - பெருந்தேவனார் உரையுடன் பதிப்பித்தார். 1883இல் தணிகைப் புராணம், 1883இல் இறையனாரகப் பொருள், 1885இல் தொல்காப்பியம் - பொருளதிகாரம் - நச்சினார்க்கினியர் உரை, 1887இல் நல்லந்துவனார் கலித்தொகை - நச்சினார்க்கினியர் உரை, 1889இல் இலக்கண விளக்கம், 1889இல் சூளாமணி, 1891இல் தொல்காப்பிய - எழுத்ததிகாரம் - நச்சினார்க்கினியர் உரை (மழவை மகாலிங்கையரின் பதிப்பை மறுபதிப்பாகப் பதிப்பித்தார்), 1892இல் தொல்காப்பியம் - சொல்லதிகாரம் - நச்சினார்க்கினியர் உரை, 1900இல் இலக்கண விளக்கம் - செய்யுளியல் போன்ற நூல்களைப் பதிப்பித்தார். மேலும், அகநானூறு - மணிமிடைபவளம் வரை பரிசோதிக்கப்பட்டு அச்சில் வரவில்லை. சி.வை.தா.வின் பதிப்பில் முக்கியத்துவம் வாய்ந்தவையாக இருப்பது மூல பாடலாய்வுத் திறமே ஆகும். இதுமட்டுமின்றி அவரின் பதிப்புரையில் இடம்பெறும் அந்நூலைப் பற்றியான ஆய்வு சிறப்பானது.

சி.வை.தா. சில நூற்களையும் இயற்றியுள்ளார். 1867இல் 'சைவ மகத்துவம்', அதே ஆண்டில் 'விவிலிய விரோதம்', 1898இல் 'வசன சூளாமணி (அ) திவிட்ட குமாரன் கதை', 1881இல் 'கட்டளைக் கலித்துறை', 1918இல் 'ஆறாம் வாசக புத்தகம்', 1918இல் 'ஏழாம் வாசக புத்தகம்' போன்ற நூல்களையும் எழுதி வெளியிட்டார். சி.வை.தாவின் பதிப்புச் செயற்பாட்டிலிருந்த சில போதாமைகள் பற்றி ஆய்வாளர்கள் எழுதியுள்ளனர். அதாவது தொல்காப்பியம் - பொருளதிகாரத்தைப் பதிப்பிக்கும்போது அதனை நச்சினார்கினியர் உரை என்று பதிப்பிக்கிறார். ஆனால், சி.வை.தா. பதிப்பித்த தொல்காப்பிய பொருளதிகாரத்தை நச்சினார்க்கினியர் உரை என்று எண்ணி பதிப்பித்த நூலை மறுத்து, அதில் உள்ள முன் ஐந்து இயல்களும் நச்சினார்க்கினியர் உரை என்றும் பின்னான்கு இயல்களும் பேராசிரியர் உரை என்றும் எழுதி 1902இல் இரா.இராகவையங்கார் பதிப்பிக்கிறார். இந்நிகழ்வு நடக்கும்போது சி.வை.தா. உயிருடன் இல்லை என்பது குறிப்பிடத்தக்கது. இதேபோன்று புத்தமித்திரனார் இயற்றிய

வீரசோழியத்தைச் சமண நூலாக அடையாளப்படுத்தியது இவரது பதிப்புச் செயல்பாட்டில் உள்ள குறையாகும்.

உ.வே.சாமிநாதையர் (1855 - 1942)

கும்பகோணத்திற்கு அருகிலுள்ள சூரியமூலை என்னும் சிற்றூரில் 1855ஆம் ஆண்டு பிப்ரவரி 19 அன்று உத்தமதானபுரம் வேங்கட சுப்பையருக்கு மகனாகப் பிறந்தார். திண்ணைப் பள்ளிக்கூடத்தில் சேர்ந்து தமிழ் எழுத்துகளையும் பின்னர் திரு. நாரணையரிடம் அரிச்சுவடி, எண்சுவடி ஆகியவற்றையும் கற்றார். தனது பதினேழாவது வயதுமுதல், அதாவது 1872 - 1876 வரை, ஐந்தாண்டுகள் மகாவித்துவான் மீனாட்சிசுந்தரம் பிள்ளையிடம் பாடம் பயின்றார். பிள்ளை இறப்பிற்குப் பிறகு திருவாவடுதுறை மடாதிபதியான சுப்பிரமணிய தேசிகரிடம் நான்கு ஆண்டுகள் பாடம் படித்தார். பிள்ளையின் தலைமாணாக்கரான தியாகராச செட்டியாரின் உதவியால் கும்பகோணம் அரசாங்கக் கல்லூரியில் 1880இல் தமிழாசிரியராகப் பணிபுரியத் தொடங்கினார். அதுவரை சாமிநாதையர், தமிழ் இலக்கியங்களில் புராணங்களின் வழியாக கோவை, உலா, பிரபந்தம் மற்றும் பக்தி இலக்கியங்களை மட்டும் அறிந்திருந்தார். சங்க இலக்கியங்களின் அறிமுகம் சேலம் இராமசாமி மூலமே கிட்டியது. இவ்விருவரது சந்திப்பைப் பற்றி மயிலையார் கூறுகையில் "சங்க இலக்கியங்களைப் பற்றி சேலம் இராமசாமி முதலியாரவர்கள் தெரிவித்த செய்திகளும் கொடுத்த 'சிந்தாமணி' ஏட்டுப்பிரதியும் ஐயரவர்களின் மனக்கண்ணைத் திறக்கச் செய்தன. பத்துப்பாட்டு, எட்டுத்தொகை, சிலப்பதிகாரம், மணிமேகலை முதலிய சங்க இலக்கியங்களைப் பெறுவதற்கும், அவற்றை ஆராய்ந்து அச்சிடுவதற்கும் ஐயரவர்களைத் தூண்டி ஊக்கப்படுத்தியது முதலியார் அளித்த சிந்தாமணி ஏட்டுச்சுவடிதான்"[28] என்று குறிப்பிடுகிறார்.

மரபான தமிழ்ப் புலமை கொண்டு தொடர் பயிற்சியின் மூலம் பதிப்பு நுட்பங்களை உள்வாங்கியவர் உ.வே.சா. சேலம் இராமசாமி மூலம் கிடைத்த 'சீவக சிந்தாமணி' நூல் இவரைப் பதிப்பிற்குள் கால்கொள்ள வைத்தது. 1880இல் தொடங்கிய இவரது சீவக சிந்தாமணி சுவடி பரிசோதனையானது 1887ஆம் ஆண்டு முடிவுற்றுப் பதிப்பிக்கப்பட்டது. இதற்கு முன்னதாக 1878ஆம் ஆண்டு வேணுவலிங்க சுவாமிகள் இயற்றிய 'சுப்பிரமணிய தேசிக விலாசச் சிறப்பும் வேணுவன லிங்க விலாசச் சிறப்பும்' எனும் நூலை முதன்முதலாக அச்சிட்டு வெளியிட்டுள்ளார் என்பது குறிப்பிடத்தக்கது.

இவரின் அப்பதிப்பு நூல்களின் விபரங்களைக் கீழ்வருமாறு காணலாம்: பத்துப்பாட்டு மூலமும் நச்சினார்க்கினியர் உரையும் (1889), மற்றும் பத்துப்பாட்டு மூலமும் (1931), புறநானூறு மூலமும் உரையும் (1894), ஐங்குறுநூறும் பழைய உரையும் (1903), பதிற்றுப்பத்து மூலமும் பழைய உரையும் (1904), பரிபாடல் மூலமும் பரிமேலழகரியற்றிய உரையும் (1918), குறுந்தொகை (1937) என சங்க இலக்கியங்களில் ஏழு நூல்களும், காப்பியங்களில் சீவகசிந்தாமணி மூலமும் நச்சினார்க்கினியருரையும் (1887), சிலப்பதிகாரம் மூலமும் அடியார்க்கு நல்லார் உரையும் (1892), சிலப்பதிகாரம் அரும்பதவுரை (1892), மணிமேகலை மூலம் (1898), பெருங்கதை (1924), பெருங்கதை மூலம் (1935), உதயண குமார காவியம் (1935) என ஐந்தும், தல புராணங்கள் - 13, இலக்கண நூல் - 4, சிற்றிலக்கியங்களில் கோவை - 8, உலா - 9, தூது -6, பழனி பிள்ளைத் தமிழ் - 1, அந்தாதி - 4, கலம்பகம் - 1, குறவஞ்சி - 1, பரணி - 2, விருத்தம் - 2, வெண்பா - 3, மாலை - 4, பஞ்சரத்தினம் - 1, விலாசம் - 1, பிரபந்தத் திரட்டு -3, எழுதிய நூற்கள் 16, ஆகமொத்தம் 106 நூற்களாகும்.

உ.வே.சா பதிப்பின் சிறப்பினை அவரின் நூல்களில் காணலாம். மூலநூலைப் பதிப்பிக்கும்போது நூலின் உரையைப் பாடத்தின்கீழ் எழுதி, அடிக்குறிப்பில் அந்தப் பக்கத்திலேயே பாடபேதம், மேற்கோள் முதலியவற்றைக் குறிப்பிடுவார். பதிப்பின் நூலுக்கு விரிவான முகவுரையும், அம்முகவுரையில் நூலின் அமைப்பு, பெயர்க்காரணம், இலக்கணம், வரலாறு (நூலாசிரியர் வரலாறு, உரையாசிரியர் வரலாறு, தொகைநூல்களில் பாடினோர் வரலாறு, பாடப்பட்டோர் வரலாறு) என்று தொகுத்தும் விரித்தும் எழுதுவார். இதன்பின் சுவடிகள் கிடைத்த விபரம், தாம் ஆராய்ந்த முறைகளின் விளக்கம், பொருளுதவி புரிந்தோர், பதிப்பிக்க உதவியாக உடனிருந்தோர் பற்றியும் எழுதியிருப்பதன் வழி ஒரு நூலின் முழு வரலாறையுமே தெரிந்துகொள்ளும் வகையில் அமைத்திருப்பார். பெயர் அகராதி, சொல் அகராதி, மேற்கோள் அகராதி, விளங்காத மேற்கோள் அகராதி, செய்யுள் முதற்குறிப்பு அகராதி முதலியவற்றையும் தந்திருப்பார். இவரின் தமிழ்ப் பணிகளுக்காக 1906இல் மகாமகோபாத்தியாயப் பட்டமும், 1932இல் இலக்கியப் பண்டாரகர் பட்டமும் (*Doctor of Literature*) பட்டமும் வழங்கப்பட்டது.

ச.வையாபுரிப் பிள்ளை (1891 - 1956)

திருநெல்வேலி, வண்ணார்பேட்டையில் உள்ள நரசையன் கிராமத்தில்

சரவணப் பெருமாள் பிள்ளைக்கு மகனாக 12.10.1891 அன்று பிறந்தார். தனது இளமைக் கல்வியை மீனாட்சிபுரத் தொடக்கப் பள்ளியிலும், சென்னைக் கிறித்தவக் கல்லூரியிலும் படித்தார். பி.ஏ. பொருளாதாரம், வரலாறு போன்ற துறைகளிலும் பட்டம் பெற்றிருந்தாலும் இவர் சட்டத்திலும் பட்டம்பெற்றார். வழக்குரைஞராகவும் பணியாற்றியுள்ளார். இவர் தமிழ், வடமொழி இலக்கிய இலக்கண நூல்களை நன்கு கற்றதோடு ஆங்கிலத்தில் சிறந்த ஆராய்ச்சியாளர்களின் நூல்களையும் படித்துவந்ததும், மறைமலையடிகள் தந்த பேராதரவும் இவரது இலக்கிய முயற்சிகளுக்குப் புதிய ஆக்கத்தைத் தந்தன. கல்லூரி மாணவராக இருந்த காலத்திலேயே கனக சுந்தரம் பிள்ளையவர்களிடம் தொல்காப்பியப் பொருளதிகாரம் இளம்பூரண உரையைப் பெற்று, அதனைப் படிசெய்துகொண்டார். இந்த அனுபவமே அவரைப் பதிப்புப் பணியில் ஈடுபடச் செய்தது. பேராசிரியர் சுந்தரம் பிள்ளை எழுதிய 'மனோன்மணியம்' என்ற நாடக நூலினைப் பதிப்பித்துத் தம் பதிப்புப் பணியைத் தொடங்கினார். சங்க இலக்கியங்கள், கீழ்க்கணக்கு நூல்கள், பக்தி இலக்கியங்கள், சிற்றிலக்கியங்கள், காப்பியங்கள், இலக்கணங்கள், நிகண்டுகள் முதலிய பலவகை நூல்களையும் பதிப்பித்துள்ளார். அறிவியல் அணுகுமுறையிலான இவரது பதிப்பு முறைகள் தமிழ்ப் பதிப்பு வரலாற்றில் தனிச்சிறப்பு வாய்ந்தனவாயுள்ளன.

வையாபுரிப் பிள்ளை பதிப்பு முறைகளைப் பற்றி மு.சண்முகம்பிள்ளை கூறுகையில்,

"ஒரு நூலுக்குக் கிட்டும் பிரதிகள் எல்லாவற்றையும் தேடி ஒருங்கு தொகுத்தல்.

முன்பு அச்சில் வந்துள்ள நூலை மீண்டும் பதிப்பிப்பதாயின் அந்நூலுக்குரிய எல்லாப் பதிப்புகளையும் தொகுத்தல் வேண்டும். மேலும் அந்நூலுக்குக் கிட்டும் சுவடிகளையும் பயன்படுத்த வேண்டும்.

முதன்முதல் வெளியிடப்பெறும் புதிய நூலாயின் கிட்டும் ஏட்டுச் சுவடிகளைப் பரிசோதித்து ஒன்றுக்கொன்றுள்ள இயைபுகள் கொண்டு இனவாரி பாகுபடுத்த வேண்டும்.

பழைமையான ஒரு சுவடியைப் பிரதி செய்து வைத்துக்கொண்டு ஏனைய சுவடிகளை அதனுடன் ஒப்பு நோக்கி பாடவேறுபாடுகளைக் குறித்தல் வேண்டும்.

அதன்பின் பாடலின் ஓசைக்கும் பொருளுக்கும் ஏற்புடைய பாடத்தைத் தேர்ந்து மூலபாடத்தில் அமைத்து ஏனையவற்றைப் பாடவேறுபாடுகளுடன் தருதல் வேண்டும்.

பழைய உரையுடன் கூடிய நூலாயின் பாட நிச்சயத்திற்கு அவ்வுரைப் பகுதியும் துணை செய்யும்.

எடுத்துக்கொண்ட நூல் தொடர்பான பிற நூல்களையும் ஆராய்ந்து பார்த்து நூற்பொருளைத் தெளிவு செய்துகொள்ள வேண்டும்.

சமயச் சார்பு பற்றிய நூலாயின் அவ்வச் சமய வல்லுநர்களை அடுத்து விளங்காத பகுதிகளைத் தெளிவுபடுத்திக்கொள்ள வேண்டும்.

நூற்பொருளுக்கு ஏற்புடைத்தான பல்வேறு அகராதிகளும் அமைத்தல் வேண்டும்

நூல் முழுமைக்கும் சொல்லடைவு, பொருளடைவு செய்துகொடுத்தல் பல்வேறு ஆய்வுகளுக்குப் பயனுடையதாக அமையும்"[29] என்கிறார்.

1913இல் தொடங்கப்பட்ட தமிழ்ப் பேரகராதி பணியானது 1926இல் சென்னைப் பல்கலைக்கழகத்தால் வையாபுரிப் பிள்ளையிடம் ஒப்படைக்கப் பட்டது. இவ்வகராதி உருவாக்கத்திற்குத் தேவையான சொற்களைப் பெரும்பாலும் ஏட்டுப்பிரதிகளிலிருந்தே எடுக்க வேண்டியிருந்ததால் ஏடுகள் மீதான வாசிப்பை வையாபுரிப் பிள்ளை அதிகமாக்கினார். வாசிப்பின் வழி நூல்களைப் பதிப்பிக்கத் தொடங்கினார். இவர் பதிப்பித்த மொத்த நூல்கள் 60. எழுதிய நூல்கள் 25 ஆகும்.

தமிழ்ப் பேரகராதிப் பதிப்பாசிரியர் என்ற நிலையில் தமிழ் அகராதியியல் வளர்ச்சி வரலாற்றை எழுத வேண்டிய நிர்ப்பந்தம் வையாபுரிப் பிள்ளைக்கு ஏற்பட்டதால் இவ்வரலாற்றை எழுத நிகண்டுகளின் வரலாறு அடிப்படையாகத் தேவைப்பட்டதால் நிகண்டுகளைத் தேடத் தொடங்கினார். ஆனால், இவர் எதிர்பார்த்ததுபோல் நிகண்டுகள் யாவும் பதிப்பிக்கப்படாமல் இருந்ததால் நிகண்டுகளைப் பதிப்பிக்கும் முயற்சியை முதலில் எடுக்கத் தொடங்கினார். இதனை வையாபுரிப் பிள்ளை தனது முன்னுரையில் குறிப்பிடுவதைக் காணலாம். "சூடாமணி நிகண்டொன்று தவிர அச்சில் வந்துள்ள மற்றைய நிகண்டுகட்கு இதுவரை நல்ல பதிப்புகளே கிடையா. பல நிகண்டுகள் செம்மையாய் அச்சிடப்

பெறாவிடின் தற்காலத்தே அத்தியாவசியமாக வேண்டப்படும் தமிழகராதி திருத்தமெய்திப் பெருநலம் பயப்பதாகாது. வடமொழி நிகண்டுகள் பல '*Sources of Sanskrit Lexicography*' என்ற கிரந்த மாலையில் ஐரோப்பிய அறிஞர்களால் வெளியிடப்பட்டுள்ளமை இங்கே நினைப்பூட்டத்தக்கது. 'யான் பதிப்பிக்கும் தமிழ் நிகண்டுகளும் தமிழகராதியின் ஆதார நூற்றொகுதி என்ற மகுடத்துடன் வெளிவரும்"[30] என்கிறார்.

மேற்குறிப்பிட்ட நால்வரும் தமிழ்ப் பதிப்பு வரலாற்றில் தனிச்சிறப்புப் பெறுபவர்கள். பதிப்பு வரலாற்றில் இலக்கியம், இலக்கணம், காப்பியம், சிற்றிலக்கியம், புராணம், இதிகாசங்கள், நிகண்டு எனப் பல ஏடுகள் சேகரித்து அதனைப் பல புற்றீசல்களின் அரிப்பிலிருந்து காப்பாற்றித் திறம்பட பதிப்பித்திருப்பது பெருஞ்சிறப்பே. இவர்களைத் தொடர்ந்து வரும் பதிப்பாளர்களுக்குச் சிறந்த வழிகாட்டிகளாகவும் முன்னோடியாகவும் திகழ்ந்து தமிழ் இலக்கியங்களைப் பதிப்பிக்கும் முறைகளை அறிவுறுத்துபவராகவும் விளங்குகின்றனர்.

சமய / நவீன நிறுவனங்களின் பதிப்புப் பணிகள்

19ஆம் நூற்றாண்டின் அச்சுப் பரவலாக்கத்தின் ஊடாகப் பழமையான இலக்கியங்கள் யாவும் புத்தாக்கம் பெறத் தொடங்கின. இச்சூழலில்தான் சமய மடங்களும் நவீன கல்வி நிறுவனங்களும் தங்களின் பதிப்புப் பணியை முன்னெடுக்கத் தொடங்கின. தொடக்கக்காலம் முதல் இன்றுவரை செயல்பட்டுவரும் சமய மடங்கள் எல்லாம் தங்களின் சமயக்கொள்கைகளைப் பரப்பும் விதமாகவும் சமயம் சார்ந்த கற்பிதங்களைப் பேணிவந்தன. அதனால் ஏடுகளைப் படியெடுத்தலும் பராமரித்தலுமாகவே இருந்தனர். சில மாறுதலுக்குப் பிறகு இம்முயற்சியில் ஈடுபடத் தொடங்கிய இச்சமய மடங்கள் ஏடுகளைப் பதிப்பிக்கத் தொடங்கின.

ஐரோப்பியர்களின் வருகையினால் தமிழகத்தில் சில கல்வி நிறுவனங்கள் தொடங்கப்பட்டன. இந்நிறுவனங்கள் ஐரோப்பிய அரசு சார்ந்தும் உள்ளூர் சமயத்தவர்கள் மற்றும் தமிழ் மீது ஆர்வம் கொண்ட ஆர்வலர்களாலும் சில தனியார் நிறுவனங்களாலும் நிறுவப்பட்டன. உதாரணமாக அரசு நிறுவனமாகச் சென்னைக் கல்விச் சங்கமும், அரசு சாராத தனியார் நிறுவனமாக மதுரை நான்காம் தமிழ்ச் சங்கம், கரந்தைத் தமிழ்ச் சங்கம் போன்றவை தோற்றம் பெற்றன. இந்நிறுவனங்கள் தமிழைக் கற்றுக்கொடுப்பதும் பழைய இலக்கியங்களை ஏட்டிலிருந்து நவீன புத்தக வடிவமாக மாற்றவும் தொடங்கின. இலக்கியங்களைப் பொதுமக்கள் பயன்படுத்தும் வகையில் தங்களின் பதிப்புப் பணியைச் செய்தனர். இந்நிறுவனங்கள் பழமையான இலக்கியங்களைப் பதிப்பிப்பதோடு மட்டுமல்லாமல் அங்குக் கல்வி பயிலும் மாணவர்களுக்குப் புதிய பாடத்திட்டங்களுக்கு ஏற்பப் புதிய நூல்களையும் உருவாக்கினர்.

சமய நிறுவனங்கள்

திருவாவடுதுறை ஆதீனம்

சைவ சமய மடங்களுள் பழமையும் வரலாற்றுச் சிறப்பும் உடையது திருவாவடுதுறை ஆதினமாகும். ஆதினங்களின் வரிசையில் முதலில் சொல்லப்படுவதும் இவ்வாதினமேயாகும். இது குருநமச்சிவாய தேசிகரால் கி.பி. 14ஆம் நூற்றாண்டில் தொடங்கப்பெற்றது. இவ் ஆதீனம் திருவாவடுதுறை என்ற ஊரில் அமைந்துள்ளதால் திருவாவடுதுறை ஆதீனம் எனப் பெயர் பெற்றது. திருவாவடுதுறை சைவ மூவரின் தேவாரப் பாடல் பெற்ற தலமாக விளங்கியது. ஆதினத்தின் குருக்கள் கண்டபரமசிவம், பரஞ்சோதிமுனிவர், உமாபதிசிவம், நமச்சிவாய மூர்த்திகள் போன்றோர் ஆவர்.

சிவஞான யோகிகள் இயற்றிய 'சிவஞான மாபாடியம்' எனும் சிவஞான போதத்திற்குச் சிறந்த பேருரையெழுதியுள்ளார் சிவஞானமுனிவர். சிவஞான முனிவர் இயற்றிய நூல்கள் இருபத்தொன்பதாகும். இலக்கணம் - 3, இலக்கியம் - 15, தருக்கம் - 1, சமயம் - 10 என மொத்தம் 29 நூல்களை இயற்றியுள்ளார். இவ்வாதினத்தின் வழியாகச் சைவ சித்தாந்த சாத்திரங்களுக்கு உரைகள் எழுதியதோடு, அவற்றோடு இலக்கண நூல்களுக்கும் உரை எழுதினார். திருவாசகம், திருமந்திரம் போன்ற நூல்களுக்கும் உரையெழுதிப் பதிப்பித்தனர். இவ்வாதினத்தின் பதினைந்தாவது குருமகா சந்நிதானம் ஸ்ரீஅம்பலவாண தேசிகர் (1845 - 1869) காலம்தான் ஆதின வரலாற்றில் தமிழ் இலக்கியத்திற்கான சிறப்பான காலமாக விளங்கியது. அதாவது பன்னிரு திருமுறைகளையும், மெய்கண்ட நூல்களையும், பண்டார சாத்திர நூல்களைப் படிப்பதும் ஓதுவதும் அதனை ஆராய்வதும் ஆதினத்தில் நடந்தது. ஆதினத்தில் இருந்த முனிவர்களிடம் பாடம் கேட்பதும், முனிவரிடம் பாடம் கேட்டவரிடமிருந்து பாடம் கேட்பதுமாக நிகழ்ந்தது. இவருடைய காலத்தில்தான் ஆறுமுக நாவலருக்கு 'நாவலர் பட்டம் (1849) வழங்கப்பெற்றது. 1860இல் திரிசிரபுரம் மீனாட்சிசுந்தரம் பிள்ளையவர்கள் ஆதின வித்துவானாக நியமிக்கப்பட்டார். மீனாட்சிசுந்தரம் பிள்ளை அவர்கள் அம்பலவாண தேசிகரின்மீது ஒரு கலம்பகமும் பிள்ளைத்தமிழும் பாடினார். மீனாட்சி சுந்தரம் பிள்ளையின் பெருமைகளை அறிந்த அம்பலவாண தேசிகர் 'மகாவித்துவான்' பட்டத்தை வழங்கினார்.

இவ்வாதினத்தில் மகாவித்துவான் மீனாட்சி சுந்தரம் பிள்ளை, ஆறுமுக நாவலர், உ.வே.சா, சபாபதி நாவலர், சேற்றூர் சுப்பிரமணியக் கவிராயர் போன்றோர் மடத்தில் உள்ள மாணவர்களுக்குப் பாடம் கற்றுக்கொடுத்தனர். இதன் காரணமாகப் பாடநிலைக்கு ஏற்ற பாட நூல்களை எழுதி, அதனைப் பதிப்பிக்கவும் செய்தனர். பாடநூல்களோடு மடங்களில் இருந்த பழைய இலக்கிய ஏட்டுப்பிரதிகளையும் பதிப்பிக்கத் தொடங்கினர். உதாரணமாக ஆறுமுக நாவலர் ஆதினத்தின் உதவியோடு 'இலக்கணக் கொத்து', 'இலக்கண விளக்கம்', 'தொல்காப்பிய சூத்திர விருத்தி' போன்ற நூல்களை எழுதியும் அதனைப் பதிப்பிக்கவும் செய்தார். இருபத்தொன்றாவது ஆதினத் தலைவராக விளங்கிய ஸ்ரீலஸ்ரீ சுப்பிரமணிய தேசிகரால் ஓர் அச்சகம் நிறுவப்பட்டது. அதற்கு 'நமச்சிவாய அச்சகம்' என்று பெயரிட்டார். இவ் அச்சகத்தின் வழி ஆதினத்தின் திருத்தமான பதிப்புகளைக் கொண்டுவந்தனர். இதன் மூலம் 'மெய்கண்டார்' எனும் மாத இதழும் தொடங்கப்பட்டது. இதில் திருமுறைகளைப் பற்றிய குறிப்புகள் அடங்கிய கட்டுரைகளும், இசை பற்றிய கட்டுரைகளும் எழுதப்பட்டன. திருக்குறளுக்கு உரைவளம், திருக்கைலாய யாத்திரை, அப்பர் சுவாமிகள் புராணம் போன்ற நூல்களைப் பதிப்பித்தும், திருவாசகம், திருமந்திரம் போன்ற நூல்களுக்கு உரையெழுதியும் பதிப்பித்தனர். திருவாவடுதுறை ஆதீனம் தங்களின் சமயப் பணியோடு தமிழ்ப் பணியையும் செய்திருப்பதைக் காணமுடிகிறது.

திருவாவடுதுறை ஆதீனம் அன்றைக்கு ஒரு பல்கலைக்கழகம் போலச் செயல்பட்டது. சைவ ஆதீனங்கள் பற்றி எழுதிய ஊரன் அடிகள் கூறுகையில்: "திருவாவடுதுறை ஆதீனம் உண்மையிலேயே ஒரு பல்கலைக்கழகமாக, சைவத் தமிழ்ப் பல்கலைக்கழகமாகத் திகழ்ந்தது. முற்காலத்திய நாளந்தா, தட்சசீலம், காஞ்சி பல்கலைக்கழகங்களைப் போன்று ஒரு பல்கலைக்கழகமாகத் திகழ்ந்தது. குருமகாசந்நிதானங்கள் அதன் வேந்தர்களைப் போன்று திகழ்ந்தார்கள். பிள்ளையவர்கள் போன்றோர் அதன் துணைவேந்தர்கள் போன்று விளங்கினர்"[31] என்கிறார்.

தருமபுர ஆதீனம்

கி.பி.16ஆம் நூற்றாண்டில் இடைக்காலத்தில் சுமார் 1560இல் தருமபுர ஆதீனம் குருஞானசம்பந்தரால் நிறுவப்பட்டுள்ளது. சிவநெறியை வளர்த்துவருவதோடு மட்டுமல்லாமல் மாணவர்களுக்குத் தமிழ்க் கல்வியையும் கற்றுக்கொடுத்தது. இதுதவிர தமிழ் நூல்களையும் பதிப்பித்துள்ளது.

தருமபுர ஆதினத்தின் இருபத்து நான்காவது ஆதின தலைவரான ஸ்ரீசண்முக தேசிகரால் 1940 - 41இல் வேத சிவாகம பாடசாலை, தேவார பாடசாலை, குருஞானசம்பந்தர் தொடக்கப்பள்ளி என்று பல பாடசாலைகள் நிறுவப்பட்டன. சிவாகம பாடசாலைக்குச் சிவாசாரியர்களைக் கொண்டு பாடம் நடத்தப்பட்டுவந்தது. 1941இல் தேவார பாடசாலை தொடங்கப்பெற்றது. இங்கு ஓதுவார்களைக் கொண்டு திருமுறைகளை ஓதுவர். அவர்களைப் பொன்னோதுவார், வேலாயுத ஓதுவார் முதலிய பெயர்களைக் கொண்டு அழைத்தனர்; ஓதுவாமூர்த்திகள் என்றும் அழைப்பர். இதனைத் தொடர்ந்து தருமபுர ஆதினத்தை நிறுவிய குருஞானசம்பந்தர் பெயரில் ஓர் அச்சகம் நிறுவினர். அதன் வழியாக 1941இல் 'ஞானசம்பந்தம்' எனும் மாத இதழ் தொடங்கப்பட்டது.

திருவாசகம், பெரியபுராண பேருரை, சித்தாந்த தெளியியல் போன்ற நூல்களும் பதிப்பித்து வெளியிடப்பட்டன. இவ்வாதினத்தில் இருமொழிப் புலமை கொண்டவர்கள் அதிகமாக இருந்ததால் சிவப் பிரகாசம், திருவருட்பயன், உண்மை விளக்கம் போன்ற நூல்களை ஆங்கிலத்திலும், சிவபோகசாரம், சொக்கநாத வெண்பா போன்ற நூல்களை வடமொழியிலும் மொழிபெயர்த்து வெளியிட்டனர். இதுபோன்று இசை நூல்களும் மருத்துவ நூல்களும் வெளியிடப்பட்டுள்ளன. சைவம் பற்றி எழுதிவந்தோரின் நூல்களுள் மறுபதிப்பாகச் சிலவற்றைக் கொண்டுவந்தனர். உதாரணமாக நல்லசாமி பிள்ளை, கா.சு.பிள்ளை, சுப்பிரமணிய முதலியார் போன்றோரது நூல்களின் மறுபதிப்புக் குறிப்பிடத்தக்கது. இத்தருமபுர ஆதீனம் 800க்கும் மேற்பட்ட நூல்களை வெளியிட்டுள்ளது. இன்றைக்கும் ஆதீனம் தொடர்பான புது நூல்களும், பழைய நூல்களும் மறுபதிப்பாக்கம் செய்யப்படுகின்றன.

திருப்பனந்தாள் மடம்

தில்லைநாயக சுவாமிகளால் 1720ஆம் ஆண்டு திருப்பனந்தாள் மடம் நிறுவப்பட்டது. இது காசியின் குமாரசாமி மடத்தின் கிளை மடமாகத் தொடங்கப்பட்டதால் காசிமடம் என்றும் அழைக்கப்பட்டது. காசி மடத்தின் கிளையாக உருவான திருப்பனந்தாள் மடம், தன் செயல்பாடுகளால் தலைமை மடமாகப் போற்றப்பட்டது. தமிழை வளர்ப்பதற்காகத் திருப்பனந்தாளில் புலவர் கல்லூரி ஒன்றும் தொடங்கப்பட்டது. அன்றைய காலகட்டத்தில், தமிழ்ப் படித்தால் வேலைவாய்ப்பு அரிதாக இருந்த சூழலில்,

மாணவர்களை ஊக்குவிக்கும் விதமாகச் சென்னைக் கல்விச் சங்கம் தமிழ் வித்துவான் பாடத்தில் தேர்ச்சிபெற்ற மாணவர்களுக்குப் பரிசுத் தொகை வழங்குவதாக அறிவித்தது. இதனைப் போன்று 1928இல் திருப்பனந்தாள் புலவர் கல்லூரியிலும் தமிழ்ப் பரிசு எனும் பெயரில் தமிழ்ப் படிக்கும் மாணவர்களுக்கு 1000 ரூபாய் பரிசுத்தொகையை வழங்கத் தொடங்கினர்.

பன்னிரு திருமுறை பதிப்பு நிதி, திருக்குறள் பதிப்பு நிதி போன்றவற்றின் வாயிலாகப் பல நூல்களை வெளியிடத் தொடங்கினர். இதேபோன்று தமிழ் நூல் வெளியீட்டுக்கு அண்ணாமலைப் பல்கலைக்கழகத்தில் சாமிநாத சுவாமிகள் 1940இல் அறக்கட்டளை ஒன்றை நிறுவினார். அறக்கட்டளை வழி பதிப்பிக்கப்படும் நூல்களுக்கு அதன் அடக்க விலையிலிருந்து நான்கில் ஒருபங்கை மட்டும் விலையாக நிர்ணயம் செய்தனர். இதுபோன்று நூல்களை இப்படி இப்படித்தான் அச்சிட வேண்டும், இப்படி இப்படித்தான் கட்டடம் (பைண்டு) செய்து வெளியிட வேண்டும் என்ற விதியையும் வைத்துப் பதிப்பித்தார்கள். இதற்கு எடுத்துக்காட்டாகத் திருமந்திரம் பதிப்பைக் குறிப்பிடுவார்கள். பன்னிரு திருமுறைகள் மூலம், பன்னிரு திருமுறைகள் அரும்பதவுரை, கந்தபுராணம், உபதேச காண்டம், தேவாரம், திருவாசகம், பெரியபுராணம் போன்ற சைவ நூல்கள் மட்டுமின்றி சீறாப்புராணம், தேம்பாவணி போன்ற நூல்களும் பதிப்பிக்கப்பட்டிருக்கின்றன. இலக்கிய நூல்கள் மட்டுமின்றி வேதாந்த நூல்கள், மருத்துவ நூல்கள், சாஸ்திர நூல்கள், அகராதிகள், ஆராய்ச்சித் தொகுதிகள் என்று பல்வேறுபட்ட நூல்களையும் இவ் அறக்கட்டளையின் மூலம் பதிப்பித்துள்ளனர்.

அச்சுச் சாதனம் பரவலாக்கம் பெற்று, தமிழில் உள்ள பழைய ஏடுகள் எல்லாம் புத்தாக்கம் பெறத் தொடங்கிய சூழலில் மடங்கள் போன்ற நிறுவனங்களில் அது உடனே நடந்தேறிவிடவில்லை. ஏனென்றால், தங்களின் தனிச்சொத்தாகப் பாதுகாக்கப்பட்டுவந்த இலக்கியங்கள் யாவும் பொதுத்தளத்திற்குச் செல்லக்கூடியனவாக மாறியதால் தமிழகத்தில் செயல்பட்டுவந்த சமய நிறுவனங்களும், சில தனிநபர்களும் தங்களிடம் இருந்த ஏடுகளைப் பதிப்பிக்க முன்வரவில்லை. ஏடுகளின் அரிப்பையும் பதிப்பின் முக்கியத்துவத்தையும் கண்ட சமய மடங்கள் அதன்பின் பதிப்பில் ஈடுபடத் தொடங்கின. அவ்வாறு தொடங்கியதால்தான் சமய இலக்கியங்களோடு பழைய இலக்கியங்களும் பதிப்புக்குள்ளாகின. இதனால் தமிழில் பதிப்பு வரலாற்றை ஆராயும்போது சமய நிறுவனங்களின் பங்களிப்பு என்பது பெருமுக்கியத்துவம் பெறுகிறது.

நவீன நிறுவனங்கள்

சென்னைக் கல்விச் சங்கம் *(1812)*

1812ஆம் ஆண்டு சென்னை கலெக்டராக இருந்தவரும் தமிழ் அறிந்தவருமான எல்லீசும் துரையும், கர்னல் மெக்கன்சியும் இணைந்து உருவாக்கியதே சென்னைக் கல்விச் சங்கம். எல்லீஸ் சென்னை மாகாணத்துக்கு ஒரு கல்லூரி வேண்டும் என்று கம்பெனி நிர்வாகத்திடம் வலியுறுத்தினார். இளம் குடிமை ஆட்சியாளர்களுக்கான தேர்வுமுறைகள் பற்றிய குழு ஒன்று அமைக்கப்பட்டு, அந்தக் குழுவின் வழியாக அரசுக்கோர் அறிக்கையும் அளிக்கப்பட்டது. அதன் பரிந்துரைகளை ஏற்றுக் கல்லூரி தொடங்குவதற்கான ஒப்புதலையும் தந்தது அன்றைய கம்பெனி நிர்வாகம். இக்கல்லூரி, கல்விக்காக மட்டுமின்றித் தென்னிந்தியாவைப் பற்றியான ஆய்வு முயற்சிகளுக்குப் புத்துயிரூட்டும் இடமாகவும் செயல்பட வேண்டும் என்று விரும்பினார் எல்லீஸ். 1812இல் துவங்கியதிலிருந்து 1819இல் அவரது மரணம் வரையிலும் கல்லூரியின் மேற்பார்வைக் குழுவின் தலைவராக இருந்தார் எல்லீஸ்.

இச்சங்கத்தில் மொழி கற்பித்தல் முக்கிய அம்சமாக இருந்தது. கிழக்கிந்திய கம்பெனி அதிகாரிகள், இந்தியாவின் தென்பகுதிகளில் உள்ள மக்களோடு கலந்து பணியாற்ற மொழிகளைக் கற்றுக்கொடுப்பதையே இந்தக் கல்லூரி தனது நோக்கமாகக் கொண்டிருந்தது. இது ஏறக்குறைய கொல்கத்தாவில் தொடங்கப்பட்ட வில்லியம் கல்லூரியின் பாணியிலேயே செயல்பட்டது. இதில் புலமைவாய்ந்த இந்திய ஆசிரியர்களைக் கொண்டே மொழிப்பாடங்கள் கற்றுக்கொடுக்கப்பட்டன. இக்கல்லூரி செயல்பட்ட விதம் குறித்து தாமஸ் ஆர்.டிரவுட்மேன் கூறுகையில், "இந்தக் கல்லூரி மிகச்சிறியதுதான், எனினும் மூன்று வெவ்வேறு விதங்களில்

தமிழ்ப் பதிப்புலக வரலாற்றின் மீது மிகப்பெரும் தாக்கம் செலுத்தியது. முதலாவதாக, ஆசிரியர் குறித்த நூல்களையும் கல்வி நூல்களையும் வெளியிடும் ஓர் அச்சகத்தை இக்கல்லூரி கொண்டிருந்தது. இரண்டாவதாக, தமிழ் - தெலுங்கு செவ்விலக்கியங்களின் மூலப்பிரதிகளைச் சேகரித்தது. இவை சில முக்கியமான நூல்கள் முதல்முறையாக அச்சு நூல்களாக வெளியாவதற்கு அடிப்படையாக அமைந்தன. மூன்றாவதாக, கல்லூரியின் துறைத்தலைவர்கள் - இவர்கள் அக்காலத்திய முன்னணி அறிஞர்கள் - கல்லூரி அச்சகத்திலும் வெளியிலும் இத்தகைய நூல்களை அச்சிட்டு வெளியிட்டனர். இவ்வெளியீடுகள், தமிழ் - தெலுங்கு இலக்கியங்களில் முதல்முறையாக அச்சிடப்பட்டு வெளியானவை"[32] என்று தனது கட்டுரையில் குறிப்பிடுகிறார்.

இக்கல்லூரி அதனுடைய செயல்பாட்டு நோக்கம், ஆய்வு நோக்கம் ஆகிய இரண்டிலும் சிறந்து விளங்குவதற்குத் தமிழ், தெலுங்கு, சமஸ்கிருத மொழித் துறைத்தலைவர்கள் உறுதுணையாக இருந்தார்கள். இவர்கள் அரசுப் பணியாளர்களுக்கு மொழியைப் பயிற்றுவிக்கும் ஆசிரியர்களாகவும், விரும்பிய இந்திய மாணவர்களுக்கு இலக்கணம் கற்பிப்பவர்களாகவும் இருந்தனர். இதுமட்டுமல்லாது சட்ட பாடங்களையும் கற்றுத்தந்தனர். இக்கல்லூரியின் ஆசிரியர்களாக சிதம்பர தேசிகர் (தலைமை ஆசிரியர்), தாண்டவராய முதலியார், முகவை இராமானுஜக் கவிராயர், இராமசந்திரக் கவிராயர், முத்துசாமிப் பிள்ளை, கொட்டையூர் சிவக்கொழுந்து தேசிகர், மழவை மகாலிங்கையர், களத்தூர் தேவகிரி முதலியார், வித்துவான் சாமிநாத பிள்ளை, புதுவை நயனப்ப முதலியார் போன்றோர் முக்கியமான ஆசிரியர்களாவர். இவர்கள் முக்கியமான நூல்களின் ஆசிரியர்களாகவும் மொழிபெயர்ப்பாளர்களாகவும் பணியாற்றினர்.

1812ஆம் ஆண்டிலிருந்து இக்கல்லூரி வழியாக நான்கு புத்தகங்கள் மட்டும் அச்சிடப்பட்டன. அவை: ஜே.சி.பெஸ்கியின் 'கொடுந்தமிழ் இலக்கணம்', சிதம்பர வாத்தியாரின் 'ராமாயண உத்தரகாண்டம்', ஏ.டி.கேம்ப்பெலின் 'தெலுங்கு இலக்கணம்', ஜே.எம்.மெக்கெர்ரெலின் 'தெலுங்குக் கதைகள்' போன்றவையாகும். பின்னாளில் ஜே.சி.பெஸ்கியின் இலத்தீனில் செந்தமிழ் இலக்கணம், இலத்தீனிய கொடுந்தமிழில் தமிழ் - இலத்தீன் அகராதி, சதுரகராதி, சிதம்பர வாத்தியாரின் தமிழ்ச் சுருக்க விளக்கம், விஞ்ஞானேஸ்வரா, வியாவஹாரகந்தாவினுடைய மிதாக்ஷராவின் தமிழாக்கம், மாமாடி வெங்கய்யாவின் ஆந்திர தீபிகா தெலுங்கு அகராதி,

ஜே.எம்.மெக்கெர்ரெலின் கர்நாடக மொழி இலக்கணம், ஆங்கிலம் மற்றும் கன்னட வழக்குச் சொற்களஞ்சியம் போன்ற நூல்கள் அக்கல்லூரியின் அச்சகத்தில் பதிப்பிக்கப்பட்டிருக்கின்றன என்பது குறிப்பிடத்தக்கது.

மதுரை நான்காம் தமிழ்ச் சங்கம் (1901)

மதுரை நான்காம் தமிழ்ச் சங்கம் பொன்.பாண்டித்துரைத் தேவரால் 1901ஆம் ஆண்டு ஆவணித் திங்கள் 13ஆம் நாள் நிறுவப்பட்டது. ஆரம்பத்தில் இச்சங்கம் சேதுபதி உயர்நிலைப் பள்ளி மண்டபத்தில் தொடங்கப்பட்டது. அன்றைய காலத்தில் மதுரையில் செயல்பட்டுவந்த சைவ மடங்கள் யாவும் சைவத்தையும் தமிழையும் போதித்துவந்த சூழலில், தமிழை வளர்ப்பதையே தனது முதன்மை நோக்கமாகக் கொண்டு தொடங்கப்பட்டதே இந்நான்காம் தமிழ்ச் சங்கம். பாண்டித்துரைத் தேவர் இச்சங்கத்தைத் தொடங்குவதற்குக் காரணமாக இருந்தவை திருக்குறள், கம்பராமாயணம் ஆகிய நூல்களாகும். ஒருமுறை மதுரைக்குச் சொற்பொழிவு ஆற்றுவதற்காக வந்த பாண்டித்துரைத் தேவருக்குத் திருக்குறளும் கம்பராமாயணமும் தேவைப்பட்டன. அதை நண்பர்களிடம் கேட்டார். நூல்கள் கிடைக்கப்பெறாததால் மனம் வருந்திய பாண்டித்துரைத் தேவர் 'சங்கம் வைத்துச் செந்தமிழ் வளர்த்த மதுரையில் இதென்ன தமிழுக்கு வந்த கதி' என்று வருந்தினார். இதற்காக மதுரையில் மாநாடு ஒன்றினை ஏற்பாடு செய்து அம்மாநாட்டில் சங்கம் ஒன்று நிறுவப்போவதாகக் கூறி, நிறுவியும் காட்டினார்.

தமிழ்க் கல்வி வளர தமிழ்க் கல்லூரி ஒன்றை உருவாக்குதல்; பழந்தமிழ் ஏடுகளைத் தேடி சேகரித்து அதனைப் பலரும் அறியும் வகையில் அச்சிடுதல்; வடமொழி, ஆங்கிலம் முதலான மொழிகளில் உள்ள அரிய பல நூல்களை மொழிபெயர்த்துப் பதிப்பித்தல்; தமிழ்க் கல்வியின் சிறப்புப் பற்றி இதழ் தொடங்கி, அதன் வாயிலாகத் தமிழறிஞர்களின் பேருரைகளை வெளியிடுதல்; தமிழில் பல புது நூல்கள் உருவாக்குதல்; பல புத்துரைகளையும் எழுதி வெளியிடுதல் என்ற வகையில் 1901ஆம் ஆண்டு மதுரை நான்காம் தமிழ்ச் சங்கம் தொடங்கப்பட்டது. சங்கத்தில் சேதுபதி செந்தமிழ்க் கலாசாலை, பாண்டியன் புத்தகச் சாலை, நூலாராய்ச்சிச் சாலை, தமிழ்ச் சங்க முத்திரா சாலை எனும் அச்சகம் ஆகியன தொடங்கப்பெற்றன. இதுமட்டுமல்லாது இச்சங்கத்தின் வாயிலாகத் தமிழ்த் தேர்வுகள் நடத்தப்பெற்று, அதில் வெற்றி பெற்ற மாணவர்களுக்குப் பரிசுகளும் வழங்கப்பட்டன.

இச்சங்கத்தின் வழியாக 1902இல் செந்தமிழ் எனும் இதழும் தொடங்கப்பட்டது. இலக்கிய இலக்கணப் புலமை வாய்ந்த திரு.நாராயண ஐயங்கார் அதற்குத் தலைமையாசிரியராக இருந்தார். நூலாராய்ச்சிப் பகுதியின் தலைவராக, சேதுபதியின் அவைப்புலவராக இருந்த இரா.இராகவ ஐயங்கார் இருந்தார். பின்னாளில் இந்நூலாராய்ச்சியின் பணியினை மு.இராகவையங்கார் செய்துவந்தது குறிப்பிடத்தக்கது. அச்சிடப்பெறாத பழைமையான நூல்களைத் தேடித் தொகுத்தலும் அவற்றைச் செம்மையாகப் படியெடுத்து அச்சிடுவதுமாகத் தொன்னூலாராய்ச்சிப் பிரிவினர்கள் செயல்பட்டார்கள். இப்பணியில் சே.ரா.சுப்பிரமணியக் கவிராயர், சே.ரா.அருணாசலக் கவிராயர், சே.ரா.கந்தசாமிக் கவிராயர் போன்ற பலரும் ஈடுபட்டனர். இச்சங்கம் தொடங்கியதைக் கண்டு பெரும் விருப்பத்துடன் பணிசெய்யவந்த அறிஞர்கள் சோழவந்தான் அரசஞ் சண்முகனார், விளாச்சேரி சூரிய நாராயண சாஸ்திரி, சுந்தரேசுவர் ஐயர், கோபாலையர், இராமானுச ஐயங்கார் ஆகியோர் ஆவர்.

தமிழ்ச் சங்கப் பதிப்பாசிரியர்களின் பணி தமிழ்ப் பதிப்பு வரலாற்றில் குறிப்பிடத்தக்கது. சங்கப் பதிப்பாசிரியர்களுள் ரா.இராகவையங்கார், மு.ராகவையங்கார், நாராயண ஐயங்கார், உ.வே.சாமிநாதையர், சே.ரா.சுப்பிரமணியக் கவிராயர், ச.வையாபுரிப் பிள்ளை, சோமசுந்தர தேசிகர், சோமசுந்தர பாரதியார் போன்றோர் குறிப்பிடத்தக்கவர்களாவர். இவர்கள் தமிழ்ச் சங்க முத்திரா சாலையின் வழியாகவும் செந்தமிழ்ப் பிரசுரம் வழியாகவும் நூல்களைப் பதிப்பித்துள்ளனர். தமிழ்ச் சங்கத்தின் உறுப்பினர்கள் பதிப்பித்த நூல்களைத் தமிழ்ச் சங்கப் பிரசுரம் என்றும், சங்க உறுப்பினர் அல்லாதவர்களின் பதிப்புகளைச் செந்தமிழ்ப் பிரசுரம் என்றும் வெளியிட்டனர். தமிழ்ச் சங்க முத்திரா சாலையின் வழியாகப் பதிப்பித்த நூல்கள் 16 ஆகும். ஞானாமிர்தம் மூலமும் உரையும், சைவ மஞ்சரி, யாப்பணியிலக்கணங்கள் (விசாக பெருமாளையர் பஞ்சலஷண வினா விடையினின்று எடுத்தவை), வைத்திய சாரசங்கிரகம், பன்னூற்றிரட்டு, மகாபாரதம் அரும்பதவுரையுடன் (வில்லிப்புத்தூராழ்வார் இயற்றியது), தோத்திரத்திரட்டு, தமிழ்ச் சொல்லகராதி 1,2,3 பாகங்கள், அபிதான சிந்தாமணி, தொல்காப்பியச் செய்யுளியல் - நச்சினார்க்கினியர் உரை, திருவருணைக் கலம்பகம், அமுதாம்பிகைப் பிள்ளைத் தமிழ், கலைச்சிலேடை வெண்பா, தொல்காப்பியப் பொருளதிகார ஆராய்ச்சி, திருவாரூர் நான்மணிமாலை, மதுரை நான்காம் தமிழ்ச் சங்கம் - வரலாறு போன்ற

நூல்களாகும். செந்தமிழ் பிரசுரம் வழியாக இலக்கியம், இலக்கணம், சிற்றிலக்கியம், செய்யுள் நூல், நிகண்டு, நாடகம், புராணம், மருத்துவம், சோதிடம், மொழிபெயர்ப்பு, வரலாறு, உரைநடை என்று மொத்தம் 227 நூல்கள் வெளியிடப்பட்டுள்ளன என்பதனை டி.பி.எம். பெரியசாமி வெளியிட்ட 'செந்தமிழ் தொகுதி அட்டவணை' எனும் நூலின் வழியாக அறியமுடிகிறது.

கரந்தைத் தமிழ்ச் சங்கம் (1911)

மதுரை நான்காம் தமிழ்ச் சங்கத்தின் ஆண்டு விழாக்கள் தமிழ்நாட்டின் பல்வேறு இடங்களில் கொண்டாடப்பட்டன. இச்சங்கத்தின் ஒன்பதாவது ஆண்டு விழா (1909) தஞ்சாவூரில் நடைபெற்றது. அவ்விழாவிற்கு வந்திருந்த பொன்.பாண்டித்துரைத் தேவர் தஞ்சையிலும் ஒரு தமிழ்ச் சங்கம் தொடங்க வேண்டும் என்று உரையாற்றினார். சில நாட்களிலேயே தஞ்சையிலும் ஒரு தமிழ்ச்சங்கம் தொடங்கப்பட்டது. இங்கிருந்து தமிழகம் என்ற இதழும் தொடங்கப்பட்டது. நிர்வாகம் செய்ய நல்ல தலைவர் இல்லாததால் சில ஆண்டுகளிலேயே இச்சங்கம் மூடப்பட்டது. தனது தொல்காப்பியப் பாயிரவிருத்தி நூலைப் பதிப்பிப்பதற்காகத் தஞ்சை வந்த அரசஞ்சண்முகனார், தனது நீண்டநாள் நண்பரான வி.சாமிநாத பிள்ளையைச் சந்தித்தார். இச்சந்திப்பின் ஊடாகக் கரந்தையில் ஒரு சங்கம் நிறுவப்பட்டது. இதற்கு 'வித்யா நிகேதன்' எனும் பெயரையும் வைத்தனர். இப்பெயர் இரவீந்திரநாத தாகூரின் 'சாந்தி நிகேதனம்' எனும் பெயர்போல் அமையப்பெற்றது.

தமிழ், ஆங்கிலம், வடமொழி என மூன்று மொழிகளையும் அறிந்திருந்ததால் இச்சங்கத்தின் தலைவராக கோபாலசாமி ரகுநாத ராசாளியாரும், செயலாளராக வி.சாமிநாதப் பிள்ளையும் இருந்தனர். இராதாகிருட்டிணப் பிள்ளை, நீ.கந்தசாமிப் பிள்ளை, அரசஞ்சண்முகனார், பின்னத்தூர் நாராயணசாமி ஐயர் போன்றோர் உறுப்பினர்களாக இருந்தனர். பதிப்புத் தொடர்பாக இச்சங்கத்திற்கு உ.வே.சா. வருவதும் தங்குவதுமாக இருந்திருக்கிறார். நிர்வாகப் பிரச்சினையின் காரணமாக அச்சங்கத்திலிருந்து பிரிந்த சில நபர்கள் தனியாக ஒரு சங்கம் நிறுவினர். இதனை மதுரை நான்காம் தமிழ்ச் சங்கம் போன்று தமிழில் பெயர் வைக்க வேண்டும் என்றெண்ணி அதற்குக் 'கரந்தைத் தமிழ்ச் சங்கம்' என்று பெயர் வைத்தனர். இக்கரந்தை தமிழ்ச் சங்கம் 14.05.1911 அன்று தொடங்கப்பட்டது. இதன்

தொடக்கவிழா நா.மு.வேங்கடசாமி நாட்டார் தலைமையில் நடைபெற்றது. சட்டம் மற்றும் தமிழ், ஆங்கிலமும் கற்றிருந்ததால் இச்சங்கத்தின் தலைவராக உமாமகேஷ்வரனார் தேர்ந்தெடுக்கப்பட்டார். இச்சங்கத்தின் நோக்கமானது தமிழ் நூல்களையும், தமிழர் பண்பாட்டையும், பழம்பெருமைகளையும் உலகம் அறியச் செய்வதே.

இச்சங்கத்திற்கென்றே 1912இல் ஒரு நூலகம் நிறுவப்பட்டு, 'கரந்தைத் தமிழ்ச் சங்கக் கலா நிலையம்' என்று பெயரிடப்பட்டது. மதுரை நான்காம் தமிழ்ச் சங்கத்தோடு தொடர்பு கொண்டிருந்த வள்ளல் கானாடுகாத்தான் பெத்தாச்சி செட்டியார் இச்சங்கத்திற்குப் பெரிய அளவில் உதவிகள் புரிந்திருக்கிறார். தன்னுடைய வீட்டில் சேகரித்து வைத்திருந்த ஆயிரக்கணக்கான நூல்களைக் கரந்தைத் தமிழ்ச் சங்க நூலகத்திற்கு நன்கொடையாகக் கொடுத்தார். இதனைப் பாராட்டிச் சங்கத்தார்கள் கரந்தைத் தமிழ்ச் சங்கக் கலா நிலையத்தைப் 'பெத்தாச்சி புகழ் நிலையம்' எனப் பெயர் மாற்றினார்கள். இன்றும் நூலகம் இப்பெயரில் செயல்பட்டுவருகிறது. சங்கம் தொடங்கி ஐந்தாவது ஆண்டில் கைத்தொழில் கல்லூரி ஒன்று தொடங்கப்பட்டது. இங்குப் பயிலும் புலவர்களுக்குத் தமிழ்க் கல்வியோடு கைத்தொழில்களும் கற்றுக்கொடுக்கப்பட்டன.

1938ஆம் ஆண்டு கரந்தையில் 'புலவர் கல்லூரி' தொடங்கப்பட்டது. இக்கல்லூரியில் வெள்ளைவாரணர், ந.மு.வேங்கடசாமி நாட்டார் ஆகியோர் ஆசிரியர்களாக இருந்தனர். நான்காம் தமிழ்ச் சங்கத்திலிருந்து வெளிவரும் 'செந்தமிழ்' இதழ்ப் போன்று கரந்தைத் தமிழ்ச் சங்கமும் 1925 - 1926 ஆண்டு முதல் 'தமிழ்ப் பொழில்' எனும் மாத இதழைத் தொடங்கியது. அன்றைய காலத்திலேயே 700 படிகள் விற்பனை செய்யப்பட்டன. வரலாறு, இலக்கிய - ஆராய்ச்சி, இலக்கிய ஆராய்ச்சி மறுப்பு, இலக்கண ஆராய்ச்சி, மொழிபெயர்ப்பு, கவிதை, நாடகம், உரை நூல், அறிவியற் கட்டுரைகள் எனப் பல படைப்புகளை உள்ளடக்கமாகக் கொண்டு வெளிவந்தது. இராதாகிருட்டிணப் பிள்ளை, நா.சீதாராமப் பிள்ளை, ஔவை துரைசாமிப்பிள்ளை, வை.சதாசிவப் பண்டாரம், சோமசுந்தர தேசிகர், நீ.கந்தசாமிப் பிள்ளை போன்ற அறிஞர்கள் இவ்விதழில் கட்டுரைகள் எழுதிவந்தனர்.

கரந்தைத் தமிழ்ச் சங்கத்தின் வழியாகப் பல தமிழ் நூல்கள் அச்சாக்கம் செய்யப்பட்டன. பழைய நூல்கள் மட்டுமல்லாமல் கல்லூரி மாணவர்களுக்குத்

தேவையான புதிய பாடநூல்களும் வெளிவந்தன. அன்றைய காலச்சூழலில் ஐரோப்பியர்களைப் போன்று தமிழ் அறிஞர்களிடையே வரலாறு எழுதும் போக்கு எழுந்தது. இதன் தொடர்ச்சியாக லார்டு மார்லி என்பவர் 'மேலைநாட்டு ஆங்கிலப் புலவர்களின் வரலாறு' என்ற நூலை பலரின் உதவியோடு வெளியிட்டார். இதைப் போன்று தமிழறிஞர்களும் புலவர் வரலாறுகளை எழுதத் தொடங்கினர். அந்தவகையில் கரந்தைத் தமிழ்ச் சங்கத்தைச் சேர்ந்த நா.மு.வேங்கடசாமி நாட்டார் 'நக்கீரர்' என்னும் நூலை 1919இல் வெளியிட்டார். புலவர்களின் வரிசையில் முதல் நூலாக இந்நூல் வெளியிடப்பட்டது. இதனைத் தொடர்ந்து, 'கபிலர்' என்னும் நூல் 1921இல் நா.மு.வேங்கடசாமி நாட்டாரால் எழுதி வெளியிடப்பட்டது. பா.வே.மாணிக்க நாயக்கர் எழுதிய 'மெய்ஞ்ஞானத்தின் கொலுவிருக்கையில் அஞ்ஞானத்தின் வழக்கீடு' என்ற கட்டுரை 1919இல் நடைபெற்ற ஏழாம், எட்டாம் ஆண்டு விழாக் கொண்டாட்டத்தின்போது வாசிக்கப்பட்டு நூலாகவும் வெளியிடப்பட்டது. 1923இல் ஆத்திரையன் பேராசிரியரால் இயற்றப்பெற்ற 'தொல்காப்பியப் பொதுப் பாயிரம் - மூலமும் உரையும்' எனும் நூல் சொ.சிவானந்தம் பிள்ளையால் பதிப்பிக்கப்பெற்றது. இதனை அடுத்ததாகத் 'தொல் - சொல் - தெய்வச்சிலையார் உரை'யுடன் 1929இல் உலகநாதப் பிள்ளையால் பதிப்பிக்கப்பெற்றது.

1936ஆம் ஆண்டு அம்பிகாபதியால் எழுதப்பெற்ற 'நெல்லை வருக்கக் கோவை' எனும் நூல் உலகநாதப் பிள்ளையால் பதிப்பிக்கப்பெற்றது. இந்நூலின் சுவடி தஞ்சை சரசுவதி மகால் நூலகத்திலிருந்து எடுக்கப் பெற்றது. 1936இல் சித்தர் எழுதிய 'சித்தரந்தாதி' எனும் நூல் உலகநாதப் பிள்ளையால் பரிசோதித்துப் பதிப்பிக்கப்பட்டது. தஞ்சை சரசுவதி மகால் நூலகத்திலிருந்த உரையுடன் கூடிய ஏட்டினைக் கொண்டு பதிப்பிக்கப்பட்ட இந்நூலுக்கு உரை எழுதியவரின் பெயர் தெரியவில்லை.

1942இல் விபுலானந்தரால் எழுதப்பெற்ற 'சுருதி வீணை' என்னும் நூல் வெளியிடப்பட்டது. 1947இல் பூண்டி அரங்கநாத முதலியாரால் எழுதப்பெற்ற 'கச்சிக் கலம்பகம்' எனும் நூல் எஸ்.பெருமாள் சாமியால் பதிப்பிக்கப்பெற்றது. அரபத்த நாவலரால் எழுதப்பெற்ற 'பரத சாத்திரம்' எனும் நூல் தமிழ்ப் பொழில் வாயிலாக வெளியிடப்பட்டு 1952இல் அச்சிடப்பட்டது. வரத நஞ்சைய பிள்ளையால் எழுதப் பெற்ற 'தமிழரசி

குறவஞ்சி' எனும் நூல் கரந்தைத் தமிழ்ச் சங்கத்தின் வெள்ளிவிழா ஆண்டில் அரங்கேற்றப்பட்டுப் பின்னர் அச்சில் வெளியிடப்பட்டது. இதனைத் தொடர்ந்து 'துன்பமாலை' (1941, உமா மகேசுவரனாரின் இரங்கற்பாவாகும்), 'கவியரசு நினைவு மலர்' (1953, கவியரசு வேங்கடாசலம் பிள்ளையின் இரங்கற்பா), 'சிவமும் செந்தமிழும்' (1956), விபுலானந்தரின் யாழ் நூல் (1947), சங்கத்தின் வெள்ளி விழா மலர் (1938) ஆகியவை கரந்தைத் தமிழ்ச் சங்கத்தின் வெளியீடுகளாகக் காணப்படுகின்றன. நான்காம் தமிழ்ச் சங்கம் போலவே, கரந்தைத் தமிழ்ச் சங்கம் தனியொரு நிறுவனமாக இருந்து தமிழுலகிற்குச் செய்தப் பணி அளப்பரியது.

முடிவுரை

பாறை, சுவர், மரப்பட்டை என்று தங்களின் எண்ணங்களில் எழுந்த செய்தியினை எழுத்தின் வரிவடிவங்களாக அடுத்த தலைமுறைக்கு நகர்த்திவந்த முன்னோர்கள், நீண்ட இடைவெளிக்குப் பின்னர் பனையோலைப் பயன்பாட்டிற்கு வந்தனர். பனையோலையின் எழுத்துப் பயன்பாடுகள் அதிகமாயின. அதுவரை வாய்மொழியாக வழங்கிவந்த எல்லாவற்றையும் எழுத்துவடிவமாக மாற்றத் தொடங்கினர். இலக்கியம், கதை, கர்ண பரம்பரைச் செய்திகள் எல்லாம் ஏடுகளாக மாறியதை முதற்கட்டப் பணியாகக் கொள்ளலாம்.

ஏடுகளாக மாற்றம்பெற்ற இலக்கியங்கள், வரலாறு, கதைகள், மருத்துவம், ஜோதிடம் போன்றவை எல்லாம் அவைசார்ந்த பாண்டித்துவம் பெற்றவர்களிடமே புழங்கிவந்தன. மடங்கள் மற்றும் தனிநபர்களின் சொத்தாகப் பாதுகாக்கப்பட்டு வந்ததோடு மட்டுமல்லாமல் அவர்களின் அடுத்த தலைமுறையினர்க்கு மட்டுமே சொல்லிக்கொடுத்துவரப்பட்டன. தமிழர்களின் அறிவுச் சேகரமானது ஆங்காங்கு பரண்களிலும், மடங்களிலும் புதைந்துகிடந்த ஏடுகளைச் சேகரிக்கவும், தொகுக்கவும், படியெடுக்கவுமான பணிகள் அடுத்தகட்ட நகர்விற்குச் சென்றதை இரண்டாம் கட்டப் பணியாகக் கொள்ளலாம்.

ஐரோப்பியர்களின் புத்தாக்க மரபினால் வந்த அச்சுக் கருவியானது தமிழ்ச் சமூகத்தில் ஏற்படுத்திய தாக்கத்தினால் பரண்கள், மடங்கள் போன்றவற்றில் தனிநபர்களின் சேகரிப்பாக இருந்த ஏடுகள் எல்லாம் அச்சுவாகனம் ஏறின.

தனிநபர்கள், அரசு நிறுவனங்கள், தனிநபர் கல்வி நிறுவனங்கள் போன்றவை இத்தகைய பணியினை முன்னெடுக்கத் தொடங்கின. அதனால் புதிய அச்சுப் புத்தகங்கள் உருவாகின. ஒருசாரரால் மட்டும் பயன்படுத்தப்பட்டுவந்த இலக்கியங்கள் அச்சின் உதவியால் பொதுவெளியில் உள்ளவர்களுக்கும் கொண்டு சேர்க்கப்பட்டன. ஏடுகளாக இருந்த இலக்கியங்கள் அச்சுப் புத்தகங்களாக மாறியிருப்பதை மூன்றாம் கட்டப் பணியாகக் கொள்ளலாம்.

அச்சுப் பயன்பாடு பொதுத்தளத்திற்கு வந்த பின்னர் தமிழகத்தில் அச்சுப் பண்பாடு என்ற ஒன்று தனியாக உருவானது. இங்கிருந்த இலக்கியம், வரலாறு, மருத்துவம், ஜோதிடம், வானவியல் போன்றவையெல்லாம் ஐரோப்பியரின் வரவால் தனித் தனி துறைகளாக, கல்வி நிறுவனங்களாக வளர்ச்சி பெறத் தொடங்கின. உதாரணமாக இலக்கியத்தை மட்டும் சொல்லிக்கொடுக்கும் கல்வி நிறுவனமாகவும், மருத்துவத்தைச் சித்த மருத்துவம், ஆங்கில மருத்துவம் என்று தனித்தனியான மருத்துவ நிறுவனங்களாகவும் மாறியிருப்பதைக் காண முடிகிறது.

இக்கல்வி நிறுவனங்களால் பாடத்திட்ட நோக்கிலான நூல்கள் மற்றும் இதழ்கள் புதிதாக வெளியிடப்பட்டன. அச்சுப் பண்பாட்டால் இதழ்கள் அக்காலகட்டத்தில் முக்கியத்துவம் பெற்றன. நாளிதழ், வார இதழ், மாத இதழ், காலாண்டு இதழ், அரையாண்டு இதழ், ஆண்டு இதழ் என்று பல்வேறு நிலைகளில் தனியார் நிறுவனங்களும் அரசு நிறுவனங்களும் இதழ்களை வெளியிட்டன. இதழியலை மட்டும் தனியாகச் சொல்லிக்கொடுக்கும் கல்வி நிறுவனங்களும் எழுந்தன.

வாய்மொழியாக இருந்த வரலாறுகள், இலக்கியங்கள் போன்றவை ஏடுகளாக மாறின. ஏடுகள் அச்சுப் புத்தகங்களாக மாறின. அச்சப் புத்தகங்களின் வரவால் பல கல்வி நிறுவனங்கள் உருவாயின என்பன போன்ற பல செய்திகளைத் தமிழ்ப் பதிப்பு வரலாற்றை ஆய்வு செய்யும்போது கண்டடைய முடிகிறது. இன்றைய தமிழ்ச் சூழலில் பதிப்பு வரலாற்றை ஆய்வு செய்யும் போக்கு பெரிய அளவில் எழுந்துவருகின்றது. அதில் வட்டார ரீதியான ஆய்வுகளும் மேற்கொள்ளப்படுகின்றன. தமிழகத்தில் அச்சுக்கலையின் வரவு மேற்கண்டவாறு தமிழ்ப் பதிப்புலகில் மிகப்பெரும் மாற்றத்திற்கு அடித்தளமிட்டது.

சான்றெண் விளக்கக் குறிப்புகள்

1. மயிலை சீனி.வேங்கடசாமி, பத்தொன்பதாம் நூற்றாண்டுத் தமிழ் இலக்கியம், ப.235.
2. மயிலை சீனி.வேங்கடசாமி, பத்தொன்பதாம் நூற்றாண்டுத் தமிழ் இலக்கியம், ப.51.
3. உ.வே.சாமிநாதையர், மகா வித்துவான் மீனாட்சிசுந்தரம் பிள்ளை சரித்திரம், பக்.77-100.
4. மா.சு.சம்பந்தன், அச்சும் பதிப்பும், பக். 11 - 12.
5. ந.கோவிந்த ராஜன், அதிகாரமும் தமிழ் புலமையும், ப. 33.
6. ப.சரவணன் (பதி.ஆ.), 'தாமோதரம் - சி.வை.தா. பதிப்புரைகள்', ப. 126.
7. ப.சரவணன் (பதி.ஆ.), 'தாமோதரம் - சி.வை.தா.பதிப்புரைகள்', பக். 79 - 80.
8. மா.சு.சம்பந்தன், அச்சும் பதிப்பும், பக். 55.
9. மோ.நேவிஸ் விக்டோரியா, தம்பிரான் வணக்கம் - தமிழ்மொழியின் முதல் அச்சுப் புத்தகம், ப. 23.
10. ஆ.சிவசுப்பிரமணியன், தமிழக வரலாற்றில் தரங்கம்பாடி, பக். 29 - 30.
11. ப.சரவணன் (பதி.ஆ.), 'தாமோதரம் - சி.வை.தா.பதிப்புரைகள்', ப. 171.
12. தி.லஷ்மண பிள்ளை (க.ஆ.), விவேக சிந்தாமணி 1(4) ஆகஸ்டு இதழ் - 1892, ப.33.
13. உ.வே.சாமிநாதையர், மகா வித்துவான் மீனாட்சிசுந்தரம் பிள்ளை சரித்திரம், ப.218.
14. மயிலை சீனி.வேங்கடசாமி, பத்தொன்பதாம் நூற்றாண்டுத் தமிழ் இலக்கியம், ப.84, மெய்யப்பன் பதிப்பகம், 53.
15. மயிலை சீனி.வேங்கடசாமி, பத்தொன்பதாம் நூற்றாண்டுத் தமிழ் இலக்கியம், ப.84, மெய்யப்பன் பதிப்பகம், ப. 62.

16. ப.சரவணன் (பதி.ஆ.), 'தாமோதரம் - சி.வை.தா.பதிப்புரைகள்', ப. 128.

17. கெ.மகாதேவன், தமிழ்ப் பதிப்பு வரலாறு - மதுரைத் தமிழ்ச் சங்கப் பதிப்புகள், ப.21.

18. மா.சு.சம்பந்தன், அச்சும் பதிப்பும், பக். 77 - 78.

19. மா.சு.சம்பந்தன், அச்சும் பதிப்பும், ப. 80.

20. மா.சு.சம்பந்தன், அச்சும் பதிப்பும், ப. 73.

21. ம.இராசேந்திரன், மெக்கன்சி சுவடிகளில் தமிழகப் பழங்குடி மக்கள், ப. 23.

22. ந.கோவிந்தராஜன், அதிகாரமும் தமிழ் புலமையும், ப. 27.

23. Muttusami Pillai.A., A Brief Sketch of The Life and Writings of Father C.J.Beschi or Vira-Maamuni, Translated from the Original Tamil, ப. 11.

24. திரு. வி.கலியாண சுந்தரனார் வாழ்க்கைக் குறிப்புகள், ப. 208.

25. பொ.பூலோகசிங்கம், தமிழ் இலக்கியத்தில் ஈழத் தமிழறிஞரின் பெருமுயற்சிகள், ப.73.

26. எஸ்.வையாபுரிப்பிள்ளை, தமிழ்ச் சுடர்மணிகள், ப. 233.

27. ப.சரவணன் (பதி.ஆ.), 'தாமோதரம் - சி.வை.தா.பதிப்புரைகள்', ப. 60.

28. மயிலை சீனி.வேங்கடசாமி, பத்தொன்பதாம் நூற்றாண்டுத் தமிழ் இலக்கியம், ப.66.

29. த.கோ.பரமசிவம் (பதி.ஆ.), சுவடிப்பதிப்பு நெறிமுறைகள், பக்.180 - 181.

30. ச.வையாபுரிப்பிள்ளை, நாமதீப நிகண்டு: முன்னுரை, ப. 8.

31. ஊரன் அடிகள், சைவ ஆதீனங்கள், ப. 70.

32. தாமஸ் ஆர் டிரட்மேன், அபிபா (தமிழில்), சென்னைக் கல்விச்சங்கம் வெளியீடுகள், புதிய புத்தகம் பேசுது - தமிழ்ப் புத்தக உலகம் (1800 - 2009), ப.134.

வட்டாரப் பதிப்பும் மதுரை வட்டாரமும்

நிலவியலை அடிப்படையாகக் கொண்டு தமிழகத்தைப் பல்வேறு நிலப்பகுதிகளாக வகைப்படுத்தலாம். ஐவகை நிலங்களை திணை பாகுபாட்டின்வழி அறியமுடிகிறது. குடநாடு, குட்டநாடு உள்ளிட்ட பன்னிரு நாடுகளாகப் பகுத்திருந்ததையும் உரையாசிரியர்களின் உரைகளின் மூலம் அறியமுடிகிறது. இன்றைக்குத் தமிழில் ஏழு வட்டாரங்களாகப் பிரித்து அடையாளப்படுத்துகின்றனர். இன்னும் தேடினால் சில வட்டாரங்களைத் தனித்துச் சொல்ல முடியும். இவ்வாறு பிரித்துப் பிரித்துக் கூறுவதற்குக் காரணம் உண்டு. நிலங்கள் சார்ந்து தனித்தனியான தட்பவெப்பம், மண்வளம், காற்றின் திசை, சூழல் ஆகியவற்றைக் கொண்டு மக்களின் வாழ்க்கை முறை அமைந்திருக்கிறது. எனவே தங்களுடைய நிலம் சார்ந்த மக்களின் வாழ்வியலைச் சித்திரிக்கும் இலக்கியங்களை வட்டார இலக்கியங்கள் என்று அடையாளப்படுத்துகின்றனர். அவ்வாறு எழுதப்பட்ட நூல்களைக் கண்டறிவதும் அதனைச் சேகரிப்பதுமாகச் சில தனிநபர்களும் சில நிறுவனங்களும் செயல்பட்டுள்ளனர். அச்சுப் பரவலாக்கத்தினால் தமிழகத்தின் பல்வேறு வட்டாரங்களிலும் சார்ந்த பதிப்புப் பணி தீவிரத்தன்மை அடைந்தது. இதுவரை தமிழக வரலாற்றில் பொதுப் போக்கில் இடம்பெற்றிருக்கிற தமிழ் இலக்கியங்களைப் பதிப்பித்த பெரும் பதிப்பாளர்களான ஆறுமுகநாவலர், சி.வை.தமோதரம் பிள்ளை, உ.வே.சாமிநாதையர், ச.வையாபுரிப் பிள்ளை போன்றோரின் பணிகளைப் பற்றிப் பேசுவதும் எழுதுவதுமாகவே நாமிருக்கிறோம். வட்டாரங்களில் சிறிய அளவிலும், கொள்கைப் பிடிப்புடனும் செயல்பட்ட பதிப்பாளர்களின் பதிப்புகள் பக்கம் கவனத்தைச் செலுத்த வேண்டிய தேவை இன்றைய சூழலில் எழுந்துள்ளது. இதுவரை கவனிக்கப்படாத வட்டார அளவிலான

பதிப்புப் பணிகளைப் பார்ப்பது தமிழ் ஆய்வுப் பரப்பை விசாலப்படுத்தும் ஒன்றாக அமையும். அந்தவகையில் தமிழ்ச் சமூகப் பண்பாட்டு வரலாற்றில் முக்கியத்துவத்துடன் விளங்குகின்ற 'மதுரை வட்டாரத்தில்' நடந்துள்ள புலமைச் செயல்பாடுகளுள் ஒன்றான பதிப்புச் செயல்பாடுகளைக் காணலாம்.

வட்டாரம்

வட்டாரம் என்ற சொல் நிலவியலோடு தொடர்புடையது. பெரும் நிலப்பரப்புகளில் பிரிந்த சிறிய பகுதியை வட்டாரம் என்கிறோம். ஒரு நாட்டின் எல்லாப் பகுதிகளுமே ஒரேத் தன்மை உடையனவாக இருப்பதில்லை. அவை பகுதிக்குப் பகுதி வேறுபட்டிருக்கும். அதாவது பக்கத்திலுள்ள பகுதியிலிருந்து வேறுபடுத்திக் காட்டக் கூடிய ஒரே சீராக உள்ள குறிப்பிட்ட மக்கள் வாழ்க்கையை மையமாகக் கொண்ட நிலப்பரப்பாகும். வட்டாரத்தை ஆங்கிலத்தில் *Region, Province, Locale* என்ற சொற்கள் சுட்டும். தமிழிலோ வட்டாரம் என்ற ஒரு சொல்லே பயன்படுத்தப்படுகிறது. "உலகின் எப்பகுதியாயினும், தட்பவெப்பநிலையாலும், பிற புவியியல் தன்மையாலும் ஒத்திருக்கும் பகுதியே வட்டாரம் என்று புவியியல் அறிஞர்கள் இலக்கணம் வகுக்கின்றனர். இதனையே சமூகவியலாளர் பல இன மக்கள் வாழ்ந்தாலும் அம்மக்களிடையே ஒரு பொதுத்தன்மை இழையோடும். பொருளாதாரம், சமயநெறி, பண்பாடு இவற்றில் ஒற்றுமைக் கூறுகள் காணப்படும். இப்பண்புகளுடன் மக்கள் ஒருவரையொருவர் சார்ந்து ஒன்றுபட்டு வாழும் பகுதியே வட்டாரம்[1]" என்கிறார்கள்.

சங்கப் பாடல்கள் வட்டார இலக்கியங்களா?

சங்ககால அக, புறப் பாடல்களில் முதற்பொருள் முதன்மையானதாகச் சுட்டப்படுகிறது. 'முதற்பொருள்' என்பது 'நிலத்தையும் பொழுதையும்' குறிக்கிறது. தட்பவெப்பநிலை, மண்ணின் வளம், மொழி, பண்பாடு என்று மக்கள் வாழும் பகுதி அந்நிலங்களின் தனித்துவத்துடன் விளக்கப்படுகிறது. இந்நிலவியல் சூழலையும் தன்மையினையும் கொண்டு உருவான இலக்கியங்களை அடையாளப்படுத்தும் போக்கு தொடக்கக் காலம் முதல் சமகாலம் வரை எழுகிறது.

சங்க இலக்கியங்களைக் குறிஞ்சி, முல்லை, மருதம், நெய்தல், பாலை என ஐவகையாகப் பிரிக்கின்றனர். இந்நிலப்பாகுபாடுகள் ஒருவகையில்

வட்டாரத் தன்மையை வெளிப்படுத்துவதாகவே அமைகின்றன. இவ்வைந்து திணைகளையும் அது சார்ந்து உருவான இலக்கியங்களையும் 'திணைசார் இலக்கியம்' என்று தனித்து வகைப்படுத்துகிறார்கள் பிற்கால ஆய்வாளர்கள். கருப்பொருள், உரிப்பொருள் போன்றவை அந்நில மக்களின் தனித்த அடையாளங்களைத் தாங்கி நிற்பனவாகவே அமைகின்றன. திணைகளை அடிப்படையாகக் கொண்டு பாடப்பட்டப் பாடல்களைக் குறிஞ்சிநிலப் பாடல்கள், முல்லைநிலப் பாடல்கள், மருதநிலப் பாடல்கள், நெய்தல்நிலப் பாடல்கள், பாலைநிலப் பாடல்கள் என்று வகைப்படுத்தித் தொகுத்துள்ளதைத் தொடக்க கால வட்டார இலக்கியங்களாக எடுத்துக்கொள்ளலாம்.

குறிஞ்சி நிலத்தில் வாழுகிற மக்களின் வாழ்வியல் அனுபவமும், நெய்தல் நிலத்தில் வாழுகிற மக்களின் அனுபவமும் ஒன்றாகாது. ஆகவேதான் முன்னோர்கள் நிலத்தை ஐவகையாகப் பிரித்துள்ளனர். மக்களின் வாழ்வு முறை, பண்பாடு, வழிபாட்டு முறைகள் எல்லாம் தனித்தனியாகவே சுட்டப்பெறுகின்றன. சான்றாகக் குறிஞ்சி நில மக்கள் பெயர்களான வெற்பன், சிலம்பன், பொருப்பன், கொடிச்சி போல்வன நிலத்தின் தன்மையைக் கொண்டே அமைந்திருக்கின்றன. முல்லை நில மக்கள் பெயர்களான அண்ணல், தோன்றல், நாடன் என்பவையும் அந்நிலத்தின் தன்மையைக் கொண்டே அமையப்பெற்றிருக்கின்றன. நெய்தல் நில மக்கள் பெயர்களான கொண்கன், துறைவன், சேர்ப்பன் என்பவையும் மருதநில மக்கள் பெயர்களான மகிழ்நன், ஊரன் என்பனவும் அவ்வவ் நிலங்களின் தன்மையைக் கொண்டு அமைந்திருக்கின்றன. பாலை நில மக்கள் பெயர்களான காளை, விடலை, மீளி என்பனவும் அந்நிலத்தின் தன்மை கொண்டு அமையப்பெற்றிருக்கின்றன. ஒவ்வொரு நிலப்பகுதிக்கும் வழங்கப்படுகிற நிலப்பெயர் அந்தந்த வட்டாரத்திற்கு வழங்கப்படுகிற பெயராக இருக்கிறது. ஆற்றுப்படை இலக்கியங்களில் காணப்படும் நிலங்களைப் பற்றிய வருணனை, நாடுகள், ஊர்கள், அங்கு வாழும் மக்களின் வாழ்க்கை முறை முதலியவை இடம்பெற்றிருக்கின்றன. ஆகவே இன்றைக்கு நவீன நோக்கில் பிரிக்கப்படும் வட்டார இலக்கியப் பிரிப்பிற்கு இச்சங்க இலக்கிய நிலப் பகுப்பு முறையைத் தொடக்கமாகக் கொள்ளலாம்.

சங்கப் புலவர்கள் பல்வேறு பகுதிகளைச் சேர்ந்தவர்கள். தங்கள் படைப்புகளில் அவர்கள் வாழ்ந்த பகுதிக்கான வழக்கினைப் பதிவு செய்துள்ளனர். இதை சு.சக்திவேல் 'தமிழ்மொழி வரலாறு' என்னும் நூலில் "புறநானூற்றில் 'நெய்யுளை சொரிந்த மையூன் ஓசை' என்பதில் 'ஓசை' என்பது

'பெயரியல்' என்ற பொருளில் வழங்குகிறது. கலித்தொகையில் 'செரு' என்ற சொல் 'வயல்' என்ற பொருளிலும் திருக்குறளில் 'பெற்றம்' என்ற சொல் 'பசு' என்ற பொருளிலும் வந்துள்ளது.[2]" என்பதை எடுத்துக்காட்டுகிறார். மேலும் புறநானூற்றில்,

இரவல் மாக்கள் உணக்கொள்ளத் தீர்ந்தெனக்
குறித்து மாறு எதிர்ப்பை பெறாஅ மையின்" (புறம் - *333: 10 - 11)*

எனும் அடிகளில் இடம்பெற்றுள்ள 'குறித்துமாறு எதிர்ப்பை' என்பது இக்காலத்திலும் கைமாற்று (வட்டியில்லாக் கடன்) என்னும் பொருளில் வழங்கிவரும் வட்டாரச் சொல்லாகும். இச்சொல் திருக்குறளிலும் பயின்றுவருகிறது. குறிப்பாக,

"வறியார்க்குஒன்று ஈவதே ஈகைமற் றெல்லாம்
குறியெதிர்ப்பை நீரது உடைத்து" (குறள்: *221)*

எனும் குறளில் 'குறியெதிர்ப்பை' என்னும் சொல் ஈகை என்னும் அதிகாரத்தில் வந்துள்ளமையைக் காண முடிகிறது. சங்ககாலத்தில் வழக்கத்திலிருந்த அச்சொல், சங்கம் மருவிய காலத்திலும் புழக்கத்திலிருந்தது மட்டுமல்லாமல் இக்காலம்வரை (கொங்கு வட்டாரப் பகுதியில்) தொடர்ந்து வழங்கிவருவதைக் காணமுடிகிறது.

தொல்காப்பியம்

தமிழில் இன்றைக்கு முழுமையாகவும் முதன்மையாகவும் கிடைக்கப்பெற்ற பழைமையான இலக்கண நூல் 'தொல்காப்பியம்' ஆகும். தொல்காப்பியர் எச்சவியலில் சொல் குறித்ததானப் பாகுபாட்டில் இயற்சொல், திசைச்சொல், வடசொல், திரிசொல் என நான்கு நிலையாகக் கூறுகிறார். இங்கு திசைச் சொல் என்பது குறிப்பிட்ட பகுதியை அல்லது வட்டாரத்தையே குறிக்கிறது. இதில் திசைச் சொல்லிற்கான இலக்கணம் கூறும்போது செந்தமிழ் மொழிப் பேசும் நிலத்தைப் பன்னிரு நாடுகளாகப் பிரிக்கின்றார்.

'செந்தமிழ் சேர்ந்த பன்னிரு நிலத்தும்
தங்குறிப் பினவே திசைசொற் கிளவி' (தொல் - சொல், *400)*

இந்நூற்பா செந்தமிழ் பேசப்படும் நிலங்களில் ஒரு குறிப்பிட்ட நில எல்லையில் மட்டும் வழங்கப்படும் சொற்களே திசைச் சொல் என்பது இவ்விதியின் பொருளாகும்.

செந்தமிழ் நிலம்

தொல்காப்பியர் சுட்டும் 'செந்தமிழ் சேர்ந்த பன்னிரு நிலம்' என்பதில் பன்னிரு நிலம் எவை என்பதை இளம்பூரணர், சேனாவரையர், நச்சினார்க்கினியர் ஆகியோர் குறிப்பிட்டுள்ளனர். 'செந்தமிழ் நிலம் என்பது வையையாற்றின் வடக்கு, மருதயாற்றின் தெற்கு, கருவூரின் கிழக்கு, மருவூரின் மேற்கு' என்று குறிப்பிடுகின்றனர். ஆனால் தெய்வச்சிலையார், இந்நிலங்கள் மட்டும் செந்தமிழ் நிலமன்று என்று கூறி 'வையையாற்றின் தெற்காகிய கொற்கையும் கருவூரின் மேற்காகிய கொடுங்கோளூரும் மருதயாற்றின் வடக்காகிய காஞ்சியும் தமிழ்திரி நிலமாதல் வேண்டுமாதலானும்' என்று இந்நிலங்களையும் சேர்த்துக் கூறுகிறார்.

செந்தமிழ் சேர்ந்த பன்னிரு நிலத்தைச் சேனாவரையர் குறிப்பிடுகிறார், "பன்னிரு நிலமாவன: பொங்கர் நாடு, ஒளி நாடு, தென்பாண்டி நாடு, குட்டநாடு, பன்றிநாடு, கற்காநாடு, சீதநாடு, பூமிநாடு, மலைநாடு, அருவாநாடு, அருவா வடதலை எனச் செந்தமிழ்நாட்டு தென்கீழ்பான் முதலாக வடகீழ்பாலிறுதியாக எண்ணிக்கொள்க. தென்பாண்டி நாட்டார் ஆ, எருமை என்பவற்றைப் பெற்றம் என்றும் தம்மாமி என்பதனைத் தந்துவை யென்றும் வழங்குப பிறவும் அன்ன[3]" என்கிறார்.

ஒரு நிலத்தில் பேசப்படுகிற வழக்குச் சொல் அந்நிலத்திற்குரிய சொல்லாக மாறுகிறபோது அதனைத் திசைச்சொல் என்கிறார் தொல்காப்பியர். அதாவது, ஒரு குறிப்பிட்ட வட்டார நிலப்பகுதியில் வாழும் மக்களால் பேசப்படுகிற ஒரு சொல்லுக்குப் பெயரிட்டு அழைக்கிற சொல் அதன் தனித்துவத்துடன் விளங்குவதே வழக்குச் சொல்லாகும். செந்தமிழ் மொழி பேசுகிற பன்னிரு நாட்டிலும் தன்னகத்தே புழங்கிவரும் வழக்குச் சொற்களைப் பயன்படுத்துகிறார்கள் என்று சேனாவரையர் கூறுகிறார். சான்றாக, தென்பாண்டி நாட்டில் ஆ, எருமை என்பதனைப் பெற்றம் என்றே அழைத்துவருகின்றனர். பெற்றம் என்ற சொல் இங்கு வட்டாரச் சொல்லாகக் குறிக்கப்பெறுகின்றது.

நன்னூல்

தொல்காப்பித்திற்குப் பின் வந்த நன்னூலில் பவணந்தியார் திசைச் சொல்லுக்கு,

செந்தமிழ் நிலஞ்சேர் பன்னிரு நிலத்தினும்
ஒன்பதிற் றிரண்டில் தமிழ்ஒழி நிலத்தினும்
தங்குறிப் பினவே திசைச்சொல் என்ப" (ந.பெயரியல், நூற்பா. 273)

என்று நூற்பா வகுத்துள்ளார். இதற்கு உரையாக நன்னூல் விருத்தியுரை எழுதிய சங்கர நமச்சிவாயர் "செந்தமிழ் நிலத்தைச் சேர்ந்த பன்னிரண்டு கொடுந்தமிழ் நிலத்தின்கண்ணும் பதினெண் மொழியுள் தமிழும் மேற்கூறும் வடசொற்குக் காரணமாகிய ஆரியமும் ஒழிந்த பதினொறுமொழியும் வழங்கும் பதினாறு நிலத்தின்கண்ணும் உள்ளோர் தம் குறிப்பினவாய்ச் செந்தமிழோர் குறிப்பினவன்றி அத்திசைகளினின்றுஞ் செந்தமிழ் நிலத்து வந்து வழங்குவன[4]" என்று எடுத்துரைக்கிறார். இவ்வுரை செந்தமிழ் வழங்கக்கூடிய பகுதி பன்னிரண்டைச் சுற்றியுள்ள புறப்பகுதிகள் கொடுந்தமிழ் நிலம் என்றும், அங்கு வழங்கும் வடமொழி ஒழிந்த பதினாறு மொழிச் சொற்கள் தமிழில் வந்து கலந்தால் அக்கலப்புச் சொல் திசைச் சொல் என்று வழங்கலாம் என்கிறது.

சேர, சோழ, பாண்டிய நாடுகளின் நிலப்பரப்பின் எச்சங்களைச் சிலப்பதிகாரத்தில் காணமுடிகிறது. சிலப்பதிகாரத்தில் புகார்க் காண்டம், மதுரைக் காண்டம், வஞ்சிக் காண்டம் எனப் பாகுபாடுகள் செய்யப்பட்டுள்ளமை அரசியல் வட்டாரப் பாகுபாடு ஆகும். அந்தந்த ஊர்களில் காணப்படும் வளம், மக்கள் வாழ்க்கை முறை எனத் தனித்தனியே பிரித்து, அவற்றை வட்டாரப் பாகுபாட்டில் அடக்குவதைக் காணலாம்.

பக்தி இலக்கியக் காலத்தில் உருவான 'பன்னிரு திருமுறை'யிலும், 'நாலாயிரத் திவ்விய பிரபந்த'த்திலும் ஏராளமான பாடல் பெற்ற தலங்கள் பற்றிய குறிப்புகள் காணக் கிடைக்கின்றன. ஆழ்வார்கள், நாயன்மார்கள் கோயில்களுக்குச் சென்றோ அல்லது தம்முடைய பாடல்களில் குறிப்பிட்ட ஊரில் உள்ள இறைவனைப் போற்றிப் பாடுவதாலோ அக்கோயில் பாடல்பெற்றதாலோ தலம் என்று அழைக்கப்படுகிறது. அப்பாடல்களில் அக்கோயில் பற்றியான வருணனை, வரலாறு, ஊர்ச் சிறப்பு, மக்களின் வாழ்வு முறை, கோயிலில் எழுந்தருளியிருக்கும் இறைவனின் அமைப்பு, அவற்றின் சிறப்பு போன்றவற்றை இறையடியார்கள் பதிவுசெய்துள்ளனர். இதற்கு அடுத்து உருவான தலபுராணங்களிலும் இவ்வருணனையை அதிகமாவே காணலாம். இவை ஒரு குறிப்பிட்ட வட்டாரத்தின் தனித்தன்மைகளைப் பதிவு செய்தவை என்று கூறலாம்.

தமிழ் இலக்கிய வரலாற்றில் பதினைந்தாம் நூற்றாண்டுக்குப் பின் சிற்றிலக்கியங்கள் தோன்றின. பேரிலக்கியங்களில் சிறு பகுதியாக இடம்பெற்றிருந்த ஒரு கூறை விரிவாக்கி உருவானவை இத்தகைய சிற்றிலக்கியங்கள் எனலாம். ஏதாவது குறிப்பிட்ட ஊர் அல்லது பகுதியைக் களனாகக் கொண்டவை இவை. இவ்விலக்கியங்கள் பல்வேறு ஊர்கள், அங்கு கோயில் கொண்டுள்ள கடவுள், அப்பகுதியைச் சேர்ந்த வள்ளல்கள் என வட்டாரத் தன்மை மிக்கனவாக விளங்குகின்றன. இதனையே "தலபுராணங்கள், சிற்றிலக்கியங்கள்தான் வட்டார இலக்கியத்தின் தொடக்கம்[5]" என கோ.கேசவன் குறிப்பிடுகின்றார். படைப்பாசிரியன் ஒரு குறிப்பிட்ட வட்டாரத்தின் தன்மையை நடப்பியல் பாங்குடன் தன் படைப்பில் வெளிப்படுத்துகிறான். இதில் அவ்வட்டாரத்தின் நிலம், உணவு, உறைவிடம், பழக்க வழக்கம், நம்பிக்கைகள் போன்ற கூறுகள் முழுமையடையும்போது அது வட்டார இலக்கியமாகின்றது எனலாம்.

காலனிய ஆட்சியாளர்களும் வட்டாரப் பகுப்பும்

காலனிய ஆட்சிக்காலத்தில் தமிழ்நாடு, ஆந்திரா, கேரளா ஆகியவை 'மெட்ராஸ்' மாகாணம் என்று ஒன்றுபட்ட பகுதியாக அழைக்கப்பட்டது. 1640இல் கிழக்கிந்திய நிறுவனம் மதராசப்பட்டினம் கிராமத்தை வாங்கியதிலிருந்து சென்னை மாகாணத்தின் வரலாறு துவங்குகிறது. இதன்பின் 1690இல் புனித டேவிட் கோட்டை வாங்கப்பட்டது. இம்மாகாணத்திலிருந்து 1763இல் செங்கல்பட்டு முதல் மாவட்டமாகப் பிரிக்கப்பட்டது. இதனைத் தொடர்ந்து 1792இல் திப்புசுல்தானுக்கும் கிழக்கிந்திய நிறுவனத்துக்குமிடையே ஏற்பட்ட சீரங்கப்பட்டினம் ஒப்பந்தத்தை அடுத்து மலபார், சேலம் போன்ற பகுதிகள் சென்னை மாகாணத்தின் கட்டுப்பாட்டிற்குள் வந்தன. 1799இல் நடைபெற்ற நான்காம் மைசூர் பேரில் திப்புசுல்தானை வென்ற ஆங்கிலேயப் படைகள், கோயம்புத்தூர் போன்ற மாவட்டங்களைச் சென்னை மாகாணத்தின் அங்கமாக்கின. இதன் பின்னர் 1801இல் கர்நாடக அரசின் வீழ்ச்சிக்குப் பின் அதன் பகுதிகள் வடஆற்காடு, தென் ஆற்காடு, நெல்லூர், திருச்சிராப்பள்ளி, மதுரை, திருநெல்வேலி போன்ற மாவட்டங்கள் சென்னை மாகாணத்தில் இணைக்கப்பட்டன. 1805 முதல் 1808 வரை தஞ்சை மாவட்டத்தின் ஒரு பகுதியாக திருச்சி இருந்துவந்தது. பின்னர் இது தனி மாவட்டமாகப் பிரிக்கப்பட்டது. ஆங்கிலேயர்களின் ஆட்சிக்காலத்தில் தமிழகத்தின்

பெரும்பகுதிகளைச் சென்னை மாகாணம் என்ற மைய நிர்வாகத்திற்குள் இணைக்கும் பணியையே முதலில் செய்தனர்.

காலனியர்களின் ஆட்சி ஆளுகைக்குள் தமிழகம் முழுமையாக வந்த பிறகு சென்னை மாகாணத்தில் இணைக்கப்பட்டிருந்த சில பகுதிகள் மாவட்டங்களாகப் பிரிக்கப்பட்டன. அவற்றை நில நிர்வாக அமைப்புக்குள் கொண்டுவர முற்பட்டனர். அப்படியாக 1908இல் சென்னை மாகாணத்தைத் தலைமை இடமாகக் கொண்டு தமிழகத்தில் 24 மாவட்டங்கள் இருந்ததாகக் கூறப்படுகிறது. மாவட்டங்கள் தோறும் மாவட்ட ஆட்சியாளர்களை நியமனம் செய்தனர். சில மாவட்டங்கள் கூடுதலாகப் பிரிக்கப்பட்டு அதற்குத் துணை ஆட்சியாளர் என்ற பதவியையும் உருவாக்கினர். இதற்காக மேலைத்தேய நாடுகளிலிருந்து இளம் பணியாளர்கள் அரசின் நிர்வாகப் பணிக்கு வரவழைக்கப்பட்டனர். காலனிய அதிகாரிகளுக்குத் தமிழகத்தின் உட்பகுதிகளில் பணி செய்வதில் பெரும் நெருக்கடி உண்டானது. உள்ளூர் மொழியில் அவர்களுக்குப் பரிச்சயம் ஏற்பட்டிருக்கவில்லை என்பதே முக்கியக் காரணம். இதற்காக வட்டார மொழிகளை இளம் ஆட்சியாளர்களுக்குக் கற்றுக்கொடுக்கத் தனிக் கல்லூரிகள் தோற்றுவிக்கப்பட்டன. இதன் முதல்நிலையாக 'கொல்கத்தா கல்விச் சங்க'த்தினைக் குறிப்பிடலாம். இச்சங்கம் போன்று தமிழகத்திலும் 1812இல் மெக்கன்சியாலும் எல்லீஸாலும் 'சென்னைக் கல்விச் சங்கம்' உருவாக்கப்பட்டது. இச்சங்கத்தின் தொடக்கநிலையாகத் தமிழ்ப் பண்டிதர்களை ஆசிரியர்களாக நியமனம் செய்தனர். இதன் நோக்கமானது தமிழ்ப் பகுதியை நன்கு புரிந்துகொள்வதும், ஆட்சியினைச் ஸ்திரப்படுத்திக்கொள்வதுமேயாகும். அதற்காகத் தமிழ் மொழியைக் கற்றுக்கொடுப்பதும், அதற்கான பாட நூல்களை உருவாக்குவதும், பழந்தமிழ் ஏடுகளைத் திரட்டி அச்சிடுவதும் நோக்கமாக இருந்தது.

நவீன இலக்கியத்தில் வட்டாரப் பகுப்புமுறைகள்

இலக்கியம் என்பது ஒன்றுதான். உலகெங்கும் ஆயிரக்கணக்கான மொழிகளில் இலக்கியங்கள் படைக்கப்படுகின்றன. அதுபோலத் தமிழ்மொழியிலும் காலங்காலமாக இலக்கியங்கள் படைக்கப்பட்டுவருகின்றன. மதுரை வட்டார இலக்கியம், கரிசல் வட்டார இலக்கியம், நெல்லை வட்டார இலக்கியம், முகவை வட்டார இலக்கியம், நாஞ்சில் வட்டார இலக்கியம், சென்னை வட்டார இலக்கியம், நடுநாட்டு வட்டார இலக்கியம், கொங்கு

வட்டார இலக்கியம், தஞ்சை வட்டார இலக்கியம், புதுவை வட்டார இலக்கியம் என்று வட்டாரம் சார்ந்து இலக்கியங்களைப் பிரிக்கின்றனர். பன்முகத் தன்மை கொண்ட தமிழ் இலக்கியத்தில் வட்டாரம் சார்ந்த இலக்கியம் ஒரு முக்கியப் பங்கை வகிக்கிறது. வட்டார இலக்கியத்தின் தனித்துவம் பற்றிக் கூறும் சி.கனகசபாபதி "ஒரு நாடு அரசியல் முறையில் ஒன்றுபட்டதாக இருந்தாலும் பழக்க வழக்கங்கள், வாழ்க்கை மரபுகள், நாட்டுப்புறப்போக்குகள் என்பவை பன்முகப்பட்டவையாகவே இருக்கின்றன. இதனால் வட்டார இலக்கியங்கள் தோன்ற வழி பிறக்கின்றன[6]" என்கிறார்.

இங்கு வட்டார இலக்கியம் என்பது தனக்கெனச் சில குணாதிசயங்களைக் கொண்டதாக விளங்குகிறது.

- வட்டாரப் பின்புலம்
- வட்டாரப் பேச்சு வழக்கு
- வட்டார வாழ்க்கை முறை
- வட்டார வழக்காறுகள்

போன்ற தன்மைகளை முன்னிறுத்தி அமைகிறது. அதாவது, "ஒரு குறிப்பிட்ட பொருளியல், கருத்தியல், தன்மைகள் பொதுவாகக் காணப்படும் பகுதிகளை வட்டாரம் எனக் குறிப்பிடலாம். இத்தகைய தன்மைகளை ஒட்டியே அந்தந்த வட்டாரத்தில் இலக்கியங்களும் இலக்கிய வடிவங்களும் தோன்றும். அந்தக் குறிப்பிட்ட வட்டாரத்தின் பிரத்யேகமான அல்லது வகை மாதிரியான (typical) பண்பு நலன்களை வெளியிடுதலாகும். அதாவது உள்ளகம், வெளிப்புறச் செயல்பாடு முதலியவற்றையும் வெளியிடுதலாகும்[7]" என்று வட்டார இலக்கியத்தை வரையறுப்பதுண்டு.

தமிழில் இலக்கியப் பதிப்பும் வட்டார இலக்கியப் பதிப்பும்

காலனிய ஆட்சிக் காலத்தில் தமிழகத்திற்குள் அறிமுகமான அச்சுத் தொழில்நுட்பமானது முதலில் கிறித்தவ மதப் பரப்புதலுக்கே பயன்படுத்தப்பட்டது. 1835இல் சார்லஸ் மெர்ட்காப் 'அச்சுக்கு இருந்த தடைகளை நீக்கும் சட்ட'த்தினைக் கொண்டுவந்த பின்னர் உள்ளூர் புலவர்களும் ஆங்காங்கு அச்சகங்களை நிறுவினர். பழைய இலக்கியங்கள் மட்டுமல்லாது, பள்ளிக் கல்லூரிகளுக்கான புதிய பாடத்திட்ட நூல்களை

எழுதியும் அச்சிட்டும் வெளியிட்டனர். இவ்வாறு அச்சிடும் போக்கு தமிழகத்தின் பல வட்டாரங்களிலும் இருந்துள்ளதை அறிய முடிகிறது.

தொடக்கநிலையில், பொதுநிலையில் அறியப்பட்ட இலக்கியங்களே பதிப்பிக்கப்பட்டன. உதாரணமாகச் சங்க இலக்கியம், சங்க மருவிய இலக்கியம், பக்தி இலக்கியம் போன்றவற்றைக் கூறலாம். ஆனால், 19ஆம் நூற்றாண்டின் நடுப்பகுதியில் அச்சுத் தொழில்நுட்பம் பரவலான பின்பு பொதுநிலையில் அறியப்படாத இலக்கியங்களைப் பதிப்பிக்கும் போக்கு எழுந்தது. அதாவது குறிப்பிட்ட வட்டாரம் சார்ந்து பாடப்பட்டு, எழுதப்பட்டுவந்த இலக்கியங்களைப் பதிப்பிக்கத் தொடங்கினர். குறிப்பாக, தலபுராணம், சிற்றிலக்கியம், கோவை, மான்மியம், வட்டாரத் தெய்வம், ஊர், அப்பகுதியைச் சேர்ந்த வள்ளல் என ஏதாவதொன்றை மையக்களனாகக் கொண்டு பாடப்பட்டிருக்கும் இலக்கியங்களைப் பதிப்பிக்கத் தொடங்கினர். நகலெடுத்தாற் போல ஒன்றைப் பார்த்து அப்படியே செய்கின்ற (போலச் செய்தல்) இலக்கியங்களாக இவை விளங்குகின்றன. பதினெட்டு, பத்தொன்பதாம் நூற்றாண்டுகளில் தமிழகத்தில் உள்ள பெரும்பாலான கோயில்களுக்குத் தலபுராணங்கள் பாடப்பட்டன. கோயில்களால் முக்கியத்துவம் பெற்ற ஊர்களுக்கு விதவிதமான சிற்றிலக்கியங்கள் புனையப்பட்டன. இதுபோன்று வட்டாரத்தின் பெருமையினைப் பேசும் இலக்கியங்களைக் கண்டடைந்து அதனைப் பதிப்பிப்பதுமான சூழல் உருவானது. இப்பதிப்பானது தனிநபர் சார்ந்தும், நிறுவனம் சார்ந்தும் நடைபெற்றுள்ளது. குறிப்பாக, தனிநபர்களே இவ்வட்டார இலக்கியத்திற்கு முன்னுரிமை கொடுத்துப் பதிப்பித்தனர் என்பதை அறியமுடிகிறது.

சென்னை வட்டாரம்

காலனிய காலத்தில் பதிப்புச் செயல்பாடுகள், அச்சுத்தொழில்நுட்பம் போன்ற முக்கிய காரணங்களினால் சென்னை முதன்மைப் பெறுகிறது. தமிழ்ப் பண்டிதர்களும், பதிப்பாளர்களும் சென்னையை நோக்கி நகர ஆரம்பித்தனர். இதனால் தமிழ்ப் பதிப்புச் செயல்பாடுகள் அதிகமாகச் சென்னையை மையமிட்டு உருவாகத் தொடங்கின. இதற்குக் காரணம் சென்னையில் உருவான கல்விச் சங்கமே. 1812இல் எல்லீஸ் - மெக்கன்ஸியால் தொடங்கப்பெற்ற இந்நிறுவனத்திற்குத் தமிழ்மொழியைக் கற்றுக்கொடுக்க நியமிக்கப்பட்ட தமிழ்ப் பண்டிதர்கள், ஆசிரியர்கள் பலர் மரபான கல்விகற்ற பண்டிதர்கள். மேலும், இவர்கள் காலனியாட்சியாளர்களோடு நெருக்கமான

தொடர்பில் இருந்தார்கள். இவர்களே பதிப்புச் செயல்பாட்டில் ஈடுபட்ட முன்னோடிகளாவர்.

சென்னையில் நிறுவனம் சார்ந்த செயல்பாடுகளைவிடத் தனிநபர்களின் பதிப்புச் செயல்பாடுகள் அதிகம் காணப்படுகின்றன. சென்னை வட்டாரப் பதிப்பாசிரியர்கள் பற்றி சி.இலட்சுமணன் "திருத்தணிகைப் பெருமாளையர், சரவணப்பெருமாளையர், வேங்கடாசல முதலியார், தொழுவூர் செ.வேலாயுத முதலியார், திருமயிலைச் சண்முகம் பிள்ளை, வேதாந்தி கோ.வடிவேலுச்செட்டியார், அடிகளாசிரியர் போன்றோர் சென்னைப் பதிப்பாசிரியர்களில் குறிப்பிடத்தக்கவராவர்"[8] என்று குறிப்பிடுகிறார். இவர்களின் பதிப்புச் செயல்பாட்டினைச் சுருக்கமாக அறிந்துகொள்ளலாம்.

சென்னை வட்டார தொடக்கக் கால பதிப்பாசிரியர்கள்

திருத்தணிகைப் விசாகப்பெருமாளையர் வீர சைவ மரபில் பிறந்தவர். இவர் 'இலக்கணச் சுருக்க வினாவிடை' எனும் நூலினை 1828இல் பதிப்பித்தார். திருவள்ளுவ மாலையை 1830இல் பதிப்பித்தார். 1835இல் நன்னூலுக்குக் காண்டிகையுரை எழுதிப் பதிப்பித்தார். இதனைத் தொடர்ந்து அணியிலக்கணம், பாலபேத இலக்கணம், அணியிலக்கண வினா விடை, கல்வி பயன், திருக்கோவையார், நன்னூல் மூலமும் காண்டிகை உரையும், யாப்பிலக்கணம் போன்ற நூல்களைப் பதிப்பித்தார்.

சரவணப்பெருமாளையர், வீர சைவ மரபில் தோன்றியதால் சைவப்பற்று மிக்கவராக விளங்கினார். சைவ நூல்களை அதிகமாகப் பதிப்பித்தவர். பழையந்தாதி, திருச்செந்தினிரோட்டகயமகவந்தாதி எனும் நூலின் மூலம் தனது முதல்பதிப்பை 1832இல் தொடங்கினார். 1834இல் அபிராமி அந்தாதி, 1834இல் திருவருணைக் கலம்பகம், 1835இல் மீனாட்சியம்மைப் பிள்ளைத்தமிழ், திருக்கருவை வெண்பாவந்தாதி, திருக்கருவைப் பதிற்றுப்பத்தந்தாதி, நால்வர் நான்மணிமாலை, பெரியநாயகி விருத்தம், பெரியநாயகி கலித்துறை, பிச்சாடன நவமணிமாலை, பணவிடு தூது, தாயுமானவர் சுவாமிகள் திருப்பாடற்றிரட்டு, வருணகுலாதித்தன் மடல் போன்ற நூல்களைப் பதிப்பித்தார். திருக்குறளைப் பரிமேழலகர் உரையுடன் பதிப்பித்தார். இவரின் திருக்குறள் பதிப்பில்தான் திருவள்ளுவரின் பிறப்பு கதை முதன்முதலில் சேர்க்கப்பட்டது.

திரு.வேங்கடாசல முதலியார் சென்னையில் வாழ்ந்தவர். 1830இல் சென்னையில் 'சரஸ்வதி அச்சுக்கூடம்' நடத்திவந்தார். இவர்தான் முதன்முதலில் கம்பராமாயணத்தை வெளியிட்டவர். சென்னைக் கல்விச் சங்கத்தில் தமிழ்ப் புலவராக இருந்தவர். கம்பராமாயணத்தின் பாலகாண்டத்தை 1840இல் தமது சரஸ்வதி அச்சுக்கூடத்தின் வழியாகப் பதிப்பித்தார். இதனைத் தொடர்ந்து ஸ்ரீகிருஷ்ணன் தூது, இராம நாடகம், பிரகலாதன் விலாசம், அரிச்சந்திர புராணம் போன்ற நூல்களையும் பதிப்பித்து வெளியிட்டார்.

திருமயிலை. சண்முகம் பிள்ளை சென்னையில் 1858இல் பிறந்தவர். முதன்முதலில், சிவஞானமுனிவர் எழுதிய 'குளத்தூர்ப் பதிற்றுப்பத்தந்தாதி' எனும் நூலினை 1888இல் பதிப்பித்தார். இதனைத் தொடர்ந்து தாயுமானவர் சுவாமிகள் திருப்பாடற்றிரட்டு, சிவவாக்கியார் பாடல், தஞ்சைவாணன் கோவை, மணிமேகலை, மச்சபுராணம் போன்ற பல நூல்களைப் பதிப்பித்தார். மேலும் இவர் 'திருமயிலை உலா', 'திருமுல்லைவாயிற் புராணம்', 'சிற்றிலக்கண வினா விடை', 'கபாலீச்சுரர் பஞ்சரத்தினம்', 'கற்பக வல்லிமாலை', 'கந்தபுராண வசனம்', 'சந்தானக் குரவர் நான்மணிமாலை', 'திருக்குருவர்ச் சித்தாமான்மியம்' முதலிய நூல்களை இயற்றியுள்ளார். இவரின் தமிழ்ப் புலமையை அறிந்து மதுரைத் தமிழ்ச் சங்கம் 'மகாவித்துவான்' பட்டத்தை வழங்கியது என்பது குறிப்பிடத்தக்கது.

தொழுவூர் வேலாயுத முதலியார் தொழுவூரில் பிறந்து சென்னையில் வாழ்ந்தவர். இவர் இராமலிங்க அடிகளிடம் ஈடுபாடு கொண்டவர். இராமலிங்க அடிகளாரின் 'அருட்பா' எனும் நூலை ஐந்து திருமுறைகளாக அச்சிட்டுப் பதிப்பித்தவர். அருட்பாவை மறுத்து உருவான 'போலி அருட்பா மறுப்'பிற்கு எதிராக 'போலியருட்பா மறுப்பின் கண்டனம் இல்லது குதர்க்காரண்ய நாச மகா பரசு' எனும் நூலையும் அச்சிட்டு வெளியிட்டார். 'பராசர ஸ்மிருதி', 'சங்கர விஜயம் வசனம்', 'மார்க்கண்டேய புராண வசனம்', 'பெரிய புராண வசனம்', 'வேளாண் மரபியல்', 'திருவெண்காட்டடிகள் வரலாறு', 'யோகவித்தை', 'போசராசன் சரிதம்', 'மகாவீரர் சரித்திரம்' முதலிய உரைநடை நூல்களை இயற்றி அதனைப் பதிப்பித்தும் உள்ளார்.

வேதாந்தி கோ.வடிவேலுச்செட்டியார் சென்னை கோமளேசுவரன் பேட்டையில் 1863இல் பிறந்தவர். தன் தந்தையிடம் கல்வி கற்று, அவரது மளிகைக்கடையிலேயே வேலை பார்த்தவர். ராமானுஜ நாயக்கர் என்ற

ஆசிரியரால் தமிழ் மொழியின் மீதும் இலக்கியங்கள் மீதும் இவருக்குப் பெரும் ஈடுபாடு வந்தது. 1903இல் தனது முதல் பதிப்பான 'நவநீதசாரம்' எனும் நூலினைப் பதிப்பித்தார். பின்னர் 'ரிபு கீதைத்திரட்டு', 'அத்துவித உண்மை', 'ஆகம நெறியகவல்', 'உபதேச சித்தாந்தக் கட்டளை', 'குமாரதேவர் சாஸ்திரிக் கோவை', 'சகட நிட்டை', 'சிவதரிசன அகவல்', 'சுத்த சாதகம்', 'ஞானவம்மானை', 'பிரம்ம சித்தியகவல்', 'பிராமானுபவ அகவல்', 'பிரமானுபூதி விளக்கம்', 'மகாராஜ துறவு', 'விஞ்ஞான சாரம்', 'வேதநெறியகவல்' போன்ற நூல்களையும் பதிப்பித்தவர்.

சென்னையில் பல்வேறு சமூக மக்களும் வாழ்ந்ததால் இங்கு பல்வேறு இலக்கியப் படைப்புகளும் பதிப்பு நிறுவனங்களும் உருவாகின. பொதுநிலையில் அறியப்பட்ட இலக்கியங்கள் சென்னையில்தான் முதலில் அச்சேறின. அங்கு தொடக்கத்தில் வட்டாரத் தன்மையோடு எழுந்த இலக்கியங்கள் பதிப்பிக்கப்பெற்றனவா என்பது அறிய முடியாதவையாக இருக்கிறது. இலக்கியங்களைக் கடந்து பாட நூல்கள் போன்று பல்வேறு தன்மையில் நூல்கள் அச்சிடப்பட்டுள்ளன.

தொடக்கத்தில் தமிழகத்தில் சென்னை மற்றும் அதனைச் சுற்றியுள்ள நகரங்களை மையமிட்டே பெரும்பான்மையான பதிப்புப் பணிகள் வெளிவரத் தொடங்கின. இதன்பின் தமிழ்நாட்டில் வட்டாரங்களாகக் கொள்ளப்பெறும் மதுரை, திருநெல்வேலி, கொங்கு, தஞ்சை ஆகிய பகுதிகளில் பதிப்புப் பணிகள் நடந்துள்ளன. வட்டாரத் தன்மைக் கொண்டு எழுந்த இலக்கியங்கள், பொதுநிலையில் எழுந்த இலக்கியங்கள் என இருநிலையில் பதிப்புச் செயல்பாடுகள் நடந்திருக்கின்றன.

கொங்கு வட்டாரம்

கொங்கு நாடு எனவும் தற்காலத்தில் கொங்கு, கொங்கு வட்டாரம் எனவும் வழங்கும் கோவை, ஈரோடு, நாமக்கல் மாவட்டங்களை முழுமையாகவும் அண்டைய மாவட்டங்களில் குறிப்பிட்ட இடங்களையும் சேர்த்த பகுதியினைக் குறிக்கும் சொல்லே கொங்கு வட்டாரமாகும். கொங்கு வட்டாரத்தின் வரையறையைக் குறிப்பிடும் பெருமாள்முருகன், "கொங்கு நாட்டுப் படத்தை எழுதிப் பார்த்தால் நான்கு பக்கங்களிலும் மத்தியில் நாட்டை இரண்டு பிரிவுகளாகப் பிரித்துக்கொண்டும் இரு பகுதிகளிலிருந்தும் ஓடிவரும்படியான பல கிளை நதிகளைத் தன்னுடன் சேர்த்துக்கொண்டும்

காவேரி நதியானது தென்கிழக்காக ஓடிச் சோழநாட்டில் புகுகின்றது. கொங்கு நாட்டின் பரப்பானது தற்காலம் கோவை ஜில்லா முழுவதும், சேலம் ஜில்லாவில் ஓமலூர், திருச்செங்கோடு, சேலம், நாமக்கல் என்ற தாலுகாக்களும், திருச்சி ஜில்லாவில் கரூர், குளித்தலை என்ற இரண்டு தாலுகாக்களும், மதுரை ஜில்லாவில் பழநி, திண்டுக்கல் என்ற இரண்டு தாலுகாக்களும் கொண்டதாக இருக்கின்றது"[9] என்கிறார். இந்த வரையறை கொங்கு நாட்டின் இன்றைய எல்லைப் பகுப்பாகும். ஆனால், 20ஆம் நூற்றாண்டின் தொடக்கத்தில் இப்பகுதி கோயம்புத்தூர் ஜில்லாவாக இருந்தது. பெருமாள்முருகன் வரையறை செய்திருக்கும் பகுதிகள் யாவும் கோயம்புத்தூர் ஜில்லாவிற்கு அடக்கமாக இருந்தன. பின்னர்தான் அவை தனித்தனி மாவட்டங்களாகப் பிரிக்கப்பட்டன.

அச்சு ஊடகம் பரவலாக்கம் பெற்ற பிறகு கொங்கு வட்டாரத்தை மையமிட்டுப் பதிப்புப் பணிகள் நடந்துள்ளதை அறியமுடிகிறது. பொதுநிலையில் அறியப்பட்ட இலக்கியங்களைப் பெரும்பான்மையாகப் பதிப்பித்திருந்த சூழலில் வட்டாரத் தன்மை சார்ந்து படைக்கப்பட்ட இலக்கியங்களைப் பதிப்பிக்கும் போக்கு 20ஆம் நூற்றாண்டில் எழுந்தது. அந்தவகையில் கொங்கு மண்டலத்தை முதன்மைப்படுத்தி எழுதப்பட்ட இலக்கியங்களைப் பதிப்பிக்கும் முயற்சியில் செயல்பட்டவராக தி.முத்துசாமிக்கோனார் அறியப்படுகிறார்.

நாமக்கல் மாவட்டத்தில் உள்ள திருச்செங்கோட்டில் 1858இல் பிறந்தவர் தி.அ.முத்துசாமிக் கோனார். இவர் கல்வியைப் பலரிடம் பயின்று தன்னைப் புலவராக உயர்த்திக்கொண்டவர். சமஸ்கிருதம், தெலுங்கு ஆகிய மொழிகளையும் கற்றிருந்தார். அஷ்டாவதானக் கலையில் தேர்ச்சி பெற்றிருந்தார். சைவ சமயத்தில் மிகுந்த பற்றுகொண்டிருந்தார். இதனால் சைவ சமயம் சார்ந்த நூல்களையும் அச்சிட்டு வெளியிட்டுள்ளார். இதற்கு உதாரணமாக ‘கேதார விரதம்’ என்ற சிறு நூலைக் குறிப்பிடலாம். சைவ சமயக் கருத்துகளைப் பரப்புவதற்காகவே ‘விவேக திவாகரன்’ என்ற இதழையும் நடந்திவந்துள்ளார். இவர் சைவ சமயத்தில் பெரும் ஈடுபாடு கொண்டிருந்தார். கொங்கு மண்டலத்தை மையக் களமாகக் கொண்டு எழுந்த நூல்களைப் பதிப்பிப்பதும் அதன் வழி வரலாறுகளை எழுதுவதுமாக அவர் ஈடுபாடு வெளிப்பட்டது.

தி.அ.முத்துசாமிக் கோனாரை வட்டாரப் பதிப்பின் முன்னோடி என்று பெருமாள்முருகன் குறிப்பிடுகிறார். இவரைப் பற்றிக் குறிப்பிடுகையில் "பொதுவாக இலக்கியங்களைப் பதிப்பிப்பவர்கள் காலப்போக்கில் ஆய்வாளர்களாக மாறுவது இயல்பு. ஆய்வாளர்களாக இருப்பவர்கள் தமது ஆய்வுக்கான தரவுகளை உருவாக்கும் தேடலில் பதிப்பாசிரியர்களாக உருவாதலும் உண்டு. கோனார் சமயம் பரப்பும் நூலாசிரியராகவும், சைவம் சார்ந்த சிற்றிலக்கிய நூல்களின் பதிப்பாசிரியராகவும் தொடங்கி அவற்றின் காரணமாகப் பார்வை விரிவு பெற்று வரலாற்றாசிரியராக உருவானவர். கொங்கு நாட்டு வரலாறு என்னும் திட்டம் அவரது பதிப்புப் பார்வையை வெகுவாக மாற்றியிருக்கிறது. வரலாற்றுக்கான ஆதாரத் தரவுகளாகவே அனைத்து நூல்களையும் கருதியிருக்கிறார். அவர் எழுதி முற்றுப்பெறாத வரலாற்று நூலாகிய 'கொங்கு நாடு' என்பதில் தரவுகளை அவர் பயன்படுத்தும் விதம் அவரது வரலாற்று உணர்வுக்குச் சான்றாகும். 1900க்குப் பின் சைவ சமயம் சார்ந்த சிறுசிறு உரைநடை நூல்கள் எழுதி வெளியிடுவதை அவர் நிறுத்திவிட்டதாகத் தெரிகிறது. 'விவேக திவாகரன்' இதழில் கொங்கு நாடு தொடர்பான வரலாற்றுச் செய்திகளும், கட்டுரைகளும் வெளியிடப்பட்டன. அவ்விதழை நிறுத்திவிட்டு வரலாற்றுக்கெனவே 'கொங்குவேள்', 'கொங்கு மண்டலம்' ஆகிய இதழ்களை நடத்தியுள்ளார். கொங்கு நாட்டு வரலாற்றுக்காகக் கடுமையாக உழைத்து இலக்கியங்கள், கல்வெட்டுகள், செப்பேடுகள் உள்ளிட்ட பலவற்றையும் சேகரித்திருக்கிறார். பதிப்பிக்க வாய்ப்புக் கிடைத்த நூல்களைப் பதிப்பித்திருக்கிறார்"[10] என்று முத்துசாமிக் கோனாரை மதிப்பிடுவது இங்கு கவனத்தில் கொள்ளத்தக்கது.

தி.அ.முத்துசாமிக் கோனாரின் பதிப்புப் பணியானது கொங்கு மண்டலத்தின் வரலாறை எழுதுவதற்கும், கொங்கு மண்டலத்தின் பதிப்பு வரலாற்றை எழுதுவதற்கும் பெரும் துணை புரியும். இலக்கியங்களைப் பதிப்பிப்பது என்பது அன்றைக்கு இருந்த செல்வந்தர்களின் உதவியோடும் வள்ளல்களின் உதவியோடும்தான் செய்திருக்க முடியும். கோனாரும் கொங்கு மண்டல வள்ளல்களை நாடித்தான் இந்நூல்களைப் பதிப்பித்திருக்கிறார். பதிப்பின் சிரத்தைப் பற்றிக் அவர் குறிப்பிடுவதாக பெருமாள்முருகன் குறிப்பிடுகையில் "ஒரு நூலைப் பதிப்பிக்குங் காலத்தில் செலவாகும் காலப்போக்கு, பொருட்செலவு, உழைப்பு முதலியவற்றைக் காட்டிலும் அவற்றைத் தேடுதலினும் பரிசோதித்தல் முதலியவற்றினும் உளவாகுங் காலப்போக்கு முதலியன எத்தனையோ மடங்கு அதிகமென்பது பழைய

நூலச்சிட்டார்க்கே நன்கு தெரியும்"[11] என்கிறார். இந்தப் பகிர்வானது அன்றைக்குப் பதிப்பில் ஈடுபட்ட பெரும்பாலானோரின் கூற்றாகவும் இருக்கிறது.

முத்துச்சாமிக் கோனார் கொங்கு மண்டலம் சார்ந்த இலக்கியங்களை மட்டும் பதிப்பிக்கவில்லை. மற்ற பகுதிகள் சார்ந்த இலக்கியங்களையும் பதிப்பித்திருக்கிறார். அவர் ஒரு நூலினைப் பதிப்பிக்கும்போது அந்நூல் பற்றிய குறிப்பு, ஆசிரியர் வரலாறு போன்றவை இடம்பெற்றிருக்கும். முத்துச்சாமிக் கோனாரின் பதிப்புப் பற்றி பெருமாள்முருகன், "கோனாரின் பதிப்புப் பணியை மூன்று நிலைகளில் வைத்துப் பார்க்கலாம். முதலாவது, தம் ஊராகிய திருச்செங்கோடு தொடர்பான இலக்கியப் பதிப்புகள், திருச்செங்கோட்டு மாலை, திருச்செங்கோட்டுக் கலம்பகம், திருச்செங்கோட்டுப் பிள்ளைத்தமிழ், திருச்செங்கோட்டுப் புராணம், திருச்செங்கோட்டுச் சதகம் உள்ளிட்ட இருபத்தைந்துக்கும் மேற்பட்ட நூல்கள் அவர் பதிப்பித்தவை. இவற்றுள் திருச்செங்கோட்டுத் திருப்பணி மாலை என்னும் நூல் மிகவும் முக்கியத்துவம் வாய்ந்ததாகும். கோனாரின் பதிப்புப் பணியில் இரண்டாம் நிலையில் அமைவன கொங்கு நாட்டின் பிற ஊர்கள் பற்றிய இலக்கியங்கள். அவை ஊர் தொடர்பாகவோ அவ்வூர் சார்ந்த வள்ளல்கள் மீது பாடப்பட்டவையாகவோ உள்ளன. 'சிவமலைப் புராணம்', 'சிவமலைக் குறவஞ்சி', 'பூந்துறைப் புராணம்', 'கபிலமலை வருக்கக்கோவை', 'மோரூர்ப் பாம்பலங்காரர் வருக்கக்கோவை', 'பாம்பண காங்கேயன் குறவஞ்சி', 'சர்க்கரை மன்றாடியார் காதல்' உள்ளிட்ட பதினைந்துக்கும் மேற்பட்ட நூல்கள் இவ்வகைப்பட்டவை. இவற்றுள் படிக்காசுப் புலவர் பாடிய 'மோரூர் பாம்பலங்காரர் வருக்கக்கோவை' முக்கியத்துவம் பெற்ற நூலாகும்.

கோனாரின் பதிப்புப் பணியில் அடுத்ததாகக் குறிப்பிட வேண்டியவை கொங்கு நாடு என்னும் முழுமைப் பார்வையில் அமைந்த நூல்களாகும். இவ்வகையில் கம்பர் வாழி, மங்கல வாழ்த்து, கொங்கு மண்டல சதகம் ஆகிய நூல்களைக் குறிப்பிடலாம். இவை எண்ணிக்கையில் குறைவானவை எனினும் வரலாற்று முக்கியத்துவம் நிறைந்தவையாகும்[12]" என்கிறார்.

கொங்கு மண்டலச் சதகத்தை இயற்றியவர் கார்மேகக் கவிஞர் ஆவார். இந்நூலினை முத்துசாமிக் கோனார் 1923இல் பதிப்பிக்கிறார். சதகங்களில் பெரும்பாலும் வரலாறும் புராணக் கதைகளும் புதைந்து கிடக்கும்.

அந்தவகையில் இந்நூலிலும் புராணக்கதைகளும் வரலாற்றுத் தரவுகளும் கிடைக்கப்பெறுகின்றன. இந்நூலில் இடம்பெற்றிப்பதைப் பற்றி அவர் "இம்மண்டலத்துப் பண்டைக்கால நிலப்பரப்பு, தெய்வீக விளக்கம், சித்தர், சமயாசிரியர், முடியுடை வேந்தர், குறுநில மன்னர், வள்ளல், புலவர் மற்றும் பலவகை மாந்தர்களின் நீதி, வீரம், கொடை, ஆண்பாலர் பெண்பாலர் கல்வி, நட்பு, கற்பு, நன்றி மறவாமை, அடக்கமுடைமை, புலவர்களை ஆதரித்துவந்த அருமைப் புரவலர்களின் பெருமை இன்னும் பல பழக்கவழக்கங்கள் சுருக்கிக் கூறப்பட்டுள்ளன[13]" என்கிறார்.

திருநெல்வேலி வட்டாரம்

நெல்லை வட்டாரம் என்று அறியப்பெறும் திருநெல்வேலி வட்டாரத்தை மையமிட்டும் பதிப்புச் செயல்பாடுகள் நடந்திருக்கின்றன. தென்னிந்தியக் கிறித்தவச் சபையின் பதிப்புச் செயல்பாடு மற்றும் திருநெல்வேலி சைவ சித்தாந்தக் கழக நூற்பதிப்புக் கழகம் போன்றவை திருநெல்வேலி வட்டாரத்தை மையமிட்டுச் செயல்பட்டவையாகும். இவை தங்களின் மதம் சார்ந்த நூல்களையே அதிகம் பதிப்பித்து வெளியிட்டன. ஏனெனில், திருநெல்வேலியில் கிறித்தவர்களின் செயல்பாடுகள் அதிக அளவில் இருந்துள்ளன. அதனை எதிர்கொள்ள இந்து மதத்தினரும் தீவிரமாகச் செயல்பட்டுள்ளனர். 'விபூதி சங்க'த்தின் செயல்பாடுகள் இவற்றுடன் இணைத்துப் பார்க்கத்தக்கது. இதில் குறிப்பிடும்படியாக கிறித்தவ மதத்தைச் சேர்ந்தவரான கால்டுவெல் திருநெல்வேலி மாவட்டத்தையே மையமாகக் கொண்டு ஆய்வினை மேற்கொண்டவர். நெல்லையின் பூர்வகுடிகள் பற்றிய ஆய்வு, மொழிகள் குறித்ததான ஆய்வுகளை மேற்கொண்டவர். கால்டுவெல்லின் 'திராவிட மொழிகளின் ஒப்பிலக்கணம்' எனும் நூல் தமிழ்ச் சமூக வரலாற்றினை மாற்றியமைத்தது எனும் கூற்று மிகையாகாது. நெல்லை வட்டாரப் பதிப்பாசிரியர்களாக எச்.ஏ.கிருஷ்ணப் பிள்ளை, வ.உ.சிதம்பரம் பிள்ளை, மு.சி.பூரணலிங்கம் பிள்ளை, வெ.ப.சுப்பிரமணிய முதலியார், கே.என்.சிவராஜ பிள்ளை, அநவரத விநாயகம் பிள்ளை, ச.சோமசுந்தர பாரதியார், ஜெகவீர பாண்டியனார், கா.சுப்பிரமணிய பிள்ளை, டி.கே. சிதம்பரநாத முதலியார், ரா.பி.சேதுப்பிள்ளை, ச.வையாபுரிப் பிள்ளை போன்றோரைக் குறிப்பிடலாம். இவர்கள் பொதுநோக்கில் எல்லோரும் அறிந்த இலக்கியங்களைப் பதிப்பித்தாலும் அவற்றின் ஊடாக அவ்வட்டாரம் சார்ந்து எழுந்த இலக்கியங்களையும் பதிப்பித்துள்ளனர்.

எச்.ஏ.கிருஷ்ணப்பிள்ளை திருநெல்வேலி மாவட்டத்திலுள்ள பாளையங்கோட்டையில் பிறந்தவர். 'திருப்பாற்கடல்நாத கவிராயரிடம்' முறையாகத் தமிழைக் கற்றார். இவர் கிறித்தவ மத ஈடுபாட்டால் தன்னைக் கிறித்தவராக மாற்றிக்கொண்டார். 'ஹென்றி ஆல்பர்ட்' என்று தன்னை அடையாளப்படுத்திக்கொண்டார். கிறித்தவ மதப் பற்றின் காரணமாகக் கிறித்தவ நூல்களைத் திருநெல்வேலியிலிருந்து பதிப்பிக்கத் தொடங்கினார். 1865இல் தனது முதல் பதிப்பாக திரு. வேதமாணிக்க நாடார் இயற்றிய 'வேதப்பொருள் அம்மானை' எனும் நூலினைப் பதிப்பித்தார். இதன் பின்னர் 'பாரத கண்ட புராதனம்', 'இலக்கண சூடாமணி', 'போற்றித்திருவகவல்', 'கிருஷ்ணப் பிள்ளை கிறிஸ்தவரான வரலாறு', 'இரட்சண்ய யாத்திரிகம்', 'இரட்சணிய சமய நிர்ணயம்', 'இரட்சணிய மனோகரம்', 'இரட்சணிய நவநீதம்' போன்ற பல நூல்களை இயற்றியும் பதிப்பித்தும் உள்ளார்.

வெ.ப.சுப்பிரமணிய முதலியார் திருநெல்வேலியில் உள்ள வெள்ளைக்கால் எனும் ஊரில் பிறந்தவர். கால்நடை மருத்துவராக இருந்தவர். தமிழ் இலக்கியங்களின் தாக்கத்தினால் இலக்கியங்களைக் கற்க முற்பட்டார். செய்யுள் நூல்கள் பல இயற்றியுள்ளார். அவற்றில் நெல்லை வட்டாரத்தை மையமிட்ட சில இலக்கியங்களையும் வெளியிட்டுள்ளார். 'நெல்லைச் சிலேடை வெண்பா', 'இராமாயண உள்ளுறைப் பொருளும் தென்னிந்திய சாதிய வரலாறும்' எனும் ஆராய்ச்சி நூலினையும் எழுதியுள்ளார்.

ஜெகவீர பாண்டியனார் நெல்லை மாவட்டத்தில் பிறந்தவர். இவர் பாஞ்சாலங்குறிச்சியின் வீர மரபில் பிறந்தவர். இவர் 'திருக்குறட் குமரேச வெண்பா', 'தரும தீபிகை', 'புலவர் உலகம்' உள்ளிட்ட பல நூல்களை இயற்றியதோடு, தான் சார்ந்த சமூகத்தின் வரலாற்றுக் கதையினையும் எழுதியுள்ளார். அதாவது, 'பாஞ்சாலங்குறிச்சி வீரசரித்திரம்' எனும் நூலே அவ்வட்டாரத்தின் வரலாற்றினைக் கூறும் தன்மையில் எழுந்த இவரது நூலாகும்.

ரா.பி.சேதுப்பிள்ளை, திருநெல்வேலி மாவட்டத்தில் உள்ள இராசவல்லிபுரம் எனும் ஊரில் பிறந்தவர். முறையாகத் தமிழ் பயின்றவர். 'திருவள்ளுவர் நூல் நயம்', 'சிலப்பதிகார விளக்கம்', 'வீரமாநகர்', 'தமிழ்நாட்டு நவமணிகள்', 'வழிவழி வள்ளுவர்' போன்ற பல நூல்களை இயற்றிய இவர், 'வில்லும் வேலும்' எனும் நூலைப் பதிப்பித்துள்ளார். இந்நூல் திருநெல்வேலி வட்டாரத்தன்மைக் கொண்டு எழுதப்பெற்ற நூலாகும்.

இவ்வாறு பலர் நெல்லை வட்டாரம் சார்ந்த இலக்கியங்களை எழுதியும் அவற்றைப் பதிப்பித்தும் வந்துள்ளனர். நெல்லை வட்டாரப் பதிப்பாளர்களில் சிலர் பரவலாக அறியப்பட்டிருக்க, சிலர் அதிகக் கவனம் பெறாதவர்கள் என்பது குறிப்பிடத்தக்கது.

தஞ்சை வட்டாரம்

தமிழ் நூற்பதிப்பு வரலாற்றில் தஞ்சை மாவட்டப் பதிப்பாசிரியர்களுக்குத் தனித்த இடம் உண்டு. இன்றைக்குத் தனி மாவட்டங்களாக விளங்கும் திருவாரூர், நாகை இரண்டும் அன்றைக்குத் தஞ்சை மாவட்டத்தினுள் அடங்கியிருந்தன. தஞ்சையில் பல தமிழ்ப் புலவர்களும் பண்டிதர்களும் வாழ்ந்திருக்கின்றனர்; சமய மடங்களும் அதிகமாகக் காணப்படுகின்றன. திருவாவடுதுறை ஆதீனம், கரந்தைத் தமிழ்ச் சங்கம், தஞ்சை சரஸ்வதி மகால் நூலகம் போன்ற நிறுவனங்களின் பதிப்புச் செயல்பாடுகள் முக்கியத்துவம் பெறுகின்றன. தனிநபர்களின் பதிப்புச் செயல்பாடுகளும் குறிப்பிடத்தக்கவை. அந்த வகையில் தஞ்சை வட்டாரத்தினைப் பிறப்பிடமாகக் கொண்ட தமிழ்ப் பதிப்பாளர்களாக அறியப்பெறும் உ.வே.சாமிநாதையர், த.சிவக்கொழுந்து தேசிகர், பின்னத்தூர் நாராயணசாமி ஐயர், சந்திரசேகர கவிராச பண்டிதர், வி.கோவிந்த பிள்ளை, மறைமலையடிகள், இ.வை.அனந்தராமையர், திரு.வி.கலியாண சுந்தரணார், நா.மு.வேங்கடசாமிநாட்டார், மு.அருணாசலம், தி.வை.சதாசிவ பண்டாரத்தார் போன்றோரைக் குறிப்பிடலாம். தஞ்சை வட்டாரத்தைப் பொறுத்தவரையில் தமிழில் மிக முக்கியமான பதிப்புகளைப் பதிப்பித்து வெளியிட்ட பதிப்பாசிரியர்கள் வாழ்ந்திருக்கிறார்கள். இவர்கள் பொதுநிலையில் அறியப்பெறும் இலக்கியங்களைப் பதிப்பித்திருந்தாலும் தான் சார்ந்த ஊர் பற்றி எழுந்த இலக்கியங்களையும் பதிப்பித்துள்ளனர். இவர்களிடம் இருநிலையான பதிப்புச் செயல்பாடுகள் நடந்திருக்கின்றன.

சந்திரசேகர கவிராச பண்டிதர் தஞ்சைப் பகுதியில் உள்ள தில்லையம்பூர் பகுதியில் பிறந்தவர். இவர் முறையாக விசாகப்பெருமாள், சரவணப்பெருமாள் ஆகியோரிடம் கல்வியைக் கற்றவர். இவர் பொன்னுச்சாமித் தேவரின் விருப்பத்திற்கிணங்க 'தனிப்பாடல் திரட்டு' எனும் பெயரில் தனிப்பாடல்களைத் திரட்டி வெளியிட்டார். இதனை அடுத்து 'பாலபோத இலக்கணம்', 'நன்னூற் காண்டிகையுரை', 'ஐந்திலக்கண விடை', 'நன்னூல் விருத்தியுரை', 'யாப்பருங்கலக் காரிகையுரை', 'வெண்பாப் பாட்டியல் உரை', 'செய்யுட்கோவை', 'பழமொழித்திரட்டு' முதலிய நூல்களைப் பதிப்பித்துள்ளார் என்பதனை அறியமுடிகிறது.

கம்பராமாயணம் முழுவதையும் பதிப்பித்தவர் என்ற பெருமைக்குரியவர் வி.கோவிந்த பிள்ளை. இவர் திருச்சிராப்பள்ளியில் எழுந்தருளியிருக்கும் 'இராசமன்னார் கோவில் தல புராணம்' எனும் நூலையும் அக்கோயில் பற்றியான 'அலங்காரக் கோவை' எனும் நூலையும் எழுதியுள்ளார். இவ்விரு நூல்களிலும் அவ்வூர் பற்றியான வருணனை மற்றும் அம்மக்களின் செயல்பாடுகள், அக்கோயில் உருவான வரலாறு போன்றவை இடம்பெற்றிருக்கின்றன. இவர் வேறு சில நூல்களையும் பதிப்பித்துள்ளார்.

த.சிவக்கொழுந்து தேசிகரை, 'கொட்டையூர் சிவக்கொழுந்து தேசிகர்' என்று அழைப்பர். சென்னைக் கல்விச் சங்கத்தில் தமிழாசிரியராகப் பணியாற்றியவர். தஞ்சை சரபோஜி மன்னரின் அவைப் புலவராக இருந்தவர். மன்னரின் விருப்பதிற்கிணங்க 'சரபோந்திர வைத்திய முறைகள்', 'சரபேந்திரர் வைத்தியம்', 'சரபேந்திரர் சன்னிரோக சிகிச்சைகள்' என்னும் நூல்களை இயற்றியுள்ளார். 'சரபோஜியின் வைத்திய முறைகள்' என்ற நூல் அவ்வூர் வைத்திய முறைகளைப் பற்றி எழுதிய சித்தவைத்திய நூலாகும். இவர் 1836இல் 'கோட்டீசுவரக் கோவை', 1837இல் 'பெருவுடையாருலா', 'சரபேந்திர பூபால குறவஞ்சி நாடகம்' என்னும் நூல்களையும் எழுதியுள்ளார். திருத்தணிகை விசாகப் பெருமாளையரும் சிவக்கொழுந்து தேசிகரும் சேர்ந்து 1857ஆம் ஆண்டில் திருவாசகத்தை ஏட்டுச்சுவடியிலிருந்து பெயர்த்தெழுதி அச்சிற் பதிப்பித்தார்கள். தஞ்சையை ஆண்ட மன்னர் சரபோஜியின் வாழ்வையும் மக்களின் செயல்பாடுகளையும் குறித்து 'சரபேந்திர பூபால குறவஞ்சி நாடகம்' இயற்றப்பட்டது. அவ்வட்டாரச் செயல்பாடுகள் குறித்து எழுந்த இலக்கியமாகவும் இந்நாடகம் விளங்குகின்றது.

இ.வை.அனந்தராமையர் அவர்கள் 'கலித்தொகை', 'ஐந்திணையெழுபது', 'கைந்நிலை', 'களவழி நாற்பது' எனும் இலக்கிய நூல்களையும், 'ஏம்பல் முத்தையாசாமிப் பிள்ளைத் தமிழ்' என்ற வட்டாரம் சார்ந்த இலக்கியத்தினையும் பதிப்பித்துள்ளார்.

ந.மு.வேங்கடசாமி நாட்டார் கரந்தைத் தமிழ்ச் சங்கத்தின் பண்டிதராகவும் திருச்சி எஸ்.பி.ஜி. கல்லூரியில் தமிழாசிரியராகவும் இருந்தவர். 'வேளிர் வரலாற்றின் ஆராய்ச்சி', 'கபிலர்', 'நக்கீரர்' எனப் பல ஆராய்ச்சி நூல்களை இயற்றியதோடு 'கள்ளர் சரித்திரம்' (1923) என்ற வட்டாரத் தன்மையோடு பொருந்தக்கூடிய நூலினையும் எழுதியுள்ளார். இலக்கியத்தில் மட்டுமல்லாது சமகாலத்திலும் வாழுகின்ற கள்ளர் சமூக மக்களின் சரித்திரத்தினை இந்நூலில் எழுதியுள்ளார்.

புதுவை வட்டாரம்

தமிழ்ப் பதிப்பு வரலாற்றில் தமிழகம் மற்றும் ஈழ வட்டாரப் பதிப்புகளை ஆராயும்போது புதுவை வட்டாரப் பதிப்புச் செயல்பாடுகளையும் கவனம் கொள்வதென்பது தேவையாகவும் அவசியமாகவும் இருக்கிறது. அன்றைக்குப் பழந்தமிழ் நூல் பதிப்பில் தமிழகப் பதிப்பாசிரியர்கள் செயல்பட்டதுபோல் புதுவை வட்டாரப் பதிப்பாசிரியர்களும் செயல்பட்டிருக்கின்றனர். புதுவையில் பிறந்தவர்கள் சென்னையிலும், சென்னையில் பிறந்தவர்கள் புதுவையிலும் கல்விப் பணியைச் செய்துவந்திருக்கின்றனர். இவ்விரு மாநிலத்தின் நிர்வாகச் செயல்பாடு வெவ்வேறாக இருந்தாலும் பழந்தமிழ்ப் பதிப்பு என்கிற ஒற்றைப் புள்ளியில் இணைந்து செயல்பட்டிருப்பதைக் காணமுடிகிறது. புதுவைப் பதிப்பாசிரியர்களான அ.முத்துசாமிப் பிள்ளை, புதுவை நயனப்ப முதலியார், தாண்டவராய முதலியார், புதுவை சவராயலு நாயகர், இராமானுஜ நாவலர் போன்றோர் குறிப்பிடத்தகுந்த பதிப்புச் செயல்பாட்டில் ஈடுபட்டுள்ளதை அறியமுடிகிறது. புதுவையில் அச்சு வந்த சூழலையும், தமிழ் நூல் பதிப்பினையும் புதுவை ஞானகுமாரன் குறிப்பிடுகையில் "இந்தியாவின் மற்ற பகுதிகளில் பிரிட்டிஷார் ஆட்சி நிலவியபோது, புதுச்சேரியில் பிரெஞ்சியராட்சி நடைபெற்றது; அவ்வாட்சியில்தான் முதன்முதலாக 1710ஆம் ஆண்டு அச்சகம் ஏற்படுத்தப்பட்டது. அச்சு எந்திரம் வந்து பல்லாண்டுக்காலம் பிரெஞ்சு அரசின் அறிக்கைகள், விளம்பரச் செய்திகள் முதலானவை மட்டுமே அச்சிட்டு வெளியிடப்பட்டன. பிரெஞ்சு, தமிழ் ஆகிய இரு மொழிகளிலும் அச்சிடப்பட்டன. 1778ஆம் ஆண்டு காவல்துறையின் அனுமதியின்றி நூல்களோ, செய்தி அறிக்கைகளோ அச்சிடக்கூடாது என்று தடையும் விதிக்கப்பட்டது. அதன்பின் 1815இல் சிலர் தமிழ்ச் சுவடிகளை அச்சிட்டு வெளியிட்டனர்.

பிரெஞ்சிந்திய அரசு 1816இல் அரசாங்கத்துக்குச் சொந்தமான அச்சகம் ஒன்றைத் தொடங்கியது. அதில் அரசின் அறிவிப்புகள், ஆணைகள், துறை வாரியான சட்டங்கள் முதலானவை அச்சிடப்பட்டன. பல வார, மாத அரசிதழ்கள் வெளியிடப்பட்டன.

1838ஆம் ஆண்டு திரு.இலட்சுமணன் என்பவர் முதன்முதலாகத் தமிழ் அச்சுக்கூடத்தை அமைத்தார்; 1804இல் பொனான் என்ற பாதிரியார்

தொடங்கிய 'ஜென்மராக்கினிமாதா கோயில் அச்சுக்கூடம்' முதலில் கிறித்தவ சமய நூல்களையும், பின்னர் தமிழ் இலக்கிய, இலக்கண நூல்களையும் அச்சிட்டது. பிரெஞ்சு அரசிடம் அச்சகத்திற்கு அனுமதி பெறுவது கடினமான பணியாய் இருந்ததால் பெரிய அளவில், நூலாக்கம் செய்யும் அளவிலான அச்சகங்கள் அப்போது அதிகம் வளரவில்லை. அச்சூழலிலும் முத்துச்சாமிப் பிள்ளை, நயனப்ப முதலியார், தாண்டவராய முதலியார் ஆகியோர் பெரிதும் பாடுபட்டு, சாதாரண அச்சகங்களிலேயே பல நூல்களை வெளியிட்டனர்[14]" என்கிறார். தமிழகத்தைப் போன்று புதுச்சேரியிலும் சுதேசிகளின் அச்சுப் பயன்பாட்டிற்குத் தடை இருந்திருப்பதையும் காணமுடிகிறது. தமிழகத்தில் பழந்தமிழ் நூல் பதிப்பின் தொடக்கக் கால பதிப்பாசிரியர்களின் பதிப்பு நூல் வெளியீட்டிற்குக் கிறித்தவர்களின் உதவி இருந்ததைப் போன்று புதுவையிலும் பதிப்பாசிரியர்களாக விளங்கியவர்களுக்குக் கிறித்தவர்களின் உதவி இருந்ததையும் காணமுடிகிறது.

அ.முத்துசாமிப் பிள்ளை

புதுவைப் பதிப்பாசிரியர்களில் குறிப்பிடத்தகுந்தவர் அ.முத்துசாமிப் பிள்ளை. இவர் தமிழ், ஆங்கிலம், இலத்தீன், தெலுங்கு, வடமொழி என்று பன்மொழிப் புலமையுடையவராக இருந்திருக்கிறார். 'வேத விகற்ப அதிகாரம்', 'வீரமாமுனிவரின் வேத விளக்கம்', 'நன்னூல் அகப்பொருள் மூலம் வெண்பாமாலை', 'வீரமாமுனிவர் வரலாறு (தமிழ், ஆங்கிலம் என இருமொழிகளிலும்), 'ஆத்துமவுத்தியான', 'நரசைக்கலம்பகம்', 'ஞானக்கதிர்க் கலம்பகம்' ஆகிய நூல்களை எழுதிப் பதிப்பித்துள்ளார்.

புதுவை நயனப்ப முதலியார்

தான் பிறந்த ஊரினை முன்னொட்டாக வைத்துப் புதுவை நயனப்ப முதலியார் என்று அழைக்கப்படுகிறார். சென்னைக் கல்விச் சங்கத்தில் தமிழாசிரியராகப் பணியாற்றியவர். இவர் 'தஞ்சைவாணன் கோவை', 'நேமிநாதம்', 'நாலடியார்', 'சூடாமணி நிகண்டு', 'திவாகர நிகண்டு', 'திருக்கோவையார்', 'சமுத்திர விலாசம்' போன்ற நூல்களைப் பதிப்பித்துள்ளார். தன் தலைமையில் குழு அமைத்து வில்லிபுத்தூரார் பாரதம் பதிப்பிப்பதற்காகச் சுவடிகளை ஆராய்ந்துகொண்டிருக்கும்போது அதைப் பதிப்பிக்கும் முன்பே உடல்நலக் குறைவால் 1845இல் இறந்துவிடுகிறார்.

தாண்டவராய முதலியார்

புதுவைக்கு அருகில் உள்ள சூணாம்பேட்டை வில்லிவாக்கத்தில் பிறந்து, சென்னைக் கல்விச் சங்கத்தில் தமிழாசிரியராகப் பணியாற்றியவர் தாண்டவராய முதலியார். 'தமிழ் இலக்கண வினா - விடை', 'சதுரகராதி' மூன்று பகுதிகள், 'கதாமஞ்சரி நூல்', 'சேந்தன் திவாகர நிகண்டு', 'சூடாமணி நிகண்டு' பத்துப் பகுதிகள், 'மன்மதவிலாசம் நாடகம்' முதலான நூல்களை வெளியிட்டுள்ளார். சென்னைக் கல்விச் சங்கத்தில் பயிலும் மாணவர்களுக்கு இலக்கண நூல்களை உருவாக்கியவர்களில் இவரும் ஒருவர்.

புதுவை சவராயலு நாயகர்

இவர் 'பேரின்ப சதகம்', 'பேரின்ப அந்தாதி', 'திருநவச்சதகம்' போன்ற நூல்களைத் தேவ மாதாவின் பேரில் பாடி அச்சில் பதிப்பித்துள்ளார். திரிசிரபுரம் மகாவித்துவான் மீனாட்சி சுந்தரம்பிள்ளை இவரைப் பாராட்டிச் 'சவராயலு நாயகர் மாலை' பாடியுள்ளார். மீனாட்சி சுந்தரம்பிள்ளையின் மாணவரான தியாகராச செட்டியார் இவர் பெயரில் 'இரட்டை மணிமாலை' பாடியுள்ளார் என்பது குறிப்பிடத்தக்கது.

புதுவை வட்டாரப் பதிப்பாசிரியர்களின் பதிப்புப் பணியை ஆராயும்போது, பழந்தமிழ் இலக்கியங்களையே அவர்கள் அதிகம் பதிப்பித்திருக்கின்றனர். இலக்கிய இலக்கண நூல்களோடு நிகண்டுகளையும் பதிப்பித்துள்ளனர். இவர்கள் வட்டாரத் தன்மைக் கொண்டு எழுதப்பெற்ற இலக்கியங்களில் பெரும் கவனத்தைச் செலுத்தவில்லை என்பது தெரியவருகிறது. இதற்கு, சென்னைக் கல்விச் சங்கத்தில் தமிழாசிரியாராக வேலை பார்த்ததனைக் காரணமாகச் சொல்லலாம். இச்சங்கத்தில் பயிலும் மாணவர்களுக்குப் பாடத்திட்ட அமைப்புமுறையில் நூல்களை உருவாக்குவதும் எழுதுவதுமாகவே செயல்பட்டிருக்கின்றனர்.

இலங்கை

காலனியராட்சிக் காலம்வரை இந்தியாவின் ஒரு பகுதியாகவே இலங்கையைப் பார்க்கும் நிலை காணப்பட்டது. பிரித்தானிய அரசு நிர்வாகச் செயற்பாடுகளில் இந்தியாவுடன் இணைந்தே இலங்கையை ஆளுகை செய்துவந்தது. காலனிய ஆட்சியாளர்கள் வெளியேறிய பின்னர் இறையாண்மைமிக்க நாடாக இலங்கை இயங்கிவந்திருக்கிறது.

இருப்பினும், பெரும்பாலான தமிழ் மக்கள் இந்தியாவைத் தாய்நாடாகவும் இலங்கையை அதன் சேயாகவும் பார்க்கிறார்கள். இதற்குத் தமிழ்மொழித் தொடர்பு இணைப்புக் கண்ணியாக அமைந்தது. இம்மக்களின் நெருக்கத்தினைப் பற்றிக் கூறும் கைலாசபதி, "பத்தொன்பதாம் நூற்றாண்டிலே தமிழகத்திலும் ஈழத்திலும் வாழ்ந்த தமிழ்ப் புலவர்கள் மிகவும் நெருங்கிய தொடர்புகளைக் கொண்டிருந்தனர். போக்குவரத்து வசதிகளும் தொடர்பியற் சாதனங்களும் வசதிகளும் மிக அருகலாக இருந்த அக்காலத்தில் இரு நிலங்களிலுமிருந்த தமிழறிஞர்களும் புலவர்களும் கவிராயர்களும் கணக்காயர்களும் அடிக்கடி சந்தித்து அளவளாவிப் பரஸ்பரம் உணர்வைப் பரிமாறிக்கொண்டனர். இன்று நம்ப முடியாத அளவில் இது நடைபெற்றிருக்கிறது. ஈழத்தவரான சு.சரவணமுத்துப் பிள்ளை 'சைவ - உதயபானு' என்னும் பத்திரிகையை ஏக காலத்தில் யாழ்ப்பாணத்திலிருந்தும் மதுரையிலிருந்தும் வெளிப்படுத்தியிருக்கிறார். அந்த அளவிற்கு அன்றைய உலகம் - கற்றோர் உலகம் - நன்கு ஒன்றிணைக்கப்பட்டதாயிருந்தது. இன்று, எத்தனையோ வசதிகள் வாய்ப்புகள் இருந்தும் வெளியீட்டுச் சாதனங்கள் வெகுவாகப் பரவியிருந்தும் இரு நாடுகளிலுமுள்ள எழுத்தாளரிற் பெரும்பாலானோர் தத்தம் குறுகிய எல்லைகளுக்கு அப்பாலுள்ள இலக்கியங்களை அறியாதவர்களாகவே காணப்படுகின்றனர். இது கவலைக்குரியது[15]" என்கிறார். இதன்வழி தமிழக - ஈழப் பரிமாற்றம் உயிர்ப்புள்ளதாக அமையப்பெற்றதனை வெளிப்படுத்திக் காட்டுகிறார்.

பத்தொன்பதாம் நூற்றாண்டில் அச்சுப் பரவலாக்கமும், ஐரோப்பியக் கல்வியால் புதிய கல்வியறிவு பெற்றவர்களின் உருவாக்கமும் ஒருங்கே நிகழ்கின்றன. இவற்றின் உடனிகழ்வாக அச்சுக்கூடப் பரவல், பதிப்புகள், துண்டறிக்கைகள், இதழ்ப் பரவல், பாடப் புத்தகங்கள் எனத் தொடர்ச்சியான செயல்பாடுகள் நடந்தேறின. அவ்வச்சுப் பரவல் தமிழகத்தில் ஏற்படுத்திய அனைத்து விளைவுகளையும் விட அதிக அளவில் இலங்கைத் தீவில் விளைவுகளை ஏற்படுத்தியது. பல்வேறு திருச்சபைகள் (வெஸ்லியன் மிஷன், ஐர்ச் சபை சொசைட்டி, அமெரிக்கன் சிலோன் மிஷன், கொழும்பு - யாழ்ப்பாணம் குருசபை) சமயப் பரப்புதலை இலங்கையில் மேற்கொண்டதோடு அவற்றின் அங்கங்களாகக் கல்வி நிறுவனங்களையும் அச்சுக் கூடங்களையும் நிறுவியிருந்தது குறிப்பிடத்தக்கவையாகும். கல்வி நிறுவனங்கள் அமைக்கப்பட்டதன் விளைவாக ஈழப் பதிப்புலகம் என்ற ஒன்று புதிதாகத் தொடங்கப்பெற்றது.

இலங்கை பதிப்பாசிரியர்கள்

ஈழத்துப் பதிப்பாசிரியர் என்ற உடனே நினைவில் வருபவர்கள் ஆறுமுக நாவலர், சி.வை.தாமோதரம் பிள்ளை, சி.கணேச ஐயர், சுன்னாகம் அ.குமாரசுவாமிப் புலவர் போன்றோர். இங்கு, ஈழத்துப் பதிப்பாசிரியர்களின் பதிப்புப் பணியைச் சுருக்கமாக அறிந்துகொள்வதென்பது முந்தைய இயலில் தமிழ்ப் பதிப்பு முன்னோடிகள் என்கிற தலைப்பில் ஆறுமுக நாவலரின் பதிப்புப் பணி பற்றியும், சி.வை.தாமோதரம் பிள்ளையின் பதிப்புப் பணிப் பற்றியும் விரிவாக ஆராயப்பட்டுள்ளதால் அவர்களை விடுத்து மற்றவர்களின் பதிப்புப் பணியை அறிந்துகொள்ளலாம். ஈழத்துப் பதிப்பாசிரியர்களைப் பற்றிக் குறிப்பிடும் சி.இலட்சுமணன் "ஏறத்தாழ இருபத்தைந்திற்கும் மேற்பட்டோர் யாழ்ப்பாணத்துப் பதிப்பாசிரியர்களாகக் காணப்படுகின்றனர். அம்பலவாண பண்டிதர், அம்பலவாண நாவலர், அருணாச்சல சதாசிவம்பிள்ளை, ஆறுமுக நாவலர், கு.கதிரைவேற்பிள்ளை, சபாபதி, குமாரசுவாமிப் புலவர், சி.கணேசையர், த.கனகசுந்தரம், முத்துத்தம்பிப் பிள்ளை, சி.வை.தாமேதரம் பிள்ளை, சுவாமி ஞானப்பிரகாசர், வி.கனகசபைப் பிள்ளை, விபுலானந்த அடிகள், ச.பவானந்தம் பிள்ளை, வி.கந்தப்பிள்ளை, மு.திருவிளங்கதேசிகர், ஈசானசிவன், அ.செல்லத்துரை, சுசீந்திரராசா, ஆ.சபாரத்தினம், கா.சிவத்தம்பி, சி.பத்மநாதன், பொ.பூலோகலிங்கம், ப.புஷ்பரட்ணம் போன்றோர் யாழ்ப்பாணத்துப் பதிப்பாசிரியர்களாவர்[16]" என்கிறார். இதில் குறிப்பிடப்பெறும் ஆறுமுக நாவலர், சி.வை.தாமோதரம் பிள்ளை, சி.கணேசையர், சுன்னாகம் அ.குமாரசாமிப்புலவர் போன்றோரைத் தவிர மற்றவர்கள் சிறிய அளவில் பழந்தமிழ் நூல்களைப் பதிப்பித்துள்ளனர். வெகுவாக அறியப்பட்ட பதிப்பாளர்களின் பதிப்புப் பணிகளைப் போன்று இவர்களின் பதிப்புப் பணிகள் பெரிதளவில் அறியப்படவில்லை.

அம்பலவாணப் பண்டிதர்

இரண்டு வெண்பா நூற்களைப் பதிப்பித்துள்ளார். ஒன்று 'நல்லை வெண்பா', மற்றொன்று 'நீராவிக் கலிவெண்பா' ஆகியவையாகும். பட்டுக்கோட்டை அம்பலவாண நாவலர் 'திருச்சுழியல் புராணம்', 'நடன வாத்திய ரஞ்சனம்', 'சண்முக சடாச்சரப் பதிகம்' போன்ற நூல்களைப் பதிப்பித்துள்ளார். அ.சதாசிவம்பிள்ளை 'உரிச்சொல் நிகண்டு' என்னும் நூலைப் பதிப்பித்துள்ளார். இதனைத் தொடர்ந்து 'இந்துதேச சரித்திர நூல்', 'வான சரித்திரம்', 'பாவலர் சரித்திர தீபகம்', 'இல்லற நொண்டி'

போன்ற நூல்களையும் பதிப்பித்துள்ளார். 'கதிரைவேற்பிள்ளை அகராதி' என்று தனித்து அறியும் அளவிற்குத் தமிழ் அகராதியைத் தொகுத்துக் கொடுத்தவர்களுள் கு.கதிரைவேற் பிள்ளை முக்கியமானவர். இதனையடுத்து மதுரை நான்காம் தமிழ்ச் சங்கத்தின் வழியாக 'தமிழ்ச் சொல் அகராதி' என்ற அகராதியையும் வெளியிட்டுள்ளார். இவர் 'தர்க்க சூடாமணி' எனும் நூலினைப் பதிப்பித்துள்ளார். நா.கதிரைவேற்பிள்ளை சைவ சமய அபிமானி. இவர் தமிழ் மொழியிலும், வடமொழியிலும் புலமைப்பெற்றவராக விளங்கியுள்ளார். 'சைவ சந்திரிகை', 'சைவ சித்தாந்தச் சுருக்கம்', 'சிவாலய மகோற்சவ விளக்கம்', 'கருப்பூர் மான்மியம்', 'கதிர்காமக் கலம்பகம்' போன்ற நூல்கள் இவரால் எழுதப்பெற்றுப் பதிப்பிக்கப்பட்டவையாகும்.

சபாபதி நாவலர்

பதிப்பாசிரியர், இதழாசிரியர், நூலாசிரியர், தொகுப்பாசிரியர் என்று பன்முகத் தன்மையில் செயல்பட்டிருக்கிறார். 'ஞானாமிர்தம்' எனும் இதழின் ஆசிரியராக விளங்கியுள்ளார். இவர் 'சிதம்பர புராணம்', 'திருச்சிற்றம்பல யமக அந்தாதி', 'திருவிடைமருதூர் பதிற்றுப்பத்தந்தாதி', 'மாவை அந்தாதி', 'நல்லைச் சுப்பிரமணிய கடவுள் பதிகம்' போன்ற நூல்களை எழுதிப் பதிப்பித்துள்ளார். மேலும், வடமொழியிலிருந்து 'சதுர்வேத தாத்பரிய சங்கிரகம்', 'பாரத தாத்பரிய சங்கிரகம்', 'இராமாயண தாத்பரிய சங்கிகரகம்', 'சிவகர்ணாமிர்தம்' போன்ற நூல்களைத் தமிழில் மொழிபெயர்த்துப் பதிப்பித்துள்ளார். இதனையடுத்து 'இயேசு மத சங்கற்ப நிராகரணம்', 'இலக்கண விளக்கப் பதிப்புரை மறுப்பு', 'சித்தாந்த மரபு கண்டனம்', 'வைதீக காவிய நூலுரை மறுப்பு' போன்ற மறுப்பு நூல்களையும் எழுதிப் பதிப்பித்துள்ளார்.

சுன்னாகம் குமாரசுவாமிப் புலவர்

படைப்பு, பதிப்பு, ஆய்வு, மொழிபெயர்த்தல், உரை எழுதுதல், அகராதி தொகுத்தல் என்று பன்முகத்தன்மையில் செயல்பட்டிருக்கிறார். இவரைப் பற்றி ஞானப்பிரகாசம் "இருபதாம் நூற்றாண்டு உலக அறிஞர்கள் படைப்புகளில் விரிவாக ஆராயப்பட வேண்டியவை குமாரசாமியின் நூல்கள். ஆயிரம் ஆண்டுகட்குப் பிறகும் இவர்தம் நூல்கள் பழைமையைப் பளிச்சிடச் செய்யும் ஒளியாக உதவும்[17]" என்கிறார். மேலும், இவர் 'பழமொழி விளக்கம்', 'ஆசாரக்கோவை', 'மறைசை அந்தாதி',

'நான்மணிக்கடிகை', 'திருவாதவூர் புராணம்', 'முத்தகப் பஞ்ச விஞ்சதி', 'நகுமலைக் குறவஞ்சி நாடகம்', 'உரிச்சொல் நிகண்டு', 'சூடாமணி நிகண்டு', 'சதாசாரக் கவித்திரட்டு', 'ஞானக்கும்மி' போன்றவற்றைப் பதிப்பித்துள்ளார். இவை மட்டுமல்லாமல் சாணக்கிய 'நீதிவெண்பா', 'மேகதூதக் காரிகை', 'இராமோதந்தம்', 'சிசுபாலவதம்' ஆகிய நூல்களை வடமொழியிலிருந்து மொழிபெயர்த்துள்ளார். 'திருக்கலசைப் புராணம்', 'யாப்பருங்கலக் காரிகை', 'திருவாதவூரர் புராணம்', 'அகப்பொருள் விளக்கம்', 'கம்பராமாயணம் (பாலகாண்டம்)', 'நீதிநெறி விளக்கம்', 'தண்டியலங்காரம்' போன்ற நூல்களுக்கு உரையெழுதிப் பதிப்பித்துள்ளார். 'தமிழ்ப் புலவர் சரித்திரம்', 'மிலேச்ச மத விகற்பம்', 'இலக்கணச் சந்திரிகை', 'இரகுவமிசக் கருப்பொருள்', 'கண்ணகி கதை வசனம்', 'வினைப்பகுபத விளக்கம்', 'வதுளைக் கதிரேசர் ஊஞ்சல்' போன்ற நூல்கள் இவரால் எழுதப்பெற்ற நூல்களாகும். இலக்கியம், இலக்கணம், அகராதி என்று பல்துறைகளில் புலமைகொண்டவராக விளங்கியிருக்கிறார். இவரின் பதிப்பு நூல்கள் செம்மையுற அமையப்பெற்றவையாகும்.

இவர்களின் வரிசையில் சி.கணேசையர், த.கனகசுந்தரம் பிள்ளை, முத்துத்தம்பிப் பிள்ளை, ஞானப்பிரகாசம், வி.கனகசபைப் பிள்ளை, விபுலானந்த அடிகள் போன்றோரையும் குறிப்பிடலாம்.

ஈழத்து பதிப்பாசிரியர்கள் பொதுநிலையில் அறியப்பட்ட இலக்கியங்களையும், உள்ளூர் வட்டாரத்தன்மை கொண்டு எழுந்த இலக்கியங்களையும் பதிப்பித்துள்ளனர்.

மதுரை வட்டாரம்

காலனிய ஆட்சியின் அரசு நிர்வாகத்திற்காகச் சென்னை தமிழகத்தின் தலைமை (மைய) இடமாக இருந்தாலும், அதற்கு முன்னர் வரை மதுரைதான் தமிழகத்தின் மைய இடமாக இருந்திருக்கிறது. இன்றைக்குச் சென்னைக்கு அடுத்தபடியாக அரசியல், பண்பாடு, கலாச்சாரம், சினிமா போன்றவற்றைத் தீர்மானிக்கும் இடமாக விளங்குவது மதுரைதான். எனவேதான் மதுரை 'தமிழகத்தின் கலாச்சாரத் தலைநகர்' எனப்படுகிறது. மதுரையானது காலனிய ஆட்சியாளர்களால், தமிழகத்தின் எல்லைப் பரப்பை விரிவுசெய்யும் பொருட்டு, பல மாவட்டங்களாகப் பிரிக்கப்பட்டது. அதில் மதுரை மூன்று மாவட்டங்களுக்குத் தலைமை மாவட்டமானது. மதுரை

மாவட்டத்தினை உள்ளடக்கிப் பல வட்டாரங்கள் செயல்பட்டிருக்கின்றன. மதுரையின் எல்லையைக் குறிப்பிடும் சோமலே "வடக்கே கோவை - திருச்சி மாவட்டங்கள், கிழக்கே புதுக்கோட்டை மாவட்டம், தெற்கே திருநெல்வேலி மாவட்டம், மேற்கே கேரள மாநிலம் ஆகியவை மதுரை மாவட்டத்தின் எல்லைகளாக அமைந்துள்ளன[18]" என்கிறார்.

மதுரை மாவட்டத்தை உள்ளடக்கிய பகுதிகளாக இராமநாதபுரம், திண்டுக்கல், பெரியகுளம் போன்றவை தாலுகாக்களாக விளங்கின. **1910**இல்தான் மதுரை மாவட்டத்திலிருந்து இராமநாதபுரம் தனி மாவட்டமாகப் பிரிந்தது. பின்னர் இராமநாதபுரத்திலிருந்து சிவகங்கை, விருதுநகர் போன்றவை தனித்தனி மாவட்டங்களாகப் பிரிந்தன. இதனைத் தொடர்ந்து மதுரையிலிருந்து திண்டுக்கல், தேனி பகுதிகள் பிரிந்து தனி மாவட்டங்களாயின.

மதுரை ஒருங்கிணைந்த மாவட்டமாக இருந்தபோது மதுரையை மையமாகக் கொண்டு பல பதிப்புச் செயல்பாடுகளும் இலக்கியச் செயல்பாடுகளும் நடந்துள்ளன. இதில் மதுரை ஆதீனம், மதுரைத் தமிழ்ச் சங்கம், பிரம்மஞான சபை, மதுரை பிரம்மானந்த மடம், சோழவந்தான் கிண்ணி மடம் என்று நிறுவனங்களின் செயல்பாடுகளை விரிவாகச் சொல்லலாம். நிறுவனங்களின் செயல்பாடுகளைத் தாண்டி மதுரையில் தனிநபர்களின் பதிப்புச் செயல்பாடுகள் தனித்துச் சொல்லக்கூடியவை. மதுரையில் இலக்கியம், இலக்கணம், பக்தி இலக்கியம், சிற்றிலக்கியங்கள், மருத்துவம், ஜோதிடம், வானியல், பெரிய எழுத்து, குஜிலி மற்றும் பாட்டுப் புத்தகங்கள், பள்ளிக் கல்லூரிகளுக்கான பாட நூல்கள் எனப் பல்வேறு பொருண்மையில் உள்ள நூல்கள் பதிப்பிக்கப்பட்டிருக்கின்றன. இன்றைக்கும் பெரிய அளவில் மதுரையில் புத்தகக் கடைகளும் பதிப்பகங்களும் நிறைந்தே காணப்படுகின்றன. சென்னைக்கு அடுத்ததாகப் பதிப்புச் செயல்பாட்டில் குறிப்பிடப்பெறுவது மதுரைதான். அந்த அளவிற்கு மதுரையின் பதிப்புச் செயல்பாடுகள் முக்கியத்துவம் பெறுகின்றன. இப்பதிப்புச் செயல்பாடானது வட்டாரத் தன்மை கொண்டு எழுந்ததாகவும் காணப்படுகிறது. மதுரையைப் பொறுத்தவரை பொதுவெளியில் அறியப்பெற்ற இலக்கியங்களும் உள்ளூர் சார்ந்த இலக்கியங்களும் பதிப்பிக்கப் பெற்றுள்ளன. இவற்றில் உள்ளூர் சார்ந்த வட்டாரத் தன்மையோடு எழுந்த இலக்கியங்களுள் சிலவற்றைக் காணலாம். மதுரை நகரம், நகர அமைப்பு, திருவிழாக்கள், கோயில்கள் ஆகியவை தலபுராணங்களாகவும், சிந்துக்களாகவும், அம்மானைகளாகவும்

பாடப்பெற்றுள்ளன. இங்கு வட்டாரத் தன்மைக் கொண்டு வெளிவந்துள்ள இலக்கியப் பதிப்புகள் சிலவற்றை அடையாளப்படுத்திக் காட்டலாம். அவை,

- *1847*இல் 'திருப்பரங்குன்றம் வழிநடைச் சிந்து' எனும் நூல் இராமையா அவர்களால் இயற்றப்பெற்றுப் பதிப்பிக்கப்பட்டுள்ளது.
- *1905*இல் 'திருப்பழனிக் குமாரக்கடவுள் பதிகம்' எனும் நூல் சிவகங்கை கரு.முத்துணன் சேர்வை குமாரர் முத்துராக்கு சேர்வையால் இயற்றப்பெற்றுப் பதிப்பிக்கப்பட்டுள்ளது.
- *1906*இல் 'காரைக்குடி கொப்புடையம்மன் தரிசன மாலை' எனும் நூல் எஸ்.என்.கணேசம் பிள்ளை அவர்களால் இயற்றப்பெற்றுப் பதிப்பிக்கப்பட்டுள்ளது.
- *1906*இல் 'கீழடி மகிமைச் சிந்து' எனும் நூல் ச.பூலாருசாமி பிள்ளை அவர்களால் இயற்றப்பெற்றுப் பதிப்பிக்கப்பட்டுள்ளது.
- *1907*இல் 'தமிழ்ச் சங்க மான்மியம்' எனும் நூல் எம்.கே.எம்.அப்துல் காதிறு ராவுத்தர் அவர்களால் இயற்றப்பெற்றுப் பதிப்பிக்கப்பட்டுள்ளது.
- *1908*இல் 'அழகர் கோயில் மான்மியம்' எனும் நூல் வெங்கட்டராம சாஸ்திரி அவர்களால் இயற்றப்பெற்றுப் பதிப்பிக்கப்பட்டுள்ளது.
- *1909*இல் அருப்புக்கோட்டையென்னும் திருநல்லூர் அமுதலிங்கசேசர் திருத்தளியுளெழுந்தருளிய முருகக் கடவுள் பேரில் நான்மணிமாலை பஞ் சரத்தின திருப்புகழ் எனும் நூல் வெ.சிவ.வெங்கடாசலம் பிள்ளையால் இயற்றப்பெற்றுப் பதிப்பிக்கப்பட்டுள்ளது.
- *1909*இல் திருப்பரங்குன்றம் ஸ்ரீசுப்பிரமணியக் கடவுள் பேரில் காவடிச்சிந்து எனும் நூல் சித்தனாசாரியார் அவர்களால் இயற்றப்பெற்றுப் பதிப்பிக்கப்பட்டுள்ளது.
- *1910*இல் 'சுருளி ஸ்தலமிருந்து வீரபாண்டிமாரியம்மன் கோயில்வரை வழிநடை அலங்காரச் சிந்து' எனும் நூல் ரா.மு.காதர் முகைதீன் ராவுத்தர் அவர்களால் இயற்றப்பெற்றுப் பதிப்பிக்கப்பட்டுள்ளது.
- *1910*இல் சிவகங்கைச் சேகரம் திருப்பத்தூர் தாலுகா வாரப்பூருக்கடுத்த புதூர் மெ.வேலாயுதஞ் செட்டியார் விநோதக்கும்மி எனும் நூல் துவரங்குறிச்சி ம.சின்னகாளை ராவுத்தர் அவர்களால் பதிப்பிக்கப்பட்டுள்ளது.

- *1911*இல் 'பெரியகுளம் வரந்தரும் விநாயகர் பதிகம்' எனும் நூல் மதுரை எஸ்.சாமிநாதையரால் இயற்றப்பெற்றுப் பதிப்பிக்கப்பட்டுள்ளது.
- *1911*இல் 'திருக்கூடல் நகரமென்னுந் திவ்ய தேசத்திலெழுந்தருளியிருக்கிற மதுரை வ்யூக சுந்தரராஜன் ஸ்தலபுராண சங்கிரகம்' எனும் நூல் பெருமாளையங்காரால் இயற்றப்பெற்றுப் பதிப்பிக்கப்பட்டுள்ளது.
- *1912*இல் 'திருச்செந்தூர் சண்முகக்கடவுள் மீது மாசிலாமணிமாலை கந்தர் பதிகம் போற்றிமாலை' எனும் நூல் கவிராஜபண்டிதர் செகவீர பாண்டியரால் இயற்றப் பெற்று பதிப்பிக்கப்பட்டுள்ளது.
- *1913*இல் 'திருமாலுறும் சோலைமலையினின்று மதுரை வைகை நதிக் கெழுந்தருளும் அழகர் வர்ணிப்பு' எனும் நூல் திருச்செந்தூர் அ.சித்திரம் பிள்ளையால் எழுதப்பெற்றுப் பதிப்பிக்கப்பட்டுள்ளது.
- *1919*இல் 'அழகர் பிள்ளைத்தமிழ்' எனும் நூல் நாராயணங்காரால் இயற்றப்பெற்றுப் பதிப்பிக்கப்பட்டுள்ளது.
- *1921*இல் 'திருமாலிருஞ்சோலை பெரிய அழகர் வர்ணிப்பு' எனும் நூல் மதுரை இராமசாமிக் கவிராயர் அவர்களால் இயற்றப்பெற்றுப் பதிப்பிக்கப்பட்டுள்ளது.
- *1922*இல் 'கடம்பவன ஷேத்திரமென்னும் திருமதுரை சொக்கலிங்கக் கடவுள் திருவிளையாடலின் ஆசிரியமும் மீனாட்சியம்மன் மீது பஞ் சரத்தினமும்' எனும் நூல் மானகுடி மு.முத்துகிருஷ்ண உபாத்தியாயர் புத்திரர் சொர்ண பாரதியால் இயற்றப்பெற்றுப் பதிப்பிக்கப்பட்டுள்ளது.
- *1925*இல் 'கூடல் மான்மியம்' எனும் நூல் நா.அப்பனையங்காரால் இயற்றப்பெற்றுப் பதிப்பிக்கப்பட்டுள்ளது.
- *1931*இல் 'கீழப்பூங்குடியில் சமாதிகொண்டிருக்கும் இராமையா சுவாமிகள் எனும் ஸ்ரீமிளகாய் சுவாமிகள் புராணம்' எனும் நூல் வை.செல்லையா பாவலரால் இயற்றப்பெற்றுப் பதிப்பிக்கப்பட்டுள்ளது.
- *1931*இல் 'திருப்பரங்குன்றம் ஸ்தல புராணம்' எனும் நூல் பதிப்பிக்கப்பட்டிருக்கிறது.
- *1940*இல் 'இராமநாதபுரம் செல்லியம்பட்டி பூ.கருத்தசாமி சேர்வை காலஞ்சென்ற கலியுக கொலைச்சிந்து' எனும் நூல் ஏ.கே.அப்துல் முத்தலிபு சாஹிப் அவர்களால் இயற்றப்பெற்றுப் பதிப்பிக்கப்பட்டுள்ளது.

- ‘கன்னியாக்குமரி தலபுராணம் மூலமும் மு.ரா.அருணாச்சலக் கவிராயர் செய்த சுருக்க வசனமும்’ எனும் நூல் சங்கரநாவலர் அவர்களால் பதிப்பிக்கப்பட்டுள்ளது.

இவ்வாறு பல நூல்கள் மதுரை வட்டாரத்தை மையமிட்டு எழுந்துள்ளது. இவையெல்லாம் தனிநபர்களால் செய்யப்பட்டிருப்பது குறிப்பிடத்தக்கது. 19ஆம் நூற்றாண்டில்தான் சிற்றிலக்கியங்கள் அதிகமாகத் தோன்றின. மதுரையைச் சுற்றி அமையப்பெற்றுள்ள கோயில்களின் தலபுராணங்கள், சிந்து, அம்மானை, புராணம், பிள்ளைத்தமிழ், மான்மியம், பதிகம், கும்மி போன்று பல வடிவங்களில் நூல்கள் இயற்றப்பட்டு, பதிப்பிக்கப்பட்டன. முழுக்க முழுக்க மக்களின் வாழ்வு முறைகளை, அவர்தம் பக்தி நெறிமுறை, சடங்கு நம்பிக்கைகள் முதலானவற்றைப் பிரதிபலிக்கும் இலக்கியங்களாக அவை அமைந்திருக்கின்றன. மேலும் இம்மதுரை வட்டாரத்தில் செயல்பட்ட நிறுவனத்தின் செயல்பாடுகளும் தனிநபர் பதிப்புச் செயல்பாடுகளும் விரிவாக அடுத்த பகுதியில் இடம்பெறுகின்றன.

ஒரு நாட்டில் வழங்கும் ஒரு சொல் ஒரு பொருளையும் இன்னொரு நாட்டில் அதே சொல் வேறு ஒரு பொருளையும் உணர்த்துவதாக அமையப்பெற்றது. இதனால் அந்த நிலத்திற்கு உரிய தன்மையில் புரிந்துகொள்ளும் போக்கில் வட்டார இலக்கியங்களாக அடையாளப்படுத்தும் போக்கு எழுந்தது. இவ்வாறு வட்டாரத்தன்மையோடு படைக்கப்பெற்ற இலக்கியங்களைக் காலங்காலமாக அடுத்த தலைமுறைக்குக் கடத்திவந்த சூழலில் அவற்றை அழியவிடாமல் இருக்க அவற்றினைப் பதிப்பிக்கத் தொடங்கினர்.

19ஆம் நூற்றாண்டின் பிற்பகுதியில்தான் இலக்கியப் பதிப்பிற்குப் பிறகு தமிழகத்தில் சில வட்டாரத்தின் தன்மைக்கொண்டு பாடப்பட்ட இலக்கியங்களைப் பதிப்பிக்கத் தொடங்கினர். அவற்றுள் மதுரை பெரும் முக்கியத்துவம் பெறுகிறது. சங்க இலக்கியங்களிலிருந்து சமகால இலக்கியங்கள் வரைக்கும் பாடுபொருளாக மதுரை இருந்துவந்துள்ளதைக் காணமுடிகிறது.

வட்டார இலக்கியங்களின் வழியாகவும் வட்டாரப் பதிப்பு நூல்களின் வழியாகவும் ஒரு புதிய வரலாற்றினைக் கட்டமைக்க முடியும். மேலும், வட்டாரத்தில் ஒரு நூலினை இயற்றியவர், அதனைப் பதிப்பித்தவர், நூலின் தன்மை, அதில் கூறப்படும் வரலாறு, அந்நூலிற்கு நன்கொடை வழங்கியவர்கள், அந்நூலில் நன்றிக் கூறப்பட்டவர்கள், அந்நூலிற்குப் பாயிரம்

வழங்கியவர்கள் என்று வரிசைப்படுத்திப் பார்த்தால் அந்நூல் எழுந்ததற்கான அரசியல் சூழலையும் அதன்வழியான வரலாற்றுப் பின்புலத்தையும் அறியமுடியும். இவ்வாறு வட்டாரப் பதிப்பிற்கான தேவையும், அவற்றின் தனித்தன்மைகளும், அவற்றால் ஏற்படுகின்ற நன்மைகள் பலவற்றையும் நாம் அடையாளம் காணலாம்.

ஒரு வட்டாரத்தை மையமிட்டு எழுந்த இலக்கியங்களைப் பதிப்பித்தவர்களைப் பற்றியான ஆய்வுகளும் பெரும்பாலும் நடக்கவில்லை. வட்டாரங்கள் சார்ந்து எழுந்த இலக்கியங்களைப் பற்றியும் பதிப்பாளர்களைப் பற்றியும் ஆய்வுகள் பெருமளவில் நடைபெற வேண்டும். பதிப்பின் வழியாக இன்றைக்கு வரலாறுகள் எழுதும் போக்கும் அதிகரித்துவருகிற சூழலில், வட்டாரம் சார்ந்து பதிப்புப் பணியில் ஈடுபட்டோரை ஆய்வு செய்தால் தமிழ்ச் சமூகத்தின் அறிவுப் பரவலாக்கம் குறித்த வரலாற்றை அறிவதோடு தமிழ்ச் சமூகத்தின் அறிவுசார் வளத்தையும், கலாச்சாரம், பண்பாடு முதலானவற்றையும் கண்டறிய முடியும்.

சான்றெண்விளக்கக் குறிப்புகள்

1. விஜயலெட்சுமி ராஜாராம், வட்டார இலக்கியமும் கி.ராஜ நாராயணனும், ப. 19.
2. சு.சக்திவேல், தமிழ்மொழி வரலாறு, ப. 39.
3. சிவலிங்கனார் (பதி.ஆ.), தொல் - சொல்லதிகாரம் உரைவளம் எச்சவியல், பக். 25 -26.
4. சங்கர நமச்சிவாயர், நன்னூல் விருத்தியுரை, ப. 220.
5. கோ.கேசவன், இராஜநாராயணியம் கலையாக்கம், ப. 2.
6. தா.ஏ. கனகசபாபதி, ஆய்வுக்கோவை - தொகுதி 1, ப. 168.
7. க.சாந்தா, கு.சின்னப்ப பாரதியின் நாவல்கள், ப. 103.
8. சி.இலட்சுமணன், சுவடிப் பதிப்பாசிரியர்கள், ப. 51.
9. பெருமாள்முருகன், கொங்கு வட்டாரச் சொல்லகராதி, ப. 14.
10. பெருமாள்முருகன், கொங்கு வட்டாரச் சொல்லகராதி, ப. 109.
11. பெருமாள்முருகன், கொங்கு வட்டாரச் சொல்லகராதி, ப. 109.

12. பெருமாள்முருகன், கொங்கு வட்டாரச் சொல்லகராதி, பக். 110 - 112.

13. இ.சுந்தரமூர்த்தி முதலியார் (பதி.ஆ.), கொங்கு மண்டல சதகங்கள், ப. xviii.

14. புதுவை ஞானகுமாரன், பழைமைக்கும் புதுமைக்கும் பாலமாகும் புதுச்சேரி, தமிழ்ப் பதிப்புலகம் (1800 - 2009) சிறப்பு மலர், பக். 84 - 85.

15. க.கைலாசபதி, ஈழத்து இலக்கிய முன்னோடிகள், மக்கள் வெளியீடு, 1986, ப. 11.

16. சி.இலட்சுமணன், சுவடிப் பதிப்பாசிரியர்கள், ப. 51.

17. வி.மி.ஞானப்பிரகாசம், க.சி.கமலையா (பதி.ஆ.), ஆய்வுலகம் போற்றும் ஆசிரிய மணிகள், ப. 77.

18. சோமலெ, மதுரை மாவட்டம், ப. 10.

மதுரை : நிறுவனம் சார்ந்த பதிப்புகள்

பதிப்பும் பதிப்பாசிரியரும்

பதிப்பித்தல் என்பதற்கு ஒன்றை அச்சிட்டு வெளியிடுதல் என்றே பலராலும் பல்வேறு நிலைகளில் கூறப்படுகிறது. ஓர் ஆசிரியரின் படைப்பை அச்சிடுவதற்கு முன்னர் எழுத்துப் பிழை, இலக்கண அமைப்பு, சொற்றொடர் அமைப்பு, குறியீடுகள் போன்றவை சரியாக அமைந்துள்ளனவா என்பதனைச் சரிபார்த்து, ஒழுங்குபடுத்தி, அச்சிட்டு வெளியிடுதல் என்பது பதிப்பாகும். சுயமாக உருவாக்கி வெளியிடுவதும், முன்னுள்ளவற்றை வெளியிடுவதுமே பதிப்பு என்றும் கொள்ளப்படும். இவ்வாறு உருவான பதிப்புகளை எந்தவித மாற்றங்களும் திருத்தங்களும் இல்லாமல் அச்சிட்டால் அது மறு அச்சு எனப்படும். இதையே திருத்தங்களையும் புதிய பல கருத்துகளையும் சேர்த்து அச்சிட்டு வெளியிட்டால் அதனை மறுபதிப்பு என்று கூறுவர்.

பதிப்பித்தல் என்பதற்கு வெளியிடுதல், பதிப்பிற்கு உருவாக்கம் செய்தல் என்னும் விளக்கங்களே தரப்படுகின்றன. பதிப்பித்தல் என்பது பதிப்பிற்கு உருவாக்கம் செய்தல் என்னும் கருத்து அச்சிற்கு உருவாக்குதல் என்னும் பொருளில் அமைகிறது. இந்தக் கருத்துத் தொடரில் அச்சிடுதல் என்பதற்கும் பதிப்பித்தல் என்னும் சொல்லே பயன்படுத்தப்படுகிறது. இக்கருத்துகளைத் தொடர்ந்து த.கோ.பரமசிவம் கூறிய கருத்துகளைப் பொதுமைப்படுத்தி நோக்கும்போது,

> தானே புதிய படைப்பை உருவாக்குதல்
> பிறர் படைப்பை வெளிப்படுத்திக் காட்டுதல்
> தொகுப்புக் கூறுகளை வகைப்படுத்திக் காட்டுதல்
> போன்றவை பதிப்பித்தலின் செயலாக அடங்குமென்பதை உணரலாம்[1]

என்கிறார்.

ஒரு படைப்பு படைப்பாளனால் படைக்கப்பட்டு, அச்சிட்டு, நூலாகி வெளிவருகின்றவகையில் உள்ள அனைத்துப் பணிகளிலும் பதிப்பாசிரியரின் பணி மிகவும் குறிப்பிடத்தக்கது. அவ்வாறு செய்யும் பதிப்பாசிரியருக்குப் பரந்துபட்ட அறிவு இருக்க வேண்டும். ஏட்டுச் சுவடிகளைக் கண்டடைந்த பிறகு அவற்றைப் பரிசோதித்து நூதனமாக ஆராய்ந்து பாடபேதம் கண்டு பிரதி செய்ய வேண்டும். பதிப்பாசிரியர் என்ற சொல்லை முதன்முதலில் பயன்படுத்தியவர் சி.வை.தா.தான். நூலாசிரியர், உரையாசிரியர், போதகாசிரியர் என்ற வரிசையில் பதிப்பாசிரியர் என்னும் ஒருவர் உளர் என்கிறார். இதனைத் தனது கலித்தொகை நூல் பதிப்பில் "இலக்கணக் கொத்துடையார், நூலாசிரியர், உரையாசிரியர் போதகாசிரியரென வகுத்த மூவகை ஆசிரியரோடு யான் பரிசோதனாசிரியரென இன்னுமொன்று கூட்டி, இவர் தொழில் முன் மூவர் தொழிலினும் பார்க்க மிகக் கடிய தென்றும் அவர் அறிவு முழுவதும் இவர்க்கு வேண்டிய தென்றும் வற்புறுத்திச் சொல்கிறேன். தூக்கினாலன்றோ தெரியுந் தலைச் சுமை? பரிசோதனாசிரியர் படுங் கஷ்டமும் ஓர் அரிய பழைய நூலைச் சுத்த மனச்சாட்சியோடு பரிசோதித்து அச்சிட்டார்க்கன்றி விளங்காது. இவையெல்லாம் அனுபவத்தாலன்றி அறியப்படாப் பொருள்கள். ஒன்றற்கொன்று ஒவ்வாது இருபது இருபத்தைந்து பிரதிகளையும் அடுக்கி வைத்துக்கொண்டு என் கண் காணச் சிந்தாமணி பரிசோதனை செய்து பதிப்பித்த கும்பகோணம் வித்தியா சாலைத் தமிழ்ப் பண்டிதர் ஸ்ரீமத் வே.சாமிநாதையரைக் கேட்டால் இந்நால்வகை யாசிரியர் பாட்டின் தாரதம்மியம் சற்றே தெரியலாம். எனக்கு அவரும் அவருக்கு நானுமே சாட்சி[2]" என்கிறார்.

ஏட்டைப் பரிசோதித்து நூலாக்கும் பதிப்பாசிரியருக்குப் பரந்துபட்ட அறிவும் பன்முகப் பார்வையும் வேண்டும். ஆனாலும் பதிப்பு நுட்பங்கள் அனைத்தும் ஒரு பதிப்பாசிரியரிடம் முற்றிலும் அமைந்திருக்கும் எனக் கருத முடியாது. எனவே, அடுத்தவர்களை அணுகித் தமது ஐயங்களைப் பதிப்பாசிரியர்கள் போக்கிக்கொண்டனர். உ.வே.சா. சமண, பௌத்த நூல்களைப் பதிப்பிக்கும் பொருட்டுச் சமண, பௌத்த அறிஞர்களிடம் சில ஐயங்களைத் தெளிவுப்படுத்திக்கொண்டு பதிப்பித்திருக்கிறார். இதனைப் போன்று வடமொழியில் பயிற்சியில்லாத சி.வை.தா., பல ஐயங்களை வடமொழியில் புலமைகொண்டார்களிடமும், சூளாமணி காப்பியத்தைப் பதிப்பிக்கும்போது சமண அறிஞரான அ.சக்கரவர்த்தி நைனாரின் தந்தை

வீடூர் அப்பாத்துரை சாஸ்திரியாரிடமும் தெளிவுப்படுத்திக்கொண்டு பதிப்பித்தார் என்பது குறிப்பிடத்தக்கது.

நிறுவனம்

தமிழ்நூல் பதிப்பு வரலாற்றில் நிறுவனங்களின் செயல்பாடுகள் தனித்த இடத்தினைப் பெறுகின்றன. அந்தவகையில் மதுரையில் உள்ள சில நிறுவனங்களும் தம் பங்கைச் செய்துவந்துள்ளன: சமண பள்ளிகள், சங்கங்கள், சைவ மடங்கள், மதுரை நான்காம் தமிழ்ச் சங்கம், பிரம்மஞான சபை போன்றவற்றைக் குறிப்பிடலாம்.

மதுரையில் மரபான நிறுவனங்கள்

தமிழ் வளர்த்த மதுரையில் மரபான நிறுவனங்களாகச் சமண பௌத்த பள்ளிகள், தமிழ்ச் சங்கம், கோயில்கள், மடங்கள் போன்றவற்றைக் கூறலாம். இம்மரபான நிறுவனங்கள் தமிழ் மொழியை வளர்த்ததோடு மட்டுமல்லாமல் தமிழ் இலக்கிய, இலக்கணங்களை இயற்றியும் அரங்கேற்றியும் வந்தன. இவை ஆசிரியர் - மாணவர் பரம்பரை எனும் பாரம்பரியம் சார்ந்து அமைந்திருந்தது. சங்கங்கள், கோயில்கள், மடாலயங்களும் தமிழ் மொழி இலக்கிய வளர்ச்சிக்குப் பெரியளவில் பங்காற்றியதோடு, பழந்தமிழ் ஏடுகளைப் பராமரித்தும் புதிய இலக்கிய ஏடுகளை எழுதச் செய்தும் அவற்றைப் பாதுகாத்தும் வந்தன.

மதுரையில் சமண, பௌத்த பள்ளிகள் குறித்த பதிவுகள்

மதுரை வரலாற்றோடு சமண, பௌத்த சமயங்களின் வரலாறு பின்னிப் பிணைந்துள்ளதைக் கல்வெட்டு, குகைகள் போன்ற சான்றுகளின் வழி அறியமுடிகிறது. தமிழ் இலக்கிய, இலக்கண வரலாற்றில் தொல்காப்பியம், நன்னூல், யாப்பருங்கலம், திருக்குறள், சிலப்பதிகாரம், மணிமேகலை, சீவக சிந்தாமணி, சூளாமணி, நீலகேசி முதலியன சமண - பௌத்தர்கள் தமிழ் மொழிக்குத் தந்த கொடையாகும். ‘பள்ளி’ என்ற சொல்லே இவர்கள் காலத்தில் உருவானதாகும். சமணர்கள் ‘த்ரமிள சங்கம்’ என்ற அமைப்பை மதுரையில் உருவாக்கி, அதன்வழி தமிழை வளர்த்தனர் என்ற வரலாற்றுச் செய்தியும் கிடைக்கிறது.

சமணர் கல்வெட்டுக்களைத் தொடர்ந்து ஆய்வு செய்துவரும் சொ.சாந்தலிங்கம் மதுரையில் சமணப் பள்ளி இருந்துள்ளமையைத் தனது நூலில், "9 - 10ஆம் நூற்றாண்டுகளில் இன்றைய ஆவியூர் அருகில் அமைந்துள்ள குறண்டி எனும் ஊரில் ஒரு சமணப்பள்ளி செயல்பட்டது என்பதனைச் சமணமலை, முத்துப்பட்டி, பள்ளிமடம் கல்வெட்டுகள் மூலம் அறியமுடிகிறது. 'ஶ்ரீ வல்லபப் பெரும்பள்ளியில்' குறண்டி என்னும் ஊரில் அமைந்துள்ள பராந்தகபர்வதம் எனும் குன்றில் செயல்பட்ட பள்ளி. இப்பள்ளியில் பயின்ற மாணக்கரான மகாணந்திப் பெரியார்[3]" என்று குறிப்பிடுகிறார்.

இதுபோன்று அங்கு 'அஷ்டோபவாசி படாரர்' என்னும் துறவி ஆசிரியராக இருந்திருக்கிறார். இவரின் மாணவர்தான் குணசேனதேவர். சணப் பள்ளியின் பெயர் கூட கிடைக்கப்பெறுகிறது. அதாவது, பேச்சியப் பள்ளம் எனும் சமணக் கல்வெட்டில் 'வைஸ்திஶ்ரீ' எனும் பள்ளி செயல்பட்டு அதன் பள்ளியின் தலைவர் குணசேனதேவர் என்று கூறப்படுகிறது. இவருடைய மாணவராக 'அரைங்காவிதி' என்பவர் இருந்துள்ளார். குணசேனத்தேவருடைய மற்றொரு மாணவன் 'பொற்பட்டன்' என்பவரும் இருந்துள்ளார்.

சங்கப் பலகை பற்றிய குறிப்பு

தமிழ்ச் சமூக வரலாற்றிலும் பண்பாட்டிலும் பெரும்வெளியில் சங்கம் என்னும் நிறுவனம் இன்றியமையாத இடத்தைப் பெற்றுள்ளது. தமிழை வளர்ப்பதற்காக மூன்று சங்கங்கள் இருந்ததற்கான குறிப்புகள் இலக்கியங்கள் வழியே காணக்கிடைக்கின்றன. இம்மூன்று சங்கங்களில் மூன்றாவது சங்கம் மதுரையில் பாண்டிய மன்னனின் ஆதரவுடன் செயல்பட்டது என்றும் அதில் சிவன், முருகன் உள்ளிட்ட 49 புலவர்கள் இருந்து தமிழை ஆராய்ந்தனர் என்ற கதையும் இலக்கிய வரலாறுகளில் குறிப்பிடுகின்றனர். தேவாரம், இறையனார் களவியல் உரை, கல்லாடம், திருவிளையாடல் புராணம் போன்றவற்றில் இச்சங்கம் இருந்ததற்கான ஆதாரங்கள் கிடைக்கப்பெறுகின்றன. ஆனால், சங்கம் என்ற சொல் சமணத்தாரால் தோற்றம் பெற்றது என்பதனை அறியமுடிகிறது. கி.பி.4ஆம் நூற்றாண்டில் வச்சிரநந்தி என்ற மன்னன் மதுரையில் 'த்ரமிள சங்கம்' என்ற தமிழ்ச் சங்கத்தை நிறுவினான். சமண சங்கத்திற்கு மாற்றாக உருவாக்கப்பட்ட

சங்கம்தான் தமிழ்ச் சங்கங்கள். இதனை ராஜ் கௌதமன் “மதுரையில் வஜ்ரநந்தி தலைமையில் கி.பி.476இல் ‘திரமிள சங்கம்’ என்ற தமிழ்ச் சங்கம் ஏற்படுத்தப்பட்டது. தொல்தமிழ் அகவல் இலக்கியக் கல்வியும், ஆராய்ச்சியும் நடந்தன. தொல்காப்பியம் முக்கிய இலக்கணப் படைப்பாக வந்தது. திரமிள சங்கத்தை முன்மாதிரியாகக் கொண்டு புதிய பாண்டியர் எழுச்சிக் காலத்தில் மதுரைப் புலவர்கள் அரச ஆதரவில் தமிழ்ச் சங்கம் ஒன்றை ஏற்படுத்தினார்கள்.

‘மகாபாரதம் தமிழ்ப்படுத்தும் மதுராபுரிச் சங்கம் வைத்தும்’
(சின்னமனூர் பெரிய செப்பேடு)
‘தென் மதுராபுரம் செய்தும் ஆங்கதனில் அருந்தமிழ்
நற்சங்கம் இரீஇத் தமிழ்வளர்த்தும்’

(தளவாய்புரம் செப்பேடு)

ஆகியவை குறிப்பிடுவது ‘களவியல்’ பாயிர உரை கூறிய முச்சங்கம் போலத் தெரிந்தாலும், வரலாற்று ரீதியில் பார்த்தால் அவை குறிக்கும் சங்கம் ‘திரமிள சங்கம்’ போன்றதொரு தமிழ்ச் சங்கம் என்பது புரியும்[4]” என்கிறார்.

தமிழ்ச் சங்கத்தில்தான் மதுரை சிவன் தொகைநூல்களை ஆக்கினான் என்று சம்பந்தர் தனது பாடலில் குறிப்பிடுகிறார். ‘அந்தண் தொகை ஆக்கினானும்’, ‘சங்கமலிதமிழ்’ என்ற வரியின் வழி அறியமுடிகிறது. தமிழ்ச் சங்கங்கள் உருவாக்கிய இலக்கியங்களைத்தான் சங்க இலக்கியங்கள் என்று கூறுகிறோம்.

தமிழ்ச் சங்கம் இருந்தமை என்பதனைத் தமிழறிஞர்கள் பலர் ஏற்றுக்கொள்ளவில்லை. பேராசிரியர் கா.சிவதம்பி, வரலாற்றாசிரியர் கே.ஏ.நீலகண்ட சாஸ்திரி, வரலாற்று ஆய்வளர் கே.என்.சிவராஜ் பிள்ளை, எஸ்.வையாபுரிப் பிள்ளை, பி.டி.ஸ்ரீனிவாச அய்யங்கார் ஆகியோர் இக்கருத்தை வலியுறுத்துகின்றனர். ஆனால், க.கைலாசபதி “இக்கருத்து முற்றும் முழுதுமாக வரலாற்று மதிப்பு எதுவும் இல்லாத கற்பனையே என்று கூறும் அறிஞர்களின் வாதங்களில் என்னால் முழுதும் இணக்கம் காட்ட முடியவில்லை[5]” என்கிறார். இருப்பினும் தமிழ் அறிஞர்கள் பலர், முச்சங்கங்கள் இருந்தமைக்கான முழுமையான அறிவியல் பூர்வமான

ஆதாரங்கள் இதுவரைக் கிடைக்கப்பெறவில்லை என்றே கூறுகின்றனர். மதுரை சிவன் புலவனாகச் சங்கம் ஏறினான் என்பதை அடியாகக் கொண்டு, இறையனார் களவியல் உரை, கடைச்சங்கப் புலவராகச் சிவன், முருகன் இருவரையும் கூறுகிறது.

சமய மடங்கள்

சமய நிறுவனங்கள் என்றழைக்கப்படும் ஆதீனங்களே அக்காலத்தில் இலக்கிய வளர்ச்சிக்கு முக்கியப் பங்காற்றிவந்தன. தமிழ் மொழியைக் கற்பித்தது, இயற்றுவது மற்றும் தமிழ்ப் பண்டிதர்களுக்கு அடைக்கலம் கொடுத்துச் சமய மற்றும் இலக்கியங்கள் பல படைக்கப் பேருதவியும் செய்துவந்தது. இதனைத் தனது வீரசோழியப் பதிப்பில் "கல்வி விருத்தி செய்து சமஸ்தாபனம் பண்ணும் பொருட்டுத் தமிழ்நாட்டிற் றருமபுராதீனம், திருவண்ணாமலை யாதீனம், மதுரை யாதீனம், மங்களபுரத்துச் சங்கமாதீனம் முதலிய மடங்கள் பல அங்கங்கே தர்மசீலோத்தமர்களால் ஏற்படுத்தப்பட்டன. அவற்றின் கண்ணும் இவ்வாறு காலத்திற்குக் காலஞ் சமய சாஸ்திரங்களன்றி இலக்கிய இலக்கண கலைஞான நூல்கள் செய்தோர் தருமபுரத்திற்கு குமரகுருபர சுவாமிகள், சம்பந்த சரணாலய சுவாமிகள், சம்பந்த சுவாமிகள், வெள்ளியம்பலத் தம்பிரான், சச்சிதானந்த தேசிகர், சிவப்பிரகாச சுவாமிகள், திருவாரூர் வைத்தியநாத நாவலர் முதலியோருந் திருவண்ணாமலை யாதீனத்தில் அமிர்தலிங்க சுவாமிகள், குகை நமச்சிவாயர், ஞானப்பிரகாச சுவாமிகள், ஆடியபாத சுவாமிகள், சுப்பிரமணிய சுவாமிகள் முதலியோரும் அனேகர் உளர்.

தம்மை யடைந்தவர்களுக்குக் கல்வி கற்பிப்பதும், அவருட்பரிபக்குவ தசையுடையோரை ஞானாசாரியராக அபிஷேகஞ் செய்து வைப்பதும் புலவராய்த் தம்பால் வந்தோர்க்குப் பல பரிசளிப்பதும் அவருட் சிரேஷ்ட வல்லமை யுடையோரைத் தமது ஆதீன வித்துவான்களாக நியோகித்துச் சிறப்புச் செய்வதும் இன்னோரன்ன பிறவுமாகிய ஆதீன பரிபாலனம் இல்லாதொழியின் இதுவரையிற் றமிழ் மிகவுங் குறைந்து போய்விடும். தமிழின் மகிமை இப்பொழுது இவர்களாலேயே நிலைபெற்றது. அரசாட்சியாருந் தமது வித்தியாசாலை மாணாருக்கருக்கு அவரவர் சொந்தப் பாஷையையுங் கற்பிக்கும் விருப்புடையராய்த் தமிழ்ப் பிள்ளைகளுக்கும் அவரது சுயபாஷையாகிய தமிழை ஒரோவழி ஓதுவிக்கின்றனர்" என்கிறார் சி.வை.தா.

தமிழ் மொழியைப் பொறுத்தமட்டில் திருவாடுதுறை ஆதீனம், தருமபுர ஆதீனம், திருப்பனந்தாள் காசி மடம், திருஞானசம்பந்தர் மடம் என்றழைக்கப்படும் மதுரை ஆதீனம் போன்ற சமய நிறுவனங்கள் முக்கிய இடத்தை வகிக்கின்றன. சமயம் மற்றும் இலக்கிய இலக்கணச் சுவடிகளைப் பேணிக் காக்கும் முயற்சியாகப் பதிப்புகள் எழுவதற்கு இம்மடங்களும் ஒரு காரணமாயின என்பதற்கு இவரின் கூற்றே சான்றாக அமைகிறது.

சமய மடங்களும் பதிப்பாளுமைகளும்

தமிழிலக்கியங்களின் முக்கியமான இலக்கண இலக்கிய நூல்களை இவர்கள் பதிப்பிப்பதற்கான பல ஏட்டுப் பிரதிகளை மடங்களே கொடுத்து உதவியிருக்கிறன்றன. இதனைச் சி.வை.தா. இலக்கண விளக்க நூல் பதிப்பில்,

"இலக்கண விளக்கம் அச்சில் வெளிப்படுமாயின் மீளவும் முன்னைச் சிறப்பு அடையாமற் போகாதென்று சொல்லி, அதனை எவ்வாற்றானும் அச்சிடுவிக்க வேண்டு மென்று அடியோற்குக் கட்டளையிட்டருளியது. மேலும், சிறு காப்பியங்களில் ஒன்றாகிய சூளாமணி இப்பொழுது எங்ஙனுங் கிடைத்தற்கு அரிதாகி இறந்துபோகுந் தசையடைந்திருத்தலால் அதையும் அச்சிடுவித்தல் உலகிற் குபயோகமாகு மென உத்தரவு செய்தது. இஃது இலக்கண விளக்கம் அச்சில் வெளிப்படும்போது நன்னூற் பயிற்சி சிதைவுறு மென்னும் நிச்சயத்தாற் சமணர்க்குச் செய்ததோர் நஷ்ட பரிகாரம் போலும், யான் அப்பணிகளைச் சிரமேற்கொண்டு,

குறிப்பி னாலரிய குரவ ரெண்ணமது
கூறு முன்புரி குணத்தினேன்
பொறுப்ப னோவடிகள் புவியி லென்னையொரு
பொருளெ னக்கொடு புகன்றநூல்
சிறப்பு றப்பிழை திருத்தி யச்சில்வெளி
செய்தொ ரோர்பிரதி தேவரீர்
நறைப்பெ ருஞ்சரண நளின சந்நிதியி
னல்கி டாதினி யென்னாளினே

என விண்ணப்பஞ் செய்தனன். உடனே மடத்திலிருந்த இலக்கண விளக்கப் பிரதிகள் யாவுஞ், சூளாமணி மகாலிங்கையர் பிரதியொன்று தமது மடத்திலிருந்ததும் என் கைவசம் அனுப்பி, வழக்கப் பிரகாரம் மடத்திற்காக வாங்கும் பிரதிகளின் கிரயத்தோடு இந்நூல் ஒவ்வொன்றிற்கு

க00 (100) ரூபா உபகாரமுங் கொடுப்பதாக அநுக்கிரகித்தது. சுவாமிகளது சீவ தசையில் இவை இரண்டன் பதிப்பும் முற்றுப் பெறாதது அடியேற்கோர் பெரும் விசனமே. ஆயினும் இவை விரைவில் அச்சாகிவருவதைச் சுவாமிகள் அறிந்திருந்தது என் மனத்திற்கு ஓர் ஆறுதலாம்[7]" என்கிறார். பதிப்பிற்காக ஏடுகளைக் கொடுத்ததோடு இல்லாமல் பதிப்பிற்காகும் செலவிற்குப் பணம் கொடுத்து உதவியும் செய்திருக்கிறது.

உ.வே.சா., பதிப்பித்த முதல் நூலும் ஆதீன நூலே. சீவகசிந்தாமணி நூலைப் பதிப்பிப்பதற்குத் திருவாவடுதுறை ஆதீன மடாதிபதி எவ்வாறு உதவினார் என்று உ.வே.சா, "என் வேண்டுகோளுக்கிரங்கித் திருக்கைலாய பரம்பரைத் திருவாவடுதுறை யாதீனத்து ஸ்ரீலஸ்ரீ சுப்பிரமணிய தேசிக மூர்த்திகள் தங்கள் புத்தகச் சாலையிலிருந்து புத்தகங்களும் எனக்கு வேண்டுவனவற்றையும் திருநெல்வேலி முதலிய பிறவிடங்களிலிருந்து வருவித்த சில பிரதிகளையுங் கட்டளையிட்டார்கள். இம்முயற்சியில் யான் மனந் தளரா வண்ணம் இடையிடையே அவர்கள் செய்துவந்த பேருதவிகள் பல[8]" எனக் கூறுகிறார்.

மடங்களில் பேணிக் காக்கப்பட்டுவந்த பழந்தமிழ் இலக்கியங்களின் பதிப்பு முயற்சியில் ஈடுபடும் பதிப்பாளுமைகளுக்குச் சில அரிய ஏடுகளைக் கொடுத்துதவியும் தாமும் அப்பதிப்புப் பணியைச் செய்துவந்தது. திருவாவடுதுறை ஆதீன வெளியீடு, திருப்பானந்தாள் மட வெளியீடு என்று பெயரிடப்பட்டு மடங்களின் வெளியீடாக நூல்கள் வெளியிடப்பட்டன. பெரும்பாலும் சமயம் சார்ந்த நூல்களுக்கே முன்னுரிமை கொடுக்கப்பட்டது. மதுரையில் மடங்கள், கோயில்கள் நிறைந்தே காணப்படுகின்றன. அந்தவகையில் பழைய மடங்களில் மதுரை ஆதீனமும் ஒன்றாகும்.

மதுரை ஆதீனம்

மதுரையில் சங்கத்திற்கு அடுத்தபடியாக மதுரை ஆதீனத்தைக் குறிப்பிடலாம். மற்ற எல்லா ஆதீனங்களையும் விடக் காலத்தால் முற்பட்டது மதுரை ஆதீனம். ஆதீனங்கள் எல்லாம் சந்தானக் குரவர்கள் வழியில் தோன்றியவை. மதுரை ஆதீனம் மட்டும்தான் சமயக்குரவர்களில் ஒருவரான திருஞானசம்பந்தர் காலத்தில் தேன்றியவை என்று கருதப்படுகிறது. சம்பந்தர் மதுரைக்கு வந்தபோது இம்மடத்தில்தான் தங்கினார். சம்பந்தர் மதுரைக்கு வருவதற்குமுன் இம்மடம் செயல்பட்டிருந்திருக்கிறது. மதுரை

மடத்தினைச் சி.வை.தா. பதிப்பித்த வீரசோழியம் நூலின் பதிப்புரையில் ஆதீன காலம் என்ற தலைப்பில் "கூன்பாண்டியன் காலத்ததாதலிற் றிருஞானசம்பந்த மடம் இதற்கும் முந்தியதாயினும் முதலிலே மதுரையில் ஞானாசாரிய பீடமாக மாத்திரம் ஏற்பட்டுப் பின் நாயனார் காலத்திலே தானே திருநெல்வேலியைத் தனக்கு மூலஸ்தானமாகப் பெற்ற அம்மடம் அழிந்து போனமையானும் அதிற் றமிழ் பரிபாலிக்கப்பட்டுங் கிரந்தங்கள் எழுதப்பட்டும் இருந்ததாகத் தோன்றாமையானும் அதனையும் ஒழித்தனம். அதற்கு உபயமடமாகிப் பின் மூலத்தானத்துவம் பெற்று ஓங்கிய மதுரை மடமே திருவிளையாடற் புராணம் இயற்றிய பரஞ்சோதி முனிவர் முதலியோர் எழுந்தருளப் பெற்றுத் தமிழ்க் கல்வியைப் பரிபாலனஞ் செய்தது[9]" என்று குறிப்பிடுகிறார்.

சம்பந்தர் இம்மடத்திற்வந்து தங்கியதால் இது சம்பந்தர் மடம் என்றும் பெயர்பெற்றது. பெரியபுராணத்தில் 'திருமடம்' என்று குறிப்பிடப்படுகிறது. இம்மடம் பற்றித் திருவிளையாடல் புராணத்தில் இடம்பெற்றுள்ளதாக ஊரன் அடிகள் 'சைவ ஆதீனங்கள்' எனும் நூலில் குறிப்பிடுகிறார். "பெரும்பற்றப் புலியூர் நம்பி இயற்றிய திருவிளையாடல் புராணமும், பரஞ்சோதி முனிவர் இயற்றிய திருவிளையாடற்புராணமும் ஞானசம்பந்தரைத் தங்கவைத்த மடத்தின் பெயர் வாகீச சுவாமி மடம் என்று கூறுகின்றன.

'தொன்னெறிசேர் வாசீகச் சுவாமிமடத் தவதரிப்ப' (புலியூர் நம்பி)

'மூண்ட ஐம் பொறியும் வென்ற வாகீச முனிக ளென்ன' (பரஞ்சோதி முனிவர்)

என்பது பரஞ்சோதி முனிவர் திருவிளையாடல் (பாண்டியன் சுரந்தீர்த்த திருவிளையாடல் *39*). 'வாகீச முனிகள் என்ன ஆண்டுளார் ஒருவர் வேண்ட அவர் திருமடத்தில்' என்று மடத்தை வாகீச சுவாமி மடம் என்று பெயரிட்டுக் கூறாது, மடத்தில் இருந்தவரை 'வாகீச முனிகள் என்ன ஆண்டுள்ளார் ஒருவர்' என்று கூறுகிறார்[10]" என்று பதிவுசெய்கிறார். வடமொழியில் மதுரை மடத்தை வாகீச மடம் என்றும், அம்மடத்துச் சுவாமிகளின் பெயர் வாகீசர் என்றும் கூறப்படுகிறது. வாகீசர் என்ற சிவமுனிவர் ஞானசம்பந்தரை மடத்தில் தங்குவதற்கு வேண்டினார். திருஞானசம்பந்தர் தங்கியதால் அது திருஞானசம்பந்தர் மடம் எனப் பெயர் பெற்றது.

திருஞானசம்பந்தர் மடத்தின் முதல் குருமரபின் ஸ்ரீலஸ்ரீ சிவானந்த யோகீந்திர ஸ்ரீசிவஞானசம்பந்த தேசிக பரமாசாரி சுவாமிகள் எனும் பெயர்கொண்டவரே இதன் முதல் குருவானார்.

ஆறுமுக நாவலருக்கும் வள்ளலாருக்கும் இடையே நடந்த அருட்பா மருட்பா விவாதத்தில் தமிழ்நாட்டில் வள்ளலாரை ஆதரித்த மடங்களில் மதுரை ஆதீனமும் ஒன்று. இதனை, இராமலிங்க சாமியின் கடிதம் வழிக் கிடைத்த தகவலை ஊரன் அடிகள் பதிவு செய்வதன் வழி அறியலாம். "மதுரையாதீனம் நாவலரின் அருட்பா மருட்பா வாதத்தில் இடம்பெறுகிறது. அருட்பாவை மறுத்த 'போலியருட்பா மறுப்பு' எழுதி வெளியிட்ட நாவலர் அம்மறுப்பின் ஈற்றில், மதுரை இராமசாமிப் பிள்ளையிடத்திலிருந்து தமக்கு வந்த கடிதமொன்றை எடுத்துக்காட்டி மறுப்பை முடிக்கிறார். அருட்பா மருட்பா வாதம் பற்றிய பேச்சு மதுரையாதீனத்தில் நிகழ்ந்ததை இராமசாமி பிள்ளையின் கடிதம் கூறுகிறது[11]" என்கிறார். அருட்பா மருட்பா வாதத்தில் மதுரையாதீனத்தின் பங்கு பெரியதாக இருந்திருக்கிறது. ஆறுமுக நாவலரின் மருட்பா வாதத்தினை மதுரையாதீனம்தான் முடித்து வைத்திருக்கிறது.

பன்னிருதிருமுறைப் பாராயணம், சித்தாந்த சாத்திர பாடங்கள், மடத்தில் சிறப்புற நிகழவும் நாள்தோறும் கோயில் மண்டபத்தில் காலை மாலை தேவாரம் முதலிய திருமுறைகளையும் ஓதுவித்துவந்தார்கள். மதுரை ஆதீனம் சைவ ஆச்சாரப் போதனைகளையே முதன்மை நோக்கமாகப் போதித்துவந்திருந்தாலும் பழைய சைவ நூல்கள் மற்றும் இலக்கிய நூல்களைப் பதிப்பிக்கும் செயலில் பெரிய அளவில் ஈடுபாடு காட்டவில்லை எனலாம். திருவாவடுதுறை ஆதீனம், திருப்பனந்தாள் ஆதீனம் போன்று குறிப்பிட்டுச் சொல்லும்படியான மதுரை ஆதீனத்தின் வெளியீட்டு நூல் என்று எதுவும் இல்லை என்றே சொல்லலாம். 1855இல் மதுரை ஆதீனம் சிதம்பர சுவாமிகள் பதிப்பித்த 'சிதம்பர புராணம்' கிடைக்கப்பெறுகிறது. ஆனால், இது சென்னையில் பதிப்பிக்கப்பட்டிருக்கிறது.

1855இல் புராணத் திருமலைநாதர் இயற்றிய சிதம்பர புராணம் மதுரை ஆதீனம் சிதம்பர சுவாமிகளால் சென்னை வித்தியானந்த அச்சுக்கூடத்திற் பதிப்பிக்கப்பட்டது. இப்பதிப்பிற்கு வள்ளலார் சாற்றுக்கவி பாடியுள்ளார். இது எழுபத்தோரடிகளானியன்ற ஓர் ஆசிரியப்பாவாய், எழுசீர்க் கழிநெடிலடி ஆசிரியவிருத்தம் ஐந்தாய் என மூன்று கூறுகளால் அமையப்பெற்றுள்ளது. சிதம்பர சுவாமிகளின் இப்பணியை வள்ளலார் சிறப்பித்துக் கூறுமிடத்து,

"தெய்வமாம் மதுரைச் சிதம்பர தேவன்
புண்ணிய சிதம்பர புராணந் திருத்தம்
நுண்ணிய அறிவால் நோக்குபு திருத்தம்
ஏர்பெற இயற்றி யாவரும் பயின்றுய்யப்
பாருறும் அச்சிற் பதிப்பித் தருளிய
உதவியை நினைந்துளம் உவந்து முப்பொழுதும்
பதமருள் அவனருட் பதமிறைஞ் சுதுமே."[12]

சிதம்பர புராணத்தைப் பதிப்பிக்கும்படி மதுரையாதீனம் சிதம்பர சுவாமிகளைக் கேட்டுக்கொண்டவர்கள் சென்னை சாஸ்திர விளக்கச் சங்கத்தைச் சார்ந்த சைவ சுத்த சித்தாந்த சபையார் ஆவர். இச்சங்கத்தைச் சார்ந்த வித்தியானந்த அச்சுக்கூடத்திற் பதிப்பிக்கப்பட்டது. இச்சங்கம்தான் வள்ளலார் மனுமுறை கண்ட வாசகத்தை இயற்றுமாறு கூறி, அதனை 1854இல் பதிப்பித்து வெளியிட்டது.

வள்ளலார் எழுதிய திருவருட்பாவுக்குச் சிதம்பர சுவாமிகள் சிறப்புப் பாயிரம் ஒன்றை எழுதியுள்ளார். அது 'திருவருட்பா மகிமை' எனும் தலைப்பில் அமையப்பெற்றுள்ளது. திருவருட்பாவின் முதல் நான்கு திருமுறைகளை முதற்பதிப்பாக 1867இல் தொழுவூர் வேலாயுத முதலியார் பதிப்பித்துள்ளார்.

1906இல் மெய்கண்டதேவநாயனார் அருளிச்செய்த 'சிவஞான போத' மூலமும், திருக்கயிலாய பரம்பரைத் திருவாவடுதுறை ஆதீனத்து சிவஞான யோகிகள் இயற்றியருளிய 'திராவிட மகாபாடிய'மென்னும் நூலும் மதுரைத் திருஞானசம்பந்த சுவாமிகள் ஆதீன வித்துவான் சுப்பிரமண்ய பிள்ளையவர்களால் மதுரை விவேகபாநு அச்சியந்திரச் சாலையில் பதிப்பிக்கப்பெற்றது.

இந்நிறுவனத்திற்கென்று தனியான அச்சியந்திரம் ஒன்றும் நிறுவப்படவில்லை. 1950 - 60களுக்குப் பிறகுதான் இதன் வெளியீடுகள் சிறிய நூல்களாக வந்திருக்கின்றன.

1950இல் மதுரை ஆதீன வித்வான் இராமநாதபுரம் கே.சிவஞானம் பிள்ளை என்பவரால் பாடப்பெற்ற 'ஸ்ரீஞானசம்பந்த குருமரபின் வரலாறு' என்னும் நூல் பதிப்பிக்கப்பட்டது.

1994இல் 'மதுரை ஆதீனத்தை நிறுவியருளிய திருஞானசம்பந்த சுவாமிகள் வரலாறும் மற்றும் ஏனைய குறிப்புகளும்' எனும் நூல் மதுரை ஆதீனத்தின் வெளியீடாக வந்துள்ளது.

சி.வை.தா. கலித்தொகை நூலை அச்சிடும் பொருட்டுப் பிரதிகளைத் தேடி அலைந்தமையால் போதுமான பிரதிகள் கிடைக்கப்பெறவில்லை. அதனால் சில நண்பர்களுக்கும், மடங்களின் மடாதிபதிகளுக்கும் கலித்தொகைப் பிரதி கேட்டுக் கடிதம் எழுதுகிறார். அதில் மதுரை மடத்திற்கும் எழுதியுள்ளார் என்பது குறிப்பிடத்தக்கது. அதனைக் கலித்தொகைப் பதிப்புரையில் குறிப்பிடுகிறார். "தொல்காப்பியப் பரிசோதனைக்காகத் தேடியபோது ஸ்ரீலஸ்ரீ ஆறுமுக நாவலரவர்கள் பிரதி அகப்பட்டது. அதுகொண்டு கலித்தொகை அருமையுணர்ந்து அதனை எப்படியும் உலகிற்குப் பயன்பட அச்சிட வேண்டுமென்னும் அவாவுற்று ஸ்ரீ ஆதீன மடாதிபதிகளுக்கு விண்ணப்பஞ் செய்துகொண்டேன். காருண்ணியமுங் கலாபரிபாலனமுமே தமது திருமேனியாகக் கொண்டு விளங்குந் திருவாவடுதுறைச் சற்குருநாத சுவாமிகள் உடனே தங்கள் மடத்துப் பிரதியுடன் வேறு இரண்டு பிரதி தென்றேசத்தினின்று வருவித் தனுப்பி அச்சிட்ட பிரதியும் உ0(இருபது) எடுத்துக்கொள்வதாக உத்தரவு செய்தது. இப்பேருபகாரத்திற்கு யானே அங்கு அடிமையாவ தன்றி வேறு யாது கைம்மாறுளது?

மதுரை மடாதிபதிகள் அத்தருணத்தில் தெக்ஷணத்திலே ஸ்தல யாத்திரையிற் பிரசன்னமாகி யிருந்தமையாற் றிரும்பி ஆதீனம் வந்து சேர்ந்தன்மேல் என் விண்ணப்பங் கவனிக்கப்படுமென்று கட்டளையிட்டருளியது. பின்னர் அதனைத் திருவுள்ளத்து அமைத்திலது போலும். எஞ்சிய மடங்களிலிருந்து யாதும் பதில் வராமையால் இந்நூல் ஆண்டு இலதென்று தீர்மானித்துக் கொண்டேன்."[13] என்கிறார். அன்றைக்குத் தமிழ் இலக்கியங்களைப் பேணிக்காத்துவந்த மடங்களில் மதுரை மடமும் சிறந்து விளங்கியதற்கு இவரின் கடிதமே சாட்சியாகிறது. சி.வை.தா. எழுதிய கடிதத்திற்குச் சில மடங்களிலிருந்து பதில்கள் வந்திருந்தபோதிலும் சில மடங்களிலிருந்து பதில்கள் ஏதும் வராமலிருந்ததை எண்ணி மனம் உடைந்தார். அவரின் வருத்தமானது ஒரு நல்ல நூலைப் பதிப்பிக்க முடியாமல் போய்விடுமோ என்பதுதான்.

உ.வே.சாமிநாதையர் 1939இல் 'குமரகுருபர சுவாமிகள் பிரபந்தங்கள்' எனும் நூலைப் பதிப்பித்தபோது அதற்கான பிரதியைத் தந்த மதுரை ஆதீனம் பற்றிக் குறிப்பிடுகிறார்.

'தனிப்பிரபந்தங்களின் பிரதிகள்

முத்துக்குமாரசுவாமி பிள்ளைத் தமிழ் : மதுரை ஸ்ரீ திருஞான சம்பந்தராதீனத்துப் பிரதி'

சி.வை.தா., உ.வே.சா., போன்ற பதிப்பாளுமைகளுக்கு மதுரை ஆதீனம் தம் ஆதீனப் பிரதிகளைக் கொடுத்து உதவியிருக்கிறது என்பதற்குச் சான்றுகள் கிடைக்கப்பெறுகின்றன. மதுரை ஆதீனம் தனியாக நூல்களைப் பதிப்பிக்கவில்லையென்றாலும் பழைய நூல்களின் அருமை கருதி அதனை வெளியுலகத்திற்குக் கொண்டுசெல்லும் தன்னார்வலர்களுக்கு முடிந்தவரை உதவி செய்திருப்பதைக் காணமுடிகிறது.

சோழவந்தான் கிண்ணிமடம்

மதுரையில் உள்ள மிகப்பழமையான சமய மடங்களில் ஒன்று சோழவந்தான் கிண்ணிமடம். இது சைவ சமயத்தைப் போதித்துவந்தது. கிண்ணிமங்கலத்தைச் சேர்ந்த அருளானந்த அடிகள் நெடுங்காலமாகச் சோழவந்தானில் தங்கி அறப்பணிகளைச் செய்துவந்தார். அதற்காக ஒரு மடத்தினையும் தோற்றுவித்தார். அருளானந்த அடிகள் சோழவந்தானுக்கு அருகில் உள்ள கிண்ணிமங்கலம் எனும் ஊரில் பிறந்தவர். அப்பெயரிலேயே அம்மடம் 'கிண்மங்கல மடம்' என்றழைக்கப்பட்டது. வயது முதிர்ந்த அடிகளார் மடத்திலேயே இறந்தார். அவரை அங்கேயே அடக்கம் செய்தனர். பின்னர் அம்மடத்தின் பொறுப்பு சோழவந்தான் செண்பகம் பிள்ளை வீட்டாருக்கு உரிமையானது. அவர்களால் கவனிக்க முடியாமல் சோழவந்தான் அரசப்பப் பிள்ளையின் பொறுப்பில் கொடுக்கப்பட்டது. காலப்போக்கில் கிண்ணிமங்கல மடமே கிண்ணிமடமாயிற்று.

அறப்பொறுப்பாளராக இருந்துவந்த அரசப்பப் பிள்ளையவர்கள் பசித்து வந்தோருக்குச் சோறும் நீரும் கொடுத்துவந்ததோடு நில்லாமல் அறிவுத் தொண்டும் செய்ய வேண்டும் என நினைத்தார். அடிகளார் இறந்த பிறகு மடத்தில் அறம் போதிப்பார்களின்றி இருப்பதைக் கண்ட அரசப்பர், நெடுநாட்களுக்குப் பிறகு சிவப்பிரகாச சுவாமிகளைக் கண்டார். அவரது இயற்பெயர் கந்தப்பசாமி. துறவு மேற்கொண்டதற்குப் பிறகு தனது பெயரைச் சிவப்பிரகாசம் என மாற்றிக்கொண்டார். அரசப்பப் பிள்ளை ஒருமுறை தனது மனைவியின் பிறந்த ஊரான பனையூருக்குச் சென்றிருந்தார். அவ்வூரில் ஒரு மடம் இருப்பதாகவும் அதில் துறவியர்

பலர் இருக்கின்றனர் என்பதனையும் அறிந்தார். அவர்களில் ஒருவரான சிவப்பிரகாச சுவாமிகள் என்பவரிடம் உரையாடி, அவரின் தமிழ்ப் புலமையைக் கேள்வியுற்று, அவரைத் தம் கட்டுப்பாட்டில் செயல்படும் கிண்ணிமடத்திற்கு வந்து தமிழ்த் தொண்டாற்றிட வேண்டும் எனக் கூறினார். அதனை மனமுவந்து ஏற்ற சிவப்பிரகாச சுவாமிகள் கிண்ணிமடம் தங்கித் தமிழைப் போதித்துவந்தார்.

சிவப்பிரகாச சுவாமிகள் இலக்கணம், இலக்கியம், சோதிடம், வேதாந்தம், தருக்கம் போன்றவற்றில் சிறந்து விளங்கினார். சிவப்பிரகாச சுவாமிகள் பற்றி வெள்ளைவாரணர், "அக்காலத்து சோழவந்தான் கிண்ணிமடத்தில் தலைவராயமர்ந்த மாணாக்கர் பலருக்கும் உயர்ந்த தமிழ் நூல்களைப் பாடஞ் சொல்லிவந்த நன்னூல் சுவாமிகள் என்னும் சிவப்பிரகாச சுவாமிகள்பால் திருக்குறள், தொல்காப்பியம், சங்கவிலக்கியம் முதலிய இலக்கண நூல்களையும் தருக்க சோதிட முதலியவற்றையும் நன்கு பயின்று சிறந்த புலமைப் பெற்றார் சண்முகனார்[14]" என்று 'மாலை மாற்று மாலை' நூலின் அணிந்துரையில் குறிப்பிடுகிறார். இவரின் முதல் மாணவராக இலக்கணக் கடல் என்றழைக்கப்படும் சோழவந்தான் அரசஞ்சண்முகனார் சேர்ந்தார். சண்முகனாருக்குத் திருக்குறள் ஆராய்ச்சி, தொல்காப்பிய ஆராய்ச்சி, சங்க இலக்கியப் பாடம் போன்றவற்றை முதன்மையாகச் சொல்லிக்கொடுத்து ஓய்வு நேரங்களில் சோதிட நூல்களையும், மெய்யறிவு நூல்களையும் கற்றுக்கொடுத்தார். கல்வி கற்க சிவப்பிரகாச சுவாமிகளிடம் வரும் மாணவர்களுக்குச் சண்முகனாரே முதலில் பாடம் கற்றுக்கொடுத்திருக்கிறார்.

சண்முகனாரைப் போன்று அக்காலத்தில் பாடங் கற்கவந்தவர்களில் சௌரிப்பெருமாளும் ஒருவர். இவர்தான் எட்டுத்தொகை நூல்களில் ஒன்றான குறுந்தொகையைப் பதிப்பித்தவர். இவர் தனது தந்தை, தாய், மனைவியையும் இழந்து தனது தந்தையாருக்கு நெருங்கிய நண்பரின் ஆதரவில் இருந்துவந்தார். செந்தமிழைக் கற்க வேண்டுமென்று எண்ணி மதுரை வந்தவருக்குத் தமிழ்ச் சங்கத்தில் இடம் கிடைக்கவில்லை. அருகில் இருந்த ஒருவரின் வழியாக சோழவந்தான் கிண்ணிமடம் பற்றிய அறிமுகம் இவருக்குக் கிடைக்கப்பெற்றது. அதன்பின் கிண்ணிமடம் வந்தவர் அங்கு நடக்கும் படிப்புமுறை பற்றிக் குறிப்பிடுகையில், "அக்காலத்து ஸ்ரீ-மஹாஸந்நிதானம் என்னிடம் காட்டிய வியத்தகு செய்கைகள் என்னைப் பிணித்திட்டன. அவ்வடிகள் பாடஞ்சொல்லிக் கொடுத்தலில் தடையில்லையென்றும், மடத்திலுள்ள புத்தகங்களில் வேண்டியவைகளையும்

எடுத்துக் கொள்ளலாமென்றும், உணவு முதலியவற்றிற்கு வேண்டியன செய்துகொள்ளுதல் வேண்டுமென்றும், திருவாய் மலர்ந்தருளியது. கருப்பட்டி போன்ற சொல்லாராய அக்கருப்பட்டியார் உரைத்தவற்றைத் தெரிவித்து உணவு முதலியவற்றைப் பற்றிய கவற்சி பற்றாதென்றேன். அடிகள் இளமுறுவல் அரும்பிப் பின்னர், ஒரு வாரத்தின் மேல் சோழவந்தானுக்குச் செல்வதாகவும், நன்னூல் மூலம் முழுவதையும் பாடஞ்செய்கவெனவும் கட்டளையிட்டு நன்னூற்காண்டிகையொன்றையுங் கையிற் கொடுத்திட்டது. அக்கிராமத்தில் ஸ்ரீ-கோவிந்த ராஜப்பெருமாள் கோயிலில் உண்டு வையையாற்று மரத்தடியிற் றங்கி நன்னூல் மூலத்தை வரப்படுத்தி ஒருவாரத்துள் ஸ்ரீ-ஸந்நிதாநத்தினிடத்தில் ஒப்பித்தேன். அன்றே சோழவந்தான் மடத்திற்கு என்னை அழைத்துக்கொண்டு சென்று கற்பிக்கத் தொடங்கியது[15]" என்கிறார். கிண்ணிமடத்தை அடைந்தபிறகு அங்கு சொல்லிக்கொடுக்கும் பாடங்களைப் பற்றியும் அங்குத் தங்கியிருப்பதன் வழி உணவுமேற்கொள்ளும் சிரமம் பற்றியும் இம்மடத்தின் அமைப்புப் பற்றியுமான தகவல் கிடைக்கிறது. காலை எட்டுமணியளவில் மடத்திற்குச் சென்று பாடங்கேட்கச் சென்றுவிடுவாராம். இவரின் உணவிற்கான செலவு உள்ளிட்ட மற்ற பொருட்செலவுக்குக் கருப்பட்டியைச் சேர்ந்த ஸ்ரீமான் சு.சுந்தரராமாநுஜ நாயுடுகாரும், சோழவந்தான் பேட்டை மடத்தில் இருப்பவருமான ஸ்ரீமான் சுப்பையா உபாத்யாயரவர்களும் பேருதவி புரிந்திருக்கின்றனர்.

அடிகளாரைத் தவிர்த்துத் தனது சந்தேகங்களையெல்லாம் அரசஞ் சண்முகரிடம் கேட்டுத் தெளிவுபெற்றதைப் பற்றியும் குறிப்பிடுகிறார். "ஸ்ரீ மஹாஸந்நிதாநத்தின் வயோதிக தசையைக் கருதி அவ்வடிகளை நெருக்கிப் பாடங்கேட்டலை விட்டு, யானாகவே கற்று என்னறிவிற்கு எட்டாதவற்றை அகத்தில் அமைத்துக்கொண்டு அவ்வடிகளின் அரும்பெறன் மாணாக்கரும், செருக்கென்பது எட்டுணையுஞ் சேரப்பெறாதாரும், இல்லையென்னும் இரப்புச் சொல்லைக் கேளாது தாமாகவே குறிப்பறிந்து உள்ளது மாறாதுதவும் வள்ளலாவரும், அரிதின் உணர்ந்த நூற் பொருள்களையெல்லாம் எளிதில் எவரும் உணர எடுத்துரைக்கும் சொல் வன்மைமிக்காரும், அல்லனபுரிவார்க்கும் நல்லனவே புரியும் நல்லியல்பினரும், வளர்பிறைபோல வழிவழிப்பெருகும் வாய்ப்புடை நட்பாட்சியினரும், செய்யுளியற்றல், உரையியற்றல் முதலியவற்றிற் சிறந்தாருமாகிய அச்சோழவந்தான் ஸ்ரீமான் மஹாவித்வான் அ.சண்முகம்பிள்ளை அவர்கள்பாற் சென்று கேட்டுத் தெளிந்துகொள்ளுதலை

மேற்கொண்டேன். ஸ்ரீ பிள்ளையவர்கள் நெருக்கமான வேலைகளையும் புறங்காணவல்ல வேலைகளிடைப்பட்டிருந்தும் யான் ஐயமுற்ற இடங்களை யெல்லாம் என் மனங்கொள்ள விரைவில் விளங்கவைத்தும், தம் புத்தகச் சாலையிலிருந்து விரும்பும் புத்தமுதன்ன புத்தகங்களையெல்லாம் தந்தும் உதவிபுரிந்தமையோடமையாது, உற்றுழியெல்லாங் கற்றற்கும் பொருள் தந்து காப்பாற்றுவாராயினார்கள். ஆசிரியர் அவ் அரசன் சண்முகனாரின் அருந்தமிழ்த் தேர்ச்சியும் திருந்திய மாட்சியும் பன்னாளும் உடனிருந்து பழகிய என்னைத் தனக்குரிமை கொண்டன. அறியாமை நீங்க அவர்கள் அளித்த நூற் பொருட்கொடைக்கும் ஆரிடர் நீங்க அளித்த அரும்பொருட் கொடைக்கும் என்றும் கடமை பூண்டவனாவேன்"[16] என்று குறிப்பிடுகிறார். இதனை வைத்துப் பார்க்கும்போது மேற்சொன்ன கருத்துக்கு அதாவது, மடத்தில் உள்ள மாணவர்களுக்கு அடிகளாருக்கு அப்புறம் அரசஞ் சண்முகனாரே பாடம் எடுத்துவந்துள்ளார் என்ற கருத்திற்கு வலுசேர்க்கிறது.

சௌரிப்பெருமாள் தனது தமிழ்க் கல்வியை மடத்தில் கற்றுக்கொண்ட பிறகு மதுரைத் தமிழ்ச் சங்கத்துப் பண்டிதர் வகுப்பிலும் தேர்ச்சிபெற்றார். அதன் பின்னர் தன்னுடன் வடமொழி பயின்ற திருக்கண்ணபுரம் ஸ்ரீமான் நாலுகவி எனும் நண்பரின் உதவியோடு தேவஸ்தான ஹிந்து கல்லூரியில் செயல் தமிழ்ப் பண்டிதராக வேலையில் அமர்ந்தார். இதனையடுத்து வாணியம்பாடி மஹம்மதியர் கல்லூரியில் தமிழைக் கற்றுக்கொடுக்கும் தமிழ்ப் பண்டிதர் வேலையில் அமர்ந்தார். அங்கு வேலை பார்த்துக்கொண்டிருக்கும்போதுதான் தொகைநூற்களின் அச்சுப் புத்தகத்தைப் படித்தார். அதன் சுவையறிந்தவர் தொகைநூற்களில் வெளிவராத நூற்களைப் பதிப்பிக்க எண்ணினார். அப்போது நற்றிணை, குறுந்தொகை, அகநானூறு போன்ற நூல்கள் பதிப்பிக்கப்படவில்லை என்பதறிந்த அவர் அதில் குறுந்தொகையைப் பதிப்பிக்கத் தொடங்கினார். மற்ற நூல்களைவிட குறுந்தொகை சிறிய நூல் என்பதாலும், எளிதில் கிடைத்துவிடும் என்பதாலும் அதனைப் பதிப்பிக்க எண்ணினார்.

குறுந்தொகையைப் பதிப்பிப்பதற்கு மதுரையில் உள்ள செந்தமிழ் நூலாராய்ச்சி ஆசிரியராக விளங்கிய முத்துரத்நாத முதலியாரின் உதவியை நாடினார். அவர் குறுந்தொகையின் பிரதி சென்னை அரசாங்கத்துப் புத்தகச் சாலையில் இருக்கிறது என்று கூறினார். அதனைத் தேடிப் பதிப்பித்தார். அவ்வேட்டுப் பிரதி பிழைகள் நிறைந்தவையாகவும், ஒரு செய்யுள் முழுவதும் விடுபட்டிருப்பதையும் கண்டார். அதனைத் தேடி மதுரையில் அலைந்ததைப்

பற்றிக் குறிப்பிட்டுள்ளார். “அகப்படா ஒருபாட்டை கண்டுபிடித்தலிற் கருத்தூன்றி அங்ஙனம் அகப்படாதது 300ஆவது செய்யுளின் மேலிருப்பதாக உணர்ந்துகொண்டு மதுரைத் தமிழ்ச் சங்கத்தைச் சார்ந்து சங்கத் தலைவராணை பெற்றுச் சங்கத்து ஏட்டுப்பிரதியோடு என் பிரதியை யான் ஒருவனாகவே ஒப்புநோக்கிக் காணப்பட்ட பாடபேதங்களையும் குறித்துக் கொண்டுவருங்காலை, 316ஆவது செய்யுளாக ‘ஆய்வளை ஞெகிழவும்’ என்னும் செய்யுள் அகப்பட்டது. அதனால், கருந்தனம் பெற்றார் போல மகிழ்ச்சிமிக்கவனானேன். ஆகவே, கடவுள் வாழ்த்துடன் 402 செய்யுள்கள் என்று கருதிய கணக்கு நேராயிற்று. மீண்டும், கோடை விடுமுறையில் மீதமாக நாட்களிருந்தமையின், பழந்தமிழ்ப் புலவர்கள் வீட்டில் சீரிய பிரதி இருக்குமெனக் கருதி மிதிலைப்பட்டி செவ்வூர் முதலிய இடங்களுக்குச் சென்று தேடினேன். தங்கள்பால் பிரதிகளை நாடி வருவார் திறத்துத் தாம் வழக்கமாகச் செய்வதேபோல, என்னை மறைத்திடக்கூடிய அத்துணை ஏடுகளை எடுத்து என்முன்னர்ப் போட்டுவிட்டுத் தாங்கள் விரும்பும் ஏடுகள் கிடைப்பின் எடுத்துக்கொள்கவென்று தந்தொழின்மேற் செல்வாராயினார். அவற்றுள் பெரும்பாலன அச்சிடப்பட்டனவே. சங்கத்து நூல்களாக அச்சேறா நூல்கள் எவையும் அகப்பட்டில. அப்பீடுடையார் மரபிற் றோன்றிய ஏடுடையார் கூறியவற்றைக் கொண்டே, மற்றும் பழந்தமிழ்ப்புலவர்கள் வீட்டிலுந் தேடுதலில் அவாவற்று மீண்டேன்[17]” என்கிறார். வேலை கிடைத்த இடத்திலிருந்து குறுந்தொகையைப் பதிப்பித்திருந்தாலும் அவற்றிற்கான சில ஏடுகள் மதுரையில் கிடைக்கப்பெற்றது குறிப்பிடத்தக்கது. இதனைப் போன்று பழந்தமிழ் இலக்கியங்களைப் பதிப்பிக்கத் தொடங்கிய தொடக்கக் காலப் பதிப்பாசிரியர்களுக்கு மதுரையைச் சுற்றிப் பல இடங்களிலிருந்தும், பல தனிமனிதர்களிடமிருந்தும் பல ஏட்டுப் பிரதிகள் கிடைக்கப்பெற்றுள்ளதைத் தங்களின் பதிப்பு முன்னுரைகளில் குறிப்பிட்டிருப்பதைக் காணமுடிகிறது.

சோழவந்தான் கிண்ணிமடத்தில் பல பழந்தமிழ் இலக்கியங்கள் கற்றுக்கொடுக்கப்பட்டிருந்தாலும் அங்கிருந்த ஏட்டுப்பிரதிகள் அச்சிடப்பட்டதா என்ற கேள்வி எழுகிறது. ஆனால், கிடைத்த தகவலின்படி இதுவரை ஒரு தரவும் கிடைக்கப் பெறவில்லை. இம்மடத்திற்கென்று தனியான அச்சியந்திரம் நிறுவப்படவில்லை என்பது மட்டும் தெரியவருகிறது. அரசஞ்சண்முகனார், சௌரிப்பெருமாள் போன்றோரின் பதிப்பு நூல்களில் கிண்ணிமடம் பற்றிய குறிப்புகள் கிடைக்கின்றன. ஆனால், அங்கு நூல்கள் அச்சடிக்கப்பட்டனவா அல்லது அச்சடிக்கப்பட்ட புத்தகங்களைக் கொண்டு

பாடம் நடத்தப்பட்டதா அல்லது ஏட்டுப் பிரதிகளைக் கொண்டு பாடம் நடத்தப்பட்டதா என்ற தகவலும் கிடைக்கப்பெறவில்லை. பின்னாளில், *50 - 60*களுக்குப் பிறகு இம்மடத்தின் வெளியீட்டு நூல்கள் எனச் சில கிடைக்கின்றன. அவை அரசஞ்சண்முகனாரின் நூல்களாகவே இருக்கின்றன.

*1981*இல் சோழவந்தான் அரசஞ்சண்முகனாரின் 'மாலை மாற்று மாலை', ஸ்ரீலஸ்ரீ சிவப்பிரகாச சுவாமிகள் திருமடம் (கிண்ணி மடம்) பேட்டை, சோழவந்தான், மதுரை. (வெளியீட்டு எண்: *1*).

*1985*இல் சோழவந்தான் அரசஞ்சண்முகனாரின் 'திருக்குறட்சண்முக விருத்தியுண் முதற்குறள் விருத்தியுரையும் பொருட்பெண்டிர் என்னுந் திருக்குறள் விளக்கமும்', தவத்திரு சிவப்பிரகாச சுவாமிகள் சமாதி மடம் (கிண்ணிமங்கல மடம்), பேட்டை, சோழவந்தான், மதுரை. (வெளியீட்டு எண்: *3*).

திருப்பூவண மடம்

காசிகந்தா சுவாமிகளால் தொடங்கப்பட்ட மடம்தான் திருப்பூவணம் காசிகந்தா மடம். இதுவொரு வேதாந்த மடமாகும். மதுரையில் செயல்பட்டுவரும் மிகப்பழமையான மடங்களில் இதுவும் ஒன்று. பல வேதாந்த நூல்கள் எழுதப்பெற்றும் பிறமொழியில் உள்ள வேதாந்த நூல்களைத் தமிழில் மொழிபெயர்க்கப்பட்டும் வெளிவந்துள்ளது. இம்மடம் தற்போது கோவிலூர் மட நிர்வாகத்தின் கீழ் செயல்பட்டுவருகிறது.

தேவகோட்டை பெரியண்ண செட்டியாருக்கு மகனாகப் பிறந்தவர் இராமசாமிச் செட்டியார். கல்வியிலும் வணிகத்திலும் தந்தையைப் போல் செயல்பட்டவர். *1893*ஆம் ஆண்டு இராமசாமிச் செட்டியாருக்கும் உமையாம்பிகையாருக்கும் மகனாகப் பிறந்தவர் காசி. உடன் பிறந்தவர்கள் சிதம்பரம், விசாலாட்சி ஆகியோர் ஆவர். காசி தனது சிறுவயது கல்வியைத் தந்தையிடமும், பின்னர் தேவகோட்டையில் உள்ள தூண்டித்தெருத் திண்ணைப் பள்ளியிலும் பத்து வயதுவரைப் படித்தார். பெற்றோரின் விருப்பத்திற்கிணங்க தங்களின் குடும்பத் தொழிலான வாணிபத்தில் இறங்கினார். தொழிலின் காரணமாகப் பர்மா, இந்தோனேசியா போன்ற பகுதிகளுக்குச் சென்றுவந்தார். இதனால் அந்நாடுகளின் மொழிகளைப் பேச, எழுதக் கற்றுக்கொண்டார். இவருக்கு வணிகத்தில் முழு ஈடுபாடு இல்லை, இலக்கியத்தின் மீதுதான் மிகுந்த ஆர்வம் இருந்தது. தொழிலை

விட்டுவிட்டுக் கோவிலூர் மடத்திற்கு வந்து வேதாந்தங்களைக் கற்க முயன்றார் காசி. அங்கேயே மூன்று மாதங்கள் தங்கிப் பயில ஆரம்பித்தார். கோவிலூர் மடத்தின் ஐந்தாவது மடாதிபதியாக இருந்த திருக்களர் ஆண்டவர் ஸ்ரீலஸ்ரீ ஸ்ரீவீரசேகர ஞாநதேசிகரைக் குருவாக அடைந்தார். கல்வியினூடே குருவிற்குப் பணிவிடை போன்று மடத்தில் பல பணிகளைச் செய்துவந்தார். ஸ்ரீவீரசேகர ஞாநதேசிகரின் நண்பர் தேனிப்பட்டி அண்ணாமலை ஞானதேசிகர் காசி யாத்திரை போவதாகவும் அதற்குத் துணையாக காசியைத் தன்னுடன் அனுப்புமாறு ஸ்ரீவீரசேகர ஞாநதேசிகரிடம் கூற, அவரும் அனுமதி கொடுத்தார். காசிக்கு ஹிந்தி தெரியும் என்பதாலேயே அவரை அழைத்திருக்கிறார். காசிக்குச் சென்றபின் அண்ணாமலை ஞானதேசிகரை விட்டுவிட்டுச் சிதம்பரம் வந்து, பின்னர் மடத்திற்கு வந்துசேர்ந்தார் காசி.

ஸ்ரீவீரசேகர ஞாநதேசிகரின் ஆணைக்கிணங்க மடத்தில் சாதன சதுட்டயங்களைச் சம்பாதித்துக்கொண்டும், வேதாந்த சாஸ்திரங்களை மனனஞ் செய்துகொண்டும்வந்தார். வேதாந்தத்தில் கூறப்பெறும் ஆத்தம், அங்கம், ஸ்தாதம், சத்பாவம் ஆகிய நான்கு வித பணிகளையும் செய்துவந்தார். அதன்பின்னர் தனது குருவின் சந்நிதியில் நேரடியாக 'நாநா ஜீவ வாதக்கட்டளை', 'கீதா சாரத் தாலாட்டு', 'சசி வந்த போதம்', 'மகாராஜ துறவு', 'வேதாந்த சூடாமணி' முதலிய தமிழ் சாஸ்திரங்களை அதிசிரத்தையுடன் கற்று அதில் வல்லவரானார். சந்நியாசம் அடைய விரும்பிய காசி, அதற்கு முன் காசி போன்றப் புண்ணிய தலங்களுக்குச் சென்று காமம், வெகுளி, கடும்பற்றுள்ளம், மானம், உவகை, மதமெனுமாயையும் போக்கித் தத்துவ ஞானத்தைப் பெற்றுத் திரும்பினார். பின்னர் மதுரை நான்காம் தமிழ்ச் சங்கத்தில் வித்வான் திரு.நாராயணய்யங்காரிடம் தமிழ் இலக்கணங்களைக் கற்றார். நன்னூல், காண்டிகை, விருத்தியுரை முதலிய இலக்கணங்களையும் தர்க்க சங்கிரகம் முதலிய தர்க்க நூல்களையும் கற்றார்.

காசி சென்று வந்தவுடன் இல்லற வாழ்க்கை துறந்து சந்நியாசம் மேற்கொண்டார். குரு ஸ்ரீவீரசேகர ஞாநதேசிகர் இவருக்கு 'சந்நியாசம்' கொடுத்து 'காசிகாநந்தர்' என்ற பெயரையும் சூட்டினார். சந்நியாசம் பெற்ற பிறகு திரும்பவும் காசி சென்றார். காசியில் வடமொழியைக் கற்றார். இங்கு இவருக்குப் போதகசிரியராக ஸ்ரீமத் அச்சுதாநந்த பண்டிதர் கிடைத்தார். அவரிடம் வடமொழி, தர்க்க சாஸ்திரம், வேதாந்த சாஸ்திரம், வியாகரணம் முதலியவற்றைக் கற்றார். இதனுடன் பூர்வ மீமாம்ஸ யோக சாஸ்திர முதலிய நூல்களையும் கற்றார்.

சந்நியாச யாத்திரையை முடித்துவிட்டு 1914ஆம் ஆண்டு கார்த்திகை மாதம் காசிகாநந்தர் கோவிலூர் மடம் வந்துசேர்ந்தார். அவர் காசிக்குச் செல்வதற்கு முன்பு மடத்தில் இருந்த சூழலும் திரும்பி வந்தவுடன் இருந்த சூழலும் வெவ்வேறாக இருந்தது. மடாதிபதி இறந்த பிறகு காசிகாநந்தர்தான் அடுத்த மடாதிபதியாக வேண்டும் என்ற நிலை இருந்தது. ஆனால், அங்கு நடந்த அரசியல் சூழலால் தனக்கு மடாதிபதி பட்டம் கிடைக்கவில்லையென்று மனம்வெதும்பி மடத்தைவிட்டு வெளியேறினார்; காசிக்கு இணையாகக் கொள்ளப்படும் மதுரை திருப்பூவணத்திற்கு வந்து சேர்ந்தார். அங்கு வசித்துவந்த செட்டியார்களின் உதவியுடன் மடம் ஒன்றை நிறுவினார். அதற்குத் தன்னுடைய பெயரிலேயே ஸ்ரீகாசிகாநந்த வேதாந்த மடம் என்று பெயரிட்டு வேதாந்த போதனைகளை நடத்திவந்தார்.

திருப்பூவணம் காசிகாநந்த மடத்தின் வழியாக வடமொழியில் எழுதப்பெற்ற வேதாந்த நூல்களைத் தமிழில் மொழிபெயர்த்து வெளியிடத் தொடங்கினார். இம்மடத்திற்கென்று தனியான அச்சியந்திரம் நிறுவப்படவில்லை என்றாலும், அன்றைக்கு மதுரையில் சிறந்து விளங்கிய ராஜேஸ்வரி அச்சியந்திர சாலையின் வழியாக வெளியிட்டுவந்தார். இதற்கான தரவுகளை இம்மடத்தின் வெளியீட்டு நூல்களின் வழி அறியமுடிகிறது.

1915இல் 'காசிகாநந்த விஜயம்' எனும் நூலினைச் சென்னை தமிழ்ப் புலவர் ம.ராஜகோபால் பிள்ளை அவர்கள் வசன நடையில் இயற்றப்பெற்று திருப்பூவணம், வேதாந்த மடத்தாரால் மதுரை மீனலோசனி பிரஸில் பதிப்பிக்கப்பட்டது. இதன் அடுத்த பதிப்பு 1925இல் வெளிவந்திருக்கிறது.

1932இல் 'திருக்களர் ஸ்ரீலஸ்ரீவீரசேகர ஞானதேசிக ஸ்வாமிகள் புராணம் திருக்களர் ஆண்டவர் சரித்திர வசநம்' எனும் நூல் சுவாமிகளின் மாணாக்கர் சிவாநந்த ஸ்வாமிகளால் இயற்றப்பெற்று, மேற்படி வீரசேகர ஞாததேசிக ஸ்வாமிகளவர்களின் மாணாக்கர் திருப்பூவண மடாதிபதி ஸ்ரீலஸ்ரீ காசிகாநந்த ஞாநாசார்ய ஸ்வாமிகள் அவர்களால் வழுக்களைந்து மிக விரிந்த பொருட் செலவு செய்து மதுரை ராஜேஸ்வரி பிரஸில் அச்சிடப்பட்டது.

1935இல் ஸ்ரீசங்கராசார்ய ஸ்வாமிகள் இயற்றிய 'ஹரி மீடே', ஸ்ரீஸ்வயம்பிரகாச யதிகள் இயற்றிய 'ஹரி தத்வ முக்தாவலீ' ஆகிய நூல்கள், திருப்பூவண மடாதிபதி ஸ்ரீகாசிகாநந்த ஞாநாச்சார்ய ஸ்வாமிகளால் பதம், பதப் பொருளுடன் தமிழில் மொழிபெயர்க்கப்பட்டு மதுரை ராஜேஸ்வரி பிரஸில் பதிப்பிக்கப்பட்டது.

*1935*இல் மூலச் சந்திர ஞாநி ஹிந்தி பாஷையில் இயற்றிய 'வேதாந்த பதார்த்த மஞ்ஜுஷா' எனும் நூலினை பரசமய கோளரியாரும், உபய பாஷா வேதாந்தப் பிரவர்த்தகாசார்யரும் திருக்களர் ஸ்ரீலஸ்ரீ வீரசேகர ஞாநதேசிக ஸ்வாமிகள் அவர்களின் மாணாக்கரும் ஆன திருப்பூவண மடாதிபதி ஸ்ரீலஸ்ரீ காசிகாநந்த ஞாநாசார்ய ஸ்வாமிகளால் தமிழில், வசன வடிவமாக மொழிபெயர்க்கப்பட்டு மதுரை ராஜேஸ்வரி பிரஸில் பதிப்பிக்கப்பட்டது.

*1937*இல் ஸ்ரீ பிரகாசாந்த சுவாமிகளால் சமஸ்கிருதத்தில் இயற்றப்பெற்ற 'வேதாந்த சித்தாந்த முக்தாவளி'யை பரமசமய கோளரியாரும், மண்டலேசுவரரும், உபய பாஷா வேதாந்தப் பிரவர்த்தகாசார்யரும் திருக்களர் ஸ்ரீலஸ்ரீ வீரசேகர ஞாநதேசிக ஸ்வாமிகள் அவர்கள் மாணாக்கரும் ஆன திருப்பூவண மடாதிபதி ஸ்ரீலஸ்ரீ காசிகாநந்த ஞாநாசார்ய ஸ்வாமிகள் அவர்களால் தமிழில், வசன வடிவமாக மொழிபெயர்க்கப்பட்டு மதுரை ராஜேஸ்வரி பிரஸில் அச்சிடப்பட்டது.

*1938*இல் திருப்போரூர், ஸ்ரீசாந்த லிங்க சுவாமிகள் திருவாய் மலர்ந்தருளிய 'வைராக்ய தீபம்' எனும் நூல் திருப்போரூர் ஸ்ரீசிதம்பர சுவாமிகள் இயற்றிய பொழிப்புரையும் கோவிலூர் மடாலாயம் ஸ்ரீவீரசேகர ஞாநதேசிக ஸ்வாமிகளின் மாணாக்கரும், பரசமய கோளரியாரும், மண்டலேசுவரரும், உபய பாஷா வேதாந்தப் பிரவர்த்தகாசாரியரும் திருக்களர் ஸ்ரீலஸ்ரீ வீரசேகர ஞாநதேசிக ஸ்வாமிகள் அவர்களின் மாணாக்கரும் ஆன திருப்பூவண மடாதிபதி ஸ்ரீலஸ்ரீ காசிகாநந்த ஞாநாசார்ய ஸ்வாமிகள் மேற்படி பொழிப்புரையினையே புத்துரையாக்கிய பதவுரையும் இவை மூன்றும் சுவாமிகளால் பரிசோதிக்கப்பட்டு மதுரை ராஜேஸ்வரி பிரஸில் அச்சிடப்பட்டது.

*1942*இல் ஸ்ரீசோம தேவ பட்டர் சமஸ்கிருதத்தில் சுலோக ரூபமாக இயற்றிய 'கதா சரித் சாகரம்' எனும் நூல் இது *18* லம்பகம், *124* தரங்கத்தில் பண்டிதர்களால் *34* தரங்கம் *6* லம்பகம் வரைத் தமிழில் வசன வடிவமாக மொழிபெயர்க்கப்பட்டு திருப்பூவண மடம் ஸ்ரீலஸ்ரீ காசிகாநந்த ஞாநாசார்ய ஸ்வாமிகளால் அச்சிடப்பட்டது.

1951இல் பகவற் கீதை 15ஆவது புருஷோத்தம யோகம், பகவற் கீதை 15ஆவது பிரபஞ்ச அத்தியாய மூலமும் சமஸ்கிருத பதமும், தமிழ் உரையும், தமிழ்க் கவியும், உரையும், மூர்க்க சதகம் மூலமும், சமஸ்கிருதப் பதமும், தமிழ் உரையும் இவை மண்டலேசுவரரும், பரசமய கோளரியாரும், உபய பாஷா வேதாந்த பிரவர்த்தகாச்சாரியரும் திரிபாஷா பண்டிதமணியும் (மும்மொழிப் புலமை ரத்நமும்), சத சாஸ்திர கர்த்தரும் (நூறு நூல் இயற்றியவரும்), திருக்களர், கோவிலூர் மடம், ஸ்ரீவீரசேகர ஞானதேசிக ஸ்வாமிகளவர்களின் மாணாக்கரும் திருப்பூவணம் வேதாந்த மட ஸ்தாபகரும் ஆன, ஸ்ரீ காசிகாநந்த ஞாநாசார்ய ஸ்வாமிகள் அவர்கள் இயற்றி, மதுரை ராஜேஸ்வரி பிரஸில் பதிப்பிக்கப்பட்டன.

1953இல் ஸ்ரீதத்துவராய சுவாமிகள் இயற்றிய 'திருப்பள்ளி எழுச்சி - திரு எம்பாவை' எனும் நூலினைத் திருப்பூவணம் வேதாந்த மடம் ஸ்ரீகாசிகாநந்த ஞாநாச்சார்ய ஸ்வாமிகளால் மதுரை ராஜேஸ்வரி பிரஸில் பதிப்பிக்கப்பட்டது. இந்நூல் காசிகாநந்த நிலைய மடத்தின் சார்பாக அன்பளிப்பாக வழங்கப்பட்டிருக்கிறது.

1957இல் திருக்களர் ஸ்ரீவீரசேகர ஞாநதேசிகர் மீது திருப்பூவணம், ஸ்ரீகாசிநாந்த ஞாநாச்சார்ய ஸ்வாமிகள் இயற்றிய 'திரு எம்பாவை - திருபள்ளி எழுச்சி' என்னும் அருட் பா மாலை எனும் நூல், மதுரைத் தமிழ்ச் சங்கத்து பண்டித ஸ்ரீநாராயண சுவாமிகளால் இயற்றப்பெற்ற 'மணி மாலை - சிறு சுடர்' என்னும் பொழிப்புரை, விசேஷ உரையோடு மதுரை ராஜேஸ்வரி பிரஸில் அச்சிடப்பட்டது.

திருப்பூவணம் காசிகாநந்த ஞாநாச்சார்ய ஸ்வாமிகள் இயற்றிய நூல்கள், பதிப்பித்த நூல்கள் மொத்தம் 100 என்ற குறிப்பு 'பகவற் கீதை 15ஆவது புருஷோத்தம யோகம்', 'பகவற் கீதை 15ஆவது பிரபஞ்ச அத்தியாய மூலமும் சமஸ்கிருத பதமும்' எனும் நூலின் வழியாகக் கிடைக்கப்பெறுகிறது. ஆனால், அவற்றின் பெயர்களோடு மொத்தம் 51 நூல்களின் பட்டியல் திருப்பூவணம் மடத்தின் வெளியீடாக வெளிவந்துள்ள 'விபரம் ஸ்ரீசாந்த லிங்க சுவாமிகள் செய்த வைராக்கிய தீபத்துக்கு திருப்போரூர் ஸ்ரீ சிதம்பர சுவாமிகள் இயற்றிய பொழிப்புரையின் உதாரணக் கவி - 73' எனும் நூலின் பின் அட்டையில் கிடைக்கப்பெறுகிறது. இதனை வரிசையாகக் காணலாம்.

- வேதாந்த பதார்த்த மஞ்ஜூஷா வசநம் (வடமொழி நூல் - தமிழ் மொழிபெயர்ப்பு).
- விசார சாகரம் (ஹிந்தி மொழிபெயர்ப்பு).
- கதா சரித் சாகரம் வசநம் கதை (சமஸ்கிருத மொழிபெயர்ப்பு).
- வியாச தாத்பரிய நிர்ணயம் வசநம் (சமஸ்கிருத மொழிபெயர்ப்பு).
- வேதாந்த சித்தாந்த முக்தாவலி வசநம் (சமஸ்கிருத மொழிபெயர்ப்பு).
- நைஷ்க் கர்மய சித்தி வசநம் (சமஸ்கிருத மொழிபெயர்ப்பு).
- வேதாந்த பரிபாஷை வசநம் (சமஸ்கிருத மொழிபெயர்ப்பு).
- ஸ்வராஜ்ய சித்தி வசநம் (சமஸ்கிருத மொழிபெயர்ப்பு).
- மண்டல பிராஹ்மண உபநிஷத் ராஜ யோக பாஷ்யம் (சமஸ்கிருத மொழிபெயர்ப்பு).
- ஈசாவாஸ்ய உபநிஷத், சங்கர பாஷ்யம் (சமஸ்கிருத மொழிபெயர்ப்பு).
- ஹரிமீடே - ஹரிதத்வ முக்தாவலி (சமஸ்கிருத மொழிபெயர்ப்பு).
- மார்கழித் திங்கள் பாரநயண மஞ்சரி.
- பகவத் கீதை 15ஆவது அத்யாயம், மூர்க்க சதகம்.
- மந்திர உபதேசம் வசநம்.
- திருக் களர் வீர சேகர சரிதம் வசநம்.
- நாநா ஜீவ வாதக் கட்டளை உரை.
- கீதா சாரத் தாலாட்டு வகு சந்திரிகை உரை.
- மேற்படி நக்ஷத்திர விளக்க உரை.
- மகா ராஜத் துறவு, மநப் பிரசாதிநி உரை.
- பக்தி (வைராக்ய) சதக பத உரை பொழிப்புரை.
- வைராக்ய தீபம் - பத உரை பொழிப்புரை.
- சீடாசாரம், பால போதிநி உரை.

- வேதாந்த சாஸ்திரத் ரத்நாவலி 9 சேர்ந்தது.
- கீதாத் திரயம் கவி (ஈசுவர கீதை, பகவத் கீதை, பிரஹ்ம கீதை 3 சேர்ந்தது).
- வேதாந்த சாஸ்திர ரத்நத் திரயம் (விவேக சூடாமணி, அஞ்ஞ வதைப் பரணி, பஞ்சதசி மூன்று சேர்ந்தது).
- வாசிட்டம் 2055 கவி.
- ஒன்பது துறவிகள் பாடிய, திரு எம் பாவை, திருபள்ளி எழுச்சி, அருட் பா மாலை.
- வீர சேகரத், திரு எம் பாவை, திருப் பள்ளி எழுச்சி மணி மாலை சிறு சுடர் உரை.
- மேற்படி பத உரை.
- வைராக்கிய சதக தோத்திர உரை.
- ஈசுவர கீதை கவி.
- பகவத் கீதை கவி.
- பிரஹ்ம கீதை கவி.
- கைவல்ய நவநீதம் கவி.
- பஞ்சதசி கவி.
- வேதாந்த சஞ்ஞா வசநம்.
- சார்த சதக ஸ்தோத்ர ரச மஞ்சரி.
- திரிம்சத் ஸ்தோத்ர ரச மஞ்சரி.
- காசிகாநந்த விஜயம்.
- கைவல்ய நவநீதம், துறவு சாமிகள் பத சார உரை.
- கைவல்ய நவநீதம் கிருத பாந உரையும், ஆராய்ச்சிகளும்.
- சசிவந்ந போதம், பதார்த்த பாஸ்கரன் உரை.
- வைராக்ய தீப உரை உதாரணக் கவி 73க்கு தீபச் சுடர் உரை.

- வீர சேகரத் திரு எம்பாவை - திருப்பள்ளி எழுச்சி ஆசார்ய திரய தோத்திர ரச மஞ்சரி (கவி 64).
- வைராக்ய (பக்தி) சதக உரை உதாரணக் கவி 103க்குப் பக்தி ரச உரை.
- கோவிலூர் மடத்தின், அத்புத மகிமா அகூபாரம்.
- மகாத்மா சரிதாமிருதம் - வசநம்.
- பிரபோத சுதாகரம் - பதப்பொருள் (மொழிபெயர்ப்பு).
- காணாத சித்தாந்த சந்திரிகை (தர்க்கம்) (மொழிபெயர்ப்பு).
- சப்த பதார்த்தீ (தர்க்கம்) (மொழிபெயர்ப்பு).
- கைவல்ய நவநீத உரை உதாரணக் கவி (ஆதித்தன் உரை).

எனும் நூல்கள் ஆகும்.

திருப்பூவண காசிகாநந்தர் மடம் இன்றைக்கும் திருப்பூவணத்தில் செயல்பட்டுவருகிறது. எந்த மடத்திலிருந்து வெளியேறி தனியானதொரு மடத்தை நிறுவினாரோ அம்மடத்திற்கே தன் மடத்தின் முழுச்சொத்தையும் எழுதிவைத்துள்ளார். தற்போது இது கோவிலூர் மடத்தின் கட்டுப்பாட்டில் செயல்பட்டுவருகிறது. திருப்பூவண காசிகாநந்தர் மடத்தைப் புதுப்பிக்கும்போது ஸ்ரீலஸ்ரீ காசிகாநந்தர் ஞாநாசாரியர் என்று பெயரிடாமல் ஸ்ரீமத் காசிகாநந்த ஞாநாசரியர் என்றப் பெயரினை வைத்துள்ளது கோவிலூர் மடம் (இதற்கான சான்று பின்னிணைப்பில் உள்ள படத்தில் காண்க). ஸ்ரீலஸ்ரீ என்பது மடாதிபதிகளுக்கு வழங்கப்படும் பட்டம். ஸ்ரீமத் என்பது மடாதிபதிகளுக்கு அடுத்தபடியாக உள்ளவர்களுக்கு வழங்கப்படும் பட்டம். அதேபோன்று ஞாநாசாரியர் என்பது 'ஆசிரிய'ரைக் குறிக்கும். ஞாநாசரியர் என்பது பொதுவாக எல்லோரையும் குறிக்கும். இத்தகவல்கள் கள ஆய்வின்வழி கிடைக்கப்பெற்றதாகும். காசிகாநந்த சுவாமிகள் வெளியிட்ட நூல்களிலும் பதிப்பித்த நூல்களிலும் ஸ்ரீலஸ்ரீ காசிகாநந்த ஞாநாசாரியர் என்றே குறிப்பிடப்பட்டிருக்கிறது. இக்கருத்தினை வைத்துப் பார்க்கும்போது அன்றைக்கு என்ன நிலையில் கோவிலூர் மடம் இவரை ஒதுக்கியதோ அதையே இன்றுவரைக்கும் அவருக்குச் செய்துவருகிறது. இதனை மறைமுகமாகவும் நேரிடையாகவும் செய்துவருகிறது. இவரின் உடைமைகள் அனைத்தையும் கோவிலூர் மடம் கையகப்படுத்தியிருக்கிறது. காசிகாநந்தர் பதிப்பித்த, எழுதிய நூல்கள் எல்லாம் கோவிலூர் மடத்தின்

கட்டுப்பாட்டில் பராமரிக்கப்படுகின்றன. திருப்பூவணத்தில் எந்த ஆதாரமும் இல்லை. மடம் இருந்ததற்கான ஆதாரமாக காசிகாநந்தரின் சமாதி அடக்கம்பெற்ற இடத்தில் புது மடம் கட்டப்பட்டு மேற்கூறிய பெயருடன் காணப்படுகிறது. இம்மடத்தில் பூசைகள் செய்துவரப்படுகின்றன.

மதுரை பிரம்மானந்த மடம்

மதுரை பிரம்மானந்த சுவாமிகளால் நிறுவப்பட்டது 'பிரம்மானந்த மடம்.' இதுவும் வேதாந்த மடமாகும். மதுரை தெற்குவாசல் பாலத்திற்குக் கீழ் அமைந்துள்ளது. 1939இல் ராமசாமி சாஸ்திரிக்கும் மீனாட்சியம்மாளுக்கும் பிறந்தவர் பிரம்மானந்த சுவாமிகள்; இயற்பெயர் ராமசாமி சாஸ்திரி. இவர் தனது 19ஆவது வயதில் துறவு மேற்கொண்டவர். 1898இல் முத்திபெற்று இங்கு வருபவர்களுக்கு ஞானத்தைப் போதித்துவருகிறார். ஸ்ரீபரமகுரு அசுவத்தநாதரைக் குருவாகக் கொண்ட பிரம்மானந்த சுவாமிகள், தனது இளமைப் பருவத்திலேயே வேதாந்தங்களையும் சாஸ்திரங்களையும் கற்றார். பரமகுரு அசுவத்த நாதரிடம் பக்தி நூல்களான 64 திருவிளையாடல் புராணம் போன்று மற்ற புராணங்களையும் கற்றார். பக்திக் காவியங்களை விட வேத சாஸ்திரங்களை எடுத்துக்கூறி தன் குருநாதரையே முழுநேரம் வேதங்களைப் படிக்கவைத்தார். அந்தியோந்தியம் வேதாந்த சாஸ்திர சம்பாஷணையில் நெடுங்காலமாக மூழ்கிப் போயிருந்து பரமபக்தியுடன் இருந்த குருநாதரை ஜாதியாதி விவகாரங்களையும் மறந்து பரம குருநாதன் சிரார்த்தாதிகளின் மத்தியிலழைத்துப் பரீக்ஷித்தபோதிலும் தேறி பேரானந்தத்துடன் விளங்கினார்.

பிரம்மானந்த சுவாமிகள் தனது குருவின் நூல்களை வடமொழியிலிருந்து தமிழ்மொழியில் மொழிபெயர்த்தார். அவை "ஸ்ரீபஞ்சதசிக்குப் பதயோஜினி யென்னும் வியாக்கியானமும், சொருப இலக்ஷணா விருத்தி மூலசுலோகமும்', 'விவேக சூடாமணி', 'சர்வவேதாந்த சித்தாந்த சாரசங்கிரகம்', 'தக்ஷிணாமூர்த்தி விக்ஷாவிலாசாம்' என்னும் கிரந்தங்கட்குத் தமிழ் மொழிபெயர்ப்பும் செய்தருளி, பிரம்மநிஷ்டையில் எழுந்தருளியிருந்தார்கள். பின்னொரு சமயத்தில் அடியார்குழாங்கள் மகாசந்நிதானத்தில் இயற்றியருளப்பட்ட வியாக்கியானமும் மொழிபெயர்ப்பும் கற்றவர்கட்கு பயனாகவுள்ளன. சர்வத்திரசாமானியமாய்ப் பயன்பெற்றுதவவில்லை யெனவேண்டத் திருவுள்ளத்திற் கருணை கூர்ந்து, பண்டிதபாமர சாமானியமாய் எல்லோருங்கற்று எளிதிற் பரமாத்மபத்தை எய்துமாறு வழிவகுத்தார் சுத்த

பிரம்மானந்த சுவாமிகள்."[18]

இவர் எழுதிய நூல்கள்

1. பிரம்மானந்த அநுசந்தான யுக்தி ரத்னாகரம்
2. சர்வ வேதாந்த சித்தாந்த சாரசங்கிரகம்
3. அரசப்ப சுவாமிகள் சரிதம்
4. தக்ஷிணாமூர்த்தி விக்ஷா விலாசம்

உரை எழுதிய நூல்கள்

1. பஞ்சதசி (பதயோஜினி)
2. விவேக சூடாமணி

மதுரை பிரம்மானந்த மடம் வேதாந்த கருத்துகளையே போதித்துவந்தது என்பதைக் கோவிலூர் மடத்து மாணவர்களில் ஒருவரான மகா.சோமசுந்தர சுவாமிகள் 'ஈசாவாஸ்ய ப்ரவசனம்' எனும் நூலின் மதிப்புரையில் கூறுவதன் வழி அறியலாம். "மதுரையம்பதியின் கண் வேதாந்த சிரவணம் நடந்துவரும் ஆஸ்ரமங்கள் பலவற்றுள் ஸ்ரீபிரம்மானந்த சுவாமிகள் மடம் ஒன்றாகும். இம்மடத்தில் இன்றும் காலை, மாலை விடாது வேதாந்த பாடம் நடந்துவருவது அறிஞர்கள் அறிந்த விஷயம். இம்மடத்து அதிபர் ஸ்ரீலஸ்ரீ யோகானந்தகிரி சுவாமிகள் அவர்களும் வேதாந்த ஆசாரியரும் ஆவர். **1945**ஆம் வருஷம் காசிக்குச் சென்று **1970**ஆம் வருசம் வரை சமஸ்கிருத நூல்கள் பல பயின்றுவந்தார்.

இப்பொழுது இவ்வூர் (மதுரை) ஸ்ரீசங்கராஸ்ரமத்திலும், ஸ்ரீபரமானந்தபுரி சுவாமிகள் ஆஸ்ரமத்தில் சமீபகாலம் துடங்கி உபநிஷத பிரசவனம் செய்ய ஆரம்பித்துப் பல உபநிஷத்துகளை முடித்திருக்கிறார்கள். அவைகளில் ஈசாவாஸ்ய உபநிஷத்தை சிரவணம் செய்துவந்த ஆண்பாலர், பெண்பாலராகிய இருவகை அறிஞர் பெருமக்கள் சுவாமிகளிடம் பிரசவனத்தை அப்படியே கையெழுத்துப் பிரதி ஆக்கித் தந்தால் புஸ்தக வடிவமாக அச்சிட்டு வழங்குகிறோம்[19]" என்கிறார்கள்.

'ஈஸாவாஸ்ய ப்ரவசனம்' எனும் நூலின் பின் அட்டையில் இம்மடத்தின் வெளியீடுகள் பற்றிய குறிப்புக் கிடைக்கின்றன. அவை,

1. யுக்தி ரத்னாகரம்
2. வாசிட்டம்
3. பக்தி ஞானாம்ருதம்
4. லக்ஷணாவிருத்தி

1957இல் மெய்கண்டதேவரின் 'சிவஞான போதம் - வேதாந்தப் பிரகாசம் உரை' எனும் நூல் மதுரை பிரஹ்மானந்த சுவாமிகள் மடத்தின் வெளியீடாக வெளியிடப்பட்டது.

1970இல் 'ஸ்ரீலஸ்ரீ பிரஹ்மானந்த சுவாமிகளால் தமிழில் அருளிச் செய்யப்பெற்ற ஸ்ரீபிரஹ்மானந்த அநுசந்தான விசார யுக்தி ரத்னாகரம்' எனும் நூல் ஸ்ரீலஸ்ரீ சின்மயானந்த ஞானதேசிக சுவாமிகளால் மதுரை சி.வி.என்.பிரஸில் பதிப்பிக்கப்பட்டுள்ளது.

பிரஹ்மானந்த மடம் 1900களிலே தோற்றம் பெற்றிருந்தாலும் இதன் வெளியீடுகளாகக் கிடைக்கப்பெற்ற நூல்களை வைத்துப்பார்க்கும்போது 1940களுக்குப் பிறகுதான் பதிப்பு வேலையைச் செய்திருக்கிறது. அப்படியாகப் பதிப்பிக்கப்பட்ட நூல்களும் வேதாந்த சமயம் சார்ந்த நூல்களாகவே இருக்கின்றன. கள ஆய்வு மேற்கொண்டபோது இம்மடத்தின் தற்போதைய மடாதிபதியாக இருப்பவருக்கு அதிக தகவல்கள் தெரிந்திருக்கவில்லை.

மதுரையில் கிறித்தவ நிறுவனங்கள்

16ஆம் நூற்றாண்டில் கத்தோலிக்கம் தமிழ்நாட்டின் கடற்கரைப் பகுதியில் போர்ச்சுகீசியர்களின் துணையுடன் பரவியது. தமிழ்நாட்டின் வட பகுதியில் நாகப்பட்டினம், பழவேற்காடு, பரங்கிப்பேட்டை ஆகிய ஊர்களிலும் அதைச் சுற்றியும் டச்சுக்காரர்கள் ஆதிக்கம் செலுத்தினாலும் அவர்கள் பின்பற்றிய சீர்திருத்தக் கிறித்தவத்தை, குறிப்பிடத்தக்க அளவில் பரப்ப இயலவில்லை. 18ஆம் நூற்றாண்டில் தரங்கம்பாடியில் சீர்திருத்தக் கிறித்தவம் கால்கொண்டது. மறைப்பணிக்கு வந்தவர்கள் பெரும்பான்மையும் கடற்கரையை அடுத்துள்ள இடங்களிலேயே பணியாற்றினர். இத்தாலி நாட்டிலிருந்து வந்த இராபர்ட் டி நொபிலி தமிழகத்தின் உள்பகுதிகளுக்குள் சென்று மறைப்பணி செய்ய விரும்பினார். இயேசு சபையின் மாநிலத்தலைவர் ஆல்பர்ட் லயர்சியோ *(Fr.Albert Laezio)* அவரை மதுரைக்கு அனுப்பினார்.

இராபர்ட் டி நொபிலி மதுரையில் 1606இல் திருத்தூது இயக்கம் என்ற ஓர் இயக்கத்தையும் தோற்றுவித்தார். இக்காலகட்டத்தில் கல்வி என்பது உயர்த்தப்பட்ட சாதினருக்கு மட்டுமே இருந்துவந்தது என்பதை அறிந்த நொபிலி அங்கு பயின்ற மாணவர்களின் எண்ணிக்கையையும், பயிற்றுவிக்கப்பட்ட பாடத்தினையும் குறித்து, "மதுரையில் 10,000 மாணவர்கள் இருந்தனர். அவர்கள் கல்வி தத்துவ சாத்திரம், வேத சாத்திரம், அறிவியல் பற்றியது[20]" என்று குறிப்பிடுகிறார். இப்பள்ளிகள் உயர்குல பிராமணர்களாலேயே நடத்தப்பட்டுவந்தன. மதுரையை அப்போது ஆண்டுவந்த விஜயநகர மன்னரின் நிதியுதவியில் இவை செயல்பட்டுவந்துள்ளதையும் காணமுடிகிறது.

தே நொபிலி அச்சகம்

திருச்சி மறைமாநிலத்தின் கீழிருந்த மதுரை மறைமாவட்டம் 1938இல் பிரிந்து கத்தோலிக்க மதுரை மாவட்டமாகத் தோற்றம் பெற்றது. அப்போது அங்குச் செயல்பட்டுவந்த தூயவளனார் தொழிற்பயிற்சிப் பள்ளியிலிருந்த அச்சகத்தின் ஒரு பகுதி மதுரைக்குக் கொண்டுவரப்பட்டு, மதுரைத் திருத்தொண்டு இயக்கத்தை முதன்முதலில் மதுரையில் நிறுவிய இராபர்ட் - டி - நொபிலியின் பெயரிலேயே 'தே நொபிலி அச்சகம்' என்று அமைக்கப்பட்டது. தொடக்கத்தில் இதன் மேலாளராக பொன்னுசாமி, தனசாமி எனும் சகோதரர்கள் செயல்பட்டனர். இதில் மதுரை மறைமாவட்ட, கத்தோலிக்க மாத இதழான 'கத்தோலிக்க சேவை' அச்சிடப்பட்டு வெளியிட்டது. 1888இல் 'திரு இருதயத்தூதன்' எனும் இதழ் திருச்சி தூயவளனார் தொழிற்பயிற்சிப் பள்ளியிலிருந்து வெளிவந்தது. 1939 ஜனவரி முதல் இது மதுரை தெ நொபிலி அச்சகத்திலிருந்து வெளிவந்தது. கத்தோலிக்கப் பிரிவைச் சேர்ந்த இவ்விதழ் இன்றுவரை தொடர்ந்து வெளிவருகிறது. இதுபோன்று இவ்வச்சகத்தின் வெளியீடுகளைப் பற்றி ஜேண்ட்லர் "இயேசு சபையின் இதழ்களான 'நம்வாழ்வு', 'திரு இருதயதூதன்', 'பொய்யா விளக்கு' முதலிய இதழ்களும் இங்கு அச்சடிக்கப்பட்டன. பின்னர் போதிய அளவில் அச்சிடும் பணி கிடைக்கப்பெறாததால் 1976இல் அச்சகம் மூடப்பட்டது. இரண்டு ஆண்டுகளுக்குப் பின்னர் பேராய வெளியீடுகளுக்கென்று 'வியான்னி அச்சகம்' எனும் சிறு அச்சகம் தொடங்கப்பட்டது. இது பேராய செய்தி மடல்களையும் சுற்றறிக்கைகளையும், சிறு வெளியீடுகளையும் வெளியிடுகிறது[21]" என்கிறார்.

நொபிலி அச்சகத்திலிருந்து வெளிவந்த நூல்களாகக் கிடைக்கப் பெற்றவை.

1940இல் ரா.ஞானப்பிரகாசம் அவர்களால் எழுதப்பெற்ற ‘தேம்பாவணி நாட்டுப்படலம் விளக்கம்’ எனும் நூல்.

1943இல் தமிழ்க்கீதவர்ணங்கள் இரண்டாம் தொகுதி எனும் நூல். இந்நூலின் ஆசிரியர் பெயர் தெரியவில்லை.

இவ்வச்சகம் பற்றிய போதிய விபரங்கள் கிடைக்கப்பெறவில்லை. ஆனால், இன்றைக்கும் மதுரையில் நொபிலியின் பெயரில் ஓர் அச்சகம் செயல்பட்டுவருகிறது.

மதுரையில் அமெரிக்கன் மிஷனரிகள்

இலங்கையின் யாழ்ப்பாணம் (Jaffna) நகரை மையமாகவும், அமெரிக்காவில் உள்ள பாஸ்டன் (Boston) நகரைத் தலைநகரமாகவும் கொண்டு பணியாற்றியவர்கள்தான் அமெரிக்கன் மிஷனரிகள். இவர்கள் தம் பணியிட எல்லையை விரிவாக்க எண்ணினர். அந்தவகையில் இலங்கை வட்டுக்கோட்டையிலிருந்து தமிழகத்திற்கு மறைப்பணி மையத்தைத் தோற்றுவிக்க விரும்பினர். பல சமயத்தினர் ஒருங்கே கூடிவாழும் மதுரை நகரைத் தம் பணிசெய்வதற்கு உகந்தது என்பதை முடிவுசெய்தனர். 1830ஆம் ஆண்டு முதலே அமெரிக்கன் அருட்பணி இயக்கம் மதுரையில் தங்கள் அமைப்பை நிறுவிவிட வேண்டும் என்ற எண்ணம் கொண்டிருந்தாலும், அது முழுமையாக 1834ஆம் ஆண்டு பிப்ரவரி 8ஆம் நாளில் மதுரை வந்த லெவி ஸ்பால்டிங் (Levy Spaulding) என்பவராலேயே நிறைவேறியது. மதுரையில் உள்ள பசுமலையைத் தலைமையாகவும், அதன் சுற்றுவட்டார சிற்றூர்களையும் சிறுநகர்களையும் கிளை மையங்களாகக் கொண்டு 1834இல் அமெரிக்கன் மதுரை மிஷன் (American Madura Mission) அமைப்புத் தோற்றம்பெற்றது.

அமெரிக்க மிஷனரிகள் மதுரையில் தம் கல்விப் பணியைத் தொடங்குவதற்கு முன்பு, மிஷனரிகளின் உறுப்பினரில் ஒருவரான டேனியல் பூர் மதுரை நகரை ஆய்வு செய்து அறிக்கையை யாழ்ப்பாண வட்டுக்கோட்டை மிஷனரிக்கு அனுப்பிவைக்கிறார். “தமது இயக்கம் கல்விப் பணியைத் தொடங்குவதற்கு முன்பே மதுரையில் சற்றேறக்குறைய

நூறு பள்ளிகள் இருந்தன[22]" என்ற டேனியலின் அறிக்கையை ஜேண்டலர் தனது நூலில் கையாண்டுள்ளார். இது, கிறித்தவ கல்வி நிறுவனங்கள் மதுரையில் தொடங்கப்படுவதற்கு முன் மரபான திண்ணைப் பள்ளிகள் நடத்தப்பட்டுவந்திருப்பதை உணர்த்துகிறது.

மதுரையில் அமெரிக்கன் மிஷனரிகள் கல்விப் பணியை நிறுவனமாகத் தொடங்கியபோது பள்ளிகளுக்குத் தேவையான பாடப் புத்தகங்களை அச்சிடுவதற்கு அச்சியந்திரம் நிறுவினர். அதற்கு முன் மிஷனரிகளின் பள்ளியில் பாடங்களைப் பயிலவும் பயிற்றுவிக்கவும் ஓலைச் சுவடிகளையே பயன்படுத்தினர். ஏடுகளின் பயன்பாடு அதிகமாக இருந்ததால் அவை சிதைவடைவதைக் கண்ட மிஷனரிகள் அச்சியந்திரத்தை நிறுவத்தொடங்கினர். அதற்கு முன்புவரை இலங்கை, சென்னை போன்ற இடங்களில் அச்சிட்டுவந்தனர். இதன் சிரமங்களை அறிந்த ட்வைட் (Dwight) 1842இல் தொடங்கப்பெற்ற திட்டம் 1870இல் Dr. Washburn காலத்தில்தான் நிறைவேறியது. தங்களின் கல்விக் கொள்கைக்காகவும் மதப் பிரச்சாரத்திற்காகவும் 1871இல் Wooden Press எனும் அச்சகத்தை நிறுவினார் டாக்டர் வாஷ்பர்ன். பின்னர் மிஷனரிகள் ஒரு கல்வி நிறுவனத்தையும் நிறுவினர். அதனைத் தொடர்ந்து 'லெனாக்ஸ்' எனும் பெயர்கொண்ட ஓர் அச்சியந்திரந்தையும் அச்சுக்கூடத்தையும் நிறுவினர். அச்சகத்துடன் அச்சுத் தொடர்பான பயிற்சிப் பள்ளியும் சேர்த்தே தொடங்கப்பட்டது. பின்னர் இரண்டும் தனித்தனியாகச் செயல்படத் தொடங்கின. இவ்வச்சியந்திரமும் மதுரை - இராமநாதபுரம் தென்னிந்தியத் திருச்சபைத் திருமண்டிலத்தின் கீழ் செயல்பட்டுவருகிறது. திருமண்டிலத்தின் ஏனைய வெளியீடுகளுடன், 'மேல் அறை' எனும் பெயரில் தமிழிலும், 'Upper Room' என்று ஆங்கிலத்திலும் மாதமிருமுறை இதழ் வெளிவருகிறது. இதில் தினத்தியானக் குறிப்பை வெளியிட்டுவந்தது.

லெனாக்ஸ் அச்சியந்திரம் மூலமாகப் பள்ளிகளுக்குத் தேவையான பாடப் புத்தகங்கள், பல்வேறு சமய பிரச்சார அறிக்கைகள் அச்சிடப்பட்டன. இதில் குறிப்பிடும்படியாக, 1870 ஆகஸ்டு 1 அன்று வாஷ்பர்னால் தொடங்கப்பட்ட 'சத்தியவர்த்தமாணி' (True News) எனும் மாதமிருமுறை இதழ் தமிழிலும் ஆங்கிலத்திலும் வெளிவந்தது. பின்னர் பல மாற்றங்களைக் கொண்டு மாத இதழாக வெளிவந்தது. இது மதுரை - இராமநாதபுரம் திருமண்டிலங்கள் இணைந்த தென்னிந்தியத் திருச்சபையின் அதிகாரப்பூர்வமான மாத இதழாகத் தொடர்ந்து நூற்றிருபது ஆண்டுகள் (1870 - 1990)

வெளிவந்திருக்கிறது. இவ்விதழ் 1986இல் 'பேராலய மலர்' எனும் பெயரில் மாற்று வடிவமைப்புடன் வெளிவந்திருக்கிறது. இவ்வச்சகத்தில் அச்சிடப்பட்ட நூல்களைப் பற்றி ஜேன்ட்லர், "ட்வைட் (Mr. Dwight) மற்றும் கலாவுடட் (Mr. Callaudet) சேர்ந்து எழுதிய 'கிளாஸ்புக்' (Class Book) என்ற நூலைப் பற்றிக் கூறியுள்ளார். இதுபோன்று திரு. வார்ட் (Mr. Ward) எழுதிய 'கிறிஸ்துவின் உவமைகளின் விளக்கம்', 'தினப்பாட நூல்' (Daily Text Book), 'இந்தியாவும் இந்துக்களும்' எனும் நூல்களும் வெளியிடப்பட்டன[23]" என்கிறார். இதனைத் தொடர்ந்து அமெரிக்கன் மிஷனரிகளின் ஆண்டறிக்கைகளையும் வெளியிட்டுள்ளனர்.

- *1874 - The Thirty Ninth ANNUAL REPORT of The AMERICAN MADURA MISSION 1873, Madura: Printed At The Lenox Press, Pasumalai.*
- *1882 - The Forty Eighth ANNUAL REPORT of The AMERICAN MADURA MISSION 1881, Madura: Printed At The Lenox Press, Pasumalai.*
- *1895 - Pasumalai A Half Century Record of A Misssion Institution, Madura: Printed At The Lenox Press, Pasumalai.*
- *1928 - Dr. Washburn Of Madura An Appreciation, A Missionary Biogaphy By Rev. A.J.Saunders, Ph.D. American College Madura, American Mission Lenox Press, Pasumalai, South India -1928.*

பிற கல்லூரிகள், பள்ளிகள், வணிக நிறுவனங்களின் பணிகள், பல்கலைக்கழக வெளியீடுகள் எனப் பலவற்றையும் அச்சடித்துக் கொடுத்ததோடல்லாமல் கத்தோலிக்கத் திருச்சபைப் பாடல் புத்தகங்களை அச்சடிக்கும் பணிகளையும் உரிய அனுமதி பெற்று அச்சடித்து வெளியிட்டுவந்தது.

மிஷனரிகளின் பள்ளிகளில் அச்சுப் புத்தகங்களைப் பயன்படுத்தி மாணவர்களுக்குப் பாடங்களைக் கற்றுக்கொடுத்துவந்ததால் மாணவர்களின் எண்ணிக்கை அதிகமாயின. இதனால் பிராமணர்களால் நடத்தப்பட்டுவந்த திண்ணைப் பள்ளிகளின் எண்ணிக்கை குறைந்தது. இதனை சாண்டலர் தனது நூலில் "திருத்தொண்டர்களின் அச்சடிக்கப்பட்ட நூல்கள் பயன்படுத்தப்பட்டன. இதனால் பிராமணர்கள் நடத்திவந்த பள்ளிகளில் மாணர்கள் குறைந்து, திருத்தொண்டர்களின் பள்ளியில் மாணவர்கள் கூடினர். பிராமணர் பள்ளிகளின் தரம் குறைந்தது[24]" என்று முன்வைக்கிறார். வசதியில் உயர்ந்தோரின் பிள்ளைகள் பிராமணர் பள்ளிகளிலும், வசதி

இல்லாத பிள்ளைகள் மிஷனரிகளின் பள்ளிகளிலும் பயின்றனர். ஏழைப் பிள்ளைகளின் கைகளில் அச்சுப் பிரதியும் பணக்காரப் பிள்ளைகளின் கைகளில் ஏட்டுப்பிரதியும் காணப்பட்டன. வசதி படைத்தோரின் பிள்ளைகள் ஏழைப்பிள்ளைகளிடம் இருந்த புதிய புத்தகத்தைக் கண்டு வியந்து, மிஷனரிகளின் பள்ளிகளில் சேரத் தொடங்கினர். இதனால் பிராமணர்களின் திண்ணைப் பள்ளிகளில் மாணவர்களின் எண்ணிக்கை குறையத் தொடங்கியது.

அமெரிக்கன் மிஷனரியான 'டேனியல் பூர்' என்பவர் இந்திய சாதி அமைப்புகளைப் பற்றி ஆய்வுசெய்ய முனைந்தார். அதனைத் தன் நண்பரான வில்லியம் டுவின் (The Revd. Willam Twining) என்பவரிடம் கூறுகிறார். வில்லியம் டுவின் பசுமலையில் உள்ள கிறித்தவப் பள்ளியில் ஆங்கிலப் பேராசிரியராக இருந்த டி.வரதப்பிள்ளை (T.Varadapillay) அவர்களிடம் கூறுகிறார். இந்திய சாதியின் கட்டமைப்பை ஒவ்வொரு சாதிக்கும் ஒவ்வோர் ஆணையும் பெண்ணையும் அடையாளமாக வைத்து ஓர் ஓவிய ஆவணமாக வரைந்தார். அதனை 'இந்தியாவில் சாதிகள் 72 மாதிரிகள்' (Seventy two Specimens of Castes in India) எனும் தலைப்பில் 1837இல் ஓவிய ஆவண நூலாக வெளியிட்டிருக்கின்றனர். (இது நூலின் முகப்புப் பகுதியின் ஆங்கில மொழியாக்கம்.) இந்நூலில் முன்னுரை எதுவும் அமையப்பெறவில்லை; 74 பக்கங்களைக் கொண்டது; 72 பக்கங்களில் வரைந்த புகைப்படங்கள் காணப்படுகின்றன; ஒட்டுமொத்த இந்திய சாதிகளின் அமைப்பையும் அதன் உட்பிரிவுகளையும் காண முடிகிறது. 'மதுரைப் பதிப்பு வரலாறு (1835 - 1950)' எனும் தலைப்பின் தொடக்க ஆண்டிற்கேற்ப 1835க்கு முன்னும் பின்னும் ஆய்விற்குக் கிடைக்கப் பெறுகின்ற முதல் நூலாக 1837இல் வெளியான 'இந்தியாவில் சாதிகள் 72 மாதிரிகள்' எனும் நூலே அமைகிறது.

பொதுவாக இந்தியாவை ஆட்சி செய்துவந்த ஆங்கிலேயே ஆட்சியாளர்களும் மதகுருமார்களும் இந்திய மக்களின் நம்பிக்கைகள், சடங்குகள், பழக்கவழங்கள், அக்காலச்சூழலில் இந்திய மக்களிடம் இருந்துவந்த சாதிகள் ஆகியவை குறித்துத் தொடர்ந்து ஆய்வு செய்துவந்தார்கள். அதன் வழி இந்திய சமூகங்களை அறிந்துகொள்ள முடியும் எனவும் நம்பினர். அந்தவகையில் இந்திய சாதி அமைப்புகளை ஆராய்ச்சி செய்த முன்னோடிகளாக டேனியல் பூர், எட்கர் தர்ஸ்டன் போன்றோரைக் குறிப்பிடலாம்.

அமெரிக்கன் மிஷனரிகள் கல்விப்பணியை மதுரையில் மேற்கொள்ள, 16ஆம் நூற்றாண்டு முதல் இங்குப் பணியாற்றிச் சிலகாலம் செயல்படாமல் இருந்த கத்தோலிக்கத் திருத்தொண்டர்களின் கல்விப்பணியே வழிகாட்டிற்று என்பது வெளிப்படை. மிஷனரிகள் பள்ளியைத் தொடங்குவதற்கு முன் தாய்மொழிக் கல்வியின் தேவையை உணர்ந்து தமிழ் மொழியைக் கற்றனர். இதன் பின்னர் தமது பள்ளிகளில் தமிழ் மொழியைக் கற்பித்தனர். 1850களில் தங்களது பள்ளியில் Seminary, First Course: Tamil Studies, English Studies, Seminary, Second Course: Tamil Studies, English Studies எனப் பாடத்திட்டம் அமைந்திருந்தது. இவ்விரு வகுப்புகளில் என்னமாதிரியான பாடங்கள் சொல்லித்தரப்பட்டன என்பதைப் பற்றி சாண்டலர் 'பசுமலை' எனும் நூலில்,

"Seminary, First Course: Tamil Studies

Rhenius' வேதப்பொருள், நிகண்டு, இலக்கண வினாவிடை, நன்னூல், Schaffter's Geography of Palestine, Schaffter's Geography of Classical Reader begun, Tamil Bible, Rhenius' Body of Divinity.

English Studies

Webster's Spelling - book re-viewd, Pond's Murry's Grammar, Putnams's Introduction, Putnams's Analytical Reader, Putnam's Analycal Sequel, Book of Commerce, Parley's Fist Book of History, Britons and Saxons, D'Aubigne's History of the Reformation, Middle Ages of England, Geography: Tex-book Mitchell's, Joyce's Arithmetic.

Seminary, Second Course: Tamil Studies

Gallaudett's Natural Theology, Rhenius' Evidences of Cheistiaity, Crisp' Theology And Crisp on the Christian Ministry, Barth's Church History, Watts on the Mind, Fws; and Classical Reader, Hindu Astronomy, Composition in Tamil.

English Studies

Symond's Geography of India, Watts on the Mind, [With the 2nd Tamil Course also - Robbin's Compendium of History, Wayland's Moral Science, (omy. Do.

Political Econ-Hopkins' Summary of Theology, Day's Algebra, Playfair's Euclid, omitting Fifth Book and Supplement, Olmstead's Natural Philosophy, School Edition, Olmstead's Natural Philosophy Astronomy, Dwight's Theology, English Composition"[25] என்று கூறுகிறார்.

எல்லோருக்கும் கல்வி என்ற கல்வித் திட்டத்தை மதுரையில் அமல்படுத்தினர். இதுவரை கல்வி மறுக்கப்பட்டிருந்த, சமூகத்தில் பின்தங்கிய எல்லோருக்கும் கல்வி கிடைக்க வாய்ப்பளித்தனர். இதனால் கிராமப்புற, நகர்ப்புற மாணவர்களின் எண்ணிக்கை அதிகமாயின, பள்ளிகளும் அதிகமாயின. இதனை செ.எபநேசர் தனது முனைவர் பட்ட ஆய்வில் "மதுரை மக்களின் தேவைக்கேற்றவாறு வாயில் பள்ளிகள், விடுதிப் பள்ளிகள், இலவசப் பள்ளிகள் எனப் பல்வேறு வகைப் பள்ளிகளை அமெரிக்கன் மிஷனரிகள் நிறுவினர். பெண்களுக்குக் கல்வி மறுக்கப்பட்டிருந்த சூழலில் மதுரையில் பெண்களுக்கெனத் தனிப் பள்ளிகள் தொடங்கினர். இதற்கு எதிர்வினையாக 'அடுத்து மாடுகளுக்கும் கல்வி புகட்டுவார்கள்' என்று அங்குள்ள மக்கள் ஏளனம் செய்தனர். சாதிப் பள்ளிகள், பெண்களுக்கான வாயில் பள்ளிகள் என்பவை வழி திருத்தொண்டர்களின் பெண் கல்வியினைக் கண்டவர்களிடையே தொடக்கத்தில் இருந்த எதிர்ப்புகள் குறையத் தொடங்கின"[26] என்று பதிவுசெய்கிறார்.

வாயில் பள்ளி (Gate Schools)

மதுரை நகரின் மீனாட்சியம்மன் கோயிலைச் சுற்றியமைந்த நான்கு வாயில்களிலும் காணப்பட்ட பள்ளிகள்தான் வாயில் பள்ளிகள். திசைக்கொரு பள்ளியென்று நான்கு கோபுரங்களின் வாயில்களில் அமைக்கப்பட்டதுதான் வாயில் பள்ளி. இந்நான்கு பள்ளிகள் தொடங்கப்பட்டதைப் பற்றி எபநேசர் "கிறித்தவப் பெண்களுடன், இந்துமதப் பெண்களில் எல்லாச் சாதியினரும் கல்வி பயிலும் பொருட்டு, திருமதி சான்ட்லர் மேற்குவாயில் பெண்கள் பள்ளியைத் தொடங்கினார். 1874இல் செல்வி ரெண்ட்டாலும் அவர் தந்தையும் மதுரைக்கு மாற்றம் பெற்றனர். அவர்கள் இங்கிருந்த இரண்டு பெண்கள் பள்ளிகளுக்குப் பொறுப்பேற்றனர். 1874இல் மதுரை தெற்குப் பகுதி மக்களின் விருப்பத்திற்கேற்ப, தெற்குவாயிலில் இந்துப் பள்ளி தொடங்கப்பட்டது. 1876இல் திரு.கேப்ரன் மறைந்ததையடுத்து, 1877 முதல் திருமதி கேப்ரன் இம்மூன்று பள்ளிகளுக்கும் பொறுப்பேற்றார்.

1879இல் நான்காவது பள்ளி வடக்கு வாயிலில் நிறுவப்பட்டது. நடுப்பள்ளி, கோயிலின் பழைய வாயிலருகில் (விட்டவாசல்) இருந்தது. இந்நான்கு பள்ளிகளும் கல்வித்துறையில் வாயில் பள்ளிகள் என அழைக்கப்பட்டன.

மீனாட்சி கோயில் மதுரை நகரின் நடுவில் இருக்க, கோயிலைச் சுற்றியிருந்த நான்கு கிறித்தவப் பள்ளிகளும், நான்கு கிறித்தவக் கோயில்களும் நகருக்கு வெளியிருந்து (நான்கு திசைகளிலிருந்து) நகருக்குள் வருவோருக்குக் கிறித்தவ நற்செய்தியைப் பரப்பிக்கொண்டிருந்தன[27]" என்று தனது 'கிறித்தவர்களின் கல்விப் பணி - மதுரை' முனைவர் பட்ட ஆய்வில் பதிவுசெய்கிறார். இந்துக்களின் கோயில் நகரை அடியொற்றி நான்கு திசைகளுக்கும் வெளியில் பள்ளிகளை நிறுவியிருப்பது குறிப்பிடத்தக்கது.

மிஷனரி பள்ளி எதிர்ப்பு

மதுரை மிஷனரிகள் பள்ளிகளைத் தொடங்கியபோது நிறைய எதிர்ப்புகள் எழுந்தன. கிறித்தவப் பள்ளியில் சேர்ந்தால் பிள்ளைகளை மதமாற்றம் செய்துவிடுவார்கள் என்றும் மது அருந்த வழி செய்துவிடுவார்கள் என்றும் கருத்துகள் பரப்பப்பட்டதால் மக்கள் தங்களது குழந்தைகளை அனுப்ப மறுத்தனர். கிறித்தவப் பள்ளிகள் குறித்து இந்து மக்களிடம் நிலவிய மூடநம்பிக்கை பற்றிய கருத்தையும் பதிவு செய்திருக்கிறார் எபநேசர். "கிறித்தவப் பள்ளிகளில் பயில வருவோரை மதம் மாற்றிவிடுவர் என்றும், தங்கள் நாடுகளுக்குக் கடத்திச் சென்றுவிடுவர் என்றும் மக்கள் கூறினர்[28]" என்கிறார்.

இதனைத் தொடர்ந்து "...1846ஆம் ஆண்டில் டிரேசி ஐயர் பசுமலை திருமறை கல்லூரியில் கட்டடங்களைக் கட்டும்போது, 13 பேரை திருத்தொண்டர்கள் மனித பலியாகக் கொடுத்தனர் என்றும், இன்னும் பலியிட நால்வரைத் தேடிக்கொண்டிருக்கின்றனர் என்றும் தவறான வதந்திகளைப் பரப்பினர். இது அவர்கள் மேற்கொண்டிருந்த கல்விப் பணிக்கு இடையூறாக அமைந்தது[29]" என்கிறார்.

பெண்களுக்குக் கல்வி கொடுக்கப்பட்டதற்கு மதுரைப் பிராமணர்களிடம் எதிர்ப்பு இருந்ததை எபநேசர் "திருத்தொண்டர்களின் பள்ளிகளில் உயர்சாதிப் பெண்கள் (பிராமணர்கள்) கல்வி கற்பதற்கு அவர்தம் இனத்தாரிடையே எதிர்ப்பு இருந்தது. கிறித்தவப் பெண்களுடன் பிராமணப் பெண்கள்

கல்வி கற்றால் தங்கள் சாதிக்கு இழுக்கு நேர்ந்துவிடும் என்று அஞ்சிய பிராமணர்கள், அவர்களுக்கென ஏற்படுத்தப்பட்ட சாதியப் பள்ளிகளிலும் சேர்ந்தாரில்லை[30]" என்று குறிப்பிடுகிறார். பொதுவாக மக்கள் புழக்கத்தில் இருக்கும் ஒரு நிகழ்வு மாற்றம் பெற்றுப் புதிய நிகழ்வு ஏற்படும்போது அதில் பெரும் சந்தேகமும் தயக்கமும் இருக்கும். அதுபோன்றுதான் கிறித்தவர்களால் நவீனக் கல்விச் சாலைகள் ஏற்படுத்தப்பட்டபோது மதுரை மக்களிடம் ஒருவிதமான தயக்கமும் அச்சமும் ஏற்பட்டிருக்கின்றன.

மதுரை நான்காம் தமிழ்ச் சங்கம்

மதுரை நான்காம் தமிழ்ச் சங்கம் பொன். பாண்டித்துரைத் தேவரால் 1901இல் தோற்றுவிக்கப்பட்டது. பாண்டித்துரைத் தேவர் மதுரைக்குச் சென்று சிலகாலம் தங்கினார். அவர் வருகையின்போது சிலர் சொற்பொழிவுக்கு ஏற்பாடு செய்திருந்தனர். உரைக்காகச் சில நூல்களைப் பார்ப்பதற்காக மதுரை நண்பர்களிடம் கம்பராமாயணம், திருக்குறள் ஆகிய நூற்பிரதிகளைக் கேட்டார். ஆனால் இரு நூற்களும் கிடைக்கப்பெறவில்லை. பிறகு மதுரையிலிருந்த புதுமண்டபக் கடையிலிருந்து விலைக்கு வாங்கிக் கொடுத்தார்கள். இதனை அறிந்த பாண்டித்துரைத்தேவர், 'தமிழ்நிலைபெற்ற ....மதுரை', 'கூடலினாய்ந்த ஒண் தீந்தமிழ்' என்று முன்னோரெல்லாம் சிறப்பித்தும், செந்தமிழின் பிறப்பகமான மதுரையிலே, 'தமிழுக்குக் கதி' என்ற கம்பராமாயணமும் திருக்குறளும் கிடைப்பது அருமையாகிட்டதே' என்று வருந்தினார்.[31]" சங்கம் வைத்துத் தமிழை வளர்த்த முச்சங்கங்களைப் போன்று இச்சங்கமும் தமிழை வளர்ப்பதற்காக மதுரையில் உருவாக்கப்பட்டதால் இதற்கு மதுரை நான்காம் தமிழ்ச் சங்கம் என்று பெயர்வைத்தார்.

மதுரை மாநகரில் சென்னை மாநில மாநாடு 1901ஆம் ஆண்டு மே மாதம் 21, 22, 23 ஆகிய தேதிகளில் நடைபெற்றது. இம்மாநாட்டின் வரவேற்புக் குழுவின் தலைவராகப் பாண்டித்துரைத் தேவர் இருந்தார். இங்கு தமிழின் சிறப்புகளை எடுத்துக் கூறித் தற்போது தமிழ் வளர்ச்சி தடைபட்டிருப்பது குறித்தும் பேசிய அவர், தமிழ் மேம்பாட்டிற்காகச் சங்கம் நிறுவும் தம் எண்ணத்தை மாநாட்டில் வெளியிட்டார். அடுத்த நாள் சேதுபதி உயர்நிலைப் பள்ளியில் நடக்கப்போகும் தமிழ்ச் சங்கப் பேரவைக்கு மாநாட்டு உறுப்பினர்களும் மக்களும் வந்து ஆதரவு

அளிக்க வேண்டுமென்று கோரினார். இதன்படி பேரவைக் கூட்டமும் நடைபெற்றது. இக்கூட்டத்தில் செயற்திட்டங்களை விளக்கினார். கூட்டத்தில் புலவர்களும், தமிழ் அறிஞர் பெருமக்களும் திரளாக வந்து கலந்துகொண்டதோடல்லாமல் தங்களால் இயன்றளவு உதவி புரிவதாகத் தங்கள் விருப்பத்தைத் தெரிவித்தனர்.

1901ஆம் ஆண்டு செப்டம்பர் 13ஆம் தேதியன்று ஞாயிற்றுக்கிழமை சேதுபதி உயர்நிலைப் பள்ளியில் தமிழ்ச் சங்கம் நிறுவப்பட்டது. இவ்விழாவிற்கு உ.வே.சாமிநாதையர், வை.மு.சடகோபராமாநுசாச்சாரியார், திருமயிலை சண்முகம் பிள்ளை, சோழவந்தான் அரசஞ்சண்முகனார், ரா.இராகவையங்கார், வி.கே.சூரியநாராயண சாஸ்திரி, பின்னத்தூர் நாராயணசாமி ஐயங்கார் போன்றோர் வந்திருந்து சிறப்புச் செய்தனர். இதனைப் போன்று சேதுபதி சமஸ்தானத்திலிருந்து பாஸ்கர சேதுபதியும் கலந்துகொண்டார். தமிழ்ச் சங்கம் நிறுவிய அன்றே சேதுபதி செந்தமிழ்க் கலாசாலை, பாண்டியன் புத்தகச் சாலை, நூலாராய்ச்சி நிலையம் முதலியன சேதுபதி உயர்நிலைப் பள்ளியை அடுத்த கட்டடத்தில் நிறுவப்பட்டன. இச்சங்கத்தின் தலைவராகப் பொன்.பாண்டித்துரைத் தேவரும், செந்தமிழ்க் கலாசாலைக்குத் தலைமையாசிரியராகத் திரு.நாராயண ஐயங்காரும், நூலாராய்ச்சிப் பணியின் தலைவராக ரா.இராகவையங்காரும் நியமிக்கப்பட்டார்கள்.

மதுரைத் தமிழ்ச் சங்கத்தின் நோக்கங்களாகத் தமிழ்க் கல்வி வளரும் பொருட்டுத் தமிழ்க் கல்லூரியை உண்டாக்குதல், பழந்தமிழ் ஏட்டுச்சுவடிகளையும், அச்சிட்ட நூல்களையும் தேடிப் பலரும் பயன்பெறுமாறு தொகுத்து வைத்தல் ஆகியனவற்றைக் கூறலாம். இதற்கு அடையாளமாகப் பாண்டியன் புத்தகச் சாலை விளங்கிற்று. பல அரிய நூல்களை அச்சிட்டுப் பரப்புதல், இதற்கு அடையாளமாக நூலாராய்ச்சி நிலையம் செயல்பட்டது. வடமொழியினும் ஆங்கிலத்தினும் தமிழிற்கு வேண்டிய அரிய நூல்களைத் தமிழில் மொழிபெயர்த்தல். இதனை வெளியிடும் களமாகச் 'செந்தமிழ்' இதழ் அமைந்தது. தமிழ்க் கல்வி பற்றிய இதழை நடத்துதல். அறிஞர்களைக் கொண்டு சொற்பொழிவுகளை ஆற்றச் செய்தல் மற்றும் பல புது நூல்களை அரங்கேற்றுதல் போன்ற பணிகளைச் செய்வதே இதன் முதன்மையான நோக்கமாக இருந்தது.

சங்கம் நிறுவிய பின்னர் அதன் பணிகளைத் தமிழ் உலகிற்குப் பரப்பும் முகமாகச் சங்கத்திற்கென ஓர் அச்சகம் நிறுவப்பட்டது. இதற்குத் தமிழ்ச் சங்க முத்திரா சாலை என்று பெயரிடப்பட்டது. இவ் அச்சகம் சங்கம் நிறுவி மூன்றாண்டுகள் கழிந்த பின்னரே நிறுவப்பட்டது. சங்கத்திற்கென்று தனி அச்சகம் வந்தபிறகுதான் 1903ஆம் ஆண்டு 'செந்தமிழ்' இதழ் தொடங்கப்பட்டது; பல அரிய பழந்தமிழ் இலக்கியங்கள் பதிப்பிக்கப்பெற்றன. பாண்டியன் புத்தகச் சாலையில் இருந்த ஏட்டுச்சுவடிகள் மற்றும் சங்கப்புலவர்கள் பலர் ஊர் ஊராகத் தேடிக் கண்டெடுத்த, பழந்தமிழ் இலக்கிய இலக்கணங்களைப் போன்று பல்வேறு விதமான, அரிய சுவடிகளை இச்சங்கத்தின் வழியாகப் பதிப்பிக்கத் தொடங்கினர். இதில் குறிப்பிடத்தகுந்தோர் சே.ரா.சுப்பிரமணிக் கவிராயர், ரா.இராகவையங்கார், மு.இராகவையங்கார், சே.ரா. அருணாச்சலக் கவிராயர், உ.வே.சாமிநாதையர் போன்றோர் ஆவர். இதுபோன்று பலர் தாமாகவே இச்சங்கத்திற்குப் பல ஏட்டுச்சுவடிகளை வழங்கினர். இவை அழிந்து போகாமல் காக்கும் பொருட்டுச் செந்தமிழ் இதழ் வாயிலாகவும் தமிழ்ச் சங்கத்தின் மூலமாகவும் அவற்றை அச்சிட்டு வெளியிட்டனர். சங்க உறுப்பினர்களின் பதிப்பு வெளியீடுகளைத் தமிழ்ச் சங்கப் பிரசுரம் என்றும் சங்க உறுப்பினர் அல்லாதவர்களின் பதிப்பு நூல்களைச் செந்தமிழ்ப் பிரசுரம் என்றும் இருவேறு நிலைகளில் பதிப்பித்து வெளியிட்டனர். சங்கத்தில் இருந்து பதிப்பித்து வெளியிடுவதற்குத் 'தொன்னூலாராய்ச்சி' என்ற புலவர் பிரிவு செயல்பட்டது. தமிழ்ச் சங்கத்து வித்துவான்களாக இருந்தவர்கள் ரா.இராகவையங்கார், அரசஞ்சண்முகனார், மு.இராகவையங்கார், திரு.நாராயணய்யங்கார், மு.ரா.சுப்பிரமணியக்கவிராயர், அ.குமாரசாமிப்புலவர், நா.கதிரைவேற்பிள்ளை, ஆ.முத்துத்தம்பி பிள்ளை, த.கனகசுந்தரம்பிள்ளை, சுவாமி நாதபண்டிதர், மு.ரா.அருணாச்சலக் கவிராயர் போன்றோர் ஆவர்.

சங்கம் வெளியிட்ட நூல்களுள் ஏட்டுச்சுவடிகளிலிருந்து ஆராய்ந்து வெளியிட்டவை உண்டு. பல நூல்களிலிருந்து சிறந்த பாடல்களைத் தேர்ந்தெடுத்துத் தொகுத்து ஒரு நூலாகவும், அறிஞர் பெருமக்கள் எழுதிய நூல்களும், சொற் சேகரிப்பில் உருவான அகராதிகளும், மருத்துவம், ஜோதிடம், வானவியல் போன்ற நூல்களும் வெளியிடப்பட்டன. புதிதாகப் பதிப்பித்து வெளியிடும் நூல்களுக்குக் குறிப்புரைகளும் விளக்கங்களும் சேர்த்து எழுதி வெளியிடப்பட்டன.

தமிழ்ச் சங்கப் பதிப்பாசியர்கள்

தமிழ்ச் சங்கப் பதிப்பாசிரியர்களின் பணி தமிழ்ப் பதிப்பு வரலாற்றில் குறிப்பிடத்தக்கது. சங்கப் பதிப்பாசிரியர்களுள் ரா.இராகவையங்கார், மு.இராகவையங்கார், நாராயணய்ங்கார், உ.வே.சாமிநாதையர், சே.ரா.சுப்பிரமணியக் கவிராயர், சோமசுந்தர தேசிகர், சோமசுந்தர பாரதியார், ச.வையாபுரிப்பிள்ளை போன்றோர் குறிப்பிடத்தக்கவர்களாவர். இவர்கள் 'செந்தமிழ்' இதழிலும் தமிழ்ச் சங்கத்திலும் நூல்களைப் பதிப்பித்துள்ளனர். இச்சங்க உறுப்பினர்களாக இருந்த பதிப்பாசிரியர்களைத் தவிர சங்க உறுப்பினரல்லாத பல தமிழ் அறிஞர்களின் நூல்களும் பதிப்பிக்கப் பெற்றிருக்கின்றன. ஓலைச்சுவடிகளில் இருந்த இலக்கியம், இலக்கணம், மருத்துவம், ஜோதிடம், நிகண்டு, அகராதி போன்றவற்றைத் தேடித் தொகுத்து அவற்றைப் படியெடுத்து ஒப்பிட்டு ஆராய்ந்து பதிப்பிக்கும் பணியினை மேற்கொண்டனர். பத்தொன்பதாம் நூற்றாண்டு தொடங்கிய தமிழ்ப் பதிப்புப் பணியின் தீவிரத்தன்மையால் 20ஆம் நூற்றாண்டின் தொடக்கத்திலேயே பழந்தமிழ் நூல்கள் பெரும்பகுதி பதிப்பிக்கப்பட்ட சூழலில், மதுரை நான்காம் தமிழ்ச் சங்கம் பதினெண்கீழ்க்கணக்கு, சிற்றிலக்கியங்கள், முன்பு பதிப்பிக்கப்பட்ட நூல்களின் மறுபதிப்பு எனத் தன் பணியை அமைத்துக்கொண்டது. மேலும், சங்கத்தில் செயல்பட்ட கல்வி நிறுவனத்திற்குத் தேவையான பாட நூல்களும் பதிப்பிக்கப்பட்டன.

தமிழ்ச் சங்கத்தின் வெளியீட்டு நூல் பற்றிய விபரம்; சங்க வெளியீட்டுப் புத்தகங்களின் பின் அட்டையில் காணக்கிடைக்கிறது. அவற்றை வெளியீட்டு எண் வரிசையில் காணலாம்.

- ஞானமிர்தம் மூலமும் உரையும்
- சைவ மஞ்சரி
- யாப்பிலக்கணங்கள் (விசாக பெருமாளையர் பஞ்சலஷண வினா விடையினின்று எடுத்தவை)
- வைத்திய சாரசங்கீரகம்
- பன்னூற்றிரட்டு
- மகாபாரதம் அரும்பதவுரையுடன் (வில்லிப்புத்தூராழ்வார் இயற்றியது)
- தோத்திரத்திரட்டு

- தமிழ் சொல்லகராதி 1,2,3, பாகங்கள்
- அபிதான சிந்தாமணி
- தொல்காப்பிய செய்யுளியல் - நச்சினார்க்கினியர் உரையாசிரியருரையுடன்
- திருவருணைக் கலம்பகம்
- அமுதாம்பிகைப் பிள்ளைத்தமிழ்
- கலைசைச்சிலேடை வெண்பா
- தொல்காப்பிய பொருளதிகார ஆராய்ச்சி
- திருவாரூர் நான்மணிமாலை
- மதுரை நான்காம் தமிழ்ச் சங்கம் - வரலாறு

ரா.இராகவையங்கார் (1870 - 1946)

1870ஆம் ஆண்டு சிவகங்கைக்கு அருகிலுள்ள தென்னவராயன் புதுக்கோட்டையில் இராமானுஜ ஐயங்காரின் மகனாகப் பிறந்தார். இளம் வயதிலேயே தந்தை இறந்ததால் தம் மாமா சதாவதானம் முத்துசாமி ஐயங்கார் ஆதரவில் தமிழ்க் கல்வியைக் கற்றார். சேது சமஸ்தான அரசவைப் புலவராகச் செயல்பட்டார். மதுரை சேதுபதி உயர்நிலைப் பள்ளியில் சில ஆண்டுகள் தமிழாசிரியராகப் பணியாற்றினார். பாண்டித்துரைத் தேவரால் தொடங்கப்பட்ட மதுரை நான்காம் தமிழ்ச் சங்கம், 1903இல் ‘செந்தமிழ்’ இதழைத் தொடங்கியது. அதன் முதல் ஆசிரியராக இராகவையங்காரை நியமித்தது. இவ்விதழே இராகவையங்காரைப் புலமையாளராக அடையாளங்காண வைத்தது. இலக்கியம், இலக்கணம், உரைநடை, மரபுச் செய்யுள், ஆய்வுக் கட்டுரைகள் என இலக்கியச் செயல்பாடுகள் அனைத்திலும் பாண்டித்துவம் பெற்றவராக இருந்தார். அதனோடு இலக்கிய இலக்கண நூல்களையும் பதிப்பித்துள்ளார். சி.வை. தா, 1885இல் தொல்காப்பிய பொருளதிகாரத்தை நச்சினார்க்கினியர் உரையுடன் பதிப்பித்தார். இதற்கு எதிர்வினையாற்றிய இராகவையங்கார், ‘தொல்காப்பியப் பொருளதிகாரத்தில் செய்யுளியல் முதலாக இடம்பெறும் இறுதி நான்கு இயலுக்குமான உரையும் நச்சினார்க்கினியருடைது அல்ல. அது பேராசிரியர் உரை’ என்று நிறுவி நச்சினார்க்கினியரின் செய்யுளியல் உரைகளைத் தொகுத்து 1917இல் தமிழ்ச் சங்கத்தின் 10ஆவது நூலாக

வெளியிட்டார். தொல்காப்பிய உரைகளை ஒழுங்குபடுத்தித் தமிழ் அறிவு மரபிற்குத் தந்ததில் இராகவையங்காருக்குப் பெரும்பங்குண்டு.

இதுபோன்று சி.வை.தா., உ.வே.சா., போன்றோர் சங்க இலக்கிய நூல்களுள் ஒன்றான அகநானூறைப் பதிப்பிக்கும் முயற்சியில் முனைப்புக் கொண்டிருந்த சூழலில் இராகவையங்காரும் அம்முயற்சியில் ஈடுபட்டிருந்தார். இவருக்கு உடல்நிலை சரியில்லாத காரணத்தால் தான் சேகரித்து வைத்திருந்த அகநானூற்று ஏட்டுப்பிரதிகளைப் பாண்டித்துரைத் தேவர் திரும்பப் பெற்று, அதனை உ.வே.சா.விற்கு அனுப்பிவைத்தார். நீண்ட நாளாகியும் அகநானூற்றின் பதிப்பு வெளிவராத சூழலில் உ.வே.சா.விடம் இருந்து அப்பிரதியைத் திரும்பப் பெற்று அதனை மீண்டும் பதிப்பிக்கும் முயற்சியில் ஈடுபட்டார். பல இடையூறுகளுக்குப் பிறகு 1923இல் வே.இராஜ கோபாலையங்காரின் விருப்பத்தை ஏற்று அகநானூறைப் பதிப்பித்தார் இராகவையங்கார். இதன் முன்னுரையில், "யான் சங்கத்துப் பிரகடனாசிரியனாக அமர்ந்தபோது தேவரவர்கள் யான் அகநானூற்றை இச்சங்க ஸ்தாபனத்திற்கு முன்னேதொட்டு ஆராய்ந்துகொண்டிருத்தலைத் தெரிந்தவர்களாதலால், என்னையே இந்நூலை அச்சிட்டு வெளியிடும்படி வேண்டினார்கள். அவர்கள் வேண்டுகோட்படி இற்றைக்கு ஒரிருபது வருடங்கட்கு முன் மதுரைத் தமிழ்ச் சங்கத்து என்னால் இவ்வகநானூறு அச்சிடத் தொடங்கப்பட்டுச் சிறிது தூரம் நடைபெற்றது. அக்காலத்து எனக்கு உண்டாகிய நோயாலும் மற்றுஞ் சில இடையூறுகளாலும் நிறைவேறாம னின்றது. தமிழ்ச் சங்கத்தினவ் வேலையினை யான் விட்ட சில ஆண்டுகளின் பின் என்னிடனிருந்த அச்சங்கத்துப் பிரதிகளும் யான் அச்சங்க சம்பந்தமாகச் சோதித் தெழுதியவையும் தேவரவர்களால் திரும்ப வாங்கிக் கொள்ளப்பட்டன. அவையெல்லாம் இவ்வுலகிற்குப் பண்டை நற்றமிழை இறவாது செவ்வனம் பாதுகாத்து வளர்க்கின்ற புண்ணியமே நாளுஞ்செய்து நிலவும் பெருங் கல்வி வள்ளலாகிய மஹாமஹோபாத்யாய ஸ்ரீமான் உ.வே.சாமிநாதையரவர்கள் பாலுள்ளன. அவர்கள் இதுபோன்ற எத்துணையோ பல பெரு நூல்களை ஆராய்ந்து வெளியிடுதலைப் புரிந்தருளுகின்றதனாலே இந்நூல் அவர்களால் வெளியிடப் பலவருடங்களாக அவகாசம் பெறாததாயிற்று[32]" என்கிறார். மேலும் "இதன்பின் என் நண்பரும் பண்டைச் சங்கத்தமிழ் நூல்களை ஆராய்தலில் ஊக்க மிகுந்தவரும், சங்ககாலத்து நிகழ்ச்சிகளைச் சிறுவரும் எளிதிலறியலாம்படி பலபல கதை நூல்களால் விளக்கியவரும் ஆகிய தமிழ்ப் பண்டிதர் கம்பர் விலாஸம்

ஸ்ரீமான் வே.இராஜ கோபாலையங்காரவர்கள் இந்நூல் அச்சிடுதலை மேற்கொண்டு அதற்காக வேண்டிய பரிசோதனையைச் செய்தளிக்குமாறு என்னை வேண்டினார். அவர்களுக்கும் பண்டைத்தமிழ் விருப்பமும் இப் பெருங்காரியத்தை இடையில் விடாது நிறைவேற்றல் கூடுமென்னும் எண்ணத்தையுண்டாக்கினமையாலும், எப்படியானும் நெடுங்காலமாக மறைந்து கிடக்கும் இவ்வரிய பெரிய நூல் வெளிப்படல் வேண்டுமென்னும் வேணவாவாலும் என் சிற்றறிவிற் கியன்றவரை இந்நூலைப் பரிசோதித்துத்தர இணங்கினேன்[33]" என்று கூறுகிறார்.

இதனைப் போன்று 1894இல் உ.வே.சா.வால் பதிப்பிக்கப்பெற்ற புறநானூற்றுப் பதிப்பில் 277ஆவது பாடலின் முதல் வரி இடம்பெறவில்லை. இச்செய்யுளின் பிரதி கீழைச்சித்திர வீதியில் கிடைக்கப் பெற்றதைச் செந்தமிழ் இதழில் 'மீனுண் கொக்கின் என்னும் புறப்பாட்டு' எனும் தலைப்பில் கட்டுரையாக எழுதியுள்ளார். "இதுகாறும் வெளிவராத இப்புறநானூற்றுச் செய்யுள் மதுரைக் கீழைச் சித்திர வீதியிலுள்ள மதுரை நாயக ஓதுவாரவர்கள் வீட்டு புறநானூற்றுப் பாடல்கள் சில அடங்கிய பிரதி யொன்றிற் கண்டது. இவ்வேடு மேற்படியூர் புத்திரர் சுந்தரபாண்டிய ஓதுவாரவர்கள் மதுரைத் தமிழ்ச் சங்கத்திற்குத் தந்தது[34]" என்று குறிப்பிடுகிறார். அப்பாடல் வரியினை நச்சினார்க்கினியர் தொல்காப்பியப் பொருளதிகாரத்தில் உள்ள புறத்திணையின் 24ஆம் நூற்பாவிற்குச் சான்றாகக் காட்டியுள்ளார். உ.வே.சா. 1929இல் இரண்டாம் பதிப்பாக வெளியிடும்போது அதனைச் சரிசெய்து வெளியிடுகிறார்.

பதிப்பின் நுட்பங்களைக் கண்டறிந்த இராகவையங்கார், குணவீரபண்டிதர் இயற்றிய 'நேமிநாத மூலமும் உரையும்' 1903இல் செந்தமிழ் பிரசுர எண் 6ஆக தமிழ்ச் சங்க முத்திரா சாலையில் பதிப்பித்தார். இதனைத் தொடர்ந்து சங்கத்துச் சான்றோர்கள் இயற்றிய 'பன்னிருபாட்டியல்' எனும் நூலை 1904இல் செந்தமிழ் பிரசுர எண் 12ஆக வெளிவந்தது. மாறன் பொறையனார் அருளிச் செய்த 'ஐந்திணையைம்பது மூலமும் உரையும்' 1903இல் செந்தமிழ்ப் பிரசுர எண் 1ஆக வெளிவந்தது. கணிமேதாவியார் அருளிச்செய்த 'திணை மாலை நூற்றைம்பது மூலமும் உரையும்' 1904இல் செந்தமிழ் பிரசுர எண் 8ஆக வெளிவந்தது. பூதஞ்சேந்தனார் அருளிச் செய்த 'இனியது நாற்பது மூலமும் உரையும்' 1903இல் செந்தமிழ்ப் பிரசுர எண் 5ஆக வெளிவந்தது. 'நான்மணிக்கடிகை மூலமும் உரையும்' 1905இல் செந்தமிழ்ப் பிரசுர எண் 13ஆக வெளிவந்தது, 'முத்தொள்ளாயிரச் செய்யுள்'

(105), 1905இல் செந்தமிழ்ப் பிரசுர எண் 14ஆக வெளிவந்தது. 'கனாநூல்' 1903இல் செந்தமிழ்ப் பிரசுர எண் 2ஆக வெளிவந்தது. 'திருக்குருகூர் சிறிய இரத்தின கவிராயர் இயற்றிய புலவராற்றுப்படை' 1903இல் செந்தமிழ்ப் பிரசுர எண் 4ஆக வெளிவந்தது. 'திருநூற்றந்தாதி மூலமும் உரையும்' 1904இல் செந்தமிழ்ப் பிரசுர எண் 8ஆக வெளிவந்தது. மொத்தம் 11 நூல்கள் பதிப்பித்திருக்கிறார். இதனைத் தொடர்ந்து 'புவி - 70', 'திருவடிமாலை' போன்ற 5 செய்யுள் நூல்களையும், 'சேதுநாடும் தமிழரும்', 'வஞ்சிமாநகர்', 'தமிழ் வரலாறு' போன்ற 9 உரைநடை நூல்களையும், 'ஞான சுருக்கம்' என்ற மொழிபெயர்ப்பு நூலையும் இயற்றியுள்ளார். தமிழில் பதிப்பாசிரியர் மரபில் இராகவையங்காரின் செயல்பாடுகள் முக்கியத்துவம் வாய்ந்தவை.

மு.இராகவையங்கார் *(1878 - 1960)*

1878இல் பாண்டிய நாட்டு அரியக்குடியில் சதாவதானம் முத்துசாமி ஐயங்காருக்கு மகனாகப் பிறந்தார் இராகவையங்கார். தனது 16ஆவது வயதிலேயே தந்தையை இழந்தார். பின்னர் பாண்டித்துரைத் தேவரின் ஆதரவில் தமிழ் பயின்றார். 1901இல் பாண்டித்துரைத் தேவரால் தொடங்கப்பெற்ற மதுரை நான்காம் தமிழ்ச் சங்கம், தொடக்கத்தில் செயல்பட்டுவந்த சேதுபதி பள்ளியில் இவர் ஆசிரியராகப் பணிபுரிந்தார். 1903இல் சங்கத்தால் தொடங்கப்பெற்ற செந்தமிழ் இதழின் ஆசிரியராக இரா.இராகவையங்காரும் துணை ஆசிரியராக மு.இராகவையங்காரும் இருந்தார்கள். ரா.இராகவையங்கார் பணி நிமித்தமாக அண்ணாமலைப் பல்கலைக்கழகத்திற்குச் சென்றதால் இதழின் ஆசிரியரானார் மு.ராகவையங்கார். இவ்வாசிரியர் பணியை ஏழாண்டுகள் வகித்தார்.

இவர் காலத்தில் வரலாறு தொடர்பான ஆராய்ச்சி மேலோங்கியிருந்தது. இதனால் இவர் வரலாற்றாராய்ச்சியில் ஈடுபட்டுப் பல அரிய வரலாற்று நூல்களைச் செந்தமிழ் வாயிலாக வெளியிட்டார். அதில் குறிப்பிடத்தகுந்தது 'வேளிர் வரலாறு' (1905), 'தொல்காப்பியப் பொருளதிகார ஆராய்ச்சி' (1912) வெளியிட்டார். தொல்காப்பியம் - பொருளதிகாரம் தொடர்பாகச் சிறந்த முறையில் ஆராய்ந்த ஆராய்ச்சிக் கட்டுரை அனுப்புவர்களுக்குப் பரிசளிப்பதாகக் கொழும்பிலுள்ள கு.ஸ்ரீகாந்தன் என்பவர் பத்திரிகையில் விளம்பரப்படுத்தியிருந்தார். பலர் கட்டுரை எழுதினர். ஆனால், இராகவையங்காரின் கட்டுரைக்கே 200 ரூபாய் பரிசு வழங்கப்பட்டது. இதனைத் அடுத்ததாக 'சேரன் செங்குட்டுவன்' (1915), 'ஆழ்வார்களின்

காலநிலை' (1926), 'கலிங்கத்துப் பரணியாராய்ச்சி', 'சேரவேந்தர் தாயவழக்கு' (1930), 'சாசனத் தமிழ்க் கல்வி' (1937), 'பெருந்தொகை' (1936) இது தொல்காப்பியம், யாப்பருங்கலக்காரிகை, வீரசோழியம் முதலான இலக்கண நூல்களின் பழைய உரைகளினின்றும், தனிப்பாடல்களாக ஏட்டுப்பிரதிகளிலும் பத்திரிகைகளிலும் வாய்மொழியாலும் தெரிந்தவற்றினின்றும், தாமிர சாஸனங்களில் இருந்தும் தேர்ந்தெடுத்துத் தொகுக்கப்பட்டது, 'ஆராய்ச்சித் தொகுதி' (1938), 'திருவைகுந்தன் பிள்ளைத்தமிழ்' (1939), 'நிகண்டு அகராதி' (1935), 'அரிச்சந்திர வெண்பா' ஆகிய நூல்களுக்கு உரையெழுதிப் (1949) பதிப்பித்தார். இந்நூலுக்கான சுவடிகள் திருவிதாங்கூர் அரண்மனை சுவடி நிலையிலிருந்து கிடைக்கப்பெற்றது என்று குறிப்பிடுகிறார். 'சேரவேந்தர் செய்யுள் கோவை' (1947 - 1951) என்ற தலைப்பில் இருபாகங்களாக வெளியிட்டார். செந்தமிழ் வளர்த்த தேவர்கள் (1951), இந்நூல் தமிழ் வளர்த்த சேதுபதிகளின் பணியினைப் பற்றி விவரிக்கிறது. கம்பராமாயணத்தில் இடம்பெற்றிருக்கும் பாலகாண்டம், சுந்தரகாண்டத்திற்குச் சிறப்புரை எழுதினார் (1958 - 60). தமிழ்ச் சொற்களின் வினை முதனிலைகள் போன்ற சொற்களை எடுத்தெழுதி, அவை செயல்படும் முறையினைப் பாகுபாடு செய்து 'வினை திரிபு விளக்கம்' என்ற நூலையும் (1958) எழுதினார். 'திரிசிராமலை அந்தாதி' (1957) வெளிவந்தது. நரிவிருத்தம் பாடல்களில் 50 பாடல்களுக்கு அரும்பதவுரை எழுதி வெளியிட்டார். 'சிதம்பர பாட்டியல் மூலமும் உரையும்', 'திருக்கலம்பக' உரையுடன் பதிப்பித்தார். சுப்பிரமணிய முதலியாரால் இயற்றப்பட்ட 'தொட்டிக்கலை கேசவப்பெருமாள் இரட்டைமணிமாலை' வெளியிட்டார்.

சென்னைப் பல்கலைக்கழகம் 1913இல் தொடங்கிய அகராதிப் பணியில் மு.இராகவையங்கார் உறுப்பினராகத் தேர்ந்தெடுக்கப்பட்டார். அகராதிப் பணியின் தலைமைப் பண்டிதராக விளங்கிய சாண்டலர் துரை அவர்கள் அகராதி பற்றிப் பத்திரிகைகளுக்கு எழுதிய கட்டுரையில் இராகவையங்காரின் அகராதி தமிழ்ப் பணிகளைப் பாராட்டி எழுதியுள்ளார். இதனைத் தொடர்ந்து தமிழ்க் கல்விச் சங்கத்தினால் நடத்தப்பெற்றுவந்த 'தமிழ் நேசன்' என்ற மாதந்திர பத்திரிகையின் கௌரவ ஆசிரியரானார். இவரின் பல பணிகளைப் பாராட்டிச் சென்னைப் பல்கலைக்கழத்தார் அரசாங்கத்தின் மூலம் 1939ஆம் ஆண்டு 'ராவ் சாஹேப்' என்ற கௌரவப்பட்டம் வழங்கினார்கள்.

இவ்வாறு தம் அரிய முயற்சியால் பல நூல்களை ஏட்டுச்சுவடியிலிருந்து பதிப்பித்தார். நூல்கள் இயற்றியும் பதிப்பித்தார். இவருடைய நூல்கள்

பெரும்பகுதி தமிழ்ச் சங்கத்தில் இருந்து பதிப்பிக்கப்பட்டவை. பதிப்புப் பணியில் சிறந்து விளங்குபவர்களின் வரிசையில் இராகவையங்கார் முக்கிய இடத்தைப்பெறுகிறார்.

சே.ரா.சுப்பிரமணிய கவிராயர்

முகவூர் இராமசாமிக் கவிராயரின் இரண்டாவது மகனாவார். மதுரையில் நான்காம் தமிழ்ச் சங்கம் தோன்றியபோது மகிழ்ச்சியுடன் பணி செய்ய முன்வந்த புலவர்கள் அரசஞ்சண்முகனார், பரிதிமாற் கலைஞர், சே.ரா. கந்தசாமி கவிராயர் போன்றோர் ஆவர். கந்தசாமிக் கவிராயர் திருவாவடுதுறை ஆதீனத்தில் வித்வானாகப் பணியாற்றினார். தமிழ்ச் சங்கத்தில் நூலாராய்ச்சிப் பிரிவில் பணியாற்றிப் பல ஊர்களுக்குச் சென்று சுவடிகளைத் தேடிக் கண்டுபிடித்து அவற்றைத் தொகுத்துத் திருத்தம் செய்து பல நூல்களைத் தமிழ்ச்சங்கம் வழியாகப் பதிப்பித்தார். இச்சங்கத்தின் வழியாக அதிகமான நூல்களைப் பதிப்பித்தவர் சே.ரா.சுப்பிரமணிய கவிராயர்.

சுப்பிரமணிய கவிராயரால் பரிசோதிக்கப்பட்டுத் தமிழ்ச் சங்கத்தின் முதல் வெளியீடாக 'ஞானாமிர்தம் மூலமும் உரையும்' வெளிவந்தது. இதனை அடுத்ததாக வில்லிப்புத்தூராழ்வாரால் இயற்றப்பெற்ற 'மகாபாரதம்' நூலைப் பல பிரதிகளைக் கொண்டு பரிசோதித்து அரும்பத உரை எழுதியும் (1907) பதிப்பித்தார். தமிழ்ச் சொல்லதிகாரத்தின் முதல் மூன்று பாகங்கள் இவரால் பரிசோதிக்கப்பட்டுச் சங்கத்தின் எட்டாவது வெளியீடாக வெளியிடப்பட்டது. சைவ எல்லப்ப நாவலரால் இயற்றப்பட்ட திருவருணைக் கலம்பகம் சங்கத்தின் பதினொராவது வெளியீடாக வந்தது. சுப்பிரமணிய முனிவர் இயற்றிய 'கலைசைச் சிலேடை வெண்பா' சங்கத்தின் பதின்மூன்றாவது வெளியீடாக வந்தது. குமரகுருபர சுவாமிகள் இயற்றிய 'திருவாரூர் நான்மணிமாலை' பதினைந்தாம் வெளியீடாக வெளிவந்தது. இந்நூல்களுக்கெல்லாம் குறிப்புரை எழுதியும் வெளியிட்டார். அதோடல்லாமல் தான் பதிப்பித்த நூல்களுக்கான சுவடிகள் எங்கிருந்து பெறப்பட்டன என்கிற குறிப்பினையும் தருகிறார். மேலும் விஷய சூசிகை, தொகையகராதி, சூசிபத்திரம், செய்யுளகராதி முதலானவற்றையும் குறிப்பிடுகிறார்.

செந்தமிழ் இதழின் வழியாகவும் தனது பதிப்புப் பணியைச் செய்து வந்துள்ளார். 'மன்மத வில்', 'ஓரைய நிவர்த்தி', 'யானையாராய்ச்சி', 'குதிரை

பற்றிய ஆராய்ச்சி', 'சிவராத்திரி புராண அரும்பத விளக்கப் பாடபேதம்', 'பசுவைப் பற்றிய ஆராய்ச்சி' போன்று இன்னும் பல கட்டுரைகளையும் எழுதியுள்ளார். இவ்விதழின் வழியாக 'வருத்தமறவுய்யும் வழி' என்னும் இரண்டு நூல்களையும், 'அட்டாங்க யோகக்குறள்', 'திருச்செந்திற் கலம்பகம்', 'மூவகையான் மாக்களிலக்கணம்', 'பொருட்டொகை நிகண்டு', 'கஜவிதி', 'ரகுநாத சேதுபதியவர்கள் மீது வண்ணம்' ஆகிய நூல்களையும் பதிப்பித்துள்ளார். சங்க நூலாராய்ச்சிப் புலவராக இருந்துகொண்டு இவர் பல இடங்களில் தேடிக் கண்டடைந்த ஏட்டுச் சுவடிகளைச் சங்கத்தின் வழியாகவும் செந்தமிழ் இதழ் வழியாகவும் பதிப்பித்திருப்பது குறிப்பிடத்தக்கது. சங்கப் பதிப்பாளர் வரிசையில் சே.ரா.சுப்பிரமணிய கவிராயரின் பணி முக்கியத்துவம் வாய்ந்தது.

உ.வே.சாமிநாதையர் *(1855 - 1942)*

உ.வே.சா பதிப்பு நெறிமுறைகளில் முன்னோடியாகத் திகழ்ந்தவர். கடின உழைப்பாலும் ஆராய்ச்சித் திறத்தாலும் பல அரிய இலக்கியச் சுவடிகளைப் பதிப்பின் வழியாக வெளிக்கொணர்ந்தவர். அதிகமான தமிழ் நூல்களைப் பதிப்பித்த பெருமைக்கும் உரியவர். 1901இல் பொன்.பாண்டித்துரைத் தேவரால் தொடங்கப்பட்ட தமிழ்ச் சங்கத்தில் உறுப்பினாராகச் சேர்ந்தார். இச்சங்கம் தொடங்குவதற்கு முன்னேரே உ.வே.சா பதிப்பில் ஆழங்கால்பட்டவராக விளங்கியிருந்தார். சங்க இலக்கிய நூல்களுள் பல பதிப்பிக்கப்பட்டிருந்த சூழலில் உ.வே.சா. அதற்கு அடுத்த நிலையிலுள்ள இலக்கியங்களைத் தமிழ்ச் சங்கத்திலிருந்து பதிப்பிக்கத் தொடங்கினார். இவரின் பதிப்புப் பணிக்குப் பாண்டித்துரைத்தேவர் பொருளுதவி செய்துள்ளார்.

உ.வே.சாவின் பதிப்பு நூல்கள் பற்றியான செய்திகள் முன்னை இயலில் விரிவாகப் பேசப்பட்டிருப்பதால் தமிழ்ச் சங்கம் வழியாகச் செய்திருக்கும் பதிப்பு விபரங்கள் மட்டுமே இங்கு இயம்பப்படுகின்றன. இவரின் பதிப்புத் தமிழ்ச் சங்கத்தில் செந்தமிழ் வெளியீடாக வெளிவந்திருப்பதை அறியமுடிகிறது. தமிழ்நூற் பதிப்புகளில் நம்பகமான பதிப்பு இவருடையது. பதிப்பித்த நூல்களில் சுவடி கிடைக்கப் பெற்ற இடம், யாரிடமிருந்து பெற்றது, நூலின் சிறப்பு, நூலை எழுதியவர் குறிப்பு, மூலப்பிரதியா, உரைப்பிரதியா, பொருளுதவி புரிந்தோர், பதிப்பில் செய்த திருத்தங்கள், மாற்றங்கள் போன்றவை இடம்பெற்றிருக்கும்.

உ.வே.சா. செந்தமிழ் இதழின் வழியாக ஒன்பது நூல்களைப் பதிப்பித்துள்ளார். அந்தகக்கவி வீரராகவ முதலியார் இயற்றிய 'திருவாரூருலா' மூலத்தையும் அதற்கு அரும்பதவுரையும் எழுதி முதல் நூலாக வெளியிட்டார். திருத்தணிகை திருவிருத்தம், பலபட்டடை சொக்கநாதர் இயற்றிய 'தேவையுலா', தொட்டிக்கலை சுப்பிரமணிய முதலியாரால் இயற்றப்பட்ட 'திருத்தணிகை திருவிருத்தம்', 'சங்கரநயினார் கோயில் அந்தாதி', பலபட்டடை சொக்கநாதபிள்ளை இயற்றிய 'மதுரை மும்மணிக்கோவை', 'கலைசைக் கோவை', சின்னப்ப நாயக்கர் இயற்றிய 'பழனிப் பிள்ளைத் தமிழ்', 'சிராமலைக் கோவை', 'கடம்பர் கோயில் உலா' முதலாக ஒன்பது நூல்களைப் பதிப்பித்துள்ளார். பரந்துபட்ட நிலையில் பதிப்பாய்வை மேற்கொண்டிருந்த உ.வே.சா. போன்ற பதிப்பாளுமைகளுக்குத் தமிழ்ச் சங்கம் பெருமளவில் உதவியிருப்பது குறிப்பிடத்தக்கது. தங்களின் பதிப்புகளை வெளிக்கொணர்வதற்குச் சங்கத்தின் ஒத்துழைப்பும் ஆதரிப்பும் தொடர்ந்து இருந்துவந்துள்ளமையை உ.வே.சா., பதிப்பு நூல்களுக்கு எழுதிய முகவுரையில் பார்க்க முடிகிறது.

நாராயணையங்கார் *(1861 - 1947)*

*1861*ஆம் ஆண்டு திருவில்லிபுத்தூருக்கு அருகிலுள்ள எதிர்கோட்டை எனும் ஊரில் அப்பணையங்காருக்கு மகனாகப் பிறந்தார். இலக்கண இலக்கியக் கல்வியைச் சதாவதானி முத்துசாமி ஐயங்காரிடம் கற்றார். பாண்டித்துரைத் தேவரின் அவைப் புலவராக இருந்த இவர், பின்னர் தமிழ்ச் சங்கத்தின் மேலாளராகவும் செந்தமிழ்க் கல்லூரியின் பேராசிரியராகவும் பணியாற்றியுள்ளார். செந்தமிழ் இதழின் ஆசிரியராகவும் ஏறத்தாழ நாற்பதைந்து ஆண்டுகள் பணிபுரிந்துள்ளார். நாராயணையங்கார் மேல் பாண்டித்துரைத் தேவர் கொண்ட பற்று மிகப்பெரிது. அவருடைய புலமையை மதித்த விதம் அதனினும் பெரிது. நாராயணர் பணியை உடனிருந்து கவனித்த மு.இராகவையங்கார் "நூற்றுக்கணக்கான மாணவருக்குத் தமிழறிவூட்டி அக்கல்வித் துறையைப் பரவச் செய்து தமிழ்க் குலபதியாக விளங்கியவர். அதன் கலாசாலைத் தலைமைத் தமிழாசிரியராய் இருந்த திரு.நாராயண ஐயங்கார் அவர்களே என்பது இங்கே குறிப்பிடத்தக்கதாகும்[35]" என்கிறார். மாணவர்களுக்குக் கற்பிக்கும் திறம், எழுத்தாற்றல், ஆராய்ச்சித் திறம் ஆகியவற்றோடு தமிழ், வடமொழி, மந்திரம், மருத்துவம், சோதிடம், தருக்கம் போன்றவற்றிலும் சிறந்து விளங்கியவர்.

நாராயணையங்கார் 'பரதாழ்வான் வைபவம்', 'நியாயப் பிரவேச மணிமேகலை', 'வஞ்சி மாநகர் ஆராய்ச்சி', 'கருவூர் சிலாசாசனவாராய்ச்சி', 'பேராசிரியருரையும் அண்மைவிளியும்' போன்ற கட்டுரைகளையும் எழுதியுள்ளார். நூல் பரிசோதகராக இருந்தபோது நூல்பதிப்பில் தனிக் கவனம் செலுத்தினார். இவரின் பதிப்பு முயற்சியில் செந்தமிழ்ப் பிரசுரமாக வெளிவந்தவை ஆறு நூல்களாகும். தன்னுடைய பதிப்பு நூல்களின் தொடக்கத்தில் ஸ்ரீ என்ற குறியீட்டுடன் நூலின் தலைப்பினைத் தொடங்குவார். நூல் பற்றிய அறிமுகம், நூல் சிறப்பு, பிரதியைக் கொடுத்தோர், பதிப்பிற்குத் துணை நின்றோர் பற்றிய குறிப்புகளைத் தனது முகவுரையில் அமைத்திருப்பார். சில நூல்களுக்குக் குறிப்புரையும் எழுதிப் பதிப்பித்திருக்கிறார். இரண்டு அல்லது மூன்று பிரதிகளை ஒப்பிட்டுப் பதிப்பிக்கும்போது சந்தேகத்திற்கிடமான பகுதிகளைக் 'கீழ்க்குறிப்பு' எனும் பொருண்மையில் அப்பக்கத்தின் கீழே குறிப்பிடுவது இவரின் தனிச் சிறப்புகளாகும்.

'ஸ்ரீமாறனலங்காரம் மூலமும் உரையும்' (1915) செந்தமிழ் பிரசுரம் 37ஆவது வெளியீடாக வெளிவந்துள்ளது. 'ஸ்ரீதிருப்புல்லாணிமாலை' (1915) செந்தமிழின் 38ஆவது பிரசுரமாக வெளிவந்துள்ளது. 'ஸ்ரீபதினெண்கீழ்க்கணக்கிலொன்றாகிய பழமொழி மூலமும் உரையும்' (1918) செந்தமிழ் 39ஆவது வெளியீடாக வெளிவந்துள்ளது. இந்நூலிற்குக் குறிப்புரை எழுதியுள்ளார். திருக்குருகூர் சிறிய இரத்தின கவிராயர் இயற்றிய 'புலவராற்றுப்படை'யை ரா.இராகவையங்கார் (1903) பதிப்பித்திருந்தார். செந்தமிழ் 4ஆவது பிரசுரமாக வந்தது. இதன் இரண்டாம் பதிப்பினை நாராயணையங்கார் 1918இல் வெளியிட்டார். 'ஸ்ரீதிருமாலிருஞ்சோலை அழகர் பிள்ளைத்தமிழ்' (1919) செந்தமிழ் 40ஆவது வெளியீடாக வெளிவந்துள்ளது. 'ஸ்ரீஅநுமான விளக்கம்' 1935 (இரண்டாம் பதிப்பு) செந்தமிழ் பிரசுரத்தின் 9ஆவது வெளியீடாக வெளிவந்துள்ளது. பாண்டித்துரைத் தேவரால் தொகுக்கப்பெற்ற 'பன்னூற்றிரட்டு' எனும் நூலின் ஐந்தாவது பதிப்பினையும் வெளியிட்டுள்ளார். 'இலக்கண தீபம்' எனும் நூலை செந்தமிழில் பதிப்பித்து வெளியிட்டார். இது அச்சேறியதா என்ற விபரம் தெரியவில்லை. தமிழ்ச் சங்கத்தின் பதிப்புப் பணிகளில் நாராயணையங்காரின் பதிப்பு மிக முக்கியத்துவம் வாய்ந்தது. இவர் தன் பணித்திறத்தினால் வேல்ஸ் இளவரசரிடம் சால்வையும் தங்கப்பதக்கமும் பெற்றார்.

சோமசுந்தர பாரதி (1878 - 1958)

1878ஆம் ஆண்டு பிறந்தவர். மறைமலையடிகளாரின் மாணவர். தமிழ் அறிவும் சட்ட அறிவும் பெற்றவர். சுப்பிரமணிய பாரதியின் இளமைக் கால நண்பர். வ.உ.சிதம்பரனார் நடத்திய கப்பல் போக்குவரத்துக் கழகத்திற்கு உதவியாக இருந்தவர். அண்ணாமலைப் பல்கலைக்கழகத்தில் தமிழ்ப் பேராசிரியராகப் பணியாற்றியவர். இவரின் பதிப்பு நூல்கள் செந்தமிழ் வெளியீடாக வெளிவந்துள்ளன. 'தசரதன் குறையும் கைகேயியின் நிறையும்' நூல் 1926இல் வெளிவந்தது. இதனைத் தொடர்ந்து 'சேரர் தாயமுறை', 'பழந்தமிழ் நாடு', 'திருவள்ளுவர்' போன்ற நூல்களையும் எழுதி வெளியிட்டுள்ளார். 'திருவள்ளுவர்' நூலுக்கு உ.வே.சா. முன்னுரை எழுதியுள்ளார். பாரதியார் தொல்காப்பியப் பொருளதிகாரத்திற்கு ஒரு புத்துரை செய்து வெளியிட்டுள்ளார். 'மங்கலக்குறிச்சி பொங்கல் நிகழ்ச்சி' போன்ற செய்யுள் நூலையும் எழுதியுள்ளார். இவரின் தமிழ்ப் பணியைக் கண்டு ஈழநாட்டுப் புலவர் மன்றம் நாவலர் பட்டம் வழங்கியது.

ச.வையாபுரிப் பிள்ளை (1891 - 1966)

1891ஆம் ஆண்டு பிறந்தார். தமிழிலும் சட்டத்திலும் பட்டம் பெற்றவர். பி.ஏ., வகுப்பில் தமிழில் மாநிலத்திலேயே முதல்வராய்த் தேர்ந்தெடுக்கப்பட்டு சேதுபதி தங்கப் பதக்கம் பெற்றவர். தமிழ், வடமொழி, ஆங்கில நூல்களைப் படித்துவந்தாலும் மறைமலையடிகள் தந்த பேராதரவு இவரது இலக்கிய முயற்சிகளுக்குப் புதிய ஆக்கத்தை அளித்தது. இளமை முதல் இவருக்குத் தமிழ் அறிஞர்களுடன் பழகும் வாய்ப்பு ஏற்பட்டது. கனகசுந்தரம் பிள்ளையவர்களிடம் கல்லூரி மாணவராக இருந்த காலத்தில் தொல்காப்பியப் பொருளதிகார இளம்பூரணர் உரையைப் பெற்று அதைப் படிசெய்துகொண்டார். இவ்வாறு தமிழை மிக்க ஆர்வத்துடன் கற்றுவந்தார்.

இவரது முதற் கட்டுரை புறநானூற்று 13ஆவது பாடல் பற்றி எழுதப்பட்டதாகும். இதனைத் தொடர்ந்து சேரர் தலைநகராகிய கருவூர் எங்கிருந்தது என்பது பற்றிய விவாதத்தில் ரா.இராகவையங்காரின் கூற்றை மறுத்து வையாபுரியார் 'செந்தமிழ்' இதழில் எழுதிய கட்டுரை தமிழ்ப் புலமையாளர்களிடம் பெரும் கவனத்தைப் பெற்றது. கட்டுரைகள் வழியாகத் தனது புலமைத்துவத்தை நிறுவிய வையாபுரியார், பேராசிரியர் பெ.சுந்தரம்

பிள்ளையவர்கள் எழுதிய 'மனோன்மணியம்' என்ற நாடக நூலினைப் (1922) பதிப்பித்துத் தம் பதிப்புப் பணியைத் தொடங்கினார். மதுரை நான்காம் தமிழ்ச் சங்கத்தின் உறுப்பினர்களில் இவரும் ஒருவர். இவரின் நூல்பதிப்புச் சிறப்பினை முன்னை இயலில் விரிவாகப் பேசியுள்ளதால் நான்காம் தமிழ்ச் சங்கம் வழியாக வெளிவந்திருக்கும் பதிப்புகள் மட்டுமே இவண் எடுத்துக்காட்டப்படுகின்றன.

1925இல் 'இராஜராஜதேவருலா' செந்தமிழ்ப் பிரசுரமாகப் பதிப்பிக்கப்பட்டுள்ளது. இவ்வுலாவின் ஏடு கிடைக்கப்பெற்றதைப் பற்றி சு.வையாபுரிப்பிள்ளை செந்தமிழ் இதழில், "இவ்வுலா, சுமார் 800 வருடங்களுக்கு முன்னர் அரசு புரிந்துவந்த ஒரு சோழர் பெருமகனைத் தலைவனாகக் கொண்டு பாடப் பெற்றமைந்த புராதன நூல். தென்னிந்திய சரித்திர ஆராய்ச்சிக்குப் பெரிதும் பயன்படுவது. சில மாசங்கட்கு முன்பு கோடை விடுமுறை காலத்தில் நான் திருவனந்தபுரம் சென்றிருந்தபோதுஞ் எனது ஆப்த நண்பருமாகிய ஸ்ரீமாந். எஸ்.இராமநாதையரவர்கள் இந்நூலின் கையெழுத்துப் பிரதியொன்று அன்புகூர்ந்து உதவினார்கள்[36]" என்று கூறுகிறார்.

- 1931இல் 'அரும்பொருள் விளக்க நிகண்டு' தமிழ்ச் சங்கப் பிரசுமாகப் பதிப்பிக்கப்பட்டுள்ளது.
- 1931இல் 'பிங்கலந்தை' செந்தமிழ் பிரசுரம் வழியாகப் பதிப்பிக்கப்பட்டுள்ளது.
- 1943இல் 'திருமுருகாற்றுப்படை' (உரையாசிரியருரை) தமிழ்ச் சங்க முத்திரா சாலை வழியாக அச்சிடப்பட்டுள்ளது.

ஆ.சிங்காரவேலு முதலியார்

மதுரைத் தமிழ்ச் சங்கத்தின் வழியாக வெளியிடப்பட்ட மிக முக்கியமான நூல்களில் சிங்காரவேலு முதலியார் தொகுத்த 'அபிதான சிந்தாமணி' குறிப்பிடத்தக்கது. திவாகரம், பிங்கல நிகண்டுகள் சொல்லுக்குப் பொருள் கூறுவதாகவே அமைந்திருக்கும். ஆனால், சிறப்புப் பெயர்களைக் குறித்தும் அதனை விவரித்தும் கூறும் வகையில் அமையப்பெற்றிருக்காது. அபிதான சிந்தாமணியோ இவை எல்லாவற்றையும் நிவர்த்தி செய்யும் அளவிற்கு அமையப்பெற்றிருக்கும். இதனைத் தொகுக்கும்போது இதற்குப் 'புராண

நாமாவளி' என்று பெயரிட்டுப் பின்னர் அதனை 'அபிதான சிந்தாமணி'யென்று அச்சிட்டு வெளியிட்டார். 1890இல் தொடங்கப்பட்ட இப்பணி 1910இல் மதுரைத் தமிழ்ச் சங்கப் பதிப்பாக அச்சிடப்பட்டது. இந்நூல் மொத்தம் 1,050 பக்கங்களைக் கொண்டு முதல் பதிப்பாக வெளியானது. இதன் இரண்டாம் பதிப்பு சிங்காரவேலு முதலியாரின் மகன் ஆ.சிவப்பிரகாச முதலியாரால் முதற்பதிப்பின் பிழைகள் களையப்பட்டும் விட்டுப்போனது சேர்க்கப்பட்டும் மொத்தம் 1,634 பக்கங்களாக வெளியிட்டார். 'அபிதான சிந்தாமணி' தொகுத்த சிங்காரவேலு முதலியார் இப்பெரும்பணியைத் தொடங்கியது பற்றியும் அதில் கூறப்பட்டிருக்கும் கருத்துகளும் கதைகளும் எந்தந்த இலக்கியங்களில் எடுக்கப்பட்டவையென்றும் தனது முகவுரையில் பதிவுசெய்கிறார்.

"நானிந்த அபிதான சிந்தாமணி யென்னு நூலைச் சற்றேறக்குறைய 1890ஆம் வருஷங்களுக்குமுன் தொடங்கினேன். இது எனது அரிய நண்பரும் சென்னை பச்சையப்ப முதலியார் ஹைஸ்கூல் எட்மாஸ்டருமாகிய ம-ள-ள-ஸ்ரீ சி.கோபாலராயரவர்கள் பி.ஏ., எனமண்டரம் வெங்கடராமையரவர்கள் செய்த 'புராணநாம சந்திரிகை' போல், தமிழில் ஒன்று இயற்றின் நலமாமென்று அந்தப் புத்தகமும் ஒன்று கொடுத்துதவ, அதை முதனூலாகக் கொண்டு 'புராண நாமாவலி' யென்று பெயர் புனைந்து எழுதத்தொடங்கினது. அந்நூல் எனக்குக் காட்சி மாத்திரை யாயிற்றேயன்றிச் சாலப்போதாது. ஆதலினது நிரம்பிய நூலன்றெனத் தேறிப் பன்னூலாராயத் தொடங்கி வேறுபொழுது போக்காக் கொள்ளாது, இதனிடை முயன்று வருந்தினேன். இதனை விளையாட்டாகத் தொடங்கினேன். பின்னரிதனை முடிப்பது எவ்வாறென்ற கவலைமிக்கது.

இது காரணமாக நான் ஒருவனே பலர்கூடி செய்யவேண்டிய இதனை 'கலேகபோதநியாயமாக' பல விடங்களிற் சென்று பல அரிய கதைகளைப் பல புராண, இதிஹாஸ, ஸ்மிருதி, ஸ்தல புராணங்களிலும், மற்றுமுள்ள நூல்களிலுமுள்ள விஷயங்களையும், உலக வழக்குகளையும் அவற்றினுட் கருத்துகளையும் தழுவியதாகும். இதிலடங்கியவை: வேதப்பொருள் விளக்கம், பல மஹா புராணக் கதைகள், ஸ்தலபுராணக் கதைகள், பாரதாதி இதிஹாசங்கள், ஸ்மிருதி விஷயங்கள், பலநாட்டுச் சமய நிச்சயங்கள், பல ஜாதி விஷயங்கள், பரதம், இரத்தினோற்பத்தி, வைத்யம், சோதிடம், விரதம், நிமித்தம், தானம், கனாநிலை, பல சமய அடியராழ்வார்களின் சரிதைகள், பல வித்வான்களின் சரிதைகள், சிவாலய விஷ்ணுவாலய மான்மியங்கள்,

சூர்ய சந்திர ராட்‌ஷச இருடிகளின் பரம்பரைகள், சைவ வைஷ்ணவ மாத்வ ஸ்மார்த்த சமயவரலாறுகள், சைவாதீன பண்டார சந்நதிகளின் மடவரலாறுகள், இந்துதேசம் ஆண்ட புராதன அரசர் வரலாறுகள் முதலிய பல அரிய விஷயங்களாம்[37]" என்கிறார். இப்பெரும் பணியைச் செய்து முடித்த சிங்கார வேலு முதலியார் அதனைப் பதிப்பிக்க பல சிரமங்களைக் கண்டார். தனது நூலினைப் பலரிடத்துக் கூறியும் பெரிதாக யாரும் ஆர்வம் காட்டாததைக் கண்டு மனம் வருந்தினார்.

தன்னுடைய இந்தப் பெரும்பணிக்குப் புரவலர்களும் பதிப்பாளர்களும் எவ்வாறு அலட்சியம் செய்தனர் என்றும் அதனால் இந்நூல் பதிப்பாகாமல் பல புற்றீசலுக்கு இரையாகிவிடும் என்றும் மனம் வருந்தியிருந்தார். இந்நூல் அச்சிடுவதற்காகப் பல இதழ்களுக்குப் பத்திரம் எழுதியும் வெளியிட்டார். இத்தொகுப்பை அச்சாக்குவதற்குத் தான் அடைந்த துயரம் பாண்டித்துரைத் தேவரால் எவ்வாறு தளர்ச்சியடைந்தது என்பதனை இந்நூலின் முன்னுரையில் பதிவிடுகிறார் சிங்காரவேலு முதலியார்.

"ஒருவாறு முற்றுப் பெற்றபின் இதனைச் சென்னையிலிருந்த பிரபுக்கள் சிலரிடம் காட்டினேன். 'அவர்கள் இத்தகைய நூல் தமிழிற் கின்றியமையாததே: அதனை வெளியிடுக' என்றனரேயன்றி யதனை யச்சிட்டு வெளிப்படுத்த ஒன்றும் கூறிலர்.

பின்பு யாழ்ப்பாணம் ம-ள-ள-ஸ்ரீ கனகசபைப் பிள்ளை, பி.ஏ., பி.எல்., அவர்களிடம் இதின் ஒரு பாகத்தைக் காட்டினேன். அவர் இஃது அரிய தமிழ்க்கதை அகராதி; இதனைச் சென்னையிலுள்ளார் ஆதரிக்க வேண்டுமென ஒரு பத்திரம் எழுதித் தந்தனர். புரொபஸராயிருந்த சேஷகிரி சாஸ்திரியார் அவர்களிடம் காட்டினேன். அவர் இதனையொப்ப நானும் ஒரு நூல் எழுதிக்கொண்டு வருகிறேன் என்று கூறினரே அன்றி வேறொன்றுங் கூறவில்லை. அவர் கருத்தென்னோ அறியேன். அதற்குப் பின்னிதனைச் சென்னை கியூரேடரும் பச்சையப்பன் கல்விச்சாலைத் தரும விசாரணையின் எடிகேஷனல் டிரஸ்டியுமாகிய பிரம்மஸ்ரீ வ.கிருஷ்ணமாசாரியரிடம் காட்டினேன். அவர் பல அச்சாபிசுக்காரர்களிடம் காட்டி செலவு அதிகம் பிடிக்கும் எனக் கூறி விடுத்தனர். நான் கூடிய அளவில் உயர்தரக் கல்வி போதிக்க வல்லேனாயினும் ஊழ்வலியால் சென்னை பச்சையப்பன் விசாரணைக்குட்பட்ட பி.டீ.செங்கல்வராய நாயகர், கோவிந்தநாயகர் கலாசாலைகளில் அமர்ந்து செல்வாக்கிலாததால் வருவாய் மட்டாக அச்சிடப்

பொருளிலாது இதனைச் சஞ்சிகை வாயிலாக வெளியிட ஓர் அறிக்கைப் பத்திரம் வெளியிட்டேன். அதன் பொருட்டுப் பலரிடம் கையொப்பம் கேட்டேன். அவர்கள் இது தொடர்ந்த கதையாயின் வாங்கலாமெனவும், சிலர் முற்றுறப் பலநாள் பிடிக்கும் எனவும், சிலர் கையொப்பமிட்டுஞ் சென்றனர். இச்சோர்வால் எனக்கு அக்கார்யத்தில் ஊக்கஞ்செல்லாது நூலைப் புற்றிடுவோமா என எண்ணினேன். இதற்குள் சிலர் இதனையொத்த சிறு நூல்களியற்றினர். அதனைக் கண்டும் திருவுளப்பாங் கென்றிருந்தேன். இது நிற்க, நான் வழிபடு கடவுளாகிய மலைமகணாயகர் உள்ளக் குறிப்போ, அல்லது நான் முதன்முறை வெளியிட்ட அறிக்கைப் பத்திரிகையோ, அல்லது இரண்டாமுறை வெளிப்படுத்திய அறிக்கையோ, மதுரைத் தமிழ்ச் சங்கத்துப் பிரசிடெண்டும் பாலவனத்தம் ஜமீன்தார் அவர்களும், தமிழ் வளர்த்த ஸ்ரீமான் பொன்னுசாமி தேவரவர்களின் திருக்குமாரரும், என் தளர்ச்சிக்கள் ஊன்றுகோல் போல்பவருமாகிய ஸ்ரீமான் பொ. பாண்டித்துரைச்சாமித் தேவரவர்களின் கைப்பட்டுத் தாமே சென்னைக்கு வந்து நான் எழுதிய நூலைக் கண்டு களித்து, அதனை மதுரைத் தமிழ்ச் சங்க அச்சுயந்திரசாலையில் அச்சிடுவான் எண்ணி, என்னிடமிருந்த பிரதிகளைத் தாமே மதுரைக்கு எடுத்துச்சென்று அவ்விடத்தில் நாம் எழுதிய அனைத்தையும் பலரைக்கொண்டு சுத்தமாய் எழுதுவித்து மீண்டுமவற்றைச் சென்னையிலுள்ள அச்சுயந்திரசாலையில் என் முன்னிலையில் அச்சிட வுத்தரவளித்து அப்போதைக்கப்போது பொருளுதவி செய்துவந்தனர். அவர்கள் அருஞ்செயலை இப்புத்தகத்தை நோக்கும் அறிவாளிகள் புகழாமற் போகார்.[38]"

என்று தன் அனுபவத்தைப் பதிவுசெய்துள்ளார். இதனை வைத்துப் பார்க்கும்போது அன்றைக்கு நூல்களை அச்சிடுவதில் பதிப்பாளர்களின் அலட்சியப்போக்கைக் காண முடிகிறது. பல சிரமங்களைக் கடந்து பல நாட்களையும் அதற்காக அர்ப்பணித்துச் செய்யும் ஒரு நூலினைப் பதிப்பிற்குக் கொண்டுவருவதில் ஒரு நூலாசிரியன் படும் சிரமங்கள் என்னவென்பதை இவ்வனுபவத்தின் வழியாக அறியமுடிகிறது.

செந்தமிழ் இதழ்

தமிழ்ச் சங்கத்தால் 1903இல் தொடங்கப்பட்ட செந்தமிழ் இதழ் அன்றைக்குத் தமிழில் வெளிவந்தவற்றில் மிக முக்கியமான இதழாக இருந்தது. இவ்விதழ் தமிழ்ப் பணியை நோக்கமாகக் கொண்டு தொடங்கப்பட்டது

என்பதனை அதன் முகவுரையைக் கொண்டு அறியலாம். “இஃது தமிழின் செம்மையினையே உலகிற்கு நன்கறிவுறுத்தலானும், செந்தமிழ் வளர்ச்சியே செய்தலானும் செவ்விதாய தமிழானே நடத்தலானும், செந்தமிழ் நாட்டுத் தலைநகர்க் கண்ணே தோற்றமுடைத்தாகலானும் ‘செந்தமிழ்’ எனப் பேர் பெற்று விளங்கும். இதுகாறும் அச்சிடப்படாத செந்தமிழ் நூல்களும், தமிழ்நாட்டுப் புராதன சரிதங்களும் சாஸனங்களும், வடமொழியினும் ஆங்கிலத்தினும் தமிழிற்கு வேண்டுவனாகக் கருதப்படும் நூல் மொழிபெயர்ப்புகளும், தமிழின் அருமை பெருமை அடங்கிய விஷயங்களும் தமிழாராய்ச்சியைப் பற்றியனவும், தமிழ் வளர்ச்சிக்கு வேண்டுவனவும் பிறவும் இதன் வாயிலாக வெளிவரும்[39]” என்று குறிப்பிடப்பட்டிருப்பதன் வழியாக அறியமுடிகிறது. இவ்விதழ் 64 பக்கங்களுக்குக் குறையாமல் 80 பக்கங்களுக்கு மிகாமல் வெளிவந்திருக்கிறது. இவ்விதழின் முகப்பில் இதழின் பெயரும் ‘இது மதுரை சங்கத்தினின்று மாதந்தோறும் வெளிவரும் ஒரு தமிழ்ப் பத்திரிகை’ என்ற குறிப்பும், பகுதி, தொகுதி இவற்றின் எண்களும், ஆண்டுகள், மாதம், உள்ளுறை, விலை, பத்திராசிரியர் பெயர் மற்றும் கடைசிப் பக்கங்களில் புத்தகங்களின் வரவு, சங்கத்தின் தீர்மானங்கள், நன்கொடைகள், சங்கத் தேர்வுகளில் தேர்ச்சிபெற்றவர்களின் விவரம், சங்க வரவுசெலவு கணக்கு, புத்தக விளம்பரங்கள் போன்றவை இடம்பெற்றிருக்கும்.

இதழில் சங்க உறுப்பினர், உறுப்பினர் அல்லாத தமிழ் அறிஞர்கள், ஆர்வலர்கள் போன்றோரின் கட்டுரைகளும் இடம்பெற்றிருக்கின்றன. இதழில் தொடராக எழுதப்பட்ட ஆராய்ச்சிக் கட்டுரைகளைத் தொகுத்து நூலாகவும் வெளியிட்டுள்ளனர். ‘செந்தமிழ்’ வழியாக வெளிவந்த நூல்களைக் கணக்கிடும்போது அவற்றில் பெரும் குழப்பம் ஏற்படுகிறது. அதாவது, சங்க வித்வான்களோ பிற அறிஞர்களோ நூல்களை எழுதி இதழில் வெளியிடும்போது பெரும்பாலும் குறிப்புகளைத் தராமல் செய்திகளை மட்டும் கூறிச்செல்கின்றனர். இதனால் இதழில் வெளியிடப்படும் நூல்களை நூலா, கட்டுரையா என்று தெரிந்துகொள்வதில் சிக்கல் ஏற்படுகிறது. தொடர்ந்து எழுதப்பட்டுவரும் தொடர்ச்சியைக் கொண்டும் சில நூல்களின் முகவுரைகளைக் கொண்டும் கணக்கிடப்பட்டவை 231 நூல்களாகும். இலக்கியம், இலக்கணம், சிற்றிலக்கியம், ஆராய்ச்சி, மொழிபெயர்ப்பு, மருத்துவம், நிகண்டு, சோதிடம், நாடகம், புராணம், வரலாறு என்று 11 வகையாகப் பிரித்து அவற்றின் பொருண்மையில் வெளியிடப்பட்ட நூல்களைக் காணலாம்.

இலக்கியம் எனும் பொருண்மையில் இரண்டு வகையாகப் பிரிக்கலாம்; ஒன்று செய்யுள் இலக்கியம், மற்றொன்று உரைநடை இலக்கியம். செய்யுள் இலக்கியத்தில் 'நரிவிருத்தம்', 'முத்தொள்ளாயிரம்', 'வருத்தமறவுய்யும்வழி', 'அட்டாங்க யோகக்குறள்' போன்று *36* நூல்கள் வெறும் செய்யுள் வடிவில் மட்டும் வெளியிடப்பட்டிருக்கின்றன. உரைநடை நூல்களாக 'திருவள்ளுவர்', 'தமிழரும் ஆந்திரரும்', 'அநுமான விளக்கம்', 'வஞ்சிமாநர்', 'சேரர் பேரூர்' போன்று *37* உரைநடை நூல்கள் வெளிவந்துள்ளன. இலக்கண நூல்களான 'இலக்கணத் தீபம்', 'தொல்காப்பியச் செய்யுளியல் நச்சினார்க்கினியருரை', 'உவமான சங்கிரகம்' போன்று *7* நூல்கள் வெளிவந்துள்ளன. இதுபோன்று சிற்றிலக்கியங்கள் - *57*, ஆராய்ச்சி நூல்கள் - *12*, வரலாற்று நூல்கள் - *20*, புராண நூல்கள் - *9*, நிகண்டுகள் - *2*, நாடகங்கள் - *5*, சோதிடம் - *2*, மருத்துவ நூல்கள் - *9*, மொழிபெயர்ப்பு - *35* போன்றவை செந்தமிழ் வழியாக வெளிந்த நூல்களாகும்.

*20*ஆம் நூற்றாண்டின் தொடக்கத்தில் தொடங்கப்பெற்ற மதுரை நான்காம் தமிழ்ச் சங்கத்தின் பதிப்புப் பணி தமிழ்ப் பதிப்பு வரலாற்றில் தனித்ததோர் இடத்தைப் பெறுகிறது. பழந்தமிழ் நூல்கள் பல தமிழ் அறிஞர் பெருமக்கள் அச்சிட்டிருந்தாலும் சங்கம் மருவிய இலக்கியங்கள், சிற்றிலக்கியங்கள் போன்றும் சில இலக்கண நூல்களையும் அச்சிட்டிருப்பது கவனத்திற்குரியது. தமிழை வளர்த்தல், தமிழ் நூல்களை அச்சிடுதல், தமிழ் நூல் பலவற்றை ஆராய்தல், விவாதித்தல், அரங்கேற்றம் செய்தல் போன்ற பணிகளினால் மேலோங்கி நிற்கிறது. அன்றைக்கும் சரி இன்றைக்கும் சரி மதுரையைப் பற்றிய ஆய்வை மேற்கொள்பவர்களுக்கு மதுரை நான்காம் தமிழ்ச் சங்கத்தின் தமிழ்ப் பணியினைச் சொல்லாமல் போக முடியாது.

பிரம்மஞான சபை (Theosophical Society)

எலனா பிளவாத்ஸ்கி, ஹென்றி ஸ்டீல் ஆல்காட், வில்லியம் ஐட்ச், அன்னிபெசன்ட் ஆகியோரால் இனம், மதம், பால், ஜாதி வேறுபாடின்றி உலகளாவிய அளவில் சகோதரத்துவத்தை நோக்கமாகக் கொண்டு பிரம்மஞானசபை உருவாக்கப்பட்டது. *1882*ஆம் ஆண்டு சென்னையைத் தலைமையகமாகக் கொண்டு தொடங்கப்பெற்ற இச்சபைக்குப் பல இடங்களில் கிளைகள் தொடங்கப்பட்டன. அப்படியாக மதுரையிலும் கிளை தொடங்கப்பெற்றது. மதுரை பிரம்மஞான சபையின் நிர்வாகியாக இருந்தவர் ப.நாராயண ஐயர் (*1857 - 1914*). இவரின் சொந்த ஊர்

மானாமதுரை. மதுரையிலும் சென்னையிலும் கல்வி கற்றவர். மதுரையில் வழக்கறிஞர் தொழில் செய்துவந்தார்.

மதுரை மற்றும் அதன் சுற்றுவட்டாரங்களில் நிலவிய சாதிகள் குறித்தும், பால் இன வேறுபாடு குறித்தும் அன்னிபெசண்ட் ஆற்றிய உரையை ப.நாராயணன் தமிழில் மொழிபெயர்த்து வெளியிட்டார். மேலும் மதுரை நான்காம் தமிழ்ச்சங்கத்திலும் உறுப்பினராக இருந்தார். தொடர்ந்து தமிழ்ச் சங்கத்தில் நடைபெறும் கூட்டங்களில் கலந்துகொண்டார். அன்னி பெசண்ட் உரையை மொழிபெயர்ப்பதோடு, இந்நிறுவன அமைப்புச் சார்ந்த நூல்களையும் கட்டுரைகளையும் எழுதி வெளியிட்டார் ப.நாராயண ஐயர். இந்நிறுவனத்தின் கருத்துகளை வெளியுலகம் அறியும் வண்ணம் ‘பூர்ணசந்திரோதயம்’ எனும் பெயரில் ஒருமாத இதழையும் தொடங்கினார். இந்நிறுவனத்திற்கென்று தனியாக அச்சியந்திரம் நிறுவப்படவில்லை. அருகில் செயல்பட்டுவந்த அச்சியந்திரசாலையில் தேவைக்கேற்ப நூல்களையும் இதழையும் அச்சிட்டுவந்தனர்.

பூர்ணசந்திரோதயம் இதழ்

பிரம்மஞான சபை மதுரைக் கிளையின் நிர்வாகியாக இருந்த ப.நாராயணன், 1914 ஜனவரி 25 அன்று மறைந்தார். இவருக்குப் பின் நிர்வாகப் பொறுப்பும் இதழ்ப் பொறுப்பும் அ.ரங்கசாமி ஐயரிடம் வந்தது. இருவரும் பத்திராதிபராக இருந்து ‘பூர்ணசந்திரோதயம்’ *(A Tamil Monthly Journal Devoted to Theosophy, Religion, Science Art and Civilization)* இதழை நடத்தினர். பன்னிரண்டு இதழ்கள் அடங்கிய தொகுதியினை (மே 15 முதல் ஏப்ரல் 15 வரை) தொகுதி ஒன்று, இரண்டு என்று மொத்தமாக வெளியிடப்பட்டிருக்கிறது. இதன் நான்காம் தொகுதி 1914இல் வெளிவந்திருக்கிறது. இதனை வைத்துப் பார்க்கும்போது இவ்விதழ் 1910இல் ஆரம்பிக்கப்பட்டிருக்கலாம். இது முறையாகப் பதிவுசெய்யப்பட்டு *(Registered No: 878)* நடத்தப்பட்டது. 17 முதல் 20 பக்கங்களுக்குள் வெளியானது. இந்நிறுவனத்திற்கென்று தனி அச்சியந்திரம் இல்லை. மதுரையில் செயல்பட்டுவந்த மதுரை விவேகபாநு மற்றும் விக்டோரியா அச்சியந்திர சாலையிலிருந்துதான் பதிப்புப் பணிகளையும் இதழ்ப் பணிகளையும் செய்துவந்தனர். இவ்விதழின் வழியாக அன்னிபெசண்டின் உரைகள் மொழிபெயர்க்கப்பட்டுத் தமிழில் வெளியிடப்பட்டன.

இதனைத் தொடர்ந்து அ.ரங்கசாமியையும் வி.விசுவநாதய்யரையும் பத்திராதிபராகக் கொண்டு 'ஞானோதயம்' (Registered No: M.878) எனும் மாதாந்திர இதழ் பிரம்மஞான சபையிலிருந்து வெளிவந்திருக்கிறது (ஞானோதயம் பிரம்மஞான மாதாந்தரப் பத்திரிகை). இது 1925இல் தொகுதி 15 கிடைத்துள்ளது. இதனை வைத்துப் பார்க்கும்போது இவ்விதழும் 1910இல் தொடங்கப்பட்டிருக்கிறது என்பது தெரியவருகிறது. இவ்விதழும் இருபது பக்கங்களுக்கு மிகாமல் வெளிவந்தது.

'மௌனவாக்கு', 'அவ்வையாரின் ஆத்திச்சூடி', 'கொன்றை வேந்தன்' போன்ற நூல்களையும் ஆங்கிலத்தில் மொழிபெயர்த்து நூலாகவும் வெளியிட்டுள்ளார். இந்நிறுவனத்திலிருந்து வெளியிடப்பட்ட நூல்களாக 'சந்தியாவந்தனம் ஓர் சம்பாஷணை' எனும் நூலின் பின் அட்டையில் மிகவும் அருமையான புஸ்தகங்கள் என்று ஒரு பட்டியலைத் தருகின்றனர் "மீனாக்ஷி சுந்தரம், மாணிக்க வாசகர், தியான கிரம்மவிஷயம், ஹிந்து மத தூஷணையின் பரிகாரம், உதாஸீன ஸாது ஸ்தோத்திரம், பிராதனா தர்மங்களின் உயர்வும் இக்கால ஆசாரங்களும், கல்வி கற்பித்தல், அசுவர கைங்கரியம், மனிதன் வம்சாவளியின் உண்மை, பிரஹ்மான ஞான விசாலத்தால் நமக்குறும் பயன் யாது, எனது பிரத்ஜஞை ஜினராஜதாசர், யோக உபத்யாசகன் அன்னி பெசண்ட், கர்மம் (இசைக்கியாடும் பெருமாள் பிள்ளை ஆசிரியர் எழுதிய இந்நூல் இதுவோர் இனிமையான செந்தமிழ் நடையில் எழுதப்பெற்ற ஒரு வியாஷம்)[40]" இதனைத் தொடர்ந்து பிரம்மஞான சபையிலிருந்து வெளிவந்த நூல்களைப் பார்க்கலாம்.

- 1909இல் 'மனிதன் வமிசாவளியின் உண்மை' எனும் தலைப்பில் 1903இல் அன்னிபெசண்ட் அம்மையார் செய்த நான்கு உபக்கியாசங்களின் தமிழ் மொழிபெயர்ப்பு: ப.நாராயண ஐயர், மதுரை விவேகபாநு அச்சியந்திரசாலையில் பதிப்பிக்கப்பட்டது.

- 1905இல் ஔவையாரின் ஆத்திச்சூடியை ப.நாராயண ஐயர் ஆங்கிலத்தில் மொழிபெயர்த்து மதுரை விவேகபாநு அச்சியந்திரசாலையில் பதிப்பித்தார்.

- 1911இல் 'டில்லி மாநகரில் மாட்சிமை தாங்கிய சக்கரவர்த்தியவர்களின் பட்டாபிஷேகம்' எனும் தலைப்பிலான நூல். சக்கரவர்த்தியின்

அறிமுகத்தை ப.நாராயண ஐயரும், பி.எஸ்.சுப்பிரமணிய ஐயரால் எழுதப்பெற்ற வாழ்த்துப்பாடலும், எஸ்.சாமிநாதையரால் பாடப்பெற்ற முடிசூட்டு வாழ்த்தும் அமைந்த தொகுப்பாகும்.

- *1911*இல் 'மௌந வாக்கு' எனும் நூல் ப.நாராயண ஐயரால் மதுரை விவேகபாநு அச்சியந்திரசாலையில் பதிப்பிக்கப்பட்டது. இதன் இரண்டாம் பதிப்பு 1954இல் மதுரை ஸ்ரீ ராமகிருஷ்ணபிரஸில் பதிப்பிக்கப்பட்டு வெளிவந்தது.
- *1912*இல் 'காலஞ்சென்ற கனந் தங்கிய வி.கிருஷ்ணஸ்வாமி ஐயர் அவர்களின் சரித்திரச் சுருக்கம்' எனும் நூல் ப.நாராயண ஐயரால் விவேகபாநு அச்சியந்திரத்தில் பதிப்பிக்கப்பட்டது.
- *1912*இல் 'மாதுஸ்ரீ ஹெலிநாம்பாள் அம்மையார் சரித்திரச் சுருக்கம்' எனும் நூல் ப.நாராயண ஐயரால் எழுதப்பெற்று விவேகபாநு பிரஸில் பதிப்பிக்கப்பட்டது (பூர்ணசந்திரோதயத்தின் மறுபதிப்பு - *2*).
- *1913*இல் 'ஹிந்து என்பவன் எவன்?' எனும் நூல் ப.நாராயண ஐயரால் எழுதப்பெற்று தமிழ்ச் சங்கம் பவர் பிரஸில் பதிப்பிக்கப்பட்டது (பூர்ணசந்திரோதயத்தின் மறுபதிப்பு - *3*).
- *1913*இல் 'மோநம் என்பது ஞாநவரம்பு' எனும் நூல் ப.நாராயண ஐயரால் எழுதப்பெற்று தமிழ்ச்சங்கம் பவர் பிரஸில் பதிப்பிக்கப்பட்டது. (பூர்ணசந்திரோதயத்தின் மறுபதிப்பு - *4*)
- *1913*இல் 'மகாலயபாஷமும் நவராத்திரியும்' எனும் நூல் பி.எஸ்.சுப்பிரமணிய ஐயரால் எழுதப்பெற்று தமிழ்ச்சங்கம் பவர் பிரஸில் பதிப்பிக்கப்பட்டது (பூர்ணசந்திரோதயத்தின் மறுபதிப்பு - *5*).
- *1913*இல் 'எண்ணங்களின் இரகஸியம்' எனும் நூல் ப.நாராயண ஐயரால் எழுதப்பெற்று விவேகபாநு பிரஸில் பதிப்பிக்கப்பட்டது (பூர்ணசந்திரோதயத்தின் மறுபதிப்பு - *6*).
- *1913*இல் 'காயத்ரீ' எனும் நூல் ப.நாராயண ஐயரால் எழுதப்பெற்று மதுரை தமிழ்ச்சங்கப் பவர் பிரஸில் பதிப்பிக்கப்பட்டது (பூர்ணசந்திரோதயத்தின் மறுபதிப்பு - *7*).

- *1913இல் 'காயத்ரீ ராமாயணம்' எனும் நூல் பி.எஸ்.சுப்பிரமணிய ஐயரால் எழுதப்பெற்று மதுரை தமிழ்ச்சங்கப் பவர் பிரஸில் பதிப்பிக்கப்பட்டது (பூர்ணசந்திரோதயத்தின் மறுபதிப்பு - 8).*
- *1913இல் 'ஸ்ரீலோககுருவின் அவதாரங்கள்' எனும் நூல் ப.நாராயண ஐயரால் தமிழ்ச்சங்கம் பவர் பிரஸில் பதிப்பிக்கப்பட்டது (பூர்ணசந்திரோதயத்தின் மறுபதிப்பு - 9).*
- *1913இல் 'பகவான் கௌதம புத்தரின் சரித்திரம்' எனும் நூல் ப.நாராயண ஐயரால் எழுதப்பெற்று மதுரை விவேகபாநு பிரஸில் பதிப்பிக்கப்பட்டது (பூர்ணசந்திரோதயத்தின் மறுபதிப்பு - 10).*
- *1913இல் 'பிரஹ்மக்ஞாநமும் பிரஹ்மக்ஞாந ஸபையும்' எனும் நூல் ப.நாராயண ஐயரால் எழுதப்பெற்று தமிழ்ச்சங்கம் பவர் பிரஸில் பதிப்பிக்கப்பட்டது (பூர்ணசந்திரோதயத்தின் மறுபதிப்பு - 11).*
- *1913இல் 'ஸந்மார்க்க முறையில் ஹிதோபதேசம்' எனும் நூல் ப.நாராயண ஐயரால் எழுதப்பெற்று தமிழ்ச்சங்கம் பவர் பிரஸில் பதிப்பிக்கப்பட்டது (பூர்ணசந்திரோதயத்தின் மறுபதிப்பு - 12).*
- *1917இல் ஸ்ரீமான் லெட்பீடரவர்களால் ஆங்கிலத்தில் எழுதப்பெற்ற To Those Who Mourn எனும் நூல் (இது காசியிலுள்ள பிரஹ்மக்ஞான சபை இந்தியன் ஸெக்ஷனால் தமிழர்களின் பிரயோஜனார்த்தம் பிரசுரிக்கப்பெற்றது) ப.நாராயண ஐயரால் மொழிபெயர்க்கப்பெற்று 'மரண பயம் வேண்டாம்' எனும் பெயரில் தமிழ்ச்சங்கம் பவர் பிரஸில் பதிப்பிக்கப்பட்டது.*
- *1920ஆம் வருடம் ஏப்ரல் மாதம் சென்னை அடையாறில் நடைபெற்ற தென்னிந்திய பிரம்மஞான மாகாணக் கூட்டத்தில், ஓர் அங்கத்தினரான மதுரை ஹைகோர்ட்டு வக்கீல் ராமச்சந்திர ஐயர் அவர்களால் 'நம் குழந்தைகளும் நம் தேசத்து வருங்கால மஹிமையும்' படிக்கப்பட்டது. இது மதுரை எக்ஸெல்ஸியர் அச்சியந்திரசாலையில் பதிப்பிக்கப்பட்டது.*
- *1930இல் 'சுயமரியாதைத் தத்துவகீதங்கள்' எனும் நூல் ப.நாராயண ஐயரால் மதுரை விவேகானந்த பிரஸில் அச்சிடப்பட்டுள்ளது.*
- *1913இல் வெளிவந்த 'காயத்ரீ ராமாயணம்' எனும் நூலின் பின் அட்டையில் மேலும் பிரம்மஞான சபையின் வெளியீடுகளைப் பற்றிய தகவல் கிடைக்கிறது.*

"'இயேசு கிறிஸ்துவின் ஒழுக்க முறைநூல்', 'பதஞ்சலியார் யோக சூஸ்திரம் மூலமும் தமிழ் மொழிபெயர்ப்பும் குறிப்புரையுடன்', 'மாதுஸ்ரீ பெஸண்ட் அம்மையின் யோக உபந்நியாஸங்கள்', 'பிராசீந தர்மங்களின் உயர்வும் இக்கால ஆசாரங்களும்', 'மனிதனின் வமிசாவளியின் உண்மை', 'ஹிந்துமததூஷணையின் பரிகாரம்', 'ஔவை குறள் இங்கிலீஷ் மொழிபெயர்ப்பு', 'மௌநவாக்கு', 'ஸர்வசமய ஐகமத் ஸாரஸங்கிரம்', 'மாது ஸ்ரீஅந்நிபெஸண்ட் அம்மையார் சரித்திரம்', 'மாது ஸ்ரீஹெலிநாம்பாள் அம்மையார் சரித்திரம்' மேற்கண்ட புஸ்தகங்கள் அடியிற்கண்டவர்களில் யாரிடமாவது எழுதிப் பெற்றுக்கொள்ளலாம். ப.நாராயண ஐயர், பிரசிடெண்டு பிரஹ்மக்ஞான சபை மதுரை, அல்லது மானேஜர் தியாஸபிஸ்டு ஆபீஸ், அடையாறு சென்னை[41]" என்ற குறிப்புக் கிடைக்கிறது. மேலே கூறப்பட்டிருக்கும் புத்தங்களில் இடம்பெறாத சில நூல்களை இந்த புஸ்தக விளம்பரம் வழியாகக் காணமுடிகிறது.

மதுரை பிரமம்மஞான சபை தனது கொள்கைகளைப் பரப்பும் விதமாக அதுதொடர்பான நூல்களை எழுதுவதும் அச்சிடுவதுமாகவே இருந்துவந்துள்ளதை மேற்கண்ட நூல்களின்வழி அறியலாகிறது. மதுரையில் செயல்படுகிற பழைய நிறுவனங்களுள் மிகக் குறிப்பிடத்தக்க நிறுவனமாக இருந்துவரும் இதன் முக்கியமான குறிப்பு என்னவென்றால், 19 - 20ஆம் நூற்றாண்டுகளில் பல ஊர்களில் அச்சிட்டு வெளிவந்த நூல்களைச் சேகரித்து நூலகமாகப் பராமரித்துவருகின்றனர். பழந்தமிழ் நூல்கள் மற்றும் பதிப்புத் தொடர்பான ஆய்வுகளுக்கான மிக முக்கிய நூலகமாக இது விளங்குகிறது.

சான்றெண்விளக்கக் குறிப்புகள்

1. சா.கிருட்டினமூர்த்தி (பதி.ஆ), சுவடிப்பதிப்புத் திறன் தொகுதி -1, ப.13 - 14.
2. ப.சரணவன் (பதி.ஆ.), தாமோதரம் - சி.வை.தா. பதிப்புரைகள், பக். 158 - 159.
3. சொ.சாந்தலிங்கம், மதுரையில் சமணம், ப. 61.
4. ராஜ் கௌதமன், கலித்தொகைப் பரிபாடல் - ஒரு விளிம்புநிலை நோக்கு, ப. 13.
5. ப.முத்துக்குமாரசாமி, தினமணி இதழ் பிப்ரவரி 05 - 2018, ப. 8.

6. ப.சரணவன் (பதி.ஆ.), தாமோதரம் - சி.வை.தா. பதிப்புரைகள், பக். 76 - 77.

7. ப.சரணவன் (பதி.ஆ.), தாமோதரம் - சி.வை.தா. பதிப்புரைகள், பக். 173 - 174.

8. ப.சரணவன், (பதி.ஆ.), சாமிநாதம் உ.வே.சா. முன்னுரைகள், ப. 230.

9. ப.சரணவன், (பதி.ஆ.), தாமோதரம் - சி.வை.தா. பதிப்புரைகள், பக். 74 - 75.

10. ஊரன் அடிகள், சைவ ஆதீனங்கள், ப. 414 - 415.

11. ஊரன் அடிகள், சைவ ஆதீனங்கள், ப. 414 - 415.

12. சிதம்பரசுவாமிகள் (பதி.ஆ.), சிதம்பர புராணம், முகப்பு பகுதி.

13. ப.சரணவன் (பதி.ஆ.), தாமோதரம் - சி.வை.தா. பதிப்புரைகள், பக். 158 - 159.

14. அரசஞ்சண்முகனார், மாலை மாற்று மாலை, ப. 1.

15. திருமாளிகைச் சௌரிப்பெருமாளரங்கன், குறுந்தொகை மூலமும் புத்துரையும், ப.2.

16. திருமாளிகைச் சௌரிப்பெருமாளரங்கன், குறுந்தொகை மூலமும் புத்துரையும், பக். 2 - 3.

17. திருமாளிகைச் சௌரிப்பெருமாளரங்கன், குறுந்தொகை மூலமும் புத்துரையும், பக். 8 - 9.

18. பிரஹ்மானந்த சுவாமிகள் (தமிழில்) ஸ்ரீபிரஹ்மானந்த அநுசந்தான விசார யுக்தி ரத்னாகரம், ப. 4.

19. ஸ்ரீஸ்வாமி யோகானந்தகிரி (உ.ஆ), ஈஸாவாஸ்ய வாப்ரவசனம், வேதாந்த ஆசார்யாள், ப. 15.

20. John, S.Chandler, *Seventy Five Years of the Madura Mission*, P. 46

21. John, S.Chandler, *Seventy Five Years of the Madura Mission*, P. 66.

22. John, S.Chandler, *Seventy Five Years of the Madura Mission*, P. 46.

23. John, S.Chandler, *Seventy Five Years of the Madura Mission*, P. 44.

24. John, S.Chandler, *Seventy Five Years of the Madura Mission*, P.28.

25. ---------, *Pasumalai A Half Century Record of A Misssion Institution*, P. 86 - 87.

26. செ.எபநேசர், கிறித்தவர்களின் கல்விப் பணி - மதுரை, பக். 275 - 276.

27. செ.எபநேசர், கிறித்தவர்களின் கல்விப் பணி - மதுரை, பக். 67 - 68.

28. ஆ.இ., உவைட்டின் நினைவாலய 75ஆவது ஆண்டு நிறைவு விழா மலர் (1904 - 1979), ப. 8.

29. John, S.Chandler, *Seventy Five Years of the Madura Mission*, P. 29.

30. John, S.Chandler, *Seventy Five Years of the Madura Mission*, P. 316.

31. முத்துசாமி, (பதி.ஆ.), சங்கம் வளர்த்த தேவர், ப. 53.

32. இரா.ஜானகி, சங்க இலக்கியப் பதிப்புரைகள், பக். 157 - 158.

33. இரா.ஜானகி, சங்க இலக்கியப் பதிப்புரைகள், பக். 157 - 158.

34. ரா.இராகவையங்கார் (க.ஆ), செந்தமிழ் இதழ் -1, 1903, ப. 3.

35. இரா.இளங்குமரன், மதுரை நான்காம் தமிழ்ச்சங்கம், ப. 72.

36. ச.வையாபுரிப்பிள்ளை (க.ஆ.), செந்தமிழ் தொகுதி -23, ப. 10.

37. ஆ.சிங்காரவேலு முதலியார் (தொகு.ஆ.), அபிதான சிந்தாமணி, பக். vi-vii.

38. ஆ.சிங்காரவேலு முதலியார், (தொகு.ஆ.), அபிதான சிந்தாமணி, பக். vii-viii.

39. ஆசிரியர் குழு, செந்தமிழ்: தொகுதி 1, பக். 1.

40. கே.எஸ்.இராமசந்திரையர், சந்தியாவந்தனம் ஓர் சம்பாஷணை, பின் அட்டை, விக்டோரியா அச்சியந்திரம், 1921.

41. பி.எஸ்.சுப்பிரமணிய ஐயர், காயத்ரீ ராமாயணம் - 1913, பின் அட்டை.

மதுரை : தனிநபர் சார்ந்த பதிப்புகள்

தொடக்கக் காலப் பதிப்பாசிரியர்களாகக் கூறப்படுபவர்கள் எல்லோரும் தனிநபர்களாகவே தங்களின் பதிப்புச் செயல்பாடுகளைச் செய்துவந்தனர். பின்னர் நிறுவனத்தின் உதவியுடனும் செயல்படத் தொடங்கினர். அந்தவகையில் மதுரையில் பதிப்புச் செயல்பாடுகள் நிறுவனம் சார்ந்த பதிப்புகள், தனிநபர்கள் சார்ந்த பதிப்புகள் எனும் இருநிலைகளிலும் செயல்பட்டிருக்கிறது. இதில் நிறுவனம் சார்ந்த பதிப்புச் செயல்பாடுகள் முன்னரே விளக்கப்பட்டுள்ளதால் இங்கு தனிநபர் சார்ந்த பதிப்புச் செயல்பாடுகள் விளக்கப்படுகின்றன. அந்த வகையில் தனிநபர்களாக இருந்து அச்சியந்திரங்களை நிறுவியவர்கள் மற்றும் அவர்களின் பதிப்புச் செயல்பாடுகள் பற்றியும் இப்பதிப்புச் செயல்பாடுகளை வணிகரீதியாகச் செயல்படுத்தியவர்கள் குறித்தும் காணலாம்.

பதிப்பு முன்னோடிகளும் மதுரை தனிநபர் ஏடுகளும்

தமிழ் நூல் பதிப்பு வரலாற்றில் பதிப்பு முன்னோடிகளாக விளங்கும் ஆறுமுக நாவலர், சி.வை.தாமோதரம் பிள்ளை, உ.வே.சாமிநாதையர், வையாபுரிப் பிள்ளை போன்றோர் தாம் பதிப்பிக்கும் நூல்களுக்குத் தேவையான ஏட்டுப்பிரதிகளை மடங்களிலிலிருந்தும் சில தனிநபர்களிடமிருந்தும் பெற்று அச்சிட்டுவந்தனர். அவ்வாறு பதிப்பு முயற்சியில் ஈடுபட்ட பதிப்பாளுமைகளுக்கு மதுரையில் சில தனிநபர்களிடமிருந்து ஏடுகள் பெறப்பட்டதற்கான விபரங்களைப் பதிப்பாசிரியர்கள் தங்களின் பதிப்புரைகளில் கொடுத்துள்ளனர். அதனை 'ஏடுகொடுத்தோர்' என்ற

பெயரில் பட்டியலிடுகின்றனர். அதில் மதுரையிலிருந்து பெறப்பட்ட ஏடுகளைத் தனித்து எடுத்துக்காட்டுவது மதுரையில் நடைபெற்ற இலக்கியச் செயல்பாடுகளை அடையாளப்படுத்துவதோடு, தனித்துவத்தையும் உணர்த்துகிறது.

சி.வை.தாமோதரம் பிள்ளை தனது நூல் பதிப்பிற்கு மதுரையிலிருந்து சிலரிடம் ஏடுகள் கிடைக்கப்பெற்றதனைத் தனது பதிப்புரையில் குறிப்பிடுகிறார்.

தொல்காப்பியம் பொருளதிகாரம் நச்சினார்க்கினியர் இயற்றிய உரையுடன் 1885இல் பதிப்பிக்கப்பெற்ற நூலிற்கு யார் யாரிடமிருந்து சுவடிப் பிரதிகள் பெறப்பட்டன என்று கூறுகையில், "இந்நூலைப் பரிசோதித்து அச்சிட முயன்றபின் தமிழ்நாடுகளில் ஆங்காங்குத் தேடிப் பல பிரதிகள் சம்பாதிப்பது பெரும் பிரயாசையும் நெடுங்கால வேலையுமாயிற்று. இது தமிழ்நாட்டிற்கு ஓர் பேருபகாரமான முயற்சியென்று கண்டு ஸ்ரீ கைலாச பரம்பரைத் திருவாவடுதுறை ஆதினத்து மஹாசந்நிதானமுந் தம்மை அடைந்தோர்க்குப் பெருங் கருணைத் திருவுருவமுமாகிய ஸ்ரீலஸ்ரீ சுப்பிரமணிய தேசிகமூர்த்திகளுஞ், சைவ சமயாபிமானியுஞ் செந்தமிழ்ப் பரிபாலகருமாகிய ஸ்ரீமத் யாழ்ப்பாணம் ந.க.சதாசிவப் பிள்ளையவர்களும், எனது அதி இஷ்டராகிய திருநெல்வேலித் தாசில்தார் ஸ்ரீ கணிதசிங்கம் வை.சின்னத்தம்பியா பிள்ளையவர்களும் பல பழைய ஏட்டுப்பிரதிகள் அழைப்பித்து தந்தனர். இவர்கள் செய்த நன்றியை எஞ்ஞான்றும் மறக்கற்பாலல்லேன். இப்பிரதிகளோடு ஸ்ரீ திருத்தணிகைச் சரவணப் பெருமாளையர் பௌத்திரர் துரைசாமியையர் பிரதியொன்றும், புரசபாக்கம் ஸ்ரீ சாமுவேற் பண்டிதரவர்கள் தமது சொந்தக் கையினாலே எழுதிவைத்திருந்த பிரதி ஒன்றும், அடியேன்வசமிருந்த தொல்காப்பியம் வரதப்ப முதலியார் பிரதியொன்றும், மதுரைப் பிரதி யொன்றுஞ் சேர்த்து மதுரைப் பிரதி இரண்டு, தஞ்சாவூர்ப் பிரதி மூன்று, இவற்றுள்ளே, திருநெல்வேலிப் பிரதி மூன்று, சென்னபட்டணம் பிரதி மூன்று, யாழ்ப்பாணப் பிரதி இரண்டாகப் பன்னிரண்டு பிரதி கொண்டு பரிசோதித்து என் விருப்பத்தை ஒருவாறு நிறைவேற்றினேன்" என்கிறார். தொல்காப்பியப் பொருளதிகாரத்திற்கு நச்சினாரக்கினியர் உரை கொண்ட இரண்டு ஏட்டுப்பிரதி மதுரையிலிருந்து கிடைத்தது என்கிறார். ஆனால், அது யாரிடமிருந்து பெறப்பட்டது என்ற தகவலைக் கொடுக்கவில்லை.

கலித்தொகையை நச்சினார்க்கினியர் உரையுடன் 1887இல் பதிப்பித்தபோது அதற்கு மதுரையிலிருந்து ஏட்டுப்பிரதி அனுப்பிவைத்தவர் பற்றிக் குறிப்பிடுகையில் "தஞ்சாவூர் சப்கோர்ட்டு நீதிபதி ஸ்ரீ திரு.கனகசபை முதலியாரவர்கள் எனக்கு இம்முயற்சியிற் பணத்திலும் பார்க்கப் பிராசீன நூல்கள் தேடித்தருவதே மிக்க உபயோகமாமென உணர்ந்து மதுரையிலிருந்து 35 பூர்வக்கிரந்த ஏட்டுப் பிரதிகள் அழைப்பித்து தந்தார்கள். இவற்றை யான் அத்துணைப் பொன் மொகராவாக மதித்து அவர்களுக்கு வந்தனஞ் செய்கின்றேன்"[2] என்கிறார். தான் பதிப்பிக்கும் நூல்களுக்குப் பிரதி கிடைக்கப்பெறாமல் அவதியுறுவதைக் கண்டு மதுரையிலிருந்து ஏடுகளை யாழ்ப்பாணத்திற்கு அனுப்பிவைத்த கனகசபை முதலியாருக்குப் பெரும் நன்றியைத் தெரிவிக்கிறார் சி.வை.தா.

தமிழ் நூல்களைப் பதிப்பிக்கும் பொருட்டுப் பிரதிகளைச் சில தனிநபர்களிடம் இருந்து பெற்றிருக்கிறார்.

'சிலப்பதிகார மூலமும் அடியார்க்குநல்லார் உரையும்' எனும் நூலினை 1892இல் பதிப்பிக்கும்போது அதற்கான மூலப் பிரதிகள் கொடுத்தோர் பற்றிக் குறிப்பிடுகையில்,

"மிதிலைப்பட்டி
ஸ்ரீ அழகியசிற்றம்பலக்கவிராயரவர்கள்   பிரதி - க (1)"

'புறநானூறு மூலமும் உரையும்' எனும் நூலினை 1894இல் பதிப்பித்த வேளையில் நூலிற்குக் கிடைக்கப்பெற்ற பிரதிகள் பற்றிக் குறிப்பிடுகையில்,

பிரதிக்குரியவர்கள்	பிரதிக்குரியவர்களது பரம்பரையோராகிய அழகிய சிற்றம்பலக் கவிராயரவர்கள் (1 - 266)
பிரதியை உதவி செய்தவர்கள்	மிதிலைப்பட்டி அழகிய சிற்றம்பலக் கவிராயரவர்கள்
பாடல் வரையறை	
மிதிலைப்பட்டி அழகிய சிற்றம்பலக் கவிராயரவர்கள்	பிரதிக்குரியவர்களது பரம்பரையோராகிய அழகிய சிற்றம்பலக் கவிராயரவர்கள். (1 - 171)

1904இல் உ.வே.சா., கந்தசாமிப் புலவரியற்றிய 'திருப்பூவணநாதருலா' எனும் நூலைப் பதிப்பிக்கும் முயற்சியில் இருக்கும்போது அதற்கான பிரதிகள் கிடைக்கப்பெறவில்லை. பதிப்பில் தாமதம் ஏற்பட்டபோது அதற்கான முழுப்பிரதியையும் மதுரை எஸ்.சாமிநாதையர் கொடுத்ததைப் பற்றி குறிப்பிடுகையில்,

"37 வருடங்களுக்குமுன், மேலகரம் ம-ள-ள-ஸ்ரீ திரிகூடராசப்பக் கவிராயரவர்கள், திருநெல்வேலியில் இந்நூல் ஏட்டுப்பிரதியொன்று கொடுத்தார்கள்; பிரதியில் முதற்பகுதி யில்லை; பெதும்பைப் பருவ முதலிய பாகமேயிருந்தது; நடையின் இனிமையைநோக்கி முற்றும் படித்துப் பார்க்க விரும்பி, மதுரை முதலிய இடங்களிற் பலமுறை முயன்றும் பிரதி கிடைக்கவில்லை; இப்போது மதுரையில் ஸேதுபதி ஹைஸ்கூலில் உபாத்தியாயராக இருக்கும் ம-ள-ள-ஸ்ரீ யஸ்.சாமிநாதையரவர்கள் மிகமுயன்று பிரமனூர் ம-ள-ள-ஸ்ரீ வில்லியப்பப் பிள்ளையவர்களிடமிருந்து முழுவதுமுள்ள ஏட்டுப்பிரதியொன்று பெற்றுச் சில வருடங்களுக்கு முன்பு அனுப்பினார்கள். இந்நூற் பரிசோதனைக்குக் கிடைத்தவை இந்த இரண்டுமே.

இந்நூலிலிருந்த சில ஐயங்களை நீக்கியவர்கள், திருப்பூவணம் பிரஹ்மஸ்ரீ வெங்கு சாஸ்திரிகள் முதலியோர்கள்."

பெரும்பற்றப்புலியூர் நம்பி இயற்றிய 'திருவிளையாடற்புராணம்' நூலை 1906இல் பதிப்பிக்கும்போது இந்நூலிற்கான ஏட்டுப்பிரதிகளைக் கொடுத்துதவியவர்களைப் பற்றிக் குறிப்பிடுகையில்,

"மதுரைத் தமிழ்ச் சங்கத்துப் பிரதி	பிரதி - க (1)
வேம்பத்தூர் பிச்சுவையரவர்கள் வீட்டுப்	பிரதி - க (1)
மதுரை விவேகபானு பத்திராதிபர் மு.ரா.கந்தசாமிக் கவிராய ரவர்கள் தந்த	பிரதி - க (1)

இந்நூலாராய்ச்சிக்காக ஸ்ரீ வாதபுர மாஹாத்மியமாகிய வடநூலை வருவித்துதவியவர், மதுரை ஹைகோர்ட் வக்கீல் ம-ள-ள-ஸ்ரீ மு.வேங்கடராம ஐயரவர்கள் குமாரர் சிரஞ்சீவி முத்துராமலிங்க ஐயர்" என்று குறிப்பிடுகிறார். இதனைப் போன்று 'நன்னூல் மூலமும் மயிலைநாதருரையும்' எனும் நூலை 1918இல் பதிப்பித்தபோது அதற்கான பிரதிகள் கொடுத்தவர்கள் பற்றிக் கூறுகையில்,

"மதுரைத் தமிழ்ச் சங்கத்துப் பிர   பிரதி - 3

மிதிலைப்பட்டி ஸ்ரீ அழகிய சிற்றம்பலக்
கவிராயரவர்கள்   பிரதி - 1"

இதனைத் தொடர்ந்து சீத்தலைச் சாத்தனார் இயற்றிய 'மணிமேகலை' நூலை 1931இல் பதிப்பிக்கும்போது அதற்கான பிரதிகள் கொடுத்தவர்கள் என்று குறிப்பிடுகையில்,

"சிவகங்கையைச் சார்ந்த

மிதிலைப்பட்டி ஸ்ரீ அழகிய
சிற்றம்பலக் கவிராயரவர்கள்   பிரதி - க"

1939இல் 'குமரகுருபர சுவாமிகள் பிரபந்தங்கள்' எனும் நூலைப் பதிப்பித்தபோது அதற்கான பிரதியைத் தந்தவர்களில் மதுரையைச் சேர்ந்த,

"தனிப்பிரபந்தங்களின் பிரதிகள்,

கந்தர் கலிவெண்பா : பாண்டித்துரைத் தேவரவர்கள் பிரதி

நீதிநெறி விளக்கம் : மதுரை இராமசாமிப் பிள்ளையவர்கள் பிரதி

முத்துக்குமாரசுவாமி பிள்ளைத் தமிழ் : மதுரை ஸ்ரீ திருஞான சம்பந்தராதீனத்துப் பிரதி[3]"

என்று குறிப்பிடுகிறார். பதிப்பாளுமையாக விளங்கிய உ.வே. சாமிநாதையருக்கு மதுரை தனிநபர்கள் வழியாகக் கிடைக்கப்பெற்ற பிரதிகளை வைத்துப் பார்க்கும்போது மதுரையைச் சுற்றிப் பல இடங்களில் ஏடுகளின் புழக்கம் பரவலாக இருந்திருக்கிறது என்பதை அறியமுடிகிறது. அதிலும் குறிப்பாக மிதிலைப்பட்டியில்தான் அதிக அளவில் ஏடுகளின் பயன்பாடு இருந்திருக்கிறது என்பது இச்சான்றுகளின் வழி தெரியவருகிறது.

இக்கருத்திற்கு வலுசேர்க்கும் விதமாக 1915இல் 'குறுந்தொகை'யை முதன்முதலில் பதிப்பித்த சௌரிப்பெருமாளரங்கனின் நூலில் 300, 316, 402 போன்ற குறுந்தொகைப் பாடல்கள் இல்லாமல் இருந்தன. அதனைத் தேடிப் பல இடங்களுக்கு அலைந்தார். அப்படிச் சென்ற இடங்களில் மிதிலைப்பட்டியும் ஒன்று. இதனை அவர் குறுந்தொகை நூலின் பதிப்புரையில் 'உதவியுரைத்தல் ஸ்ரீ உதவியுரைத்தல்' எனும் தலைப்பில்

குறிப்பிடுகிறார். "அகப்படாத ஒருபாட்டையும் கண்டுபிடித்தலிற் கருத்தூன்றி அங்ஙனம் அகப்படாதது ௩00 (300)ஆவது செய்யுளின் மேலிருப்பதாக உணர்ந்துகொண்டு மதுரைத் தமிழ்ச் சங்கத்தைச் சார்ந்து சங்கத் தலைவராணை பெற்றுச் சங்கத்து ஏட்டுப்பிரதியோடு என் பிரதியை யான் ஒருவனாகவே ஒப்புநோக்கிக் காணப்பட்ட பாடபேதங்களையும் குறித்துக்கொண்டுவருங்காலை, ௩க௬ (316) ஆவது செய்யுளாக "ஆய்வளை ஞெகிழவும்" என்னும் செய்யுள் அகப்பட்டது. அதனால், கருந்தனம் பெற்றார் போல மகிழ்ச்சிமிக்கவனானேன். ஆகவே, கடவுள் வாழ்த்துடன் ச0உ (402) செய்யுட்கள் என்று கருதிய கணக்கு நேராயிற்று. மீண்டும், கோடைவிடுமுறையில் மீதமாக நாட்களிருந்தமையின், பழந்தமிழ்ப் புலவர்கள் வீட்டில் சீரிய பிரதி இருக்குமெனக் கருதி மிதுலைப்பட்டி, செவ்வூர் முதலிய இடங்களுக்குச் சென்று தேடினேன். தங்கள்பால் பிரதிகளை நாடி வருவார் திறத்துத் தாம் வழக்கமாகச் செய்வதேபோல, என்னை மறைத்திடக்கூடிய அத்துணை ஏடுகளை எடுத்து என்முன்னர்ப் போட்டுவிட்டுத் தாங்கள் விரும்பும் ஏடுகள் கிடைப்பின் எடுத்துக்கொள்கவென்று தந்தொழின்மேற் செல்வாராயினார். அவற்றுள் பெரும்பாலன அச்சிடப்பட்டனவே. சங்கத்து நூல்களாக அச்சேறா நூல்கள் எவையும் அகப்பட்டில. அப்பீடுடையார் மரபிற் றோன்றிய ஏடுடையார் கூறியவற்றைக் கொண்டே, மற்றும் பழந்தமிழ்ப்புலவர்கள் வீட்டிலுந் தேடுதலில் அவாவற்று மீண்டேன்.[4]" என்கிறார்.

சௌரிப்பெருமாளரங்கன் குறிப்பிடுவதை வைத்துப் பார்க்கும்போது அன்றைக்குப் பதிப்பில் ஈடுபட்டோர் அனைவரும் மிதிலைப்பட்டிக்கு ஏடுகளைத் தேடி வந்துள்ளனர் என்பதை அறியமுடிகிறது. அதனால்தான் சௌரிப்பெருமாளரங்கன் செல்லும்போது அவரின் கண்முன் அவரை மறைக்கும் அளவிற்கு ஏடுகள் கொட்டப்பட்டு அதில் நீர் தேடிவந்த ஏடு இருந்தால் எடுத்துச் செல்க என்று உரைக்கும் அளவிற்கு ஏடுகள் நிறைந்து காணப்பட்டிருக்கின்றன. அவ்வளவு ஏடுகள் அங்கு பராமரிக்கப்பட்டு வந்திருக்கின்றன. சங்க நூல்களைத் தவிர மற்ற இலக்கியங்களின் ஏடுகளும் காணப்பட்டிருக்கின்றன. அவற்றில் பெரும்பாலும் அச்சிடப் பட்டுள்ளன என்பது சௌரிப்பெருமாளரங்கனின் கூற்று. உ.வே.சா., சௌரிப்பெருமாளரங்கன் போன்று தமிழகத்தில் பதிப்பில் ஈடுபட்டோர் பெரும்பாலும் மிதிலைப்பட்டிக்குச் சென்றிருப்பார் என்று கருதலாம். அதேபோன்று பதிப்பில் ஈடுபடுவோர் தங்களுக்குத் தேவையான பிரதி

கிடைக்கவில்லையென்றால் மதுரையில் உள்ள மிதிலைப்பட்டிக்குச் செல்லுங்கள் என்று கூறுமளவிற்கு அவ்வூர் முக்கியத்துவம் பெற்றிருக்கிறது.

மதுரை சவுத் இந்தியன் அச்சுக்கூடம்

மதுரைப் பதிப்பு வரலாற்றை எழுத முற்படுகையில் ஆய்விற்கான முதல் தரவாகக் கிடைக்கப்பெறும் தனிநபர் பதிப்பகம் 'மதுரை சவுத் இந்தியன் அச்சியந்திரம்' ஆகும். இது தொடங்கப்பட்ட ஆண்டு, இதன் ஆசிரியர், என்ன நோக்கத்திற்காகத் தொடங்கப்பட்டது ஆகிய தகவல்கள் முழுமையாகக் கிடைக்கப்பெறவில்லை. ஆனால், கிடைக்கின்ற தரவுகளின் அடிப்படையில் பார்க்கும்போது எஸ்.ஸ்ரீநிவாசன் என்பவரால் தொடங்கப்பட்டிருக்கலாம் என்று 'த சவுத் இந்தியன் மெயில்' என்ற வாராந்திரப் பத்திரிகையின் வழியாக அறியமுடிகிறது. இது மதுரையிலிருந்து வெளிவந்த பத்திரிகை. ஆனால், இப்பதிப்பகம் வெளியிட்ட பத்திரிகை மற்றும் நூல்கள் மட்டும் கிடைக்கப்பெறுகின்றன. மதுரையில் பதிப்பிக்கப்பட்ட முதல் தரவு நூல் 1837ஆம் ஆண்டு மதுரை கிறித்தவ நிறுவனத்தைச் சேர்ந்த டேனியல் பூரால் தொகுத்து வெளியிடப்பட்ட 'இந்தியாவில் சாதிகள் 72 மாதிரி' எனும் ஓவிய நூல்தான். இதுபற்றி முன்இயலில் விரிவாகப் பேசப்பட்டுள்ளது. 1837க்குப் பிறகு 1881இல்தான் மதுரை சவுத் இந்தியன் அச்சியந்திரத்தில் அச்சிடப்பட்ட தனிநபர் பதிப்பு நூல் கிடைக்கப்பெறுகிறது. சுமார் 44 ஆண்டுகளுக்குப் பிறகு ஆய்விற்கான தரவு நூலாக இந்நூல் கிடைக்கிறது.

1881இல் முத்துக்கிருஷ்ணன் புத்திரி தருமவர்த்தினி அவர்களால் செய்யப்பட்ட திருப்பரங்கி முருகேசன்மீது சங்கீத மாலை எனும் நூல் மதுரை சவுத் இந்தியன் அச்சாபீஸில் பதிப்பிக்கப்பட்டது.

1891இல் 'குன்றைச்சிலேடை வெண்பா' எனும் நூலைப் புதுக்கோட்டை சமஸ்தானம் இராயபுரத்திலிருக்கும் மழவை திருவிளையாடல் சுப்பிரமணிய அய்யரவர்களின் குமாரரர் இராமசாமி அய்யரவர்கள் இயற்றியது. இராயபுரத்திலிருக்கும் வெ.ப.அண்ணாமலை செட்டியாராலும் மதுரை தரகு மட்டா அ.ராமசாமி செட்டியாராலும் மதுரை சவுத் இந்தியன் அச்சுக்கூடத்தில் இது பதிப்பிக்கப்பட்டது. இந்நூல் மொத்தம் 192 பக்கங்களைக் கொண்டது.

1894இல் 'திருவாப்பனூர்ப்புராணம்' எனும் நூல் திருப்பூவணம் கந்தசாமிப்புலவரால் இயற்றப்பட்டு காசிவாசி சுவாமிகள் என்னும்

ஸ்ரீ ஆவுடையப்ப தம்பிரான் சுவாமிகள் வேண்டுகோளின்பேரில் திருச்சிராப்பள்ளியில் உள்ள துறையூர் சிவப்பிரகாச சுவாமிகள் ஆதீன ஸ்ரீலஸ்ரீ சொக்கலிங்க சிவப்பிரகாச பாண்டாரச் சந்நிதியவர்கள் அடியர்குலத்துள் ஒருவருமாகிய சிதம்பரம் ப.வசவலிங்கபுராணிகர் செய்த புதிய உரையுடன் மதுரை சவுத் இந்தியன் அச்சுக்கூடத்தில் பதிப்பிக்கப்பட்டது. இது மொத்தம் 217 பக்கங்களைக் கொண்டுள்ளது.

1895இல் 'திருமேனிநாதர் எழுந்தருளியிருக்கிற திருச்சுழியற்புராணம்' எனும் நூல் நகரவாசியாகிய ஆராவமுதாசாரியவர்கள் இயற்றியது. இதனை தேவகோட்டையைச் சேர்ந்த தி.அ.சு.அண்ணாமலை செட்டியார் அவர்கள் கேட்டுக்கொண்டதன்படி தாமோதபுரம் வித்துவான் சுப்பிரமணிய பிள்ளையால் பல பிரதிகளைக் கொண்டு பரிசோதித்துத் தந்தார். அது அண்ணாமலைச் செட்டியாரால் மதுரை சவுத் இந்தியன் அச்சுக்கூடத்தில் பதிப்பிக்கப்பட்டது. இந்நூல் மொத்தம் 92 பக்கங்களைக் கொண்டுள்ளது.

1899இல் மழவாபுரி சிதம்பரபாரதி அவர்களால் இயற்றப்பெற்ற 'புதுக்கோட்டை சமஸ்தானம் திருக்கோகர்ணம் பிரகதம்பாள் பேரில் சந்தக்கும்மி' எனும் நூல் மதுரை சவுத் இந்தியன் பிரஸில் பதிப்பிக்கப்பட்டது.

இதனைத் தொடர்ந்து மதுரை சவுத் இந்தியன் அச்சியந்திரத் தரவுகளின் அடிப்படையில், கடைசியாக ஒரு நூல் கிடைக்கப்பெறுகிறது. 1907இல் கண்ணனூர் பத்மாஸனி அம்மாவால் இயற்றப்பட்ட 'வீமராஜன் பாரிக்கும் தேவகி அம்மாளுக்கும் சம்மந்திஏசல் பரியாசப்பாட்டு' எனும் நூல் அச்சிடப்பட்டுள்ளது.

மதுரை சவுத் இந்தியன் பிரஸிலிருந்து 'THE SOUTH INDIAN MAIL' என்ற வாராந்திரப் பத்திரிகை மதுரையிலிருந்து வெளிவந்தது. இப்பத்திரிகை ஒவ்வொரு வாரமும் திங்கள் கிழமை அன்று வெளிவந்திருக்கிறது. இதன் விபரம் *Reg:No: M-134. PUBLISHED EVERY MONDAYS, MADURA, MONDAY, NOVEMBER. 23.1908. Editor: S.SRINIVASAN.* இப்பத்திரிகை 10 பக்கங்களுக்கு மிகாமல் வெளிவந்திருக்கிறது. இதில் அன்றைய அன்றாட நிகழ்வுகளும், கோர்ட்டில் வழங்கும் தீர்ப்புகளும், நோட்டிஸ் என்ற பெயரில் அறிக்கைகளும் வெளிவந்திருக்கின்றன. இன்றைக்கு வரும் நாளிதழ்களைப் போன்று விளம்பரங்கள் நிறைந்தே வந்திருக்கிறது.

இவ்வச்சியந்திரத் தரவுகளின் அடிப்படையில், இது 1881ஆம் ஆண்டிற்கு முன்னர் நிறுவப்பட்டு 1908ஆம் ஆண்டிற்குப் பிறகும் தொடர்ந்து செயல்பட்டுவந்திருப்பதைக் காணமுடிகிறது. இவ் ஆய்வில் கிடைக்கப்பெற்ற முதல் பத்திரிகை இது. அன்றைய அரசின் செயற்பாடுகளையும் சமுதாயச் செயற்பாடுகளையும் வெளியிட்டுவந்தது. ஆங்கிலத்திலும் தமிழிலும் கலந்து செய்திகள் வெளிவந்திருக்கின்றன. பெருவாரியான விளம்பரங்கள் ஆங்கிலத்திலேயே இடம்பெற்றிருக்கின்றன. மதுரையில் ஒவ்வொரு வாரமும் நிகழும் நிகழ்வுகள் அவ்வாரத் திங்களிதழில் இடம்பெற்றிருக்கின்றன. இதில் முக்கியமாகக் கோர்ட் விளம்பரங்கள் அதிகம் வெளிவந்திருக்கின்றன. அன்றைய காலத் தமிழகத்தின் அரசியலையும் மதுரையின் அரசியலையும் புரிந்துகொள்வதற்கு ஏதுவாக இவ்விதழ் அமைந்துள்ளது.

மதுரை பாண்டியன் பிரஸ்

ஆய்விற்கான தரவில் கிடைக்கப்பெறும் இரண்டாவது பதிப்பகம் 'மதுரை பாண்டியன் பிரஸ்'. இதை நிறுவியது யார், நோக்கம் என்ன, நிறுவியதற்கான சூழல் என்ன என்பது பற்றியான தகவல் கிடைக்கப்பெறவில்லை. ஆனால், இங்கு அச்சிடப்பட்ட நூல் மட்டும் கிடைக்கப்பெறுகிறது. இப்பதிப்பகம், அன்றைய காலத்தில் செயல்பட்டுவந்த மதுரை டிஸ்ட்ரிக் கோர்ட் அருகில் அமைந்திருந்தது என்ற தகவல் மட்டும் கிடைக்கப்பெறுகிறது. மா.சு.சம்மந்தன் தனது 'அச்சும் பதிப்பும்' எனும் நூலில் மதுரையில் செயல்பட்டுவந்த பதிப்பகங்கள் பற்றிக் குறிப்பிடுகையில், மதுரை பாண்டியன் பிரஸைக் குறிப்பிடுகிறார். இப்பதிப்பகத்தின் வழியாக 1888ஆம் ஆண்டு பதிப்பிக்கப்பட்ட நூல் ஒன்று கிடைக்கப்பெறுகிறது. இதற்கு முன்னும் நூல்கள் பதிப்பிக்கப்பட்டிருக்கலாம். ஆனால், அவ்வச்சியந்திரம் பற்றிய தரவுகளைத் திரட்டும்போது கிடைக்கப்பெற்ற நூல் இதுவே.

1888இல் 'தாதங்குளம் கணேசர் கீர்த்தனை' எனும் நூலினை அருப்புக்கோட்டையில் வசிக்கும் சித்தனாசாரி என்று பேர்விளங்கிய முத்திருளாண்டி ஆசாரி அவர்களால் இயற்றப்பட்டு மேற்படியார் வேண்டுகோளின்படி சுப்பிரமணியன் செட்டியாரவர்களின் குமாரர் இராமசங்கு செட்டியாரவர்களால் மதுரை பாண்டியன் அச்சாபீஸில் பதிப்பிக்கப்பட்டது.

இதனைத் தொடர்ந்து 1897இல் வெளிவந்த 'திருக்கோவையார் நாச்சியார் திருவந்தாதி' எனும் நூல் முகப்பு அட்டையில் இடம்பெறுவதைக் காணலாம்.

'திருநெல்வேலி ஜில்லா ஸ்ரீவில்லிப்புத்தூர் தாலுகா விழுப்பநல்லூர் கிராமம் ஸ்ரீவைஷ்ணவ பெருமாள் சுந்தரராஜய்யங்கார் குமாரனும் கோயிற் கந்தாடையண்ணன் திருவடி சம்மந்தனுமான வேங்கடதாசனென்கின்ற பெருமாள் அய்யங்கார் இயற்றிய ஸ்ரீவில்லிப்புத்தூரென்னும் திவ்யதேசத்தி லெழுந்தருளிய திருக்கோவை நாச்சியார் அந்தாதி எனும் இராமநாதபுரம் அஷ்டாவதானம் ஸ்ரீ உ.அனந்தாழ்வான் அய்யங்கள் ஸ்வாமியால் பரிசீலனை செய்யலாகி மதுரை டிஸ்திரிக்ட்டு கோர்ட்டு பிளீடர் மகா-ள-ள-ஸ்ரீ டி.சுந்தரராஜய்யங்காரவர்களால் மதுரை பாண்டியன் பிரஸ் ஆபீசில் அச்சிடலாயிற்று. இதன் விலை அணா-1'.

நாச்சியார் அந்தாதி எனும் இந்நூல் ஸ்ரீவில்லிப்புத்தூரில் தெய்வமாகக் குடிகொண்டிருக்கும் ஆண்டாளை மையமிட்டுப் பாடப்பட்டுள்ளது; மொத்தம் 23 பக்கங்களைக் கொண்டுள்ளது; முன்னுரை இல்லாமல் எழுதப்பட்டிருக்கிறது; ஒரு செய்யுளுக்கு 4 வரிகள் என 100 செய்யுள்கள் மொத்தம் 400 வரிகளில் பாடப்பட்டுள்ளது. இதனைத் தவிர்த்து இதில் மங்கள கவி என்றொரு பாடலும், சொப்பனத்திலுதித்தப் பிரகாரம் கட்டளைக் கலித்துறையில் பாடப்பட்ட பாடல்கள் பத்தும் உள்ளன.

இந்நூலைத் தொடர்ந்து 1899ஆம் ஆண்டு மதுரை டிஸ்ட்ரிக் கோர்ட்டில் வெளியிடப்பட்ட தீர்ப்பு அச்சிடப்பட்டிருக்கிறது. இது இராஜா எம்.பாஸ்கரசேதுபதி தலைமையில் வழங்கப்பட்ட, கமுதி மீனாட்சி சுந்தரேஸ்வரர் கோயில் நுழைவாயில் போராட்டத்தில் கைது செய்யப்பட்ட அறிக்கையாகும். இதில் இருளப்ப நாடார் உட்பட 14 நாடார்களுக்கு வழங்கப்பட்ட தீர்ப்பின் அறிக்கை இடம்பெற்றுள்ளது. அதன் விபரம்,

JUDGMENT ORIGINAL SUIT No. 33 OF 1898 ON THE OF THE SUBORDINATE OF MADURA, EAST RAJA M. BHASKARA SETHUPATHI versus IRULAPPA NADAN AND 14 OTHERS DELIVERED BY T. Varada Rao, Esquir, B.A. B.L., M.C.A., Subordinate Judge. 20th July 1899. PRINTED AT 'PANDIYAN' MADURA.

(This suit coming on for hearing, the Court delivered the following JUDGEMENT: - This a suit praying for a decree declaring that the defendants and others belonging to their caste are not entitled to enter any part of the

Meenatchi Sundareswara temple at Kamuthi sitated within the jurisdiction of this Court; for a permanent injunction restraining the defendants and their castemen from entering the said temple or any part thereof, and for a direction to the defendants pay plaintiff Rs.2,508-1-0 as detailed in the plaint, and costs and for such other or reliefs as my may seem proper.

2. The defendants and their castemen being numerous at Kamuthi and other places, the provisions of Section 30of the Code of Civil prcessivre been made use of).

மதுரை காஸிம் பிரஸ்

மதுரையில் செயல்பட்டுவந்த பழைய பதிப்பகங்களில் மதுரை காஸிம் பிரஸ் குறிப்பிடத்தக்கதாகும். இப்பதிப்பகம் பற்றியான தகவல்கள் முழுமையாகக் கிடைக்கவில்லை என்றாலும் அவ்வச்சகத்தின் வழியாக வெளிவந்துள்ள நூல்கள் கிடைக்கப்பெறுகின்றன. அதன் அடிப்படையில் பார்க்கும்போது, அன்றைக்கு வெகுமக்களிடம் பரவலாக இருந்த அம்மானை, கும்மி, முளைப்பாட்டுப் போன்ற பாடல்கள் அச்சிடப்பட்டு, வெளியாகியிருக்கின்றன. அவை ஆண்டடிப்படையில் வரிசைப்படுத்தப்பட்டுள்ளன.

1896இல் 'அத்வித இராமாயணக் கும்மி' எனும் நூல் மதுரை மாநகரம் சோமசுந்தரம்பிள்ளையர்கள் குமாரரும் சங்கீத சாகித்யபக்த விஜய கதாப்பிரசங்க வித்வான் மதுரகவி மீனாட்சி சுந்தரதாஸரவர்கள் சகோதரருமாகிய சங்கீதசாகித்ய வித்வான் மதுரகவி வீரபத்திரதாஸரவர்களால் இயற்றப் பெற்றது. இது மதுரை காஸிம் அச்சியந்திரசாலையில் பதிப்பிக்கப்பட்டிருக்கிறது.

1898இல் ஆத்திச்சூடி விருத்தியுரை எனும் நூல் திண்டுக்கல் முனிசிபல் ஹைஸ்கூலிலிருந்தவரும் இப்பொழுது சேதுபதி ஹைஸ்கூல் உபாத்தியாயருமாகிய திரிசிபுரத்தைச் சார்ந்த அரியூர் எஸ்.சாமிநாதையரால் இயற்றப்பெற்று மதுரை காஸிம்பிரஸில் அச்சிடப்பட்டது.

1899இல் 'உச்சனிமா காளியம்மன் முளைப்பாட்டு' எனும் நூல் மதுரை தலையாரி குருநாதசுவாமி கோயில் தெரு ஹெட் கான்ஸ்டேபில் அ.குருநாதபிள்ளையவர்கள் வேண்டுகோளின்படி தாண்டிக்குடிமலை சமஸ்தானம் சு.மங்கல மன்னாடியாரவர்களாதீன வித்வான் மு.காளிதாஸரவர்களால் இயற்றப்பட்டது. இது மதுரை புதுமண்டபம்

புஸ்தக வியாபரம் எஸ்.முத்தையா பிள்ளையவர்களாலும், கு.மூக்கபிள்ளை அவர்களாலும் மதுரை காஸிம் பிரசில் பதிப்பிக்கப்பட்டுள்ளது.

1919இல் 'பரமரெஹஸியம் என்னும் அதிக ரெஹஸியம்' எனும் நூல், கருவூர் இருந்து வந்து மதுரை மீனாட்சியம்மன் சன்னதியில் வேதாந்த சிரவணஞ் செய்யும் பரசுராம பிர்மானந்த ஞானி அவர்களால் இயற்றப்பட்டது.

1928இல் முத்தமிழ் வித்வரத்னம் விஸ்வப்ரம்ம ஸ்ரீமான் ராஜபார்ட் டி.ஆர்.வெங்கடேஸ்வர கர்த்தா அவர்கள் இயற்றிய 'சர்வத்ராள் சரண பூஜிதமெனும் தேவகானம் முதற்பாகம்' எனும் நூல் சூலக்கரை தேவாங்கர் குலம் சொ.ஆலமுத்து செட்டியார் ராம.செண்பகராம் செட்டியார் என்ற சௌடப்ப செட்டியார் அவர்கள் வேண்டுகளின்படி மதுரை காஸிம் பிரஸில் பதிப்பிக்கப்பெற்றது.

மதுரை காஸிம் பிரஸில் பதிப்பிக்கப்பட்ட நூல்களின் விபரங்கள் மட்டுமே கிடைக்கப்பெறுகின்றன. 1886இலிருந்து 1928ஆம் ஆண்டுவரை கிட்டத்தட்ட 42 ஆண்டுகள் செயல்பட்டுவந்த பதிப்பகத்தில் பல நூல்கள் பதிப்பிக்கப்பட்டிருக்கலாம். ஆனால் தரவு சேகரிப்பின் போது 5 புத்தகங்கள் மட்டுமே கிடைத்துள்ளன.

மதுரை சண்முகவிலாஸ் முத்திராசாலை

மதுரைத் தனிநபர் பதிப்பகங்களை ஆராயும்போது ஆய்வில் கிடைக்கப்பெறும் தனிநபர் பதிப்பகமாக மதுரை சண்முக விலாஸ் அச்சியந்திரசாலை அமைகிறது. அன்றைக்கு சண்முகவிலாஸ் என்ற பெயரில் வேறு சில பதிப்பகங்கள் செயல்பட்டுவந்ததால் இது மதுரை சண்முகவிலாஸ் என்ற அடையாளத்துடனே நூல்களைப் பதிப்பித்திருக்கிறது. இப்பதிப்பகம் வழியாகப் பல நூல்கள் பதிப்பிக்கப்பட்டிருந்தாலும் தரவு சேகரிப்பின்போது கிடைக்கப்பெறும் முதல் நூலாக 1888இல் வெளிவந்த 'குன்றக்குடி குமரகுருபரன் மீது பாடிய திருச்சந்தத்தாழிசைப்பதிகம்' எனும் நூலே அமைகிறது.

1888இல் நா.கண்ணுஸாமி சேர்வை இயற்றிய 'குன்றைக்குடி குமரகுருபரன் மீது திருச்சந்தத்தாழிசைப் பதிகம்' எனும் நூல் மதுரை சண்முகவிலாஸ் முத்திராசாலையில் பதிப்பிக்கப்பட்டிருக்கிறது.

இந்நூலுக்குப் பிறகு 1917லில்தான் அடுத்த நூல் கிடைக்கப்பெறுகிறது.

1917இல் ஆறுமுகபண்டாரம் குமாரர் மாரிமுத்து சுவாமிகள் இயற்றிய 'திருப்பரங்கிரிக்கதிபதி சிவசுப்பிரமணியக்கடவுள் திருவடிமேலும் பெரியகுளந்தாலுகா கண்டப்பநாயக்கனூர் மலைபேரில் மாவூத்தில் வசிக்கும் வேலப்பன் திருவடிமேலும் இயற்றப்பெற்ற காவடிச்சிந்து' எனும் நூல் மதுரை சண்முகவிலாசம் அச்சியந்திரசாலையில் பதிப்பிக்கப்பட்டுள்ளது.

1920இல் 'கதிரேசன் பேரில் ஆனந்த களிப்பு' எனும் நூல் மதுரை சண்முக விலாஸ் பிரஸில் அச்சிடப்பட்டுள்ளது. இதன் ஆசிரியர் பெயர் தெரியவில்லை.

1926இல் கா.முஹம்மது இபுராஹீம் இறாவுத்தர் குமாரர் வாலை அல்லாப்பிச்சைப் புலவர் இயற்றிய 'சங்கீதநவரசக்கீர்த்தனம்' எனும் நூல் மதுரை சண்முகவிலாஸ் அச்சியந்திர சாலையில் பதிப்பிக்கப்பட்டுள்ளது.

இதனைத் தவிர்த்து வேறு தகவல்கள் கிடைக்கப்பெறவில்லை. இதனை நிறுவியவர் யார், எந்த ஆண்டு நிறுவப்பட்டது, இதன் நோக்கம் என்ன என்பது பற்றியான தகவல்கள் கிடைக்கப்பெறவில்லை.

1835இலிருந்து தொடங்கப்பெறும் இவ் ஆய்வின் காலகட்டத்திற்கேற்ப தகவல்களைத் திரட்டும்போது மதுரையில் மிக குறைந்த அளவில் தனிநபர் பதிப்பகங்கள் செயல்பட்டதை அறியமுடிகிறது. இப்பதிப்பகங்கள் பற்றிப் போதுமான அளவில் தகவல்கள் கிடைக்கப்பெறவில்லை. அதைப் பற்றிக் கள ஆய்விலும் தரவுகள் கிடைக்கப்பெறவில்லை. சில நூலகங்களில் கிடைக்கப்பெறும் நூல்களே இதற்கான ஆதாரங்களாக விளங்குகின்றன. அன்றைய சூழலில் ஒரு தனிநபர் அச்சியந்திரம் நிறுவுவது என்பது பெரிய செயல். சிலர் தன்னார்வத்திலும் பேரில் தொடங்கியிருந்தாலும் சிலர் வணிக நோக்கிலும் தொடங்கியிருக்கின்றனர். 1835 - 1900வரை மதுரை சவுத் இந்தியன் அச்சியந்திரம், மதுரை பாண்டியன் அச்சியந்திரம், மதுரை காஸிம் அச்சியந்திரம், மதுரை சண்முகவிலாஸ் அச்சியந்திரம் எனும் நான்கு அச்சியந்திரங்களே கிடைக்கப்பெறுகின்றன. இதற்குப் பிறகு 1900களில் மதுரை தனிநபர்களின் பதிப்பகங்கள் நிறையவே இருந்துள்ளன. கிடைக்கப்பெற்ற பதிப்பகங்களின் ஆண்டுகளை வைத்துக்கொண்டு அவை வரிசைப்படுத்தப்பட்டுள்ளன.

மதுரை புதுமண்டபமும் புத்தகக் கடைகளும்

மதுரை மீனாட்சியம்மன் கோயிலுக்காகக் கட்டப்பட்ட கல்யாண மண்டபம்தான் புதுமண்டபம். புதிதாகக் கட்டப்பட்டதாலும் பழைய கட்டடங்களிலிருந்து தனிமைப்படுத்திக் காட்டவும்தான் இதனைப் புதுமண்டபம் என்றழைத்தனர். இம்மண்டபம் கட்டப்பட்ட நோக்கத்திற்கேற்பச் செயல்படாமல் வணிக வளாகமாக மாறியிருக்கிறது. மதுரைப் புதுமண்டத்தில்தான் ஒருகாலத்தில் புத்தகக்கடைகளின் எண்ணிக்கை அதிகமாக இருந்திருக்கின்றன. மதுரையில் தனிநபர்களால் தொடங்கப்பெற்ற பதிப்பகங்களும் புத்தகக்கடைகளும் இதில் செயல்பட்டிருக்கின்றன.

பாண்டித்துரைத் தேவர் மதுரையில் சொற்பொழிவு செய்வதற்காக மதுரை வந்திருந்தபோது அவருக்குச் சில சந்தேகங்களை நிவர்த்தி செய்வதற்காகக் கம்பராமாயணமும் திருக்குறளும் தேவைப்பட்டன. அவற்றை மதுரைப் புதுமண்டபத்திலிருந்துதான் வாங்கிக் கொடுத்திருக்கின்றனர். இந்நிகழ்வை வைத்துப்பார்க்கும்போது அன்றைக்குப் புத்தகக் கடைகளின் கூடாரமாக மதுரைப் புதுமண்டபம் விளங்கியிருக்கிறது. இதனைப் பற்றி ஆ.இரா.வேங்கடாசலபதி தனது 'முச்சந்தி இலக்கிய'த்தில் "மதுரையைப் பொறுத்தமட்டில், மீனாட்சி அம்மன் கோயிலுக்கு எதிர்ப்புறம் அமைந்துள்ள புது மண்டபம் குஜிலி இலக்கிய விற்பனை மையமாக இருந்தது. புது மண்டபத்தில் வரிசையாக அமைந்திருந்த புத்தகக் கடைகள், மதுரையைச் சுற்றியிருந்த சிற்றூர் மக்கள் சமயப் பயணமாகவும் பொருள் வாங்கும் நிமித்தமாகவும் வணிகத்திற்காகவும் அன்றாடம் வந்துசென்றபோது புத்தகங்கள் விற்பனையாகின. சித்திரைத் திருவிழா போன்ற விழாக் காலங்களில் குழுமிய பெருங்கூட்டம் புத்தக விற்பனைக்குத் தோதாக இருந்தது. 'மணிக்குறவன் கதை', 'கரிமேடு கருவாயன் பாடல்' போன்ற புதிய கதைப்பாடல்களும் பிறந்த தலம் இது. ...... அண்ணாச்சி கந்தசாமி செட்டியார் நிரம்ப காலமாய்த் தாம் தேடிவந்த காரைக்கால் அம்மையார் பாடல் நூலைப் புதுமண்டபத்தில் 'ஞாபகமாய்' வாங்கி, தலைமாட்டில் வைத்துக்கொண்ட' கதையைக் கி.ராஜநாராயணன் நினைவுகூர்ந்துள்ளார்[5]" என்று பதிவுசெய்கிறார். மதுரையில் இலக்கிய இலக்கண நூல்கள் உருவாகியதைப் போலவே நாடக நூல்களும் நாட்டார்களின் கதைப்பாடல்களும் உருவாக்கம் பெற்றிருக்கின்றன. மதுரை வீரன் கதை, காத்தவராயன் கதை, மணிக்குறவன் கதை, கரிமேடு

கருவாயன் கதைப் பாடல் போன்றவை இதில் குறிப்பிடத்தகுந்தவை. சங்கரதாஸ் சுவாமிகளின் நாடகங்கள் மற்றும் அவருடைய மாணவர்களின் நாடக நூல்கள் பல மதுரையில்தான் அச்சடிக்கப்பட்டிருக்கின்றன.

மதுரை மீனாட்சியம்மன் கோயிலைச் சுற்றிப் பல வணிக் கடைகள் நிறைந்து காணப்பட்டாலும் அதற்கு மத்தியில் தனித்த அடையாளத்துடன் புத்தகக் கடைகள் செயல்பட்டுவருவதையும் காணமுடிகிறது. மதுரையில் அறிவில் பாண்டித்துவம் பெற்றிருந்தவர்களுக்கு இலக்கண இலக்கிய நூற்கள் அச்சடித்து விற்கப்பட்ட அதே சூழலில்; சிறிய அளவு வாசிப்புப் பழக்கம் பெற்றிருந்தவர்களுக்காகப் பெரிய எழுத்துப் புத்தகங்களும், குஜிலிப் புத்தகங்களும் அதிகமாக உருவாக்கம் பெற்றிருப்பதும் அது அச்சடித்து விற்கப்பட்டிருப்பதும் குறிப்பிடத்தகுந்தது. உதராணமாக ஆர்.வி.துரையால் உருவாக்கப்பட்ட மதுரை ஆலைகளுக்கு எதிராக ராஜா ஷண்முகதாஸ் இயற்றிய 'பஞ்சம் தவிர்க்க வந்த பஞ்சாபிஸ்', 'பறையன் பாட்டு' போன்ற நூல்கள் உருவானது இங்குதான். இதுபோன்று சினிமா பாட்டுப்புத்தகங்களும் மதுரையில் விற்கப்பட்டுவந்ததும் குறிப்பிடத்தகுந்தது.

பழைமைக்குப் பழமையாகவும் புதுமைக்குப் புதுமையாகவும் தன் நிலையைத் தக்கவைத்துக்கொண்டு வரும் மதுரைப் புதுமண்டபம் புத்தகங்களின் கூடாரமாக இன்றுவரை செயல்பட்டுவருகிறது. தொடர்ந்து நூற்றாண்டுகளின் பழமைக்கான எச்சமாக விளங்கிவருகிறது. இப்போதும் புதுமண்டபத்தில் புத்தகக் கடைகள் செயல்பட்டு வருகின்றன. பள்ளி, கல்லூரிகளுக்கான பாடநூற்களை விற்றுவரும் கடைகளாக இவை விளங்குகின்றன. மதுரையில் பழையப் புத்தகக் கடைகளும் மீனாட்சியம்மன் கோயிலைச் சுற்றி அமைந்திருக்கின்றன. மதுரையில் தனிநபர்களாகப் பதிப்புச் செயல்பாட்டில் தனித்த இடத்தினைப் பெற்றவர்கள் எல்லோரும் மதுரை புதுமண்டபத்திலிருந்துதான் தங்களது புத்தகக் கடைகளைத் தொடங்கியிருக்கிறார்கள் என்பதும் குறிப்பிடத்தக்கது.

மதுரை: யாதவர்களின் பதிப்புப் பணி

மதுரைப் பதிப்புப் பணியில் மிகக் குறிப்பிடத்தகுந்த சமூகம் மதுரை யாதவர் சமூகம். இவர்கள் நாயக்கர் காலத்தில் திருநெல்வேலியிலிருந்து மதுரை நோக்கிக் குடிபெயர்ந்தவர்கள். மதுரை வடக்குமாசி வீதி, தவசரரேந்தல் ஆகிய பகுதிகளில் குடியேறினார்கள். பழங்குடிகளாக

மதுரையில் குடியிருந்த யாதவர்களைப் போல் குலத்தொழிலிருந்து மாறுபட்டுச் சிலர் வணிகத்தில் ஈடுபட்டனர். இவர்கள் தங்களை மதுரை வடக்குமாசி வீதி 'ஆயிரவீட்டு யாதவர் உறவின் முறை' என்று அழைத்துக்கொண்டனர். திருநெல்வேலியிலிருந்து ஆயிரம் குடும்பங்கள் குடிபெயர்ந்து வந்ததால், தங்களை 'ஆயிர வீட்டு யாதவர்' என்று தனித்த அடையாளத்துடன் விளங்கினர். மதுரையில் பூர்வ குடிகளாக இருக்கும் யாதவர்களும் திருநெல்வேலியிலிருந்து வந்த யாதவர்களும் தங்களுக்குள் திருமண உறவு வைத்துக்கொள்வதில்லை. வணிகத்தைக் கையிலெடுத்த இவர்கள் மதுரை மீனாட்சியம்மன் கோயிலின் வடக்குக் கோபுரத்தைச் சுற்றிக் கடைகளை அமைத்தனர். கல்வி நிறுவனங்கள், புத்தகக் கடை, நோட் புக், பாத்திரக் கடை, மாலை மற்றும் சந்தனக் கடை, ஹோட்டல் போன்றவற்றை நிறுவி வணிகத்தை மேற்கொண்டனர். மதுரை யாதவர் கல்லூரி, கோனார் நோட்ஸ், கோனார் மெஸ் போன்றவற்றை ஒவ்வொன்றுக்குமான உதாரணங்களாகக் கூறலாம். அந்தவகையில் யாதவர்களின் பதிப்புப் பணி மிக முக்கியத்துவம் உடையது. அன்றைக்கும் சரி இன்றைக்கும் சரி மதுரைப் புதுமண்டபத்தில் அதிகமான கடைகளை வைத்திருப்பவர்கள் மதுரை யாதவர்களே. சிலர் வணிக நோக்கில் செயல்பட்டிருந்தாலும் சிலர் பழைய இலக்கியங்களைப் பதிப்பிப்பது என்ற பொதுநலத்தோடு செயல்பட்டிருக்கின்றனர். அவர்களில் இ.ராம.குருசாமிக் கோனார், இ.மா.கோபாலகிருஷ்ணக் கோனார், ஆ.கார்மேகக் கோனார், இ.ராமசாமிக் கோனார், A.S.ஜெகதீசக் கோனார், வீ.என்.இராகவக் கோனார், ஆர்.மகாலிங்கம் கோனார், கு.இராமசாமிக் கோனார், M.K.சந்தானகிருஷ்ணக் கோனார் போன்றோர் குறிப்பிடத்தகுந்தவர்களாவர்.

இ.ராம.குருசாமிக்கோனார்

மதுரையில் வாழ்ந்த இ.ராம.குருசாமிக் கோனார் பற்றி குறிப்புகள் ஏதும் கிடைக்கப்பெறவில்லை. அவரைப் பற்றிய குறிப்புகளைத் திரட்ட களஆய்வு மேற்கொண்டபோது அவரது வாரிசுகளுக்கும் அது தெரியவில்லை. ஆனால், அவருக்கு இரண்டு மனைவிகள் என்றும், பன்னிரண்டு பிள்ளைகள் என்றும் கூறுகின்றனர். கோனார் அவர்கள் மதுரையில் வாழ்ந்ததற்கான சான்றுகளை அவர் பதிப்பித்த புத்தகங்களின் வாயிலாக அறியமுடிகிறது. இவர் பத்தொன்பதாம் நூற்றாண்டில் பிறந்து இருபதாம் நூற்றாண்டின் இடைப்பட்ட காலம் வரை வாழ்ந்திருக்கக் கூடும் என்று

அனுமானிக்கத் தோன்றுகிறது. தன்னுடைய வாழ்க்கை முழுவதையும் புத்தகப் பணியிலேயே செலவிட்டுள்ளார். இறுதியாக மதுரை அரசு மருத்துவமனையில் உடல்நலக்குறைவினால் இறந்திருக்கிறார். இவரது சமாதி சதுரகிரி மலையில் உள்ளதாகக் கூறுகின்றனர். இவர் தன்னுடைய நூல்களை எல்லாம் மாட்டுவண்டியில் ஏற்றிக் கட்டிக்கொண்டு சதுரகிரி மலையில் விற்பாராம். இப்பணியைக் கண்ட அங்குள்ள ஜமீன்தார்கள், கோனார் இறந்த பின்னர் அவரின் நினைவாகச் சமாதி ஒன்றை நிறுவினர் என்று சமாதி உருவானதற்கான காரணத்தை அறிய முடிகிறது.

இ.ராம.குருசாமிக் கோனாரின் பதிப்புப் பணிகள்

கோனார் தன்னுடைய பதிப்புப் பணியை 1900இலிருந்து தொடங்கியுள்ளார். பதிப்பின் முதல் நூலாக ஆய்வாளருக்குக் கிடைத்த பிரமனூர் வில்லியப்ப பிள்ளை எழுதிய 'பஞ்சலக்ஷணத் திருமுக விலாசம்' (1900) எனும் நூலின் வழியாக இதனை அறியமுடிகிறது. அந்நூலின் இரண்டாவது பதிப்பையும் (1932), மூன்றாம் பதிப்பையும் (1961) மதுரை இராமச்சந்திரா அச்சியந்திரசாலையில் வெளியிட்டுள்ளார். இதனைத் தற்போது ம.பெ.சீனிவாசன் பதிப்பித்துள்ளார் (2014). தொடக்கத்தில் கோனார் தனியான அச்சியந்திரம் நிறுவவில்லை, சென்னையில் உள்ள 'நிரஞ்சனி விலாச அச்சியந்திரசாலை'யில் அச்சிட்டு வெளியிட்டுள்ளார். அதற்குப் பின்னர் தன்னுடைய சொந்த செலவில் ஓர் அச்சியந்திரத்தை வாங்கியுள்ளார். அதற்கு 'ஸ்ரீ இராமச்சந்திரா அச்சியந்திரசாலை' என்று பெயரிட்டுள்ளார். இது இவரின் மகன் பெயராக அறியப்படுகிறது. இவர் சித்தர்களுடைய நூல்களை அதிகம் பதிப்பித்து வெளியிட்டதால் இவரைச் 'சித்தர்' என்றும் அழைத்துள்ளனர்.

10.04.1924 அன்று மதுரை திருமலை நாயக்கர் மஹாலில் மூன்றாவது சென்னை மாகாண சித்தவைத்தியக் கண்காட்சி நடைபெற்றது. இதனை அறிந்த குருசாமிக் கோனார், தன்னிடம் உள்ள சித்த நூல் ஏட்டினைக் கொண்டு கண்காட்சியில் கலந்துகொண்டார். கண்காட்சிக்குச் சிறப்பு அழைப்பாளராகச் சென்னை மாகாண சுகாதார அமைச்சர் திவான் பகதூர் R.N.ஆரோக்கியசாமி கலந்துகொண்டு அங்கு இடம்பெற்றிருந்த சித்த ஏட்டுப்பிரதிகளைப் பார்வையிட்டார். குருசாமிக் கோனார் 2,00,000 பாட்டுகள் அடங்கிய ஏட்டுப்பிரதியைப் பார்வைக்கு வைத்திருந்தார். இவ்வேட்டுப் பிரதியைக் கண்ட அமைச்சர் வியப்பில் ஆழ்ந்து குருசாமிக்

கோனாரின் பணியைப் பாராட்டி இவ்வகராதி வெகுசீக்கிரத்தில் நூலாக்கம் பெற வேண்டும் என்று உத்தரவும் இட்டார். கண்காட்சியில் கலந்துகொண்ட சென்னை மாகாண சித்தவைத்திய சங்கத்தலைவர் கோவிற்பட்டி வி.சிவஞானயோகி, குருசாமிக் கோனாருக்குச் சித்த வைத்திய நூல் ஆராய்ச்சிப் புலவர் என்ற பட்டத்தினை வழங்கியுள்ளார்.

இக்குறிப்பு அவ்வகராதிக்கு அவர் எழுதிய முன்னுரையில் "40 வருசகாலமாய்த் தமிழ்ச் சித்த வைத்திய நூல்களைத் தேடி ஆராய்ந்து அச்சிட்டு வெளிப்படுத்தியதற்கு நன்றி பாராட்டி, சென்னை மாகாண சித்த வைத்திய சங்கத்தாரால், 'சித்தர் நூல் ஆராய்ச்சிப் புலவர்' என்ற பட்டமும், பொற்பூவும் (Gold Medal) கொடுக்கப் பெற்றிருக்கின்றனர்.

கோனாரவர்கள் நெடுநாள் முயன்று சில சித்தர் நிகண்டுகளிலும், பழைய ஓலை ஏடுகளிலிருக்கும் வைத்திய அகராதிகளிலுமிருந்து பொருளகராதியில் 12,843 சொற்களும் தொகையகராதியில் 3,105 சொற்களும் திரட்டித் தமிழ்ச் சித்தவைத்திய அகராதி யென்று பேரிட்டு அச்சிட்டு இந்நூலை நான் பார்வையிட்டேன். அவர் இந்நூலைத் திரட்ட மிக உழைத்து வேலை செய்திருக்கின்றாரென்பது அவர் திரட்டிய சொற்களின் மிகுதி யானே நன்கு விளங்குகின்றது. இதிலும் பெரிய வைத்திய அகராதி இதுவரை ஒன்றும் வெளிப்படாமையால் இந்தத் தமிழ்ச் சித்தவைத்திய அகராதி சித்த வைத்தியர்கள் அனைவரும் வாங்கிப் படித்துப் பயடைத் தக்கதா யிருக்கிறது[6]" என்று குறிப்பிடுகிறார்.

வைத்திய அகராதி என்பது பொதுவாக ஐந்து பொருண்மையில் அமையப் பெறுவதுண்டு. அதாவது பொருளகராதி, பேரகராதி, குணவகராதி, பொருள் வடிவகராதி, தொகையகராதி என்பதாகும். அவற்றில் இ.ராம.குருசாமிக் கோனார் தொகுத்து வெளியிட்ட சித்த வைத்திய அகராதியானது பொருளகராதி, தொகையகராதி எனும் இரு பொருண்மை கொண்டு அமையப்பெற்றிருக்கிறது. இதில் பொருளகராதியில் 12,843 சொற்களும், தொகையகராதியில் 3,105 சொற்களும் இடம்பெற்றுள்ளன. மேலும் 1930இல் சதாசிவம்பிள்ளை அவர்கள் ஓர் 'மருத்துவ அகராதி'யைப் பதிப்பித்துள்ளார். அது ஏழு தொகுதிகளாக வெளியிடப்பட்டுள்ளன. அந்நூலினை இன்றைக்குத் தமிழக அரசு மறுபதிப்புச் செய்து வெளியிட்டுள்ளது. ஆனால், சதாசிவம் பிள்ளையின் மருத்துவ அகராதி வெளியாவதற்கு இரண்டு வருடங்கள் முன்பே குருசாமிக் கோனாரின் தமிழ்ச் சித்த வைத்திய அகராதி வெளிவந்திருப்பது

குறிப்பிடத்தக்கது. சதாசிவம் பிள்ளைக்குக் கிடைக்கப்பெற்ற அங்கீகாரம் குருசாமிக் கோனருக்குக் கிடைக்கவில்லை.

கோனார் தொடர்ச்சியாக மொத்தம் 37 சித்த வைத்திய புத்தகங்களைப் பதிப்பித்துள்ளார். 1914இல் 'தேவரிஷிமுனி சித்தர்கள் யோக ஞானசாஸ்திரத் திரட்டு' எனும் நூலைப் பத்துப் பாகங்களாக வெளியிட்டுள்ளார். சித்தர்களின் ஞானம், யோகம், கிரியை, பாடல்கள், மாந்திரிகம், ஞானோபதேசம், ஞானசைதன்யம் என்று பாடல்களின் முழுத்தொகுப்பு எண்களைக் கொண்ட (தொ.எ.1096,) (தொ.எ.1097,) (தொ.எ.1098,) (தொ.எ1099,) (தொ.எ.1100) தனித்தனி நூல்களாகவும் வெளியிட்டுள்ளார். 'ஊர்வசி இரத்தினச்சுருக்கம்' (1914), 'வைத்திய சிந்தாமணி - 750' (1914), 'திருவாய் மலர்ந்தருளிய பரிபாஷை (மூன்றாவது காண்டம்)' ஆகிய நூல்களை 1917இல் வெளியிட்டுள்ளார். 1921இல் இ.ராம.குருசாமிக் கோனார் 'சதுரகிரித்தலப் புராணம்' வெளியிட்டுள்ளார். 1928இல் பதினெண் சித்தர்கள் அருளிச்செய்த சித்த வைத்திய குறிப்புகளைக் கொண்ட ஏட்டுச்சுவடிகளைப் பல இடங்களிலிருந்து வாங்கி அச்சிட்டும், அதற்கு 'சித்த வைத்திய அகராதி' என்று பெயரிட்டும் வெளியிட்டுள்ளார். அதன்பிறகு அதே ஆண்டில் 'மருத்துவ பச்சிளம் மூலிகைகளின் தொகையகராதி' (1928) எனும் அகராதியையும் வெளியிட்டுள்ளார். 'திருவள்ளுவநாயனார் திருவாய்மலர்ந்தருளிய கற்பம் - 300' (1928) ஆகிய நூல்கள் அவரால் பதிப்பித்து வெளியிடப்பட்டன. சித்தர் நூல்களைப் பதிப்பிப்பதற்காக ஏட்டுச்சுவடிகளைத் தேடி ஸ்ரீவில்லிபுத்தூர், திண்டுக்கல், பழனி, திருச்சி, சாத்தூர், சதுரகிரி, திருமங்கலம், மேலூர், உத்தங்குடி எனப் பல ஊர்களுக்கு அலைந்து திரிந்து வாங்கிய ஏட்டுப்பிரதிகளின்படி தாம் பதிப்பித்ததாகக் கோனார் கூறுகிறார். இவ்வேட்டுப் பிரதிகளைச் பரிசோதித்துத் தந்தவர் த.குப்புசாமி நாயுடு என்பவராவார். இவ்விரண்டு பேரும் சேர்ந்தே சில நூல்களைப் பதிப்பித்ததற்கான ஆதாரங்களை அவர்களின் புத்தகங்கள் வழி அறியமுடிகிறது. இவ்வாறாக குருசாமிக் கோனாரின் பதிப்புப் பணியானது மதுரைப் பதிப்பு வரலாற்றில் மிகவும் முக்கியத்துவம் வாய்ந்ததாகக் காணமுடிகிறது.

இ.ராம.குருசாமிக் கோனாரின் புத்தகக் கடை

இ.ராம.குருசாமிக் கோனார் அவர்கள் அச்சியந்திரத்தின் வாயிலாகத் தாம் வெளியிட்ட நூல்களை விற்க மதுரையில் ஒரு புத்தக் கடையையும்

நிறுவினார். இங்கு இவரின் வெளியீடு மட்டுமல்லாமல் பிறர் நூல்களையும் விற்பனை செய்துள்ளார். இக்கடையானது ஆரம்பத்தில் மதுரை வடக்குமாசி வீதியை ஒட்டிய குருசாமிக் கோனார் வீதியில்தான் செயல்பட்டுவந்துள்ளது. அதன் பின்னர் மதுரை மீனாட்சியம்மன் கோயிலின் புதுமண்டபத்திற்கு மாற்றப்பட்டு, இரண்டு கடைகளாக விரிவடைந்தது. இக்கடைகள் 'இ.ராம.குருசாமிக்கோனார் புஸ்தக ஷாப்' எனும் பெயரிலேயே புதுமண்டபத்தில் செயல்பட்டுவந்துள்ளன. பின்னாளில் மற்றொருவருக்கு விற்கப்பட்ட பின்னாலும் அச்சகமும், புத்தக வியபாரமும் ஸ்ரீ ராமச்சந்திர விலாசம் அச்சியந்திர சாலை என்னும் பெயரிலேயே இன்றைக்கும் செயல்பட்டுவருகின்றன.

குருசாமிக் கோனாரின் பதிப்பகத்தில் பிறரால் தொகுக்கப்பெற்ற (எழுதப்பெற்ற) நூல்களும் வெளியாகியுள்ளன. அவை கிடைக்கப்பெற்ற நூல்களின் ஆண்டு அடிப்படையில்:

- *1907இல் மானகுடி மு.முத்துக்கிருஷ்ண உபாத்தியாயரால் 'அரிச்சந்திர நாடகம்'.*
- *1907இல் பழையனூர் கப.பம்பைய நாடார் குமாரர் சேவகப்பெருமாள் நாடாரால் 'குமரகுருபர நாமசங்கீர்த்தனை'.*
- *1907இல் ச.பூலாருசாமி பிள்ளையால் 'சந்தனத்தேவன் கும்மி'.*
- *1908இல் சீ.இராமசாமி அய்யங்காரால் 'சந்திரகாசன் கும்மி'.*
- *1908இல் பழனிக்குமார தாசரின் 'கோவிந்தநாமசங்கீர்த்தனம்'.*
- *1908இல் வெங்கட்டராம சாஸ்திரியால் 'அழகர்கோயில் மான்மியம்'.*
- *1910 இல் ரா.மு.காதர் முகைதீன் ராவுத்தரால் 'சுருளிஸ்தலமிருந்து வீரபாண்டிமாரியம்மன் கோவில்வரை வழிநடை அலங்காரச் சிந்து'.*
- *1911 இல் புதுவயல் நா.அ.ச.சண்முகச் செட்டியாரால் 'சோம வாரப்பணிவிளக்கம்'.*
- *1911இல் கோ.சுந்திரராசு செட்டியார் கோவிலூர் மடாலயபதியும் திருக்களர் ஸ்ரீபாரிணி தர்ம கர்த்தாவுமான வீரசேகரஞானதேசிக சுவாமி திருக்களரில் இறந்த வைபவச்சிந்து.*
- *1912இல் மதுரை மாநகரின் கயற்கண்ணிதாசனாகிய எம்.எஸ்.*

பிச்சுவையரவர்கள் இயற்றிய 'மதுரை யென்னுங் கூடலந்தாதி மூலமும் தோத்திரமாலையும் ஆறுமுகப்பதிகமும் - சுப்பிரமணிய அந்தாதி உரையும்'.

- *1913* இல் அருணகிரிநாதரின் 'திருப்புகழ்' (இதன் இரண்டாம் பாகம் *1914).*
- *1915* இல் வித்வான் சடகோபதாசர் குமாரர் இராஜவடிவேல் தாஸரால் 'ஏகாதசி மகத்துவம் என்னும் உருக்குமாங்கத மஹாராஜன் சரித்திரம்'.
- *1915* இல் 'தனிப்பாடற்றிரட்டு'.
- *1916*இல் கௌசிகமுனிவர் திருவாய் மலர்ந்தருளிய 'சர்ப்பசாஸ்திரமும் சித்தராரூடமும் மந்திரக்கச்சரமும்' எனும் நூல் எஸ்.சின்னசாமி நாயக்கர் அவர்களின் ஏட்டுப்பிரதியின் படி மதுரை இ.ரா.ம.குருசாமிக்கோனாரால் பதிப்பிக்கப்பெற்றது.
- *1917* இல் மு.குழந்தைவேலுப்பிள்ளை (ஓலைச்சுவடி பிரதியின் படி) அச்சிட்ட திருவாய்மலர்ந்தருளிய பரிபாஷை -ஙள மூன்றாவது காண்டம்-ள.
- *1920* இல் வில்லிபுத்தூராழ்வார் கிருஷ்ண சுவாமி தூது.
- *1920* இல் தேவராய சுவாமிகளால் தேவராயசுவாமிகள் இயற்றப்பட்ட கந்தர் சஷ்டி கவசம்.
- *1921* இல் இராமசாமிக்கவிராயரால் 'திருமாலிருஞ்சோலை பெரிய அழகர் வர்ணிப்பு' எனும் நூல் மதுரை இ.ராம.குருசாமிக் கோனாரால் பதிப்பிக்கப்பெற்றது.
- *1921*இல் இ.ராம.குருசாமிக் கோனாரால் 'சதுரகிரித்தலபுராணம் வசன நடையில்' எழுதியதை இ.ராம.குருசாமிக்கோனாரின் குமாரர் கு.இராமசாமிக்கோனாரால் பதிப்பிக்கப்பெற்றது.
- **1922**இல் மானகுடி மு.முத்துகிருஷ்ண உபாத்திராயர் புத்திரர் சொர்ணபாரதியால் 'கடம்பவன ஷேத்திரமென்னும் திருமதுரை சொக்கலிங்க கடவுள் திருவிளையாடலின் ஆசிரியமும் மீனாட்சியம்மன் மீது பஞ்சரத்தினமும்'.
- **1925**இல் இ.ராம.குருசாமிக் கோனாரால் இயற்றப்பெற்ற 'சதுரகிரி

மகத்துவக் கும்மி' எனும் நூல் இ.ராம.குருசாமிக்கோனாரின் குமாரர் கு.இராமசாமிக் கோனாரால் பதிப்பிக்கப்பெற்றது.

- *1929*இல் திருப்புள்ளாணி தங்கமுத்து இராமலிங்கம்பிள்ளையால் 'கதிரேசன் பேரில் ஆனந்த களிப்பு', 'கதிர்காமத்து ஏசல்', 'கதிர்காமக் கும்மி கதிர்காம மாலையும் சேர்ந்திருக்கிறது'.
- *1947*இல் மதுரை இராமசாமிக் கவிராயரால் கம்பர்குல திலகராகிய இராமசாமிக் கவிராயரவர்கள் இயற்றிய 'திருமாலிருஞ் சோலைமலை பெரிய அழகர் வர்ணிப்பு'.
- இராமையாவால் திருப்பரங்குன்றம் வழிநடைச் சிந்து. (ஆண்டு கிடைக்கப்பெறவில்லை.)

சச்சிதானந்த சுவாமிகளால் எழுதப்பட்ட 'ஞான சாதன பிர்மரசா நுபதி' என்னும் நூல் இராமசாமி முதலியார் ரூபொன்னம்மாள் ஆகியோர் முயற்சியால் பதிப்பிக்கப் பெற்றுள்ளது.

மதுரைப் பதிப்பு வரலாற்றை ஆராய்ந்தால் அதில் இ.ராம. குருசாமிக் கோனாரின் பதிப்புப் பணியைக் குறிப்பிடாமல் இருக்க முடியாது. தனிநபராக இருந்து இப்பதிப்பு பணிகளைச் செய்திருக்கின்றார் என்றால் அவரின் பணி அளப்பரியது.

தன்னுடைய வாழ்வையே பதிப்பிற்காக அர்ப்பணித்த பெரும் ஆளுமைதான் இ.ராம. குருசாமிக் கோனார். பிற பதிப்பாசிரியர்களை நினைவுகூர்வது போலத் தமிழ்ப்பணி செய்த இ.ராம. குருசாமிக் கோனாரையும் நினைவுகொள்ள வேண்டும்.

இ.மா.கோபாலகிருஷ்ண கோனார் *(1884 - 1960)*

மதுரையில் குறிப்பிடத்தகுந்த அச்சியந்திரங்களில் ஒன்று 'எக்ஸ்லியர் பவர் பிரஸ்'. இதனை நிறுவியவர் இ.மா.கோபாலகிருஷ்ணக் கோனார். இவர் மேலே குறிப்பிட்டுள்ள இ.ராம.குருசாமிக் கோனாரின் புத்தகக் கடையில் வேலை பார்த்தவர். கடையின் பணி அனுபவத்தினால் தனியாகப் புத்தகக் கடை ஒன்றை நிறுவினார். இ.மா.கோபாலகிருஷ்ணக் கோன் பதிப்பகம் மற்றும் புத்தக வியாபாரம் எனும் பெயரில் செயல்படத் தொடங்கினார். இதற்காகத் தனியாக எக்ஸெல்ஸியர் பவர் பிரஸை

நிறுவினார். தொடக்கத்தில் மதுரைப் புதுமண்டபத்தில் பதிப்பகத்தையும் புத்தகக் கடையையும் வைத்திருந்தார். இதனை ஆ.இரா.வேங்கடாசலபதி "1930கள் முதல் 1950கள் வரை தமிழின் முக்கியப் பதிப்பகங்களில் ஒன்றாக விளங்கியது இ.மா.கோபாலகிருஷ்ணக் கோன் புது மண்டபத்திலேயே தோற்றம் பெற்றது[7]" என்று குறிப்பிடுகிறார். பின்னர் வடக்குக் கோபுரத்தின் அருகில் இருக்கும் 'ஸ்ரீ கோபால் மஹால்' மாளிகையில் கடையை நடத்தியுள்ளார். இன்றைக்கும் இவரின் புத்தகக் கடை அதன் அடையாளத்துடன் கடையின் மேல் இ.மா.கோபாலகிருஷ்ணக் கோன் எக்ஸெல்ஸியர் பவர் பிரஸ் என்ற பெயர்ப் பலகை எச்சத்துடன் காணப்படுகிறது. இது தற்போது துணிக்கடையாக மாற்றப்பட்டுள்ளது (பின்னிணைப்பு - II புகைப்படம் காண்க).

இ.மா.கோ. மதுரை நான்காம் தமிழ்ச் சங்கத்தின் அங்கத்தினரில் ஒருவராகவும் இருந்திருக்கிறார். மதுரையில் அன்றைக்குத் தமிழறிஞர்களின் நூல்கள் பலவற்றை அச்சில் கொண்டுவந்த பெருமைக்குரியவர். இவரின் பதிப்புப் பணியில் தமிழ் அகராதி, ஆங்கில அகராதி, பள்ளிப் பாட நூல்கள், இலக்கிய நூல்கள் போன்றவை குறிப்பிடத்தகுந்தவை. இ.மா.கோ.வின் முயற்சியால் 'மதுரைத் தமிழ்ப் பேரகராதி' 1937இல் முதல் பதிப்பாக வெளிவந்தது. தொ.பரமசிவன் இ.மா.கோ.வைப் பற்றி எழுதுகையில் 'மறைக்கப்பட்ட மாமனிதர்' எனும் பொருண்மையில் குறிப்பிடுகிறார். அதில், "இ.எம்.ஜி.என்று அழைக்கப்பெற்ற இ.மா.கோபாலகிருஷ்ணக் கோனார் தமிழ்ச் சமூக நியதிகளின்படி, மறக்கப்பட்ட ஒரு மாமனிதர். அவரது நினைவாக, இன்று தமிழ்நட்டில் எஞ்சியிருப்பது மதுரையில் அவர் பெயரால் அமைந்துள்ள மகளிர் கல்லூரி மட்டுமே. 1910 முதல் 1950 வரையிலான தமிழ் அறிவுலக உருவாக்கத்தில் பதிப்பாளர் என்ற முறையில் தனிமுத்திரையைப் பதித்தவர். இந்தக் காலகட்டமே, தமிழ்நாட்டின் அரசு உதவி பெறும் (Aided) தொடக்கப் பள்ளிகளும், நடுநிலைப் பள்ளிகளும் பெருவாரியாக உருவான காலமாகும். இந்தக் காலப்பகுதியில் மாணவர்களுக்கான பாடநூல் ஆக்கத்தில் எந்த மேல்சாதிக்காரரர்களும் அக்கறை செலுத்தவில்லை. சென்னையிலும், மதுரையிலும் 'பிற்படுத்தப்பட்டோர்' என்று அறியப்பட்ட நாயுடு சமூகத்தினரும், யாதவ சமூகத்தினருமே அன்று மற்றவர்களால் ஒதுக்கப்பட்ட இந்தத் துறையில் புகுந்தனர். முதல் உலகப் போருக்குச் சற்று முன்னர் ஆங்கிலேய அரசு, தன்னுடைய வெளியீடுகளுக்கான விநியோக உரிமையைத் தமிழ்நாட்டில் இரண்டு, மூன்று பேருக்கு மட்டுமே

தந்தது. கல்வி ஆர்வம் மிகுந்த தென்தமிழ்நாட்டில் அந்த உரிமையினைத் திரு.இ.மா.கோ.மட்டுமே பெற்றிருந்தார்"[8] என்று குறிப்பிடுகிறார். இ.மா.கோ. பாடநூல் மட்டுமல்லாமல் பல இலக்கிய நூல்களையும் வெளியிட்டுள்ளார் என்பதும் குறிப்பிடத்தக்கது.

இ.மா.கோ. திருநெல்வேலி மாவட்டத்திலிருந்து மதுரை மாவட்டத்தில் குடியமர்ந்தவர். இதனைத் தொ.பரமசிவன் "நெல்லை மாவட்டத்திலிருந்து மதுரைக்குக் குடிபெயர்ந்து ஏதோ ஒரு புத்தகக் கடையில் பணியில் சேர்ந்தவர், பின்னர் தெருக்களில் புத்தகம் பரப்பி விற்றுக் கடை முதலாளியானார். பின்னர் அவரால் தொடங்கப்பட்ட 'எக்ஸெல்ஸியர்' அச்சகத்தின் சார்பில் நூற்றுக்கணக்கான புத்தகங்கள் வெளியிடப்பட்டன. அவரது கல்வி ஆர்வத்திற்கு எடுத்துக்காட்டு, அவரால் வெளியிடப்பட்ட 'மதுரைத் தமிழ்ப் பேரகராதி', பள்ளி மாணவர்களுக்கு அவர் வெளியிட்ட 'எக்ஸெல்ஸியர் ஸ்கூல் டிக்ஷனரி'யும் ஆகும்"[9] என்று குறிப்பிடுகிறார். இவ்விரண்டு அகராதியும் அன்றைய காலத்தில் பெரும் வரவேற்பைப் பெற்றன.

மதுரைத் தமிழ்ப் பேரகராதி

பல தமிழ் அறிஞர்களின் உதவியினைக் கொண்டு இ.மா.கோ.வால் தொகுக்கப்பெற்ற அகராதிதான் மதுரைப் பேரகராதி. இவ்வகராதிக்கு உ.வே.சாமிநாதையர் முன்னுரை எழுதியுள்ளார். இதன் இரண்டாம் பதிப்பு 19 ஆண்டுகளுக்குப் பிறகு பல நூறு வார்த்தைகள் புதிதாகச் சேர்க்கப்பட்டு 1956இல் வெளிவந்தது. இதன் மூன்றாவது பதிப்பினைச் சந்தியா பதிப்பகம் (2004) தற்போது இரண்டு தொகுதிகளாக வெளியிட்டுள்ளது.

இதன் முதல் பதிப்பில் உ.வே.சாமிநாதையர் எழுதிய முன்னுரையில் "ஸ்ரீமான் இ.மா.கோபாலகிருஷ்ணக் கோனாரவர்களால் இப்பொழுது வெளியிடப்படும் 'மதுரைத் தமிழ்ப் பேரகராதி' என்னும் இப்புத்தகம் மேற்கண்ட இரண்டு இயல்புகளையும் உடையதென்று அறிந்து மகிழ்ச்சியுறுகின்றேன். இதுகாறும் வழங்கிவந்த அகராதிகளிற் காணப்படாத பல புதிய அமைப்புக்கள் இதில் உள்ளன. பல புதிய சொற்கள் இதில் சேர்க்கப்பட்டிருக்கின்றன. பல அறிஞர்களுடைய துணைகொண்டு இது தொகுக்கப்பெற்றது. இதற்கு மலிவான விலை வைத்திருப்பது மிகவும் போற்றுதற்குரியதாகும்"[10] என்கிறார். இப்பெரும்பணியைச் செய்திருந்தாலும்

அது எல்லோருக்கும் போய்ச் சேர வேண்டும், அதன் பயனை எல்லோரும் அடைய வேண்டும் என்ற நோக்கத்திற்காக அதன் விலையை மலிவாகக் கொடுத்துள்ளார். இவ்வகராதி இரண்டு தொகுதிகளாக வெளியிடப்பட்டது. முதல் தொகுதி 1,229 பக்கங்களைக் கொண்டும், இரண்டாம் தொகுதி 1,058 பக்கங்களைக் கொண்டும் வெளியிடப்பட்டன. புதுச்சேரி பிரெஞ்சு இந்தியவியல் கழகத்தின் இயக்குநராக இருந்தவரும் சமஸ்கிருதம், தமிழ் ஆகிய இரு மொழிகளையும் அறிந்தவருமான பேரா.பில்லியோசா இரண்டாம் பதிப்பிற்குப் பிரெஞ்சு மொழியில் சிறு மதிப்புரையும் வழங்கியுள்ளார். சென்னைப் பல்கலைக்கழக அகராதி முதலியவற்றில் காணப்படாத சொற்கள் இதில் இடம்பெற்றிருக்கின்றன. அகராதியின் நல்ல அம்சங்கள் எனும் உள்ளடக்கத்தில் பா.ரா.சுப்பிரமணியன் "மதுரைத் தமிழ்ச் சங்க அகராதியில், சென்னைப் பல்கலைக்கழக அகராதி முதலியவற்றில் காணப்படாத சொற்கள் உண்டு என்பதைக் குறிப்பிடாமல் இருக்க முடியாது.

ஓரிரு எடுத்துக்காட்டுகள்,

- அகத்தை - தாய்
- பிரகி - கிணறு, கூவம், கூவல், ஊறல்
- பிரந்திட்டம் - மிகுகூட்டம், நெருக்கம்
- பிரந்தை - சமூகம், கூட்டத்தார்

பேராசிரியர் பில்லியோசா தமது மதிப்புரையில் 'பறை' என்பதற்கு மதுரைப் பேரகராதி தந்திருக்கும் 'விரும்பிய பொருள்' என்பது சென்னைப் பல்கலைக்கழக அகராதியில் இல்லாததையும், அந்தப் பொருள் திருப்பாவையில் (பாடல் 28) வரும் 'பறை' என்பதற்குப் பொருத்தமாக இருப்பதையும் சுட்டிக்காட்டியிருக்கிறார்"[11] என்று குறிப்பிடுகிறார். இதனைப் போன்று பல உதாரணங்களைக் காட்டி எழுதியிருக்கிறார். இலக்கண, இலக்கிய நூற்களின் நூலாசிரியர் பெயர்களும் அகராதியில் குறிப்பிடப்பட்டிருக்கின்றன. இவ்வகராதியில் 'அகராதி வரலாற்றின் இறுதிக் கண்ணி' எனும் தலைப்பில் தமிழ்ப் பேரகராதியின் சிறப்புப் பற்றி எழுதுகிறார் பா.ரா.சுப்பிரமணியன். அதில் அவர் குறிப்பிடும்போது இதன் முதல் பதிப்பு கிடைக்கப்பெறவில்லை என்று குறிப்பிடுகிறார். ஆனால், இதன் முதல் பதிப்பு மதுரை நான்காம் தமிழ்ச் சங்கத்தில் காணக் கிடைக்கிறது.

மதுரைத் தமிழ்ப் பேரகராதியைத் தொகுத்து வெளியிட்ட இ.மா.கோ. இதற்கொரு பதிப்புரையும் வழங்கியுள்ளார். அதில், சொற்களைச் சேகரிக்கும்போது தனக்குக் கிடைத்த அனுபவத்தைப் பகிர்கிறார். "சங்கப்புலவர்கள் பலர் சங்கமிருந்து தமிழாராய்ந்து அளவிலா அந்தமில் புகழ் அடையப் பெற்றதும், உச்சிமேற் புலவர்கொள் நச்சினார்க்கினியர், கணக்காயனார் மகனார் நக்கீரனார் முதலிய உரையாசிரியர்கள் பலர் விளங்குவதற்கு உகந்த இடமாக இருந்ததுமான பல்வளம் நிறைந்து பாவலர் போற்றும் பொலிவுடன் விளங்கும் பதியாம் இம்மதுரையின் பெயரால் 'மதுரைத் தமிழ்ப் பேரகராதி' என்ற பெயருடன் வெளியிட வேண்டுமென்றும் கருதினேன். அதற்காகக் கற்றுத்தேர்ந்த பண்டிதர் பலரை வேண்டினேன். என் கருத்திற்கிசைந்து அன்னோர் இதற்கு முன்னர் வெளிவந்துள்ள அகராதிகள் எல்லாவற்றையும் ஒப்பிட்டும் அவைகளிற் காணப்படாத வார்த்தைகள், சங்க நூல்கள், இதிகாச புராணங்கள், வேதாந்த சித்தாந்த சாத்திரங்கள், வைத்தியம், சோதிடம், ஆரூடம், மாந்திரீகம், சங்கீத சாஸ்திரம் முதலிய பற்பல நூற்களினின்றும் மிக்க சிரமத்தோடு ஆராய்ந்தெடுத்துச் சேர்த்துக்கொடுத்தும் அச்சிடும் காலத்தே பிழையின்றிப் புரூப் முதலியன பார்த்துக்கொடுத்தும் உதவி செய்தார்கள். ஞ்ஞ் இவ்வகராதி தமிழ்மொழி வளர்ச்சியில் விருப்புற்றவர்களுக்கும், தமிழ் நூல் வல்லார்களுக்கும், வைத்தியர், சோதிடர், மாந்திரீகர், வேதாந்திகள், சித்தாந்திகள் இவர்களுக்கும் பெரிதும் பயன்படுவதோடு ஆனந்த விகடன், தமிழ்த் தினசரி முதலிய பத்திரிகைகளில் வெளிவரும் விடுகதை, பந்தயம், சித்திரப் போட்டிகளாகிய மனம் குதூகலமடையும் போட்டிப் பந்தயங்களில் கவர்ச்சியுள்ளவர்களுக்கும் மிக இலகுவாக விடையளித்தற்குரிய சாதனமாகவுள்ளதாகும். தமிழ்ப் போட்டிப் பந்தயங்களில் வெற்றியுறுவதற்குத் தமிழன்பர்கள் அடைந்த கவலை இதனால் அகலுமென்பதும்"[12] என்றும் குறிப்பிடுகிறார். அன்றைக்கு வெளிவரக்கூடிய தமிழ்ப் பத்திரிகைகள், இதழ்கள் போன்றவற்றில் கேட்கப்படும் போட்டிப் பந்தயங்களில் வெற்றி காணுமளவிற்குச் சொற்கள் சேகரிக்கப்பட்டிருக்கின்றன.

பெருஞ்செல்வந்தராக மதுரையில் இருந்த இவர் பல கல்வி நிறுவனங்களையும் தொடங்கினார். மதுரையில் உள்ள திருப்பாலைக்கு அடுத்துள்ள சிறுதூரில் 'ஸ்ரீகோபால கிருஷ்ணா' தொடக்கப்பள்ளியை 1930களில் தொடங்கியிருக்கிறார். இப்பள்ளியில் பயிலும் மாணவர்களுக்குப் பாடநூல்களையும், மதிய உணவினையும் வழங்கியிருக்கிறார். இது பின்னர்

உயர்நிலைப் பள்ளியாகவும், தற்போது மேல்நிலைப் பள்ளியாகவும் வளர்ச்சியடைந்து செயல்பட்டுவருகிறது. யாதவர் சமூகத்திற்காகக் கல்லூரி ஒன்றைத் தொடங்க வேண்டும் என்று ஆ.கார்மேகக் கோனார் போன்று பலர் இ.மா.கோ.விடம் உதவி கேட்டபோது அக்கல்லூரி அமைவதற்குத் தன் சொந்த இடத்தினை யாதவர் கல்வி மேம்பாட்டிற்காகக் கொடுத்துள்ளார். அதுதான் இன்றைக்கு விளங்குகிற 'இ.எம்.ஜி.' என்று குறிப்பிடப்பெறும் இ.மா.கோபாலகிருஷ்ணக் கோன் யாதவர் மகளிர் கல்லூரி. இடத்தினைக் கொடுத்ததற்காக அவரின் நினைவாக அக்கல்லூரிக்குப் பெயர் வைக்கப்பட்டது.

இவரின் பதிப்பகத்திலிருந்து வெளிவந்த நூல்களை விரிவாகக் காணலாம்.

- 1918இல் அருணகிரி நாதர் அருளிச்செய்த திருப்புகழ் - சந்தக் குழிப்பும் அரும்பதவுரையும் அடங்கியது. இது இ.மா.கோபாலகிருஷ்ணக் கோன் எக்ஸெல்ஸியர் பவர் பிரஸில் அச்சிடப்பட்டது. இரண்டாம் பதிப்பு - 1923, மூன்றாம் பதிப்பு - 1925இல் முறையே வெளிவந்திருக்கின்றன.
- 1919இல் சோழவந்தானூர் மகாவித்வான் அரசஞ்சண்முகனார் இயற்றிய 'வள்ளுவர் நேரிசை' (முதல் 100 செய்யுள் மூலமும்) எனும் நூல் மதுரை இ.மா.கோபாலகிருஷ்ணக்கோன் எக்ஸெல்ஸியர் பவர் பிரஸில் பதிப்பிக்கப்பெற்றது.
- 1925இல் ஆ.கார்மேகக் கோனார் எழுதிய Ancient Famous Tamil Poets எனும் நூல் இ.மா.கோபாலகிருஷ்ணக் கோன் எக்ஸெல்ஸியர் பவர் பிரஸில் அச்சிடப்பட்டது. இதன் இரண்டாம் பதிப்பு 1952இல் வெளிவந்துள்ளது.
- 1925இல் துறைமங்கலம் சிவப்பிரகாச சுவாமிகள் அருளிச்செய்த 'நன்னெறி'.
- 1926இல் வீரகாலூம் சுப்பையாபிள்ளை அவர்களின் 'அரிச்சந்திரன் திருப்புகழ் காவடிச்சிந்து'.
- 1928இல் கோயம்புத்தூர் சி.கு.நாராயணசாமி முதலியார் தொகுத்த 'ஒட்டக்கூத்தர் வரலாறு'.
- 1929இல் திருநெல்வேலி ஸ்ரீமான் ப.ஸ்ரீ.ஆசாரியார் எழுதிய 'மாணிக்கவாசகர் சரித்திரம்'.

- *1929*இல் அருணகிரிநாதரால் எழுதப்பெற்ற 'கந்தரநுபூதி' (சுத்தப்பதிப்பு).
- *1936*இல் ஸ்ரீதத்துவராய சுவாமிகள் மொழிபெயர்த்தருளிய 'சொரூபானந்த சித்தி' எனும் பிரமகீதை மூலமும், 'வித்தியாராணிய சுவாமிகளருளிச் செய்த திருநெல்வேலியைச் சார்ந்த கோடகல்லூரில் எழுந்தருளிய ஸ்ரீசுந்தர சுவாமிகள் அருளிச்செய்த உரையும்' எனும் நூல் இ.மா.கோபாலகிருஷ்ணக் கோன் அவர்களால் மதுரை மீனாம்பிகை பிரஸில் பதிப்பிக்கப்பட்டது.
- *1936*இல் ஸ்ரீசுந்தரமூரத்திசுவாமிகள் எழுதிய 'பிரம கீதை' மூலமும் எனும் நூல் இ.மா.கோபாலகிருஷ்ணக் கோன் எக்ஸெல்ஸியர் பவர் பிரஸில் அச்சிடப்பட்டது.
- *1937*இல் நா.கனகராஜையரால் எழுதப்பெற்ற 'தமிழ் புலவர் வரலாறு (மூன்றாம் பாகம்)'.
- *1937*இல் எஸ்.எஸ்.அருணகிரிநாத முதலியார் எழுதிய 'அபிமன்னன் வெற்றி'.
- *1952*இல் 'அருங்கலைத் தமிழ் இலக்கியக் கோவை' எனும் நூல் இ.மா.கோபாலகிருஷ்ணக் கோன் எக்ஸெல்ஸியர் பவர் பிரஸில் அச்சிடப்பட்டது. இதன் ஆசிரியர் பெயர் தெரியவில்லை.

இதனைத் தொடர்ந்து ஏ.கே.சுப்பிரமணிய ஐயரின் 'கதையும் பாட்டும்', நெ.ரா.சுப்பிரமணியனின் 'குமணன்' (*1918*), 'தமிழ்ச் செய்யுள் திரட்டு' இரண்டாம் பாகம் (*1925*), ஆ.கார்மேகக் கோனாரின் 'கண்ணகி தேவி' (*1926*), ஸ்ரீசு.நிவாசையங்கார் திருவெண்காடர் (*1928*), சாமி சிதம்பரனாரின் கதாவாசக பாடமும் அறிவு நூல் திரட்டு (*1928*), செய்யுட் பாடமும் (*1929*), ஒன்பதாம் பாடபுத்தகம் (*1929*), 'அல்லியரசானி மாலை' (*1929*), ஏ.கே.சுப்பிரமணிய ஐயரின் 'சாரணர் இயக்கப்பாட்டுக்கள்' (*1930*), அ.சி.இராமச்சந்திரனின் 'சாவித்திரி தேவி' (*1930*), பரிமணப் பல்லவராயரின் 'உலகநீதி' (*1930*), இராஜகோபாலாயரின் 'கதாமணிமகுடம்' (*1931*), வே.முத்துசாமி ஐயரின் 'கதையும் பாட்டும்' (*1931*), சாமி சிதம்பரனாரின் தமிழ்ப்பாடத்தொகை நான்காம் பாகம் (*1931*), சாமி சிதம்பரனாரின் தமிழ்ப்பாடத்தொகை முதற்பாகம் (*1931*), ஏ.கே.சுப்பிரமணிய ஐயரின் 'கதையும் பாட்டும்' இரண்டாம் பாகம் (*1932*), கே.வி.சுப்பையரின் 'திருவானைக்காப்பு பதிற்றுப்பத்தந்தாதி' (மூ-*1932*), நெ.ரா.சுப்பிரமணிய

சர்மாவின் 'செந்தமிழ் வாசகப் புஸ்தகம்' (1933), நா.கிருஷ்ணசாமி நாயுடுவின் 'சகுந்தலா சரித்திரம்' (1934), ஔவையார் அருளிச்செய்த 'உலகநீதி' (1938), ஔவையாரின் 'கொன்றை வேந்தன் மூலமும் உரையும்' (1938), பி.ஸ்ரீயின் திருபெருங் கானவர் (1947), திருக்குறள் ஐந்தாவது பாரம் மூலமும் பதவுரை கருத்துரைகளும் (1948), கே.கோதண்டபாணி பிள்ளை தொகுத்த 'டால்ஸ்டாய் கதைகள்' (1948) போன்ற பல நூல்கள் அச்சிடப்பட்டுள்ளன. ஆய்விற்கான தரவில் கிடைக்கப்பெற்ற நூல்கள் இவை. இன்னும் பல நூல்கள் வெளிவந்திருக்கின்றன. அவற்றின் தரவுகள் கிடைக்கப்பெறலாம். பொதுவாகச் சென்னையை மையம் கொண்டு செயல்படும் பதிப்பகங்கள் தங்களின் கிளையை மதுரையில் நிறுவுவது வழக்கம். ஆனால் இ.மா.கோ., சென்னையில் ஒரு கிளை வைத்திருந்தார். பெருஞ்செல்வராக வாழ்ந்தவர்.

இதழ்ப் பணி

1929ஆம் ஆண்டு மதுரையிலிருந்து வெளிவந்த 'யாதவமித்திரன்' என்ற இதழ் ஆ.கார்மேகக் கோனாரை ஆசிரியராகக் கொண்டு வெளிவந்தது. இவ்விதழின் நிர்வாக ஆசிரியராக இ.மா.கோபாலகிருஷ்ணக் கோனார் இருந்தார். கல்வி மற்றும் பொருளாதாரத்தில் மேம்படுதல் போன்று பல விஷயங்களில் யாதவர்களின் முன்னேற்றத்தையே முதன்மை நோக்கமாகக் கொண்டு இவ்விதழ் வெளிவந்திருக்கிறது. இதனை சு.அ.இராமசாமிப் புலவரின் நாள்கிழமை திங்கள் இதழ் "கல்வி, பொருளாதாரம், ஆசாரச் சீர்திருத்தம் முதலிய துறைகளில் சிறந்து விளங்கிய அறிஞர்களால் எழுதப்பெற்ற கட்டுரைகளைக் கொண்டு யாதவ மக்களின் முன்னேற்றத்தையே முதன்மையாகக் கருதி வெளியாகியுள்ளது"[13] என்று குறிப்பிடுகிறது. இதனைத் தொடர்ந்து இரா.கு. நல்லகுற்றாலம் பிள்ளையைப் பத்திராதிபராக இருந்து கிராம தூதன் (Regd. No.4126) எனும் இதழ் வெளிவந்திருக்கிறது. இதன் பிரசுரகர்த்தாவாக இ.மா.கோ. இருந்திருக்கிறார். இவ்விதழ் முறையாக அரசிடம் பதிவுபெற்று 1939இல் வெளிவந்திருக்கிறது. இதன் நோக்கமானது கிராம முன்னேற்றம் ஆகும். இதனை அதன் முகப்பில் "கிராம முன்னேற்றமே, தேச முன்னேற்றமாகும். கிராம முன்னேற்றத்திற்கும் நகர வாசிகள் சுகவாழ்விற்கும் அவசியமான விவசாயம், கூட்டுறவு, கைத்தொழில், குடிசைத்தொழில், கல்வி, சுகாதாரம்,

குடும்பவாழ்க்கை பற்றிய பல நல்லுரைகளும், கதைகளும், மற்றும் கிராம வாசிகள், விவசாயிகளுக்குப் பிரயோசனமான செய்திகளும், அறிவுரைகளும், பஞ்சாங்கமும் வரும், இதைப் படித்து, இதில் காணும் நலங்களைப் பிறர்க்குச் சொல்லுங்கள், சந்தேகம் தோன்றினால், குறை ஏதும் கண்டால் பத்திராபருக் கெழுதுங்கள்"[14] என்ற அறிவிப்புடன் வெளிவந்திருக்கிறது. நவீன காலத்தில் விவசாயம் அழிந்து வரும் சூழலும் அவற்றின்; தன்மைகளை மக்களுக்கு எடுத்துக்காட்டும் சூழலும் ஏற்பட்டதுபோல் அன்றைக்கும் இதுபோன்ற நிலைமை இருந்திருக்கிறது என்பது இவ்விதழின் வழி அறியமுடிகிறது.

கரந்தைத் தமிழ்ச் சங்க ஆதரவாளராகவும் நெடுங்காலமாகப் பல மாணவர்களுக்கு நிதியுதவியும் அளித்துவந்திருக்கிறார். புத்தக வணிகராகவும், வெளியீட்டாளராகவும் இருந்த இவர் 17.3.1960 அன்று தமது எழுபத்தாறு வயதில் இறந்தார். இக்குறிப்புக் கரந்தைத் தமிழ்ச் சங்கத்திலிருந்து வெளிரும் 'தமிழ்ப் பொழில்' இதழில் கிடைக்கிறது.

இ.ராமசாமிக் கோனார் (இ.ராமசாமிக் கோன்)

பதிப்பகங்கள் நடத்திய மதுரை யாதவர்களுள் குறிப்பிடத்தகுந்தவர் இ.ராமசாமிக் கோனார். இவரின் புத்தகக் கடை வடக்காவணி மூலவீதி, மதுரை என்ற முகவரியில் செயல்பட்டிருக்கிறது. 'இ.இராமசாமிக்கோன் புக்ஸெல்லர், பப்ளிஷர் & ரப்பர் ஸ்டாம்பு மேக்கர்' எனும் பெயரிலே புத்தகங்கள் பதிப்பிக்கப் பெற்றிருக்கின்றன. இவர் தனியான அச்சியந்திரம் நிறுவவில்லையென்றாலும் தனது சொந்தக்காரரான இ.மா.கோபாலகிருஷ்ணக் கோனாரின் எக்ஸெல்ஸியர் பவர் பிரஸிலிருந்து பல நூல்களைப் பதிப்பித்துள்ளார். நாடக நூல்களைப் பதிப்பித்திருக்கிறார். குறிப்பாக, ராஜா சண்முகதாஸின் நாடக நூல்களைப் பதிப்பித்திருக்கிறார். இவரைப் பற்றிப் போதுமான அளவில் தரவுகள் கிடைக்கப்பெறவில்லை. இவர் பதிப்பித்த நூல்கள் மட்டும் கிடைக்கப்பெறுகின்றன. இவற்றைக் கொண்டு இவரின் செயல்பாடுகளை மதிப்பிடலாம்.

பதிப்பு நூல்கள்:

- *1918இல் மதுரை பாஸ்கரதாஸ் அவர்கள் இயற்றிய 'லலிதாங்கி : சிறந்த செந்தமிழ் நாடகம்' எனும் நூல் மதுரை இ.ராமசாமிக் கோன் அவர்களால் எக்ஸெல்ஸியர் பவர் பிரஸில் பதிப்பிக்கப்பெற்றது.*

- *1921*இல் முத்தமிழ் க்ஷேத்ர மதுர பாஸ்கரதாஸ் இயற்றிய 'இந்து தேசாபிமானிகள் செந்தமிழ்த்திலகம்' எனும் நூல் மதுரை இ.ராமசாமிக் கோன் அவர்களால் எக்ஸெல்ஸியர் பவர் பிரஸில் பதிப்பிக்கப்பெற்றது. இந்நூல் *1922, 1924, 1925, 1927* என அடுத்தடுத்துப் பதிப்புகளைக் கண்டிருக்கிறது.

- *1921*இல் சங்கரதாஸ் சுவாமிகள் மாணாக்கர்களிலொருவரான ஷண்முகதாஸவர்கள் இயற்றிய 'பக்தி ஆனந்தக் கேலிப்பதங்கள்' எனும் நூல் மதுரை வடக்காவணி மூல வீதி இ.ராமசாமிக் கோன் அவர்களால் மதுரை எக்ஸெல்ஸியர் பவர் பிரஸில் பதிப்பிக்கப்பெற்றுள்ளது. இந்நூல் *1928*இல் இரண்டாம் பதிப்பாக வெளிவந்திருக்கிறது.

- *1921*இல் மதுரை முத்தமிழ் க்ஷேத்ர மதுர பாஸ்கரதாஸ் இயற்றிய 'புதிய கானாமிர்த வள்ளியம்மை சரித்திரம் - இரண்டாம் பாகம்'.

- *1923*இல் அஞ்ஞானவழியை அகட்டிவிரட்டி மெஞ்ஞானவழியை விரித்துக்காட்டும் விகடவேடிக்கைப் 'பறையன் பாட்டு' முதற்பாகம் எனும் நூல் மதுரை வடக்காவணி மூலவீதி இ.ராமசாமிக் கோன் அவர்களால் மதுரை எக்ஸெல்ஸியர் பவர் பிரஸில் பதிப்பிக்கப்பெற்றுள்ளது. இதில் மோட்டுப் பூச்சிப்பாட்டு மற்றும் மூக்குப்பொடிப் பாட்டு இணைந்துள்ளது. இதன் இரண்டாம் பாகம் வெளியானதா என்ற தகவல் கிடைக்கப்பெறவில்லை. இதனை யார் எழுதினார் என்றும் தெரியவில்லை. இ.ராமகுருசாமிக்கோனாரே இதனை இயற்றினாரா என்பதும் தெரியவில்லை.

- *1927*இல் 'சிவசெந்தி மாலை' எனும் நூல் மதுரை வடக்காவணி மூல வீதி இ.ராமசாமிக் கோன் அவர்களால் மதுரை எக்ஸெல்ஸியர் பவர் பிரஸில் பதிப்பிக்கப் பெற்றுள்ளது. இந்நூலின் ஆசிரியர் பெயர் தெரியவில்லை. ஆனால் இந்நூல் பற்றியான தகவல் மட்டும் கிடைக்கப்பெறுகிறது.

- *1928*இல் சிறுமணவூர் முனிசாமி முதலியார் இயற்றிய 'ஜீவரத்தினம்'. இந்நூலின் ஆசிரியர் பெயர் கிடைக்கப்பெறவில்லை.

- *1928*இல் விஜயபுரம் வெ.நா.சபாபதி தாசர் இயற்றிய 'இராமயணத் திருப்புகழ் காவடிச் சிந்து'.

- *1929*இல் 'அற்புதநூதன காவடிச் சிந்து' குட்டுலொட்டி கிராமம் மகா-ள-ள-ஸ்ரீ குப்பாத்தேவரவர்கள் குமாரர் வடக்கம்பட்டி போர்டுஸ்கூல் ஹெட்மாஸ்டர் சின்னத்தம்பி என்ற குப்பாத் தேவரவர்களால் இயற்றப்பெற்று மதுரை இ.ராமசாமிக் கோன் அவர்களால் மதுரை எக்ஸெல்ஸியர் பவர் பிரஸில் பதிப்பிக்கப்பெற்றுள்ளது.
- *1929*இல் 'கெருடபப்பத்து' எனும் நூல் மதுரை வடக்காவணி மூல வீதி இ.ராமசாமிக் கோன் அவர்களால் மதுரை எக்ஸெல்ஸியர் பவர் பிரஸில் பதிப்பிக்கப்பெற்றுள்ளது. இந்நூலின் ஆசிரியர் பெயர் தெரியவில்லை. இந்நூல் *1938*இல் இரண்டாம் பதிப்பாக வெளிவந்திருக்கிறது.
- *1930*இல் மதுரை முத்தமிழ் க்ஷேத்ர மதுர பாஸ்கரதாஸ் அவர்கள் இயற்றிய 'புதிய பெரிய பக்திரஸ கீர்த்தனங்கள் இரண்டாம் பாகம்' எனும் நூல் விருதுநகர், கோட்டைப்பட்டி ஜமீந்தார் இரவிகுல திலக சீலஸ்ரீ ராமமூர்த்திநாயகர் அவர்கள் விருப்பத்தின் பேரில் மதுரை வடக்காவணி மூல வீதி இ.ராமசாமிக் கோன் அவர்களால் மதுரை எக்ஸெல்ஸியர் பவர் பிரஸில் பதிப்பிக்கப்பெற்றுள்ளது.

டி.என்.சுந்தர ஜெகன்மோகன குப்புசாமி முதலியார் முதலிய நாடகக் கம்பெனியார் பலரும் நடத்திவருகிற பார்ஸி நூதன 'கோவலன் சரித்திரம் இரண்டாம் பாகம்' இவை திருநெல்வேலி வித்வான் நாராயணக் கவிராஜரவர்கள் மாணாக்கரிலொருவரான மகா.ள-ள-ஸ்ரீ கோட்டாறு வீ.உடையார் பிள்ளை அவர்களாலியற்றப் பெற்று மதுரை புத்தக வியபாரம் இ.ராமசாமிக் கோன் அவர்களால் மதுரை எக்ஸெல்ஸியர் பவர் பிரஸில் பதிப்பிக்கப்பெற்றுள்ளது. இதன் பதிப்பு ஆண்டு கிடைக்கப்பெறவில்லை.

இதனைத் தொடர்ந்து இ.ராமசாமிக்கோனாரால் வெளியிடப்பட்ட நூல்களின் வரிசையினைப் பாஸ்கரதாஸ் அவர்கள் இயற்றிய 'புதிய பெரிய பக்திரஸ கீர்த்தனங்கள் இரண்டாம் பாகம்' எனும் நூலின் பின் அட்டையில் காணமுடிகிறது. ஸ்ரீநா.கிருஷ்ணசாமி நாயுடவர்கள் எழுதிய 'சாவித்ரி சத்யவான்' நாடகம், பாகம் - *1,2* மற்றும் 'ஸ்ரீகிருஷ்ண லீலா', 'நல்லதங்காள் சரித்திரம்' *1,2* பாகங்கள், காந்தி தியானம் சிங்காரப்பாட்டுகளுடன், 'இராமாயணத் திருப்புகழ்காவடிச்சிந்து', மதுர பாஸ்கரதாஸவர்களிற்றிய 'இந்து தேசாவிமானிகள் செந்தமிழ்த் திலகம்' *1,2* பாகங்கள், 'புதியபெரிய பக்திரஸக் கீர்த்தனங்கள்' இரண்டாம் பாகம், 'லலிதாங்கி சரித்திரம்', 'வள்ளியம்மை சரித்திரம்', 'அதிரூப அமராவதி',

‘சகுந்தலா’ 1, 2 பாகங்கள், உடுமலை முத்துசாமிக் கவிராயர்களியற்றிய ‘இராமநாடகம்’ (படங்களுடன்), ‘பக்திரஸக் கீர்த்தனங்கள்’ இரண்டாம் பாகம், மூக்கவேளாரவர்கள் நூதன வர்ணமெட்டு ராமச் சரித்திரங்கள் 12-ம் ஒரே புத்தகம். இதில் இராமாயணம், சூர்ப்பநகைபங்கம், வாலிமோட்சம், இலங்காதகனம், நல்லதங்காள் சரித்திரம், அல்லியரசாணி சரித்திரம், மயில்ராவணசரித்திரம், மதுரை வீரன் சரித்திரம், துரோபதைவஸ்தி சந்திரன், வள்ளியம்மை சரித்திரம் முதலிய அற்புத சரித்திரங்கள் 12-ம் ஒன்று சேர்த்து, ஒரே புத்தகமாய்ப் பயிண்டுசெய்தது.

விரகாலூர் மகா-ள-ள-ஸ்ரீ சுப்பையாபிள்ளையவர்கள் காவடிச்சிந்து திருப்புகழ் வர்ணமெட்டுகளால் வெகு சுவையாக இயற்றிய பாடல்கள் அடங்கிய ‘இராமாயணம்’, ‘இலங்காதகனம்’, ‘சத்தியவான் சாவித்திரி’, ‘கோவலன்’, ‘நல்லதங்காள்’, ‘அரிச்சந்திரன்’, ‘ஞானசவுந்தரி’, ‘அல்லியரசாணி’, ‘பாரதம்’, ‘பாகவதம்’, ‘வள்ளியம்மை’, ‘சிறுத்தொண்டன்’, ‘துரோபதைவஸ்திராபஹரணம்’ ஒவ்வொன்றின் விலை அணா - 2, அருணகிரிநாத சுவாமிகளருளிச் செய்த ‘திருப்புகழ் பெரியது’ முதலிய நூல்களின் குறிப்புகள் கிடைக்கப்பெறுகின்றன.

இ.ராமசாமிக்கோனாரைப் பற்றிய முழுமையான தகவல் கிடைக்கப் பெறவில்லையென்றாலும் அவர் பதிப்பித்த நூல்களின் வழியாக அவரை அடையாளம் காணமுடிகிறது. மதுரையை மையம் கொண்டு செயல்பட்ட நாடக சபாக்களின் நாடக நூல்களை அதிகமாக அச்சிட்டிருப்பது தெரியவருகிறது. அதில் மு.கிருட்ண பிள்ளை, பி.நா.சிதம்பர முதலியார் கடைகாரியம் போன்றவர் வரிசையில் இ.ராமசாமிக்கோனாரையும் குறிப்பிடலாம். மதுரையின் பதிப்பு வரலாற்றை எழுதுகையில் இ.ராமசாமிக்கோனாரின் பதிப்பு முக்கியத்துவம் பெறுகிறது.

A.S.ஜெகதீசக் கோனார்

மதுரை பதிப்புப் பணியில் அடுத்ததாகக் குறிப்பிடத்தக்கவர் ஏ.எஸ். ஜெகதீசக் கோனார். இவர் மதுரையில் தனியாகப் பதிப்பகம் வைத்துப் பல அரிய நூல்களை அச்சிட்டு வெளியிட்டுள்ளார். இப்பதிப்பகம் ‘ஈசன் அச்சாபீஸ், ஜெகதீசக் கோன் பிரிண்டர் அண்ட் பப்ளிசர், வடக்காவணி மூலவீதி, மதுரை’ என்ற முகவரியில் செயல்பட்டுவந்திருக்கிறது. இவரின் பதிப்புப் பற்றியும் அவரின் மற்ற செயல்பாடுகள் குறித்தும் முழுமையான

தகவல்கள் எதுவும் கிடைக்கப்பெறவில்லை. அவர் பதிப்பித்த நூல்கள் மட்டுமே கிடைக்கப்பெறுகின்றன.

பதிப்பு நூல்கள்:

- ***1947***இல் பெரிய எழுத்து விவேகசிந்தாமணி மூலமும் உரையும் பதிப்பிக்கப்பெற்றிருக்கிறது. இதன் ஆசிரியர் பெயர் குறிப்பிடப் பெறவில்லை. குஜிலி இலக்கியமாக விவேக சிந்தாமணி எழுதப்பட்டுப் பதிப்பிக்கப்பட்டிருக்கிறது. ஏ.எஸ்.ஜெகதீசக்கோன் புக் ஷாப் புதுமண்டபம், மதுரை.
- ***1962***இல் ஔவையாரின் கொன்றை வேந்தன் (மூலமும் உரையும்) எனும் நூல் ஏ.எஸ்.ஜெகதீசக்கோனரால் பதிப்பிக்கப்பெற்றிருக்கிறது.
- ***1963***இல் அதிவீரராமபாண்டியன் அருளிச்செய்த வெற்றிவேற்கை (மூலமும் உரையும்) எனும் நூல் ஏ.எஸ்.ஜெகதீசக்கோனாரால் பதிப்பிக்கப் பெற்றிருக்கிறது.

பெரிய எழுத்து விவேகசிந்தாமணி புத்தகத்தின் பின் அட்டையில் இவரின் பதிப்பு நூல்பற்றிக் குறிப்புக் கொடுக்கிறார். அதில் 'பள்ளிக்கூடங்களுக்கு வேண்டிய, உரை வகையறாக்களும் சிறுவர்களுக்குத் தகுந்த கதைப் புஸ்தகங்களும், அட்டண்டென்ஸ் நோட், கணக்கு நோட், மேப்டிராயிங் நோட், பாக்கெட் டைரி, கியாலண்டர், நாவல், கதை, பாட்டுபுஸ்தகங்களும், சௌகரியமான விலைக்கு எங்களிடம் கிடைக்கும்' என்ற அறிவிப்பு கிடைக்கிறது. இதனை வைத்துப் பார்க்கும்போது ஏ.எஸ்.ஜெகதீசக் கோனார் புத்தகங்களுடன் பள்ளிகளுக்கான பாடநூல்கள் மற்றும் நோட்டுப் புஸ்தகங்களும் விற்றிருக்கிறார் என்பது தெரியவருகிறது.

மதுரை யாதவர்களின் பதிப்புச் செயல்பாடுகளில் இருளப்பக் கோனார், வி.என்.இராகவக் கோனார், எம்.கே.சந்தானகிருஷ்ணக் கோனார், ஆர்.மகாலிங்கம் கோனார், கு.இராமசாமிக் கோனார் போன்று பலரது பெயர்கள் கூடத் தெரியப்பெறாமல் அழிந்துபோயிற்று. இதில் வி.என். இராகவக்கோனார் மதுரை புதுமண்டபம் புக் ஷாப் என்ற பெயர்மட்டும் தகவலாகக் கிடைக்கப்பெறுகிறது. **1905**இல் இவர் பதிப்பித்த நூல் இராமபாரதியாரால் செய்யப்பட்ட ஆத்திச்சூடி வெண்பா மற்றும் **1908**இல் சீ.இராமசாமி ஐயங்காரவர்கள் இயற்றிய 'ரெங்கூன்பர்மாடாப்பு

நொண்டிச்சிந்து' எனும் நூல் பாலையூர் ஆ.சு.உ.சுப்பிரமணியஞ் செட்டியார் விருப்பத்தின்படி மதுரை வடக்குமாசி வீதி வி.என். இராகவக்கோனார் அவர்களால் ஸ்ரீராமச்சந்திர விலாச அச்சியந்திரசாலையில் பதிப்பிக்கப்பெற்றது என்ற இருநூல்கள் மட்டுமே தரவாகக் கிடைக்கிறது. இதனைப் போன்று 1927-இல் T.K.சுந்தரம் அவர்கள் இயற்றிய 'பஜன ஜீவரத்னாமிர்த மென்னும் பக்திரசக்கீர்த்தனம் (இரண்டாம் பாகம்)' எனும் நூல் மதுரை புதுமண்டபம் புக் ஷாப் M.K.சந்தானகிருஷ்ணக் கோனார் அவர்களால் மதுரை மீனாட்சி விலாஸ் பிரஸில் பதிப்பிக்கப்பெற்றது. இந்நூலின் பின் அட்டையில் இவர் பதிப்பித்த சில நூல்களின் விபரங்களைத் தருகிறார். வி.கே.முத்துச்சாமிக்கவிராயரவர்கள் இயற்றிய 'தற்கால நாகரீக சங்கீத சம்பூர்ண ஸ்ரீகிருஷ்ணலீலா, இது R.கன்னையா கம்பேனியார் அவர்களின் ஆப்டோன் படங்களுடன் வெளிவரும் ஓர் இனிய தமிழ் நாடகம்' மற்றும் இந்நூல் ஆசிரியரின் 'பக்திரஸக் கீர்த்தனை', 'தற்கால சங்கீதசம்பூர்ண தசாவதாரம்', 'புதியபெரிய பார்ஸிசதாரம் சரித்திரம்', 'T.K.சுந்தரம் கீர்த்தனை' முதற்பாகம், இரண்டாம் பாகம் போன்ற நூல்கள் அச்சிடப்பட்டிருக்கின்றன.

மு.ரா.கந்தசாமிக்கவிராயர் (1869 - 1918)

மதுரை சேற்றூருக்கு அருகிலுள்ள முகவூர் எனும் ஊரில் இராமசாமிக் கவிராயருக்கு மூன்றாவது மகனாக 1869இல் பிறந்தார். இவருடன் பிறந்தோர் மு.ரா.அருணாச்சலக்கவிராயர், சே.ரா.சுப்பிரமணியக்கவிராயர் ஆவர். தனது தொடக்கக் கல்வியைத் தந்தையிடத்திலும், துறைசை ஆதீன நமச்சிவாயத்திடமும் கற்றார். அக்காலத்தில் வாழ்ந்த மகாவித்துவான் மீனாட்சிசுந்தரம் பிள்ளையுடன் நெருங்கிய நட்பு கொண்டிருந்தார். கோவை மாவட்டத்தில் உள்ள உடுமலைப் பேட்டையில் தமிழாசிரியராகப் பணிபுரிந்தார். இவர் 'ஆசுகவி' பாடுவதில் வல்லமை கொண்டவர்.

1901இல் பாண்டித்துரைத் தேவரால் மதுரையில் தொடங்கப்பெற்ற தமிழ்ச் சங்கத்தில் உறுப்பினராகி, நூல் பரிசோதகராகவும் நூல் வெளியீட்டாளராகவும் பதவி வகித்தவர். தமிழ்ச் சங்கத்தோடு தொடர்பு கொண்டிருந்தாலும் தனியாகச் சில நூல்களை வெளியிடவும், இதழ் நடத்துவதற்கும் ஓர் அச்சியந்திரசாலையை நிறுவினார். நிறுவிய ஆண்டு கிடைக்கப்பெறாத நிலையில் அதன் முகவரி விவேகபாநு இதழின்வழி கிடைக்கப்பெறுகிறது. அதாவது 'விவேகபாநு' ஆபிஸ், வடக்காவணி

மூலவீதி, மதுரை விவேகபாநு அச்சியந்திரசாலை. இதனைக் கொண்டு பார்க்கும்போது விவேகபாநு அச்சியந்திரசாலை வடக்காவணி மூலவீதியில் செயல்பட்டிருப்பதை அறியமுடிகிறது. இவர் 'விவேகபாநு', வித்தியாபாநு' எனும் இரண்டு இதழ்களை நடத்தியுள்ளார். இவ்வச்சியந்திரசாலையில் இவருடைய நூல்கள் மட்டுமல்லாமல் பிற இலக்கிய ஆளுமைகளுடைய நூல்களும் அச்சிடப்பட்டிருக்கின்றன.

மு.ரா.கந்தசாமிக் கவிராயர் 'அரிமழத் தல புராணம்', 'திருப்போரூர்த் திரிபந்தாதி', 'பவநிவேத வேதநாயகியம்மை பிள்ளைத்தமிழ்', 'கருமலையாண்டவர் துதி மஞ்சரி', 'வியாசத்திரட்டு', 'குமண சரித்திரம்' எனும் நூல்களை இயற்றியுள்ளார். சேதுபதி பள்ளியில் தமிழாசிரியராக வேலை பார்த்துவந்த அரசஞ்சண்முகனாரின் நெருங்கிய நண்பராக இருந்தார். சண்முகனாரின் நூல்களுக்கு உரை எழுதியும் பதிப்பித்திருக்கிறார். சண்முகனார் 1887இல் முருக கடவுள்மேல் பாடிய 'மாலை மாற்று மாலை' எனும் நூலில் உள்ள 30 பாக்களுக்கு மு.ரா.கந்தசாமிக் கவிராயர் 1903இல் உரை எழுதித் தனது விவேகபாநு அச்சியந்திரசாலை வழியாகப் பதிப்பித்துள்ளார். இதன் பின்னர் இந்நூலில் உள்ள சந்தத்திருவடிமாலை, சிதம்பர விநாயகர் மாலை, திருவடிப்பத்து ஆகிய மூன்றையும் சேர்த்து 1914ஆம் ஆண்டு பதிப்பித்தார். சண்முகனாரால் எழுதப்பெற்ற 'இன்னிசை இருநூறு' எனும் நூலினைப் பலரின் விருப்பத்திற்கிணங்க 1913ஆம் ஆண்டு அச்சிட்டு நூலாக வெளியிட்டார். இதனைத் தொடர்ந்து கம்பராமாயணத்திலுள்ள ஆரண்ய காண்டத்திற்கு மட்டும் உரையெழுதிப் பதிப்பித்தார்.

விவேகபாநு இதழ்

வள்ளிநாயகம் சுவாமியை ஆசிரியராகக் கொண்டு விவேகபாநு இதழ் 1900 செப்டம்பர் முதல் 1901 ஆகஸ்டு வரை தூத்துக்குடியிலிருந்து வெளிவந்திருக்கிறது. இது திருநெல்வேலி, நூருல் இஸ்லாம் அச்சியந்திர சாலையிலிருந்து பதிப்பிக்கப்பட்டு, அகஸ்தியர் ஆசிரமத்தினரால் பிரசுரிக்கப்பட்டுவந்துள்ளது. இதில் வ.உ.சி.யின் சுயசரிதை, இராமகிருஷ்ண பரமஹம்சருடைய 'உபதேச மொழிகள்', 'விவேகாநந்தரின் துறவு' என்ற ஆசிரியர் கட்டுரை போன்றவை வெளிவந்தன. இவ்விதழ் ஸ்ரீ ராமகிருஷ்ண இயக்கத்துடன் தொடர்புடையது. பெரும் பொருளாதார நெருக்கடி ஏற்பட்டதால் விவேகபாநு இதழை நிறுத்த வேண்டியதாயிற்று. நீண்ட இடைவெளிக்குப் பின் அதனைத் தான் ஏற்று மதுரையிலிருந்து

நடத்துவதாக மு.ரா.கந்தசாமிக் கவிராயர் வள்ளிநாயகம் சுவாமிகளிடம் கூறியுள்ளார். அதற்கு அனுமதி கொடுத்தபின், 1902இல் விவேகபாநு இதழ் மு.ரா.கந்தசாமிக்கவிராயரால் தொடங்கப்பட்டது. வள்ளிநாயகம் 1902 டிசம்பர் மாத இதழில் எழுதியுள்ள தலையங்கத்தில் "... பொதுமக்கள் 'விவேகபாநு'வால் அடையும் பயனைக் கருதி, எமது நண்பர் எம்.ஆர்.கந்தசாமிக் கவிராயர் என்பார் இது முதல் திருவாலவாயிலிருந்து 'விவேகபாநு'வை வெளிவரச் செய்யும் பணியைத் தலைமேற்கொண்டு ஆதலின் இந்தப் பத்திரிகைக்கு அவரே தலைவர் என நமது நேயர்கள் யாவரும் அறிவார்களாக. அவர் கல்வி, கேள்விகளிலும் பற்பல மத ஆராய்ச்சியிலும் வல்லவர். ஆதலின் இந்தப் பத்திரிகை முன்பு எம்மால் நடத்தப்பட்டு வந்ததைப் பார்க்கிலும், அதிக மேம்பாடு உடையதாக விளங்கும் என்பதில் ஐயம் இல்லை. அவ்விதமே விளங்குவதற்குச் சர்வ தயாநிதியாகிய எம்பெருமானும் அருள் புரிவாராக[15]!" என்று கூறுகிறார்.

மு.ரா.கந்தசாமிக் கவிராயர் 'அறிவிப்பு' என்ற தலைப்பில் ஒரு கட்டுரை எழுதுகிறார் அதில்,

"செந்தமிழ் அபிமானிகளாகிய கனதனவான்களே!

இந்த 'விவேகபாநு' தூத்துக்குடி ஸ்ரீமத் வள்ளிநாயக சுவாமிகளால் 1900 செப்டம்பர் முதல் தொடங்கி ஒரு வருடம் மிகவும் சிறப்புடன் நடத்தப்பெற்றதும், தற்காலத்தில் தன்னிகரில்லாத தலைமைப் புலமை வாய்ந்த ஸ்ரீமான் உ.வே.சாமிநாதய்யர் அவர்கள் முதலான பண்டித சிகாமணிகளால் கொண்டாடப்பெற்றதும் யாவரும் அறிந்த விஷயம்.

இங்ஙனம் சிறந்து நிகழ்ந்த இதனை இந்தத் தமிழ்நாட்டின் தவக்குறைவால் சிற்சில அசௌகரியங்களைக் கருதி ஸ்ரீமத் வள்ளிநாயகம் சுவாமிகள் சில காலம் நிறுத்தி, 'வேறு யாரேனும் நடத்துவாராயின் இதனது முழு சுதந்திரங்களையும் கொடுத்து நானும் இயன்ற வரை உதவி புரிகிறேன் என்று என்னிடமும் என் நண்பர்களிடமும் தெரிவித்தார்கள்.

இதை மீண்டும் நடத்த வேண்டும் என்ற பெருவிருப்பத்தால், இதன் சுதந்திரங்களைப் பெற்றுக்கொண்டு சரிவர நடத்திவருவதாக மேற்படி சுவாமிகளிடம் நான் தெரிவித்தேன். சுவாமிகள் அகமகிழ்ந்து ஆசி கூறி 'விவேகபாநு'வின் சகல சுதந்திரங்களையும் எனக்குக் கொடுத்தருளினார்கள்[16]" என்று கூறுகிறார். அதன் பின் விவேகபாநு 189, வடக்கு ஆவணி மூல

வீதி, மதுரை என்ற முகவரியுடன், போஸ்டு K.நெ. M 237 என்ற எண் கொண்டு முறையாகப் பதிவுற்று நடத்தப்பட்டது. இது 40 பக்கங்களுக்கு மிகாமல் வெளிவந்தது. அன்றைக்கு 4 அணாவிற்கு இது விற்கப்பட்டது. இதன் புரோப்ரையிட்டர் - எம்.ஆர். கந்தசாமிக்கவிராயர், பத்திராதிபர்: எஸ்.சாமிநாதையர், எம்.ஆர்.கந்தசாமிக்கவிராயர் என இருவரின் முதன்மையில் வெளிவந்தது. இதழ் தொடங்கியபோது தனியான அச்சியந்திரம் இல்லாததால் அன்றைக்கு மதுரையில் செயல்பட்டுவந்த மதுரை மீனாம்பிகை அச்சுக்கூடத்திலிருந்து வெளிவந்தது. இவ்விதழ்களில் தொடர்ந்து அன்றைக்குத் தமிழ் அறிஞர்களாக விளங்கிய R.சுப்பிரமணி ஐயர், ப.நாராயண ஐயர், வ.உ.சிதம்பரனார், அரசஞ்சண்முகனார், சுன்னாகம் குமாரசாமிபிள்ளை, பொ.மு.முத்தையா பிள்ளை, சே.கு.விசாகப்பெருமாள் முதலியார், ம.கோபாலகிருஷ்ண ஐயர் போன்றோரின் கட்டுரைகள் இடம்பெற்றிருக்கின்றன. தமிழ் இலக்கியத்திற்குப் பெருமை சேர்த்த இதழ்களில் விவேகபாநு இதழும் ஒன்று. இவ்விதழின் வழியாக 1904இல் பாரதியின் பாடலான ‘தனிமை இரக்கம்’ வெளிவந்தது. பாரதியின் பாடல்களில் இப்பாடல்தான் முதன்முதலில் அச்சில் வெளிவந்தது என்பது குறிப்பிடத்தக்கது. இதன் பெருமை மு.ரா.கந்தசாமிக்கவிராயரையே சேரும். இதனையடுத்துச் சோழவந்தான் அரசஞ்சண்முகனாரின் ‘இன்னிசை இருநூறு’ நூல் 1904இல் விவேகபாநு இதழில் தொடராக வெளிவந்தது. இதன் அருமையினை அறிந்த அறிஞர் பெருமக்கள் இதனை நூலாக வெளியிடுமாறு கேட்டுக்கொண்டதற்கினங்க 1913இல் நூலாக வெளியிட்டார். இந்நூல் 199 பாடல்களைக் கொண்டது, வெண்பாவால் அமையப்பெற்றது. இவ்விதழில் வைத்தியம் தொடர்பாக வீ.சா.ஐயன்பிள்ளையவர்கள் எழுதிவந்ததும் குறிப்பிடத்தக்க ஒன்று.

இதுவரை கிடைக்கப்பெற்ற தரவுகளின் வழி விவேகபாநு அச்சியந்திர சாலை வழியாகப் பதிப்பிக்கப்பெற்ற நூல்கள், ஆண்டுகளின் அடிப்படையில்:

- 1906இல் திருவெண்ணெய்நல்லூர் மெய்கண்ட தேவநாயனார் அருளிச்செய்த ‘சிவஞானபோத மூலமும்’.
- 1906இல் மு.ரா.அருணாச்சலக்கவிராயர் எழுதிய ‘சேது பர்வதவர்த்தனியம்மை பிள்ளைத்தமிழ்’.
- 1906இல் மு.ரா.அருணாச்சலக்கவிராயர் எழுதிய ‘திருக்குற்றாலத் தலபுராண வசனம்’.

- *1907*இல் பிரம்மஞான சங்கம் ஏ.நாஞ்சுண்டப்பரால் எழுதிய 'தர்மம் சுதேசியம்' என்ற நூல் தமிழில் மொழிபெயர்க்கப்பட்டு வி.இராமச்சந்திர நாயுடு அவர்களால் பதிப்பிக்கப்பட்டுள்ளது.
- *1907*இல் எம்.கே.எம்.அப்துல்காதிறு ராவுத்தர் அவர்களால் இயற்றிய 'தமிழ்ச்சங்க மான்மியம்'.
- *1907*இல் வேலாயுததேசிக சுவாமிகள் இயற்றிய 'திருக்கோளக்குடி யென்னும் திருக்கோளாபுரப் புராணம்'.
- *1907*இல் ம.கோபாலகிருஷ்ண ஐயரால் எழுதப்பெற்ற 'தமிழ் முதுமொழியின் தளர்ச்சியும் வளர்ச்சியும்'.
- *1907*இல் கண்டனூர் நா.பெ.நா.மு.முத்துராமையா பாடிய 'கண்டனூரில் எழுந்தருளியிருக்கும் ஸ்ரீமீனாட்சிசுந்தரேஸ்வர் கலியாணப்பாட்டு'.
- *1907*இல் ஆ.அம்பலவாண நாவலரால் இயற்றப்பெற்ற 'திருநாவலூர் மான்மியம்'.
- *1908*இல் மு.ரா.அருணாசலக்கவிராயர் பாடிய 'திருச்செந்தூர்த் தலபுராண வசனம்'.
- *1908*இல் கண்டனூர் நா.பெ.நா.மு.முத்துராமையா இயற்றிய 'திருஞானசம்பந்த சுவாமிகள் சமணரை வாதில்வென்ற சரித்திரம்'.
- *1909*இல் 'மனிதன் வமிசாவளியின் உண்மை' (*1903*இல் அன்னிபெசன்ட் அம்மையார் செய்த நான்கு உபன்யாசங்களின் தமிழ் மொழிபெயர்ப்பு) எனும் நூலினை ப.நாராயண ஐயர் பதிப்பித்துள்ளார்.
- *1909*இல் சீவலமாற பாண்டியன் எழுதிய 'குலோத்துங்கசோழன் கோவை'.
- *1909*இல் 'சர்வஞானோத்தரம் ஞானபாதம்' தமிழ் மூலம்.
- *1910*இல் ம.கோபாலகிருஷ்ணய்யர் எழுதிய 'சந்நியாசி கீதமும் பாரத ஜாதிய கீதமும்'.
- *1910*இல் திரிகூடராசப்பக்கவிராயர் இயற்றிய 'திருக்குற்றாலத் தலபுராணம்' எனும் நூல் மு.ரா.அருணாச்சலக்கவிராயரால் பல பிரதிகளைத் தேடித் தொகுத்து ஒப்புநோக்கிப் பதிப்பிக்கப்பட்டுள்ளது. இந்நூலுக்கு மு.ரா.கந்தசாமிக் கவிராயர் முன்னுரை எழுதியுள்ளார்.

இது தானைவபவ காண்டம், சிவரகசிய காண்டம் என இரு பிரிவும், 32 சருக்கங்களும், 2072 செய்யுட்களும் கொண்டுள்ளது. இந்நூல் 40 வருடங்களுக்கு முன்னர் பதிப்பிக்கப்பட்டுள்ளது. அதில் விடுபட்ட பாடல்களைச் சேர்த்து இந்நூல் முழுமையாகப் பதிப்பிக்கப்பட்டுள்ளது.

- *1910*இல் 'குலோத்துங்கசோழன் கோவை' எனும் நூல் பதிப்பிக்கப் பட்டுள்ளது.
- *1910*இல் அரங்கநாதச் செட்டியாரால் எழுதப்பெற்ற 'அரியக்குடி மும்மணிக்கோவை'.
- *1911*இல் பா.நாராயண ஐயர் இயற்றிய 'மௌந வாக்கு'.
- *1911*இல் 'திருச்செந்தூர்ப் பிரபந்தத் திரட்டு'.
- *1912*இல் சிக்கலில் எழுந்தருளும் சிங்கார வேலவர் தோத்திரப்பாடல்கள்.
- *1912*இல் திரிகூடராசப்பர் கவிராயர் அருளிச்செய்த 'திருக்குற்றாலக்குறவஞ்சி' எனும் நூல், மு.ரா.அருணாச்சலக் கவிராயர் எழுதிய அரும்பத உரையுடன் பதிப்பிக்கப்பட்டுள்ளது
- *1912*இல் கவிராஜபண்டிதர் செகவீர பாண்டியரால் இயற்றப்பெற்ற 'திருச்செந்தூர் சண்முகக் கடவுள் மீது மாசிலாமணிமாலை'.
- *1913*இல் சோழவந்தான் அ.சண்முகம்பிள்ளை எழுதிய 'இன்னிசையிருநூறு.'
- *1913*இல் சத்திய வாக்கியர் பாடிய 'காஞ்சிவாச்சியாரின் மாயாவாதக்கோண் மறுப்பு'.
- *1913*இல் மு.ரா.கந்தசாமிக்கவிராயரால் இயற்றப்பட்ட 'குமண சரித்திரம் மூலமும் உரையும்' எனும் நூலின் இரண்டாவது பதிப்பு பதிப்பிக்கப்பட்டுள்ளது.
- *1913*இல் மு.ரா.கந்தசாமிக்கவிராயர் எழுதிய 'குமண சரித்திரம்'.
- *1913*இல் கண்டனூர் நா.பெ.நா.மு.முத்துராமையாவால் பாடப்பட்ட 'கும்பாபிஷேகக் கவித்திரட்டு'.
- *1913*இல் ஆவுடையார் கோவில் வேலாயுதம் பிள்ளையால் பாடப்பெற்ற 'சற்குரு விளக்கப்ரசண்ட மாருதம்'.

- *1913*இல் மீனாட்சிசுந்தரம் பிள்ளை பாடிய ‘சேக்கிழார் பிள்ளைத் தமிழ்’.
- *1914*இல் அருணந்தி சிவாசாரியார் பாடிய ‘சிவஞானசித்தியார் சுபக்கம் மூலம்’.
- *1914*இல் தர்மம் பாலம்மாள் இயற்றிய ‘சாணக்கிய சாகசம் அல்லது சந்திரகுப்த சரித்திரம்’ எனும் நூல் மா.கோபாலகிருஷ்ண ஐயரால் பதிப்பிக்கப்பட்டுள்ளது.
- *1914*இல் மு.கோவிந்தசாமி ஐயரால் பாடப்பெற்ற ‘திருஞானசம்பந்த சுவாமிகள் சிந்து’.
- *1914*இல் அருணகிரிநாதர் இயற்றிய திருப்புகழ் (திருத்திய புதிய பதிப்பு).
- *1920*இல் திருவள்ளுவர் திருக்குறள் மூலமும் பரிமேலழகருரையும்.

மா.கோபாலகிருஷ்ணையர் (1878 - 1927)

திருச்சி மாவட்டத்திலுள்ள லால்குடியில் *1879*இல் மகாதேவனுக்கு மகனாகப் பிறந்தார். பிறந்தது திருச்சியாக இருந்தாலும் மதுரையில்தான் அதிகமாக வாழ்ந்துள்ளார். தனது இளமைப் பருவக் கல்வியைக் கற்ற பின்னர் சோழவந்தான் அரசஞ்சண்முகனாரிடம் இலக்கிய இலக்கணங்களைக் கற்றார். சண்முகனாரின் முதல் மாணவர் இவரே. இதேபோன்று மகிபாலன்பட்டி மு.கதிரேச செட்டியாரிடமும் கல்வி கற்றுள்ளார். அன்றைக்கு இருந்த எப்.ஏ. என்ற ஆங்கிலத் தேர்வில் தேர்வு பெற்று ஆங்கிலப் புலமையும் பெற்றார். பதிப்பு, உரை, கவிதை, கட்டுரை, நாடகங்கள், மொழிபெயர்ப்பு என்ற பன்முகத்தன்மையில் செயல்பட்டார். தனது இருபத்துமூன்றாவது வயதில் மதுரையில் ‘மதுரை மாணவர் செந்தமிழ்ச் சங்க’த்தை நிறுவினார். மதுரைக் கல்லூரியில் நீண்டநாளாகத் தமிழாசிரியராகப் பணிபுரிந்துள்ளார். விவேகோதயம், நச்சினார்க்கினியன் என்ற தலைப்புகளில் மாதாந்திரப் பத்திரிகைகளையும் நடத்திவந்துள்ளார்.

அதுபோன்று அன்றைக்கு வெளிவந்த தமிழ் இதழ்களில் இவர் கட்டுரைகளும் எழுதியுள்ளார். தமிழ் இலக்கண இலக்கிய உரையாசிரியர்களில் நச்சினார்க்கினியரே இவருக்கு மிகவும் பிடித்தவராக இருந்தார். நச்சினார்க்கினியர் மேல் இவர்கொண்ட அன்பால் மதுரையில் நச்சினார்க்கினியருக்கு ஞாபகச்சின்னத்தை நிறுவினார். இச்சின்னம் பற்றிய தகவல் மட்டும் கிடைக்கப்பெறுகிறதே தவிர, அது எங்கு எப்போது நிறுவப்பட்டது என்ற தரவு கிடைக்கப்பெறவில்லை.

மதுரை மாணவர் செந்தமிழ்ச் சங்கம்

ம.கோபாலகிருஷ்ண ஐயர் 1901இல் 'மதுரை மாணவர் செந்தமிழ்ச் சங்க'த்தை நிறுவினார். சங்கத்தில் கூட்டம் நடைபெறும்போதெல்லாம் தனது கல்வி ஆசானாகிய சோழவந்தான் அரசஞ்சண்முகனாரை அழைத்துச் சிறப்புச் செய்திருக்கிறார் ம.கோ. சங்கம்பற்றி தனது 'முதுமொழியின் தளர்ச்சியும் வளர்ச்சியும்' என்ற நூலில் ம.கோ. குறிப்பிடுகிறார். இந்நூல் மொத்தம் 34 பக்கங்களை உள்ளடக்கியது. இச்சங்கம் பற்றிய செயல்பாடு குறித்தும் அதன் பணியைப் பற்றியும் இக்கட்டுரையில் 'மதுரையும் தமிழும்' எனும் பொருண்மையில், "1901ஆம் வருஷம் தமிழ் சம்பந்தப்பட்டமட்டில் மதுரைக்கோர் சிறந்தவருஷம் என்றெண்ண வேண்டியிருக்கிறது. ஏனெனில், 'தேன்பிலிற்று நறுங்கொன்றைத் திருமுடியாரும் இருந்ததாய் தெய்வச்சங்க, மான்மியமேவும் மதுரைமாநகரிற் சங்கமிலா வண்மை ஓர்ந்தே' இருவகைச் செல்வமும் எய்தாத ஒருவரால் "மதுரை மாணவர் செந்தமிழ்ச் சங்கம்" என்ற ஓர் சங்கம், 1901-ம௵ மேமீ 5உயும் ஆதிவாரமும் கூடிய சுபதினத்தில், ஸ்தாபிக்கப்பட்டது. இது அன்று முதல் நாளொருமேனியும் பொழுதொரு வண்ணமுமாக வளர்ந்து மதுரையார்க்குப் பல்லாற்றானும் பயனாற்றி வருகிறது. வாரத்தோறும் இச்சங்கத்தில் பிரசங்கங்கள் நடைபெற்று வருகின்றன. மஹா மஹோபாத்தியாய பிரமஸ்ரீ வே.சாமிநாதையரது விருப்பு ஒருவாறு நிறைவேற, இச்சங்கம், பண்டை உரையாசிரியரும், மதுரை வாசியுமான ஆசிரியர் பாரத்துவாசி நச்சினார்க்கினியருக்கு இரு ஞாபகச் சின்னங்கள் ஏற்படுத்தியுள்ளது. அவற்றுள் ஒன்று "நச்சினார்க்கினியர் பரிசு," பின்னையது, ஆங்கில கலாசாலை மாணவர்கட்குத் தமிழ் கற்றலில் ஊக்கம் அளித்தற்பொருட்டு, உயர்தர வகுப்புகளிலும் 'காலேஜ்' வகுப்புகளிலும் பயிலும் மதுரையில் உள்ள நானாகலாசாலை மாணவர்கட்கும் அன்னோரது தமிழ்ப் பாடத்திலும், தமிழ் மொழிபெயர்ப்பிலும், தமிழ்வியாஸத்திலும், தமிழ்வாக்கியங்களைப் பிழையற எழுதலிலும் தக்க பண்டிதரைக்கொண்டு பரீக்ஷை நடாத்தி அளிக்கப்படுவது; ஒவ்வொரு வகுப்பிற்கும் இவ்விரண்டு பரிசுகள் அளிக்கப்பட்டுவருகின்றன. இதைத்தவிர நமது இந்துமதத்தை மேற்றிசையிலும் பரப்பி நிலைநாட்டிய ஸ்ரீமத் விவேகாநந்தசுவாமிகளின் ஞாபகார்த்தமாக "விவேகாநந்தர் பத்திரிகாசாலை"யை இச்சங்கம் கொண்டுள்ளது அன்றியும் இதன் கௌரவ அங்கத்தினராகப் பன்னிரண்டு பிரபல பண்டிதர்கள் இருக்கின்றனர். நிற்க.

மாணவர் செந்தமிழ்ச்சங்கம் ஸ்தாபிக்கப்பட்ட நன்முகூர்த்தம் அதே வருஷத்தில் அதே மாதத்தில் 24 அன்று மதுரைத் தமிழ்ச்சங்கம் ஸ்ரீ பாண்டித்துரைத் தேவர் அவர்களது நன்முயற்சியினால் நிறுவப்பட்டது[17]" என்கிறார். இந்நூலை, விவேகபாநு இதழில் 1907- ஜுலை - ஆகஸ்ட் மாதங்களில் தொடர்க் கட்டுரையாக எழுதி வெளியிட்டார். பின்னர் அதனை 'இராமநாதபுரம் மாணவர் இந்துமத வித்யாப்பியாஸ சங்கப்' பிரசுரத்தின் முதல் வெளியீடாக 1907இல் விவேகபாநு முத்திராசலையின் வழியாக அச்சடித்து வெளியிடப்பட்டது.

ம.கோபாலகிருஷ்ண ஐயரின் கருத்தை வைத்துப் பார்க்கும்போது மதுரை மாணவர் தமிழ்ச் சங்கம் மதுரைத் தமிழ்ச் சங்கம் நிறுவுவதற்கு முன்னரே நிறுவப்பட்டிருப்பது புலனாகிறது. இவ்விரண்டு சங்கங்களுக்கு அடுத்தபடியாக மூன்றாவது சங்கம் இராமநாதபுரத்தில் தொடங்கப்பட்டிருக்கிறது. இது 'மாணவர் இந்துமத வித்தியாப்பியாச சங்கம்' என்று ம.கோ. குறிப்பிடுகிறார். "பாலவநத்தம் பாலித்திடுவோரும் வண்டமிழ் வளர்ப் பொன்றேயே கண்ணிய கடப்பாடாகக் கருதியோரும் பிதுர் சத்குணம் புத்ர: என்ற மகாவாக்கியத்திற்கோர் தனிச்சான்றாவோரும் "இருவேறுலகத் தியற்கை திருவேறுதெள்ளிய ராதலும் வேறு" என்ற மெய்மொழிப் பொருளை வேறுபடுத்தும் பெற்றிவாய்ந்த பேரறிவாளருமான ஸ்ரீமாந் பாண்டித்துரைத் தேவரையே அக்ராஸநராகவும், இருவகைச் செல்வமும் ஒருங்கே வாய்ந்த சேதுமன்னனாகிய ஸ்ரீமாந் பாஸ்கர சேதுபதியவர்களின் குமாரரான இராஜ ராஜேசுவரதுரை யென்ற முத்துராமலிங்க சேதுபதி யவர்களையும், அவருடைய சகோதரரையும், "சின்னமகாராஜா" எனச் சிறப்பித்துக் கூறும் ஸ்ரீமாந் ஆ.இராஜ தினகர் பகதூர் அவர்களாதி யோரையும் பரிபாலராகக் கொண்டும், "மாணவர் இந்துமத வித்தியாப்பியாச சங்கம்" என்ற நற்றமிழ் மாணவர் சங்கம் இராமநாதபுரத்தில் தோன்றிப் பிரசங்கங்கள் மூலமாகவும், சிறு துண்டுப் பத்திரிகைகள் மூலமாகவும், தமிழறிவைப் பரப்பி இராமநாதபுரத்திற்கே ஓர் அணிகலனாய் விளங்காநிற்கின்றது. மதுரை ஜில்லா இருபிரிவாகப் பிரிக்கப்படுங்கால் தற்காலம் மதுரை ஜில்லாவில் உள்ள தமிழ்ச் சங்கங்களில் மூன்றாவது சங்கமாக இருக்கும் இது, இனி இராமநாதபுரம் ஜில்லாவிற்கே முதற்சங்கமாகும்18" என்கிறார். இக்கருத்தினால் 1907களில் மதுரை ஜில்லாவில் மூன்று சங்கங்கள் இருந்திருக்கின்றன; இன்றைய இராமநாதபுர மாவட்டம் அன்று மதுரை ஜில்லாவிற்குள் அடக்கமாயிருந்திருக்கிறது; அதனால் அச்சங்கத்தையும்

சேர்த்துத் தமிழ் மொழி வளர்ச்சிக்காக மதுரையில் மூன்று சங்கங்கள் நிறுவப்பட்டிருக்கின்றன என்பது புலனாகிறது.

மதுரை மாணவர் செந்தமிழ்ச் சங்கத்தில் பெண்கல்வி பற்றிப் பெரிதும் பேசப்பட்டுவந்துள்ளது. இதற்காகச் சிறப்பு அழைப்பாளராகப் பண்டிதை அசலாம்பிகை அம்மையார், ஸ்ரீமதி கிருஷ்ணவேணி, ஸ்ரீமதி பதுமாவதி போன்றோர் வந்து சிறப்பு செய்துள்ளனர். பாரதியும் ம.கோ.வும் மிக நெருங்கிய நண்பர்களாவர். பாரதிக்குச் சேதுபதியில் வேலை வாங்கிக்கொடுத்ததும், சுதேசமித்தரனில் வேலைங்கிக்கொடுத்ததும் அவர்தான். சுதேசமித்திரன் இதழின் ஆசிரியர் ஜி.சுப்பிரமணியர் ஒரு விசயமாக மதுரை வந்தபோது தனது நண்பரான ம.கோ.வைச் சந்தித்தார். தனது இதழுக்குத் துணையாசிரியர் வேண்டும் என்று கூற, அப்போது ம.கோ. பாரதியை அறிமுகப்படுத்தியுள்ளார். இதனைக் கவியோகி சுத்தானந்த பாரதி, 'கவிக்குயில் பாரதியார்' என்ற நூலில் குறிப்பிடுவதாக உஷாமகாதேவன், "நல்ல தமிழ் எழுதக்கூடிய உணர்ச்சி பெற்ற வாலிபர் வேண்டும். சுதேசமித்திரனில் எனக்குத் துணை செய்ய ஒருவர் தேவை' என்றார். 'இதோ! தங்கமான உணர்ச்சிக் கனல்' என்று பாரதியாரை அழைத்து வந்து புலவர் ம.கோ. அறிமுகப்படுத்தினார்"19 என்று குறிப்பிடுகிறார். பாரதியும் இச்சங்கத்திற்கு அடிக்கடி வந்திருக்கிறார்; அங்குள்ள புலவர்களுடன் உரையாடியும் வந்திருக்கிறார். மதுரையில் செயல்பட்டுவந்த நாநா கலாசாலையில் தமிழ் பயிலும் மாணவர்களுக்குச் சான்றிதழ்கள் இச்சங்கத்தின் வழியாக வழங்கப்பட்டுவந்திருக்கிறது. இச்சான்றிதழின் அடக்கமானது,

"மதுரை மாணவர் செந்தமிழ்ச் சங்கத்து 'நச்சினார்க்கினியர் ஞாபகச்சின்ன சபையார்' மதுரையில் உள்ள நாநா கலாசாலையில் பயில்வோர்க்கு தமிழறிவு மிகுதற்பொருட்டு நடத்திய பரிட்சையில் .... தரத்தில் மதுரைக் கலாசாலையில் .... வகுப்பிற் பயிலும் .... தேறியதைக் குறிப்பிக்க அளித்த யோக்கியதா பத்திரமாகும்[20]" என்று அமைந்துள்ளது (பின்னிணைப்பு - Iஇல் பார்க்க).

இச்சான்றிதழ் ஆறாம் வகுப்பில் இரண்டாம் தரத்தில் தேறிய வை.பிரணதார்திஹரன் என்ற மாணவருக்கு வழங்கப்பட்டிருப்பது தெரியவருகிறது. 'தமிழ்ப் பரீக்ஷையிற் தேறியோரின் யோக்கியதாபத்திரம்' எனும் பொருண்மையில் வழங்கப்பட்டிருக்கிறது. இச்சங்கத்தின் வழி **1916**

பிப்ரவரியில் ‘விவேகோதயம்’ என்ற இதழ் ம.கோ.வால் தொடங்கப்பட்டு இரண்டு ஆண்டுகள் வரை நடத்தப்பட்டிருக்கிறது. இதன் நிருபராக ம.கோ.வும், துணையாசிரியராக அவரது சகோதரி பாலம்மாளும் இருந்துள்ளனர்.

ம.கோ.வின் இலக்கியப் பணியானது அவரது நெருங்கிய நண்பர் மு.ரா.கந்தசாமிக் கவிராயரிடமிருந்தே தொடங்கியது. மு.ரா.வும் ம.கோ.வும் இணைந்து 1909 ஏப்ரல் மாதம் ‘வித்தியாபாநு’ என்ற இதழை மதுரையில் தொடங்கினார். ‘விவேகபாநு’ என்ற பெயரில் வந்த இதழ் 1908இல் முடிவுபெற்ற பிறகு, 1909இல் அது ‘வித்தியாபாநு’வாகத் திரும்பவும் வெளிவரத் தொடங்கியது. இதனை மு.ரா.கந்தசாமிக்கவிராயர் 1913இல் வெளிவந்த ‘வித்தியாபாநு’ இதழில் நன்றி கூறல் எனும் பொருண்மையில் கூறும்பொழுது, “நமது பத்திரிகை ‘விவேகபாநு’ என்னும் பெயரால் ஆதியில் தூத்துக்குடியில் ஒரு வருடமும், பின்னர் மதுரையில் ஆறு வருடமும் நன்கு நடைபெற்று, பின்பு ‘வித்தியாபாநு’ என்னும் பெயருடன் சென்ற மூன்று வருடங்களும் நடைபெற்று, இந்நான்காவது ஆண்டும் தொடக்கமுறுகின்றது[21]” என்கிறார். இவ்விதழ் 22 பக்கம், 44 பக்கம் என்று ஒவ்வொரு மாதக் கட்டுரையின் தன்மையினைப் பொறுத்து வெளிவந்திருக்கிறது. இதில் பொ.முத்தையாபிள்ளை, மு.கதிரேசன் செட்டியார், நல்லகுற்றாலம்பிள்ளை, மு.ராம.சோமசுந்தரம் செட்டி, ஆர்.ஸேதுநாராயண சர்மா, ம.கோபாலகிருஷ்ணையர், எஸ்.பால்வண்ண முதலியார், பி.சிதம்பர புன்னைவனநாதர், சுன்னாகம் அ.குமாரசாமிப்பிள்ளை போன்றோர் இதில் தொடர்ந்து எழுதிவந்தனர்.

1916 பிப்ரவரி மாதம் ‘விவேகோதயம்’ என்ற மாத இதழை ம.கோ. ஆரம்பித்தபோது தமிழகத்தில் காகிதப் பஞ்சம் நிலவியது. இதன் காரணமாகத் தொடர்ந்து நடத்தமுடியாமல் பல இதழ்கள் நின்று போயின. சில இதழ்கள் பக்கங்கள் குறைந்து வெளிவந்திருக்கின்றன. ஞானபாநு இதழின் ஆசிரியர் சுப்பிரமணிய சிவா, விவேகோதயம் இதழ் பற்றி குறிப்பிடுவதை உஷா மகாதேவன், “காகிதப் பஞ்சத்தினால் பீடிக்கப்பட்டுப் பத்திராதிபர்களும் பதிப்பாசிரியர்களும் திண்டாடுகின்ற இக்காலத்தில் பழைய பத்திரிகைகள் பல நின்றும் சில பக்கங்களையும் அளவையும் குறைத்தும் வருகின்ற இக்காலத்தில், மிகக் குறைந்த சந்தாவுக்கு மிக மிக அரிய விஷயங்களை யடக்கியுள்ள விவேகோதயம் கொடுக்கப்படுவது ஆசிரியருடைய பொது நலநோக்கத்தையும் மனத் துணிவையும் எடுத்துக்காட்டுகிறது[22]” என்கிறார்.

இவ்விதழில் அரசஞ்சண்முகனார், ந.மு.வேங்கடசாமி நாட்டார், பண்டிதை அசலாம்பிகை அம்மையார், பண்டிதர் எம்.எம்.நாராயணசுவாமி அய்யர், கே.வேங்கடராமையர் போன்றோர் கட்டுரைகள் எழுதிவந்தனர். இவ்விதழ் பற்றி வ.உ.சி., தனது கடிதத்தில் குறிப்பிடுவதைத் 'தங்கள் பத்திரிகை ஒன்றே என்னால் விரும்பப்படும் பத்திரிகை' (விவேகோதயம் ஜுலை மாத இதழ், *1916)*' என்று எழுதியுள்ளார். இக்கடிதம் வ.உ.சி. பிரம்பூரில் (பெரம்பூர்) இருந்தபோது ம.கோ.வுக்கு எழுதியதாகும். தமிழ்ச் சங்கங்களின் அறிக்கைகள் மற்றும் விளம்பரங்கள் போன்றவற்றை வெளியிட்டுவந்தனர். ம.கோ. அவர்கள் தனது ஆசிரியரான அரசஞ்சண்முகனார் இயற்றிய 'வள்ளுவர் நேரிசைப்பா'விற்கு உரை எழுதி இவ்விதழ்வழியாக வெளியிட்டுவந்தார்.

1927 ஜனவரி மாதம் திருச்சி தேசியக் கல்லூரியில் ஆசிரியராகப் பணியாற்றியபோது 'நச்சினார்க்கினியர்' என்ற இதழையும் தொடங்கி, தனது கடைசிக்காலம் வரை நடத்தியுள்ளார்.

ம.கோ. சொந்தமாக அச்சியந்திரம் நிறுவவில்லையென்றாலும் தனது இதழ்கள், நூல்கள், கட்டுரைகள் எல்லாம் மதுரை நான்காம் தமிழ்ச்சங்க முத்திராசாலையின் வழியாகவும், மு.ரா.கந்தசாமிக் கவிராயரின் விவேகபாநு அச்சியந்திரசாலையின் வழியாகவும், அன்றைக்குப் புத்தக வினியோகஸ்தராக விளங்கிய இ.மா.கோபாலகிருஷ்ணக்கோனார் அவர்களின் எக்ஸெல்ஸியர் பவர் பிரஸ் வழியாகவும் வெளியிட்டிருப்பதை அவரது நூலின் வழி அறியமுடிகிறது.

- *1904*இல் 'சந்யாசி கீதம்' எனும் தலைப்பிலான வேதாந்தப்பாடல் ம.கோ.வால் மொழிபெயர்க்கப்பட்டுப் பதிப்பிக்கப்பட்டது. இந்நூல் *1895*இல் விவேகாநந்தர் இயற்றிய வேதாந்தப் பாடலாகும்; மொத்தம் *13* பாடல்கள். இது தொடக்கத்தில் விவேகசிந்தாமணி இதழில் வெளிவந்தது என்பதும் குறிப்பிடத்தக்கது.
- *1915*இல் ம.கோ. எழுதிய 'அரும்பொருட்டிரட்டு', தமிழ்ச்சங்க முத்திராசாலையில் பதிப்பிக்கப்பெற்றது. இது மூன்று பாகங்களைக் கொண்டது. முதற் பாகத்தில் பல அறிஞர்கள் பற்றிய இரங்கற்பாகள், சிறப்புப் பாயிரங்கள், ஆன்றோர்க்கு வாழ்த்து, சபைகளுக்கு வாழ்த்து போன்ற தலைப்புகளில் கவிதைகள் இடம்பெற்றிருக்கும். இரண்டாம் பாகத்தில் விவேகாநந்தரின் 'சந்யாசி கீதம்', 'பாரதஜாதீய கீதம்', 'லாரட் அல்லின் மகள்', 'தேசாபிமானம்', 'நெப்போலியனும் பிரிட்டிஷ்

மாலுமியும்' போன்ற பல கவிதைகள் தமிழ்ப்பாவில் பாடப்பட்டவை அடங்கியிருக்கும். மூன்றாவது பாகத்தில் 'தேசாபிமானம்', 'தேகப்பயிற்சி', 'அக்பரின் காலஷேபம்', 'அந்தணரும் செந்தமிழும்' இன்னும் பல தலைப்புகளில் எழுதப்பட்ட கட்டுரைகள் அமைந்திருக்கும். இதற்கு மகிலான்பட்டி மு.கதிரேசன் செட்டி முகவுரை எழுதியுள்ளார். இந்நூல் கொடைவள்ளல் கானாடு காத்தான் பெத்தாச்சி செட்டியாரின் பொருளுதவியோடு பதிப்பிக்கப்பட்டுள்ளது. 1896இல் இருந்து பல்வேறு தமிழ் இதழ்களில் வெளிவந்த கவிதைகள், மொழிபெயர்ப்பு கவிதைகள், கட்டுரைகள் போன்றவற்றைத் திரட்டிய ம.கோ., அவற்றை 'அரும்பொருட்டிரட்டு' என்னும் பெயரில் நூலாக வெளியிட்டார்.

- 1919இல் 'விசுவநாதன் அல்லது கடமை முரண்' எனும் நாடக நூல் எழுதப்பட்டு மதுரை இ.மா.கோபாலகிருஷ்ணக் கோனாரின் அச்சியந்திரசாலையில் பதிப்பிக்கப்பட்டது. இந்நூல் 6 காட்சிகளைக் கொண்டது. தமிழகத்தில் இருந்த நாயக்க மன்னர்களின் கதையை நாடகமாக எழுதியுள்ளார். இதுவொரு வரலாற்று நாடகம். இதே ஆண்டில் மௌன தேசிகர் என்ற நகைச்சுவை நாடகத்தையும் எழுதி வெளியிட்டுள்ளார். இது 8 காட்சிகளைக் கொண்டுள்ளது.

- 1921இல் 'புதல்வர் கடமை' - நாற்பது சற்புத்திரர்களின் நற்சரிதை கொண்ட ஓர் வியாஸ நூல் முதல் பதிப்பாகவும் 1926இல் ஐந்தாவது பதிப்பாகவும் வந்துள்ளது. கட்டுரைத் தொகுப்பாக அமைந்துள்ள இந்நூல், இ.மா.கோபாலகிருஷ்ண கோனாரின் அச்சியந்திரசாலையில் பதிப்பிக்கப்பட்டது. TSLCக்குப் பாட புத்தகமாக டெக்ஸ்ட்புக் கமிட்டியார் இதனை அங்கீகரித்துள்ளனர். இந்நூலில் இராமபிரான், சாகரர், பரசுராமன், பீமன், அர்ச்சுனன், பிசிராந்தையார், ஆசாரிய சுவாமிகள், பட்டினத்தடிகள், கண்ணன், பரதன் போன்றோர் பற்றிய குறிப்புகளும், இயேசுபிரான், அலெக்ஸாண்டர், ஸிபஸ்டியான், நெப்போலியன் போன்றோரது வரலாற்றுச் செய்திகளும் இடம்பெற்றுள்ளன.

- 1919இல் வி.பாலம்மாள் இயற்றிய 'சாணக்ய சாகஸம் அல்லது சந்திரகுப்த சரித்திரம்' என்ற நூலின் முதல் பாகம் வெளியிடப்பட்டது. 1921இல் இதன் இரண்டாம் பாகம் வெளியிடப்பட்டது. வி.பாலம்மாள் இயற்றிய இவ்விரு நூல்களும் ம.கோ. அவர்களால் இ.மா.கோ.

கோனாரின் அச்சியந்திரசாலையில் பதிப்பிக்கப்பட்டது. இது ஒரு சரித்திர நாவல்.

- பாண்டித்துரை தேவர் திரட்டிய 'பன்னூற்றிரட்டு' எனும் நூலுக்கு ம.கோ. அவர்கள் பதவுரை, விருத்தியுரை, இலக்கணக் குறிப்பு ஆகியவற்றைத் தந்ததற்குப் பின் பதிப்பிக்கப்பட்டது. இதன் ஆண்டு ***1914.***

இதனைப் போன்று "சோழவந்தானூர் மகாவித்வான் ஸ்ரீமத். அரசஞ்சண்முகனார் இயற்றிய 'வள்ளுவர் நேரிசை' முதல் நூறு செய்யுள் மூலம் - மேற்படியாரது மாணாக்கரும் மதுரை மாணவர் செந்தமிழ்ச் சங்கத்து அக்கிராசனாதிபதியும் 'விவேகோதயம்', 'நச்சினார்க்கினியன்' என்னும் பத்திரிகைகளின் அதிபருமான பண்டித ஸ்ரீ ம.கோபாலகிருஷ்ணையரது குறிப்புரை, கதை விளக்கம் முதலியனவும் எனும் நூலை இ.மா.கோபாலகிருஷ்ணக் கோன், திருமங்கலம் ஸ்ரீகிருஷ்ண விலாஸம் அச்சியந்திரசாலையிற் பதிப்பிக்கப்பட்டது" (1919). இந்நூலின் பின்னட்டையில் விவேகோதயப் பிரசுரம் வழியாக அச்சிடப்பட்ட நூல்களை விவரிக்கிறார். 'மௌன தேசிகர்', 'விநோதக் கூற்றும் விடுகதை வினாக்களும்' - விடைகளுடன் (அச்சில்), 'புதல்வர் கடமை' (அச்சில்), 'விவேகோதயம்' முதல் பாகம், இரண்டாம் பாகம், 'தேனும் தேனியும் நற்பவளமும்', 'விசுவநாதன் அல்லது கடமைமுரண்', 'கதைப் பூங்கொத்து' (மொழிபெயர்ப்பு) வி.சூ.நடராஜன் இயற்றியது, 'தமிழ் வியாசங்கள்' - ஸ்ரீ எம்.வி.ரெங்கஸாமி ஐயர் இயற்றியது, 'விவேகபாநு' 4ஆவது வால்யூம், 'மானவிஜயம்' (விசுவநாதன் போன்று அகவல் பாவில் எழுதப்பட்ட ஒரு தமிழ் நாடகம்), 'கமலாவதி' (ஓர் தமிழ் நாடகம்), 'மாலினி மாதவம்' (ஒரு தமிழ் நாவல்) என்ற நூல் வேண்டுவோர் விவோகோதயம் பிரசுரத்தில் பெற்றுக்கொள்ளலாம்[23]" என்ற அறிவிப்பினைக் கொடுத்துள்ளார்.

இவரின் மொழிபெயர்ப்பை பாரதி, உ.வே.சா. வ.உ.சி. போன்றோர் புகழ்ந்து கூறியிருக்கிறார்கள். ம.கோ. அவர்கள் மதுரை மாணவர் செந்தமிழ்ச் சங்கத்தின் நிறுவனராகவும், மதுரைச் செந்தமிழ்ச் சங்கத்தின் அங்கத்தினராகவும், மதுரை விவேகானந்தர் சங்கத்தின் தலைமைச் செயலாளராகவும், மதுரைக் கல்லூரியின் ஆசிரியராகவும், இதழாசிரியராகவும் பல்வேறு ஆளுமைத்திறமுடையவராகச் செயல்பட்டிருக்கிறார்.

ஆ.அரங்கராமாநுஜம்

பண்டிதர் ஆ.அரங்கராமாநுஜம் மதுரையில் பிறந்தவர். வைணவ இலக்கியங்களில் ஆழ்ந்த புலமைகொண்டவர். மதுரையில் வைணவ சமயம் சார்ந்த 'ஹரிஸமய திவாகரம்' எனும் இதழ் ஒன்றை நடத்திவந்தவர். இவ்விதழ் முழுக்க முழுக்க வைணவ சமயக் கருத்தாடல்களைக் கொண்டே வெளிவந்தது. இவ்விதழுக்காக ஓர் அச்சியந்திர சாலையும் நிறுவினார். அதன்வழி பல வைணவ நூல்களை அச்சிட்டும்வந்தார்.

'ஹரிஸமய திவாகரம்' இதழ் 1924 ஜனவரி மாதம் தொடங்கப்பட்டது. இதன் பத்திராதிபராகப் பண்டித அரங்கராமாநுஜன் இருந்தார். இவ்விதழ் இருமாத இதழாக 24 பக்கங்களுக்கு மிகாமல் வெளிவந்தது. அன்றைக்கு இவ்விதழ் 1,500 பிரதிகள் அச்சடிக்கப்பட்டு வெளியிடப்பட்டிருக்கிறது. இதன் முகவரி ஹரிஸமய திவாகரம் பிரஸ், தெற்கு மாரட்டுத் தெரு, மதுரை. இவ்விதழின் பொருண்மை குறித்து இதழ் ஆசிரியர், "இது வைணவ ஸமயக் கொள்கைகளையும் ஸம்ப்ரதாய விஷயங்களையும் தழுவி மாதந்தோறும் வெளிவரும் ஒரு தமிழ்ப் பத்திரிகை. உபயவேதாந்தங்களிலும் தேர்ச்சியுற்ற சிறந்த பண்டிதர்களால் எழுதப்பெறும் அரிய விஷயங்கள் பலவற்றையுங் கொண்டு விளங்குவது[24]" என்கிறார்.

தனியான அச்சியந்திரம் இல்லாததால் ஆரம்பத்தில் மதுரை மனோன்மணி விலாச முத்திராசாலையிலிருந்து அச்சடிக்கப்பட்டுவந்தது. இவ்விதழில் கட்டுரை ஆசிரியர்களாக உப.வே.ஸாது ராமாநுஜாசாரியர், உப.வே.தேசிக வரதாசார்யர், திரு.ந.அப்பனையங்கார், வி.தி.ஸ்ரீவாஸையங்கார், ஸ்ரீவைஷ்ணவதாசர், கா.ரா.இராமாநுஜன், மு.இராகவையங்கார் போன்றோர் தொடர்ந்து தங்களது பங்களிப்பைச் செய்துவந்தனர். மு.இராகவையங்கார் எழுதிய 'மார்கழி நோன்பு ஆகிய தை நீராடல்' கட்டுரை வெளிவந்தது குறிப்பிடத்தக்கது.

1924இல் இவ்விதழ் வழியாகப் பத்திராதிபர் ஓர் அறிக்கை வெளியிடுகிறார். அதில் 'ஹரிஸமய திவாகரம்' இதழ் தொடர்ந்து வெளிவரும்போது ஓரிரு மாதங்களில் மட்டும் இதழ் வெளிவருவதில் சில காலதாமதம் ஏற்படுகிறது. இதற்குக் காரணம் இந்த அச்சாபீஸ்காரர்கள் என்பதும் இதனால் இதழுக்காகத் தனியொரு அச்சியந்திரம் நிறுவப்போதாக அறிக்கையில் குறிப்பிடுகிறார். "நமது சஞ்சிகைகள் வெளிவருவதற்குக் காலதாமதம் ஏற்படுதற்கு இந்த அச்சாபீஸ்காரர்களின் இடையூறே..... இதனால் வரும் சித்திரை மாதத்தில்

நமது ஹரிஸமய திவாகரம் என்ற பத்திரிக்கையின் பெயரால் ஒரு அச்சியந்திரசாலை ஸ்தாபிக்கப்பெறும், அதற்குரிய வஸ்துக்களெல்லாம் ஸித்தாய்விட்டன. இனி தை, மாசி, பங்குனி மாதப்பத்திரிகைகள் மிகவும் விரைவாக வெளியிடப்படும். அதன் பிறகு அந்தந்த மாதத்தின் பத்திரிகை அந்தந்த மாதத்திலேயே வெளியாகும். அதற்கு யாதொரு சந்தேகமுமில்லை"[25] என்று கூறுகிறார். இவ்வச்சியந்திர சாலைக்காக ஸ்ரீமத். பரமஹம் ஸேத்யாதி வானமாமலை ஜீயர் ஸ்வாமி முதலான பிரமுகர்கள் பெருமளவில் பொருளுதவி செய்தார்கள் என்பதனையும் குறிப்பிடுகிறார்.

1925 மே மாதம் (சித்திரை *22*) அன்று அச்சியந்திரசாலை நிறுவப்பட்டது. இதனை அறிந்த இதழின் ஆசிரியர்களுள் ஒருவராகவும் செந்தமிழ் உதவிபத்திராதிபருமான ஸ்ரீஉப.வே. T.K.இராமாநுஜையங்கார் அதற்கு மங்கள வாழ்த்துப் பாடியுள்ளார். இது அவ்விதழில் பதிவுசெய்யப்பட்டிருக்கிறது.

"திருமகள் கொழுந னருளினாலுலகு
 தெளிதரப் பேரிரு ளகற்றி
வருமரி ஸமய திவாக முரிய
 மதியினின் வெளிவரு மாறு
கருதியே கலியை யாயிரத் திருபத்
 தாறுசித் திரையினிற் கற்றோர்
திருவுள மகிழ விருபதோ டிரண்டாம்
 திகதியி லுத்த நாளில்
மாடமார் கூடல் வளநக ரதனின்
 மாண்புற நிறுவுமிவ் வச்சுக்
கூடநா ணாளுமிசையொடு வளர்ந்து
....[26]"

என்று குறிப்பிடுகிறார். இப்பதிவினைப் பார்க்கும்போது அச்சியந்திரம் தொடங்குவதற்கு வாழ்த்துரை சொல்லுவது மற்றும் மங்கள வாழ்த்துக் கூறுவது போன்ற நடைமுறைகள் வழக்கத்தில் உள்ளதைப் புரிந்துகொள்ள முடிகிறது.

ஹரிஸமய திவாகரம் முழுமையான வைணவ இதழ் என்பதற்கு இதழ்களில் இடம்பெற்றிருக்கும் கட்டுரைகளின் தலைப்பைக்கொண்டு சொல்லிவிடமுடியும். 'அவதார ரஹஸ்யம்', 'அஷ்டாங்க யோகம்',

‘அறகதும்பி’, ‘தீண்டாமை’, ‘நன்றி மறவாமை’, ‘வேதாந்த தத்துவ விளக்க வினாவிடை’, ‘ஸ்ரீவைஷ்ணவ சித்தாந்தம் அநாதி’, ‘ஸ்ரீ வைஷ்ணவ தர்ம அபிவிருத்தி ஸங்கம்’, ‘வைஷ்ணவர்களின் பெருமை’, ‘ஸ்ரீவைஷ்ணவ தத்வ திவாகரம்’, ‘ஸ்ரீராமாநுஜ ஸித்தாந்த ப்ரகாசிகை’ போன்ற பொருண்மையிலேயே கட்டுரைகள் அமைந்திருக்கின்றன. இக்கருத்திற்கு ஏற்ற வகையில் இதழ் ஆசிரியர் கூறுவதும் வலுசேர்க்கிறது. “அவ்யந்திரசாலையின் துணைகொண்டு வைஷ்ணவத் தமிழ் நூல்களையும், மற்றும் மணிப்பிரவாள நடையிலமைந்த ஸம்ப்ரதாய க்ரந்தங்களையும் அச்சிட்டு லோகோபகாரமாக மிகவும் குறைந்த விலைக்குக் கொடுத்து உதவ வேண்டுமென்று கருதியுள்ளோம்[27]” என்ற அறிவிப்பினை வெளியிடுகிறார்.

இனி ஹறிஸமய திவாகரம் அச்சியந்திரசாலையின் வழி வெளிவந்துள்ள நூல்களைப் பார்க்கலாம்.

- ***1925***இல் அச்சியந்திரம் நிறுவதற்கு முன்னர் ஹறிஸமயதிவாகர பிரசுரம் என்று திரு.நா.அப்பனையங்கார் எழுதிய ‘கூடல் மான்மியம்’ எனும் நூல் மதுரை மனோன்மணிய விலாச அச்சியந்திரசாலையில் பதிப்பிக்கப்பட்டது. கூடற்புராணம் எனும் நூலே வசன நடையில் கூடல் மான்மியம் என வெளிவந்தது. கூடற்புராணம் முழுவதும் செய்யுள் வடிவில் இயற்றப்பட்டதால் மக்கள் படிப்பதற்கு ஏதுவாக வசன நடையில் எழுதப்பட்டு மதுரை மான்மியம் என்ற பெயரில் வெளியிடப்பட்டது.
- ***1925***இல் பாலபாரதியார் இயற்றிய இராமயணத் திருப்புகழைக் குறிப்புரையுடன் பதிப்பித்தனர். இதுதான், ஹரிசமயதிவாகரம் அச்சில் வெளியிடப்பட்ட முதல் நூல். வெளியீட்டு நூலின் வரிசையில் இந்நூல் இரண்டாவதாக அமையப்பெற்றிருக்கும். இந்நூல் “இராமயணக் கதையைக் கொண்டு எழுதப்பட்டதாகும். இந்நூலுக்கு முன்னுரை எழுதிய அப்பனையங்கார் இந்நூல் இராமாயணமென்னும் புண்ணிய கதையே புகழ்பொருளாகப் பண்ணியல்வழாதத வண்ண விருத்தங்களிற்பாடுதலின், இப்பிரபந்தம் இராமாயணத் திருப்புகழ் என்று பெயர் பெற்றது. கம்பர் கவியால் இயற்றியருளிய இராமாயணம் தமிழ்க் கவிகட்கெல்லாம் அஃதொரு சிந்தாமணியே. இந்நூலுக்கு இராமசெயம் என்ற மற்றொரு பெயரும் உண்டு*28*” என்கிறார்.

- *1926இல் T.N.Appan Ayengar, 'Exhaustive notes on the Tamil text book: Complete for detailed study group A for the S.S.L.C. public examination' 1927, Madura: Harisamya Divakaram Press.* இது ஒரு பாடநூல் ஆகும்.

- *1929*இல் எட்டயபுரம் ஸமஸ்தான வித்துவான் திரு.வீ.சாமி ஐயங்கார் இயற்றிய 'ருக்மாங்கத சரித்திர நாடகம்' அச்சிடப்பட்டது. மாந்தர்களாக உத்தம நாயக நாயகிகளைக் கொண்டு நாடகம் அமையப்பெற்றிருக்கிறது.

- *1937*இல் பாபநாசம் சிவன் அவர்களால் எழுதப்பட்ட 'சிந்தாமணி அல்லது பில்வமங்கள்' எனும் நூல் மதுரை ஹரிஸ்மய திவாகரம் பிரஸில் அச்சிடப்பட்டுள்ளது.

- *1937*இல் பழ.அரு.பழனியப்ப செட்டியார் அவர்களால் எழுதப்பட்ட 'துலக்குடி நகர் சிங்காரமாலை' எனும் நூல் மதுரை ஹரிஸமய திவாகரம் பிரஸில் அச்சிடப்பட்டுள்ளது.

- *1931*இல் 'திருப்பரங்குன்றம் ஸ்தலபுராணம்' எனும் நூல் மதுரை ஹரிஸமய திவாகரம் பிரஸில் அச்சிடப்பட்டுள்ளது. இதன் ஆசிரியர் பெயர் கிடைக்கப்பெறவில்லை.

- *1950*இல் 'திகம்பர சாமியார்' எனும் நூல் மதுரை ஹரிஸமய திவாகரம் பிரஸில் அச்சிடப்பட்டுள்ளது. இதன் ஆசிரியர் பெயர் கிடைக்கப்பெறவில்லை.

- *1957*இல் க.ரா.இராதாகிருஷ்ணய்யர் இயற்றிய 'மயிலைச்சிலேடை வெண்பா' எனும் நூல் பண்டிதர் அ.கந்தசாமிபிள்ளையால் பார்வையிடப்பட்டது. பின் அது பெரி.பெரி.சுப.பெரியகருப்பன் செட்டியரால் மதுரை ஹரிஸமய திவாகரம் பிரஸில் பதிப்பிக்கப்பட்டது. திருத்தலங்கள் பலவற்றிற்குச் சிலேடை வெண்பா அமைந்திருந்ததாலும் திருமயிலைக்கு ஒன்றும் இல்லாத காரணத்தாலும் அதற்கொரு சிலேடை வெண்பா வேண்டும் என எண்ணி இயற்றினார் க.ரா. இராதாகிருஷ்ணய்யர்.

'திவ்யஸூரி சரிதம்' - ஸ்ரீஉ.வே.திரு.வீ.சாமி ஐயங்காரால் வட மொழியிலிருந்து தமிழில் மொழிபெயர்க்கப்பட்டு வெளியிடப்பட்டது. இந்நூல் வரலாற்றைச் சு.வேங்கடராமன் "இந்நூல் கி.பி.11ஆம் நூற்றாண்டு அளவில் இராமானுசரின் திருவுள்ளக்கிடக்கைக்கு ஏற்ப, கருட வாகன பண்டிதர் என்ற புலவர் 'திவ்ய சூரிசரிதம்' என்னும் பெயரில், ஆழ்வார்கள்,

வைணவ ஆசாரியர்கள் (நாதமுனி தொடங்கி வரும் வைணவ குருமார்கள்) வாழ்க்கை வரலாற்றை வடமொழியில் காவியமாகப் பாடினார். புலவர்கள் வாழ்க்கை வரலாற்றை முழுமையாக விரிவாகப் பாடிய முதல் முயற்சி இது. அதே நேரத்தில், புலவர்கள் வரலாற்றைத் தொன்மைக் கதையாகக் கூறும் முறையும் இதில்தான் இடம்பெறுகிறது. இதனைப் பின்பற்றி, பின்பழகிய பெருமாள் சீயர் என்பவர் குருபரம்பராப்ரபாவம் (குரு பரம்பரைப் பெருமை) என்ற உரைநடை நூலை மணிப்பிரவாள நடையில் எழுதினார். ஆழ்வார்கள், ஆசாரியர்களின் வாழ்க்கை வரலாறைக் கூறும் நூல். பின்னர் வடிவழகிய நம்பிதாசர் என்பவர் தமிழ்க்கவிதையில் குரு பரம்பரை நூலைப் பாடினார்[29]" என்கிறார். இவ்வரிசையில் எட்டையபுரம் சமஸ்தான வித்துவான் ஸ்ரீஉ.வே.வீ.சாமி ஐயங்காரால் தமிழில் மொழிபெயர்த்து எழுதப்பட்டது குறிப்பிடத்தக்கது.

'சந்திரமோஹனா அல்லது சமூகத் தொண்டு' எனும் நூல் மதுரை ஹரிஸமய திவாகரம் பிரஸில் அச்சிடப்பட்டுள்ளது. இதன் ஆசிரியர் பெயரும் பதிப்பித்த ஆண்டும் கிடைக்கப்பெறவில்லை.

மதுரையில் சமயம் சார்ந்து செயல்பட்டுவந்த பதிப்பகங்களில் ஹரிசமயதிவாகரம் பிரஸின் பதிப்புச் செயல்பாடானது மதுரைப் பதிப்பு வரலாற்றில் மிக முக்கிய பங்கு வகிக்கிறது.

மு.கிருஷ்ணபிள்ளை *(1875 - 1938)*

மதுரையில் முத்தையா பிள்ளைக்கு மகனாகப் பிறந்தவர் மு.கிருஷ்ண பிள்ளை. இவரைப் பற்றிய தகவல் கிடைக்கப்பெறவில்லை. வெளியிட்ட நூல்களின் பின் அட்டையில் உள்ள சில தகவல்களைக் கொண்டே இவர் அடையாளப்படுத்தப்படுகிறார். மதுரையில் புத்தக விற்பனைப் பணியில் ஈடுபட்டவர். சென்னையில் இயங்கிவந்த பி.நா.சிதம்பர முதலியாரின் பதிப்பு நூல்களுக்கு மதுரையில் விற்பனைப் பிரதிநிதியாக (ஏஜண்டு) பொறுப்பில் இருந்தார். மதுரைப் புதுமண்டபத்தில் பி.நா.சிதம்பர முதலியார் கடைகாரியம் எனும் பெயரில் புத்தகக் கடை வைத்துள்ளார். பி.நா.சிதம்பரமுதலியார் பிரதர்ஸின் அச்சுப்புத்தகங்களை மட்டுமல்லாது பிற பதிப்பகங்களின் புத்தகங்களையும் விற்பனை செய்துள்ளார்.

மு.கிருஷ்ணபிள்ளை, விவேகானந்தரின் கொள்கைகளைப் பின்பற்றியவர். விவேகானந்தர் 1897இல் மதுரைக்கு வந்தபோது மதுரைக் கல்லூரியில்

அவருக்கு வரவேற்பு நிகழ்ச்சி நடைபெற்றது. அந்நிகழ்வில் பங்கேற்ற கிருஷ்ணபிள்ளை, விவேகானந்தரின் உரையில் ஈர்க்கப்பட்டு அவரது கொள்கைகளைப் பின்பற்றத் தொடங்கினார். அப்போது கிருஷ்ணபிள்ளைக்கு வயது 22. புத்தக விற்பனைப் பணியில் ஈடுபட்டுவந்த இவர், 1924இல் அச்சியந்திரம் ஒன்றை நிறுவினார். அதற்கு விவேகானந்த அச்சகம் என்ற பெயரினையும் வைத்தார். இவ்வச்சகத்தின் வழியாகப் பல நூல்களை அச்சிட்டு மதுரையில் விற்பனை செய்துவந்தார். அன்றைக்கு மதுரையில் நாடக ஆசிரியராகச் சிறந்து விளங்கிய சங்கரதாஸ் சுவாமிகளின் நாடக நூல்களையெல்லாம் இவரே அச்சிட்டு வெளியிட்டுள்ளார். சங்கரதாஸ் சுவாமிகளின் 9 நாடக நூல்களை முதன்முதலாக அச்சிட்ட பெருமை இவரையே சேரும். இது பற்றிய குறிப்பு 1934ஆம் ஆண்டு வெளிவந்த 'வள்ளி திருமண' நாடக நூலின் பின்னட்டையில் கிடைக்கிறது. "டி.டி.சங்கரதாஸ் சுவாமிகள் இயற்றியவை 'சத்தியவான் சாவித்திரி', 'கோவலன்', 'அல்லி', 'பவளக்கொடி', 'ஞானசௌந்தரி', 'சாரங்கதரன்', 'வள்ளி திருமணம்', 'நல்லதங்காள்', 'மயான காண்டம்' ஆகியன விவேகானந்தா அச்சகத்தின் வழியாக வெளியிடப்பட்டுள்ளது. இதனை வேண்டுவோர் விவேகானந்தா அச்சாபிஸ், மதுரை தளவாய் அக்கிரஹாரம் என்ற முகவரியில் பெற்றுக்கொள்ளலாம்[30]" என்ற விளம்பர அறிவிப்பின் வழியாக இதனை அறியமுடிகிறது.

மதுரை விவேகானந்தா பிரஸின் வழியாக வெளிவந்துள்ள பிற நூல்களை விரிவாகக் காணலாம்.

- 1922இல் ஆர்.கே.பூமிபாலகதாஸ் அவர்களால் இயற்றப்பெற்ற 'சந்திர தாராசங்கள்' என்னும் நூல் வெளியிடப்பட்டுள்ளது.
- 1924இல் ஆர்.வி.சக்தி வேலாச்சாரி அவர்களால் இயற்றப்பெற்ற 'குமர பஜனாமிர்தம்' எனும் நூல் மதுரை கிருஷ்ணபிள்ளையால் வெளியிடப்பட்டுள்ளது.
- 1927இல் அ.சுந்தரநாத பிள்ளையால் இயற்றப்பெற்ற திருச்செந்தூர்ப் புராண வசனம் எனும் நூல் மு.கிருஷ்ணபிள்ளையால் பதிப்பிக்கப்பட்டது.
- 1927இல் மாணவர் தமிழ் இலக்கணம் (நன்னூல் சூத்திரங்களுடன்) பாடநூல் க.பழநிக்குமாரப்பிள்ளை அவர்களால் இயற்றப்பெற்றது. இவர் மு.ரா.கந்தசாமிக்கவிராயரின் மகனாவார். (இந்நூல் ஆங்கில

கலாசாலையில் படிக்கும் மாணவர்களுக்கு நன்னூல் முதலிய இலக்கணங்களை மிக எளிமைப்படுத்தி உருவாக்கப்பட்ட நூலாகும். *Approved by the Text Book Committee (Vide fort st.George Gazatte) part 1-B page 516 Dated 15th Nov 1928)* முறையாகப் பாடத்திட்டக் குழுவினாரால் அனுமதிபெற்ற பாடப்புத்தகமாக விளங்கியிருக்கிறது.

- *1927*இல் பட்டினத்தாரால் பாடப்பெற்ற 'திருப்பாற்றிரட்டு' எனும் திரட்டு நூல் மு.கிருஷ்ணபிள்ளையால் பதிப்பிக்கப்பெற்றது. இந்நூலின் இரண்டாம்பதிப்பு *1931*இல் வெளிவந்திருக்கிறது.

- *1927*இல் 'பரமாநந்தகீர்த்தனை' எனும் நூல் பெரியகுளம் தாலூகா உத்தமபாளையம் பழனியாண்டிபிள்ளை அவர்கள் குமாரர் நாடகாசிரியர் மகா-ள-ள-ஸ்ரீ *U.P.* காமாக்ஷிபிள்ளையவர்கள் இயற்றியது. மு.கிருஷ்ணபிள்ளை பி.என்.சி.பிரதர்ஸ் ஏஜண்டு புக்ஸெல்லர்ஸ் அண்டு பப்பளிஷர்ஸால் வெளியிடப்பெற்றது. இது மதுரை மனோன்மணிவிலாஸ் பிரசில் அச்சிடப்பட்டது. இந்நாடக ஆசிரியரின் பிற நூல்களான மானந்தக்கீர்த்தனம் மற்றும் இனிய ரமணியகீதம் ஆகிய நூல்களும் அச்சிடப்பட்டுள்ளன.

- *1929*இல் டி.டி.சங்கரதாஸ் சுவாமிகளால் இயற்றப்பெற்ற 'சித்தராங்கி விலாசம் என்னும் சாரங்கதரன்' எனும் நாடக நூல்.

- *1929*இல் க.பழநிக்குமாரப்பிள்ளை இயற்றிய 'மாணவர் தமிழ் இலக்கணச் சுருக்கம்'.

- *1930*இல் ப.நாராயணன் இயற்றிய 'சுயமரியாதை தத்துவ கீதங்கள்'.

- *1930*இல் அடைக்கலம் சிதம்பர சுவாமிகள் இயற்றிய 'கட்டபொம்மு துரை கதை'.

- *1930*இல் என்.ராமலிங்கம் இயற்றிய 'தங்கரத்தினம் பொன்னுரத்தினம் என்னும் கனகரத்தினப் பாட்டு'.

- *1930*இல் வி.நடராஜ கவிராயர் இயற்றிய 'தங்கரத்தினம் பொன்னுரத்தினம் பாடிவரும் சாரதா சட்டமென்னும் பால்ய விவாகச் சிந்து'.

- *1930*இல் 'தசாவதார பஜனைப்பாட்டு' எனும் நூல். ஆசிரியர் பெயர் தெரியவில்லை.

- *1931*இல் மேலூர் ஏ.நா.வ.முஹையதீன் அப்துல் காதிறு இயற்றிய 'ஸ்ரீலஸ்ரீ பக்கீர்மஸ்தான் அவர்கள் காரண மகிமைக் களஞ்சியம் முதற்பாகம்'.
- *1936*இல் ஏ.ஆர்.சுப்பையர் அவர்களால் இயற்றப்பெற்ற 'சுப்பிரமணியர் தோத்திர வெண்பா மாலை'.
- *1939*இல் 'திருப்பண்மாலை' எனும் நூல் மதுரை ஜில்லா பெரியகுளம் தாலுகா உப்பார்பட்டியென்று பேர் விளங்கிய சதுர்வேதமங்கலத்தில் வசிக்கும் ஞா.ராமலிங்கம் பிள்ளை அவர்கள் குமாரர் ரா.ஞானதேசிகம் பிள்ளை அவர்கள் இயற்றியது. இது விவேகானந்தம் பிரஸில் பதிப்பிக்கப்பட்டது.
- *1944*இல் பொ.செகந்நாதனால் இயற்றப்பெற்ற 'அடியார்க்கு நல்லார் வரலாற்று ஆராய்ச்சி'.
- *1946*இல் மு.வீரவேற் பிள்ளை அவர்கள் இயற்றிய 'திருபரங்கிரி ஸ்ரீ முருகன் வரப்பிரசாத மாலை'.
- *1961*இல் கி.பழநியப்பன் அவர்கள் இயற்றிய 'பழமுதிர்சோலை வரலாறு'.

குருபாததாசர் அவர்களால் இயற்றப்பெற்ற 'திருப்புல்வயல் குமரேச சதகம்'. இதன் ஆண்டு தெரியவில்லை.

மு.கிருஷ்ணபிள்ளையால் விவேகானந்த அச்சகத்தின் வழியே அச்சிடப்பெற்ற நூல்களின் விபரங்கள் இவை. ஆய்வாளருக்குத் தரவு சேகரிப்பின்போது கிடைக்கப் பெற்றவை.

விவேகானந்தா அச்சகத்தின் வழி வெளிவந்த விவேகானந்தா நாட்காட்டி தனித்துவமானது. *1924*இல் மு.கிருஷ்ணபிள்ளை அச்சகத்தினை நிறுவி பல பதிப்புப் பணிகளைச் செய்துவந்தவேளையில் *1928*இல் விவேகானந்தா நாட்காட்டி, விவேகானந்தா நாட்குறிப்பு (டைரி) ஆகியவற்றை முதலில் வெளியிட்டார். இதனைப் பற்றி அவரின் மகன்வழிப் பேரன் ப.ஆறுமுகவேல் குறிப்பிடுகையில், "மு.கிருஷ்ணபிள்ளை தன்னுடைய விவேகானந்தா அச்சகத்திலிருந்து 'விவேகானந்தா நாட்காட்டி', 'விவேகானந்தா நாட்குறிப்பு (டைரி)' ஆகியவற்றை *1928*ஆம் ஆண்டு முதல் வெளியிட ஆரம்பித்தார். அப்போது விவேகானந்தா நாட்காட்டியின் முகப்பில் விவேகானந்தரின் வண்ணப்படம் ஒட்டப்பட்டிருந்தது. மு.கிருஷ்ணபிள்ளை

கொல்கத்தாவிலிருந்து வரவழைத்து, தான் வெளியிட்ட அந்த நாட்காட்டியில் ஒட்டியிருந்தார். இதன்மூலம் அவர், அந்நாளில் மதுரைப் பகுதிகளில் இல்லந்தோறும் விவேகானந்தரின் படங்களைக் கொண்டு சென்றார். அந்நாளில் தமிழ்நாட்டு மக்களிடம் 'விவேகானந்தா நாட்காட்டி' மகத்தான வரவேற்பைப் பெற்றது. இந்த நாட்காட்டி இன்று வரையில் கடந்த 90 ஆண்டுகளாகத் தொடர்ந்து வெளிவந்துகொண்டிருக்கிறது."[31] என்று குறிப்பிடுகிறார்.

பதிப்புப் பணியில் சிறந்து விளங்கிய இவர் 1938இல் இறந்தார். அவருக்குப் பின்னால் அவரின் மகன் கி.பழநியப்பபிள்ளை அதன் பொறுப்புகளை ஏற்று நடத்திவந்தார். இவர் 1908இல் பிறந்தவர். இவர் அச்சகத்தின் செயல்பாடுகளை மேலும் விரிவு செய்தார். தன் தந்தை அச்சிட்ட விவேகானந்தா நாட்காட்டியில் கூடுதலாக விவேகானந்தரின் பொன்மொழிகள் மற்றும் தமிழ் அறிஞர்களின் பிறப்பு - இறப்பு தகவல்களையும் அச்சிட்டு வெளியிட்டார். அன்றைய காலகட்டத்தில் இந்நாட்காட்டி இரண்டு லட்சம் பிரதிகள் விற்பனை செய்ததாகவும் தகவல் கிடைக்கப்பெறுகிறது. மலேசியா, இலங்கை போன்ற நாடுகளிலும் விற்கப்பட்டிருக்கிறது. இதனைத் தொடர்ந்து 1941ஆம் ஆண்டு மதுரையில் திருவள்ளுவர் கழகம் ஒன்றை நிறுவினார். அதன் வழியாகப் பல தமிழறிஞர்களைக் கொண்டு திருக்குறள் வகுப்புகள், சொற்பொழிவுகள் நடத்தப்பட்டுவருகின்றன. இது இன்றைக்கும் மீனாட்சியம்மன் கோயிலின் வடக்காடி வீதியில் செயல்பட்டுவருகிறது. இக்கழகத்தின் வழியாக சி.இராஜகோபாலாச்சாரியார் இயற்றிய 'வள்ளுவர் வாசகம்' எனும் நூலும், சாம்பசிவனார் எழுதிய 'தமிழவேள் உமாமகேசுவரனார்' எனும் நூலும் அச்சடிக்கப்பட்டு வெளியிடப்பட்டுள்ளன.

கி.பழநியப்ப பிள்ளை 1942இல் விவேகாநந்தா அச்சகத்தின் வழியாக 'விவேகாநந்தம்' என்ற இதழைத் தொடங்கினார். இவ்விதழில் விவேகானந்தரின் வரலாறு, அவரது சொற்பொழிவுகள் போன்றவை இடம்பெற்றன. அவற்றோடு தமிழ் அறிஞர்களின் கட்டுரைகளும் வெளியிடப்பட்டுள்ளன. இதனைத் தொடர்ந்து 1950இல் மதுரை மலர் என்ற இதழையும் தொடங்கினார். இவ்விதழில் தலையங்கம், தமிழர் குறிப்பு, இதழ்தோறும் குறளமுதம், வரலாற்றுச் செய்திகள், எழுத்துச் சீர்த்திருத்தம், அன்றாட வாழ்வில் மேற்கொள்ளும் பயனுள்ள வழி கூறல் போன்றவை இடம்பெற்றிருக்கின்றன.

கி.பழநியப்ப பிள்ளை தனது விவேகாநந்தா அச்சகத்தின் வழியாகப் பிற அறிஞர்களின் நூல்களையும் அவரால் இயற்றப்பெற்ற நூல்களையும் அச்சிட்டு வெளியிட்டுள்ளார். இதனை பி.வரதராஜன், அண்ணல் இயற்றிய நூல்கள், அண்ணல் வெளியிட்டவை என்ற பெயரில் குறிப்பிடுகிறார்.

அண்ணல் இயற்றிய நூல்கள்

- வாழ்விக்க வந்தோர் வரலாறு
- உலகச் சமயங்கள் (செந்தமிழ் இதழில்)
- சமயம் தோற்றுவித்த வரலாறு (செந்தமிழ் இதழில்)
- கோயில் மாநகர்
- மதுரை மீனாட்சி பாண்டியன் மகளானது ஏன்?
- ஒன்றே குலம் ஒருவனே தேவன்
- வெற்றி கொடுக்கும் நல்வாழ்விற்கு எதை எப்படிச் செய்வது?
- பேசும் பிள்ளையார் (நாடகம்)
- திருக்குறள் சிந்தனை
- பழமுதிர்சோலை
- குறள்மணிகள் நூறு வள்ளுவர் தெளிவுரை
- அருள்மிகு ரெட்டியப்பட்டி ஆண்டவர் கலிவெண்பா
- மேல்மருவத்தூர் அருள்மிகு ஆதிபராசக்தி 108 திருத்தல அருச்சனை கும்மி
- நலந்தரும் நாமமந்திரம் நமச்சியவாயக்கண்ணி (395)
- தனிப்பாடல்கள் (தமிழர் திருநாள் பற்றியது)
- நாட்டு நடப்பும், மக்கள் பேச்சும் (அங்கதப்பாணி)

அண்ணல் வெளியிட்டவை

- திருக்குறள் உரை - மு.ரா.கந்தசாமிப்பிள்ளை

- வீரசிதம்பரனார் - நா. இராமையாப்பிள்ளை
- மெய்கண்டார் - அவ்வை.சு.துரைசாமிபிள்ளை
- காந்தி அம்மானை - நடராசக் கவிராயர்
- பழமுதிர்சோலை - வெற்றி வேல்முருகன்
- இன்னிசைப்பாடல்கள் - இராசா சண்முகதாசர்
- அவ்வையார் அருளிய விநாயகர் அகவல் - மா.வே.நெல்லையப்ப பிள்ளை
- இலக்கக்குறி பல பாவ சாத்திரம் - எசு.குரு குருதாசப்பிள்ளை
- நூற்றியெட்டு போற்றிகள்
- *Thirukural - The Gospal of Mankind*
- *Delli chalo - Speeches of Netaji*"[32]

இவ்வாறு நூல்களை வரிசைபடுத்தியுள்ளார். ஆனால் இவற்றில் சில நூல்கள் கிடைக்கப்பெறவில்லை.

1942இல் மதுரையில் முத்தமிழ் மாநாடு ஒன்றை நடத்தினார். இதில் மனோன்மணியம் சுந்தரனாரால் எழுதப்பெற்ற கடவுள் வாழ்த்துப் பாடலை அச்சிட்டு வெளியிட்டார். இதனைப் பற்றி ப.ஆறுமுகவேல் "மதுரையில் கி.பழநியப்பனார் 1942 ஆகஸ்ட் 1,2,3 ஆகிய தேதிகளில் 'முத்தமிழ்' மாநாடு நடத்தினார். அப்போது அவர் ஒரு மலர் வெளியிட்டார். அதன் முதல் பக்கத்தில் புலி, வில், மீன் சின்னத்துடன் கூடிய தமிழ்க்கொடியை அச்சிட்டார். அதன் கீழ், 'தமிழணங்கு வாழ்த்து' என்ற தலைப்பில் மனோன்மணியம் சுந்தரனார் இயற்றிய, 'நீராருங் கடல் உடுத்த நிலமடந்தைக்கு எழில் ஒழுகும்...' என்ற பாடலை வெளியிட்டார். அப்போது அவர், 'தமிழ் வாழ்த்துப் பாடலாக இந்தப் பாடல் பாடப்பட வேண்டும்' என்று வற்புறுத்தினார். 25 ஆண்டுகளுக்குப் பிறகு 1967ஆம் ஆண்டில், அவருடைய இந்த விருப்பம் நிறைவேறியது. தமிழக அரசு இந்தப் பாடலைத் தமிழ்த்தாய் வாழ்த்துப் பாடலாக ஏற்றுக்கொண்டது[33]" என்று குறிப்பிடுகிறார்.

தமிழ்ப் பதிப்பு வரலாற்றில் மதுரைப் பதிப்பினைப் பற்றிக் குறிப்பிடுகையில் மு.கிருஷ்ணபிள்ளையின் விவேகாநந்தா அச்சகத்தின் செயல்பாட்டைக் குறிப்பிடாமல் செல்ல முடியாது. மு.கிருஷ்ணபிள்ளையும் அவரது மகன் கி.பழநியப்ப பிள்ளையும் தமிழ் நூல்களைப் பதிப்பிப்பதிலும் தமிழ்ச் சமூகம் சார்ந்த செயல்பாடுகளிலும் பங்காற்றியுள்ளனர். தமிழ் மொழி வளர்ச்சியில் மிகுந்த ஈடுபாடு கொண்டவர்களாக இருந்துள்ளனர். பதிப்புப் பணி, இதழ்ப் பணி மற்றும் இலக்கியம் சார்ந்த செயல்பாடுகளான திருக்குறள் கழகம், முத்தமிழ் மாநாடு போன்று மதுரையைக் களமாகக் கொண்டு செயலாற்றியிருக்கின்றனர்.

மதுரை பி.நா.சிதம்பர முதலியார் கடைகாரியம்

சென்னையை முதன்மையிடமாகக் கொண்டு பதிப்புப் பணியில் தனக்கான ஒரு தனியிடத்தினைப் பெற்ற அச்சியந்திரங்களில் பி.நா. சிதம்பர முதலியார் பிரதர்ஸின் அச்சியந்திரமும் ஒன்று. தன்னுடைய பதிப்புப் பணியை விரிவுபடுத்த எண்ணி அவர் மதுரையில் ஒரு கிளையை ஆரம்பித்தார். இதன் விற்பனைப் பிரதிநிதியாக, அதாவது பி.நா.சிதம்பர முதலியாரின் வெளியீட்டு நூல்களை விற்பனை செய்ய மதுரையில் ஏஜண்டாகச் செயல்பட்டவர் மு.கிருஷ்ணபிள்ளை ஆவார். இந்தப் பணி அனுபவத்தைக் கொண்டு பின்னாளில் இவர் தனியான அச்சியந்திரம் நிறுவிச் செயல்படத் தொடங்கினார். மதுரைப் புதுமண்டபத்தில் பி.நா. சிதம்பர முதலியார் கடைகாரியம் எனும் பெயரில் கடை நிறுவப்பட்டு மதுரையிலும் நூல்களை வெளியிட்டனர். விவேகபாநு, மனோன்மணிய அச்சியந்திரங்களில் அச்சிட்டுவந்தனர். அன்றைய காலத்தில் வெகுசனப் புகழ்பெற்ற எழுத்தாளர்களுக்கு முறையான ராயல்டி, காப்புரிமை வழங்கப்பட்டன. அதனை முறையாகச் செய்தவர்கள் பி.நா.சிதம்பர முதலியார் பிரதர்ஸ். இதனை ஆ.இரா.வேங்கடாசலபதி தனது 'குஜிலி இலக்கியம்' நூலில் பதிவுசெய்கிறார்.

"சங்கரதாஸ் சுவாமிகள் போன்ற வெகுசனப் புகழ்பெற்ற இரண்டொரு நூலாசிரியர்களின் நூல்களுக்கு மட்டும் முறையான ராயல்டியும், காப்புரிமையும் விளங்கியுள்ளதெனத் தெரிகிறது. சங்கரதாஸ்சுவாமிகள் மறைந்த சில ஆண்டுகளுக்குப் பிறகு அவர்தம் தம்பி டி.டி.மாடசாமி கணக்கப்பிள்ளை அவருடைய நாடகங்களின் காப்புரிமையை முழுவதுமாக விற்றுவிட்டதைப் பதிவு செய்யும் ஆவணப்பத்திரம் அண்மையில்

வெளியாகியுள்ளது. 'சத்தியவான் சாவித்திரி', 'கோவலன்', 'அல்லி', 'பவளக்கொடி', 'ஞான சவுந்தரி', 'சாரங்கன்', 'வள்ளி திருமணம்', 'நல்லதங்காள்', 'மயான காண்டம்' ஆகிய ஒன்பது நாடகங்களுக்கான முழு உரிமையை 1925இல் மதுரை புதுமண்டபம் புஸ்தக ஷாப் சென்னை பி.நா.சிதம்பர முதலியார் பிரதர்ஸ்க்கு ரூ. 250க்கு அவர் விற்றுள்ளார்[34]" என்று குறிப்பிடுகிறார். இவர் எழுத்தாளர்களுக்கும் வெளியீட்டாளருக்கும் தம் பதிப்புரிமையைப் பற்றித் தொடர்ந்து வலியுறுத்திவந்திருக்கிறார். இது அன்றைய காலத்தில் நிலவிய ராயல்டி பிரச்சினையைப் புரிந்துகொள்வதற்கு வழிவகுக்கிறது. எழுத்தாளர், வெளியீட்டாளரின் முறையான ராயல்டி பிரச்சினை இன்றைக்கும் சில பதிப்பு நிறுவனங்களில் காணமுடிகிறது.

பி.நா.சிதம்பர முதலியார் கடைகாரியம் வெளியிட்டுள்ள மதுரைப் பதிப்பு நூல்களை விரிவாகக் காணலாம்.

- 1919இல் சிதம்பர புன்னைவனநாத முதலியார் தொகுத்த 'செய்யுட்பாடக் கோவை' முதற்பாகம் மதுரை புத்தக வியாபாரிகள் பி.என்.சிதம்பர முதலியார் அன்கோவால் மதுரை இராமச்சந்திர அச்சியந்திரசாலையில் பதிப்பிக்கப்பட்டது.

- 1925இல் நெல்லை டி.எஸ்.சிவராமலிங்கம் அவர்கள் எழுதிய 'ஆர்மோன்ய அனுபவ சங்கீத ரத்னம்' எனும் நூல் மதுரை பி.நா. சிதம்பர முதலியார் பிரதர்ஸால் அச்சிடப்பட்டது. இதன் இரண்டாம் பதிப்பு 1930இல் வெளியிடப்பட்டுள்ளது.

- 1926இல் எஸ்.சோமசுந்தரம் பிள்ளை அவர்களால் தொகுக்கப்பெற்ற 'ஆத்திச்சூடி நீதிக்கதைகள்'.

- 1928இல் 'செய்யுட்பாடக்கோவை'. இதன் ஆசிரியர் பெயர் கிடைக்கப்பெறவில்லை.

- 1929இல் எஸ்.சோமசுந்தரம் பிள்ளை இயற்றிய 'கொன்றைவேந்தன் நீதிக்கதைகள்'.

- 1929இல் உலகநாதர் இயற்றிய 'உலக நீதி மூலமும் உரையும்'.

- 1945இல் அதிவீரராம பாண்டியர் இயற்றிய 'வெற்றிவேற்கை'.

இவ்வச்சியந்திரம் பற்றிய தரவுகள் கிடைக்கப்பெற்ற அளவில் கொடுக்கப்பட்டுள்ளன. மதுரையைவிடச் சென்னையிலிருந்துதான் அதிக

நூல்கள் அச்சிடப்பட்டுள்ளன. பி.நா.சிதம்பரமுதலியாரின் பதிப்புப் பணியை ஆராய்ந்தால் உண்மை புலப்படும்.

மதுரை மீனாம்பிகை பிரஸ்

எஸ்.கந்தசாமிப் பிள்ளையால் மதுரையில் நிறுவப்பட்ட அச்சியந்திரம்தான் மதுரை மீனாம்பிகை பிரஸ். இவர் மதுரையைச் சேர்ந்தவர்; திருத்துருத்தி இந்திரபீடம் ஸ்ரீ கரபாத்திர சுவாமிகள் ஆதீனம் ஈசூர் சச்சிதானந்த சுவாமிகள் அவர்கள் மாணாக்கரில் ஒருவர்; வேதாந்தத்தில் பாண்டித்துவம் பெற்றவர். இவரை வேதாந்த பூஷண் எஸ்.கந்தசாமிப் பிள்ளை என்றுதான் அழைப்பார்கள். மதுரையில் அச்சு இயந்திரம் நிறுவி அதன்வழியாகத் தன்னால் எழுதப்பெற்ற நூல்களையும் பிறர் நூல்களையும் வெளியிட்டுவந்துள்ளார். 'மீனாம்பிகை காரியாலயம், நீலமேகம் பிள்ளை சந்து, மதுரை' என்ற முகவரியில் நிறுவப்பட்டுச் செயல்பட்டுள்ளது. இவ்வச்சியந்திரம் நிறுவப்பட்ட சூழல், அதன் நோக்கம் பற்றியான தகவல் எதுவும் கிடைக்கப்பெறவில்லை. கிடைக்கப்பெற்ற தரவுகளின் அடிப்படையில் இவ்வச்சியந்திரத்தின் வழியாக வெளிவந்த நூல்களைக் காணலாம்.

- 1901இல் சிவபாரசக்தியின் பேரில் மெய்ஞ்ஞானம் எனும் நூல் சுவாமி சுந்தரமூர்த்தி திருவிளையாடலான சோலைக்குறிச்சி கிராமம் கணக்கு முத்துப்பிள்ளையவர்கள் குமாரர் சுந்தரம்பிள்ளையால் இயற்றப்பட்டு இந்நூலாசிரியர் கனிஷ்டகுமார் நமசிவாயம்பிள்ளை அவர்களால் மதுரை மீனாம்பிகை பிரஸில் பதிப்பிக்கப்பட்டுள்ளது.

- 1902இல் மதுரை நீலமேகம் பிள்ளை குமாரர் இராமலிங்கம் பிள்ளை இயற்றிய 'கதிர்காம மாலை' எனும் நூல் மதுரை மீனாம்பிகை அச்சாபீஸில் பதிப்பிக்கப்பட்டுள்ளது. இதன் இரண்டாம் பதிப்பு 1903இல் வெளிவந்திருக்கிறது.

- 1903இல் 'சிவசுப்பிரமணிய கடவுள் பேரில் கதிர்காம மாலை' எனும் நூல் பதிப்பிக்கப்பட்டுள்ளது. இதன் ஆசிரியர் பெயர் தெரியவில்லை.

- 1905இல் பதினெண்புராணங்களில் ஒன்றான பத்மபுராணத்திற் சொல்லப்பட்ட மார்க்கண்டேயர் சரித்திரமென்னும் பாவனா ரிஷி புராணம் எனும் நூல் வடமொழியிலிருந்து தென்மொழியில் மதுரையம்பதிக்கடுத்த பிள்ளையார் பாளையத்திலிருக்கும் பாகவத

அழகிரிசாமி செட்டியாரால் செய்யப்பட்டு மதுரை நேட்டிவ் காலேஜ் தமிழ்ப்பண்டிதர் மகாஸ்ரீ சுப்பராம அய்யரவர்களால் பார்வையிடப்பட்டு மதுரை மீனாம்பிகை அச்சுக்கூடத்தில் பதிப்பிக்கப்பட்டுள்ளது.

- 1906இல் ச.பூலாருசாமி பிள்ளை இயற்றிய 'கீழடி மகிமைச் சிந்து' எனும் நூல் மதுரை மீனாம்பிகை அச்சாபீஸில் அச்சிடப்பட்டுள்ளது.
- 1907இல் 'சென்னைப்பட்டணம் புகைவண்டி ஏலப்பாட்டு' எனும் நூல் அச்சிடப்பட்டுள்ளது. இதன் ஆசிரியர் பெயர் தெரியவில்லை.
- 1909இல் 'ஸ்ரீசங்கர விஜயம்' எனும் நூல் மதுரை செயின் மேரிஸ் ஹைஸ்கூல் உபாத்தியாயரும் தமிழ்ப்பண்டிதருமான மு.கோவிந்தசாமி ஐயரவர்களால் இயற்றப்பெற்று, சேலம் டிரஷரி டிப்டி கலெக்டர் மகாஸ்ரீ பி.சிவராம ஐயரவர்கள் - மதுரை வக்கீல் மகாஸ்ரீ கி.சங்கரராம ஐயரவர்கள் இவர்கள் பேருதவியால் மதுரை ஸ்ரீமீனாம்பிகை அச்சியந்திரசாலையில் பதிப்பிக்கப்பட்டது.
- 1909இல் சைபாநு ஷத்திரிய வித்தியாசாலை தமிழ்ப்பண்டிதர் வெ.சிவ. வெங்கடாசலம் பிள்ளை அவர்கள் இயற்றிய 'அருப்புக்கோட்டையென்னும் திருநல்லூர் அமுதலிங்கேசர் திருத்தளியுளெழுந்தருளிய முருகக் கடவுள் பேரில் நான்மணிமாலை பஞ்சரத்தின திருப்புகழ்' எனும் நூல் மதுரை மீனாம்பிகை அச்சியந்திரசாலையில் பதிப்பிக்கப்பட்டுள்ளது.
- 1914இல் எஸ்.பி.வெங்கடேச சர்மா அவர்கள் எழுதிய 'இல்லாண்மை அல்லது கிரக விசாரணை' எனும் நூல் அச்சிடப்பட்டுள்ளது.
- 1925இல் அழகப்பச்செட்டியார் குமாரர் முத்தப்பச் செட்டியார் இயற்றிய 'குன்றக்குடி முருகபிரான் தம்மைப்பாடிவந்த புலவர்க்கிரங்கி அன்னவர்பால் எழுநகரத்தார்க்களித்த திருமுகவிலாசம்' எனும் நூல் மதுரை ரா.ம.சு.ராமசாமி செட்டியாரால் மீனாம்பிகை பிரஸில் பதிப்பிக்கப்பட்டது.
- 1928இல் 'பெரிய வைத்திய அரிச்சுவடி' எனும் நூலினை மதுரை சோதிடம் தம்புசாமி நாயுடவர்கள் குமாரர் த.குப்புசாமி நாயுடவர்களால் பல ஏட்டுப்பிரதிகளைக் கொண்டு திரட்டி எழுதி, மதுரைத் தமிழ் வித்துவான் நா.கிருஷ்ணசாமி நாயுடவர்கள் பரிசோதித்து, மதுரை புஸ்தக வியாபாரம் இ.மா.கோபாலகிருஷ்ணக் கோன் அவர்களால் மதுரை மீனாம்பிகை அச்சியந்திரத்தில் பதிப்பிக்கப்பட்டுள்ளது.

இதன் இரண்டாம் பதிப்பு *1930*இல் எக்ஸெல்ஸியர் பிரஸிலிருந்து வெளியிடப்பட்டிருக்கிறது.

- *1928*இல் 'சோதிட ஒயிற் கும்மி' எனும் நூல் பதிப்பிக்கப்பட்டுள்ளது. இதன் ஆசிரியர் பெயர் தெரியவில்லை.
- *1931*இல் வீரை.கவிராசபண்டிதர் இயற்றிய 'ஆநந்த நாயகி மாலை' எனும் நூல் மதுரை மீனாம்பிகை பிரஸில் அச்சிடப்பட்டுள்ளது.
- *1932*-இல் நா.கிருஷ்ணசாமி அவர்கள் இயற்றிய 'சுயம்பிரகாச விளக்கமும் அநிர்வசனீய மாயா உலகமும்' எனும் நூல் மதுரை மீனாம்பிகை பிரஸில் அச்சிடப்பட்டுள்ளது.
- *1935*இல் திருக்குறள் மூலமும் பரிமேலழகர் உரையும் (ஞானபாமாகிய கடவுள் வாழ்த்து, நீத்தார் பெருமை, நிலையாமை, துறவு, மெய்யுணர்தல், அவாவறுத்தல், ஊழ்) என்னும் இவ் ஏழு அதிகாரங்களும் மதுரைத் தமிழ்ச்சங்க வித்வான் நா.கிருஷ்ணசாமி நாயுடு அவர்கள் எழுதிய விஷே ஞானவிருத்தியும் அடங்கியது எனும் நூல் மதுரை மீனாம்பிகை பிரஸில் அச்சடிக்கப்பட்டது.
- *1936*இல் ஏ.ஆர்.சுப்பையா இயற்றிய 'கந்தரலங்காரக் கலித்துறை' எனும் நூல் மதுரைத் தமிழ்ச்சங்கத்து வித்வானுமாகிய அத்வைத ஆராய்ச்சியாருளமாகிய நா.கிருஷ்ணசாமி நாயுடு அவர்களால் பார்வையிடப்பட்டு, மதுரை மீனாம்பிகை அச்சியந்திரசாலையில் பதிப்பிக்கப்பட்டது.
- *1939*இல் மதுரை மீனாம்பிகை பிரஸ் மேனேஜருமாகிய எஸ்.கந்தசாமிப்பிள்ளையவர்கள் இயற்றிய 'அறிவானந்த ஐக்யானுபவ சிந்தனா விளக்கம்' எனும் நூல் மதுரை மீனாம்பிகை பிரஸில் பதிப்பிக்கப்பெற்றது.
- *1939*இல் 'அகம் புறம் ஆராய்ச்சி விளக்கம்' எனும் நூல் திருத்துருத்தி இந்திரபீடம் ஸ்ரீ கரபாத்திர சுவாமிகள் ஆதீனம் ஈசூர் சச்சிதாநந்த சுவாமிகள் அவர்கள் மாணாக்கருள் ஒருவராகிய தண்டரை சுப்பராய ஆச்சாரி சுவாமி அவர்களால் தமது சுவானுபவத்திலுதித்தவாறு இயற்றியதை மேற்படி சுவாமியர்கள் மாணக்கரில் ஒருவரும் வேதாந்த பூஷணமுமாகிய எஸ்.கந்தசாமி பிள்ளையவர்களால் மதுரைத் தமிழ்ச்சங்கத்து வித்வானுமாகிய அத்வைத ஆராய்ச்சியாருளமாகிய

நா.கிருஷ்ணசாமி நாயுடு அவர்களால் பார்வையிடப்பட்டு, மதுரை மீனாம்பிகை அச்சியந்திரசாலையில் பதிப்பிக்கப்பட்டது.

- 'பூசாரிகள் குறிசொல்லுகிற பெரிய கோடாங்கிமாலை' எனும் நூல் மதுரையைச் சேர்ந்த உத்தங்குடி கிராமம் தி.பொன்னுச்சாமிபிள்ளை அவர்களால் இயற்றப்பட்டது. இது மதுரை புதுமண்டபம் புஸ்தக ஷாப் இ.ராம.குருசாமிக்கோனாரால் மதுரை மீனாம்பிகை அச்சாபீஸில் பதிப்பிக்கப்பட்டுள்ளது. இதன் ஆண்டு தெரியவில்லை.

மதுரை எஸ்.கந்தசாமிப்பிள்ளையால் மதுரையில் உருவாக்கப்பட்ட மதுரை மீனாம்பிகை அச்சுக்கூடத்திலிருந்து பலவிதமான நூல்கள் அச்சடிக்கப்பட்டிருக்கின்றன. உதாரணமாகச் சிற்றிலக்கிய வகைமைகளில் கூறப்படும் மாலை, சிந்து, அம்மானை, கும்மி, ஏலப்பாட்டு போன்றவற்றோடு புராண நூல், உரைநூல், ஆராய்ச்சி நூல் முதலியனவும் பதிப்பிக்கப்பட்டிருக்கின்றன. இதனைப் போன்று அன்றைய சமகாலத்துச் சித்த மருத்துவ நூல்களும் பதிப்பிக்கப்பட்டிருக்கின்றன. குறிப்பிட்ட நூல்களை மட்டும் பதிப்பிக்காமல் பொதுத்தன்மையில் உள்ள இலக்கியங்களும் பதிப்பிக்கப்பட்டிருக்கின்றன. இப்பதிப்பகத்தின் ஆசிரியர் ஒரு வேதாந்த பண்டிதராக இருந்ததால் இலக்கியம் - இலக்கியமல்லா நூல்களையும் பதிப்பித்துள்ளார்.

மதுரைப் பதிப்பகங்களும் இஸ்லாமியர்களும்

தமிழிலக்கியப் படைப்பு வரலாற்றில் இஸ்லாமியர்களின் பணி மிக முக்கியமானது. 19ஆம் நூற்றாண்டில்தான் இஸ்லாமியர்களின் இலக்கியப் படைப்புகள் அதிக அளவில் வெளிவந்திருக்கின்றன. காரணம், 19ஆம் நூற்றாண்டில் தமிழ்ச் சமூகத்தில் அறிமுகமான அச்சியந்திரமே. இவர்கள் இலக்கியப் படைப்பில் பெரும்பங்களிப்பு 19ஆம் நூற்றாண்டில் பெரும் கவனத்தைச் செலுத்தத் தொடங்கினர். இதற்குச் சிறந்த உதாரணம், தமிழ் இலக்கியத்தில் இஸ்லாமியர்களால் புதிதாகப் படைக்கப்பெற்ற நொண்டி நாடக இலக்கியமே. இதனை மயிலை சீனி.வேங்கடசாமி, "சீறாப்புராணம், இராசநாயகம் முதலிய நூல்களைத் தமிழ் முஸ்லிம்கள் இயற்றியபோதிலும், 19ஆம் நூற்றாண்டிலேதான் தமிழ் முஸ்லிம்கள் அதிகமாகப் புத்தகங்களை வெளியிட்டார்கள். இதற்குக் காரணம், 19ஆம் நூற்றாண்டிலேதான் நமது நாட்டிலே அச்சுக்கூடங்கள் ஏற்படுத்தப்பட்டன. அதற்கு முன்பு, அச்சுக்கூடங்களெல்லாம் பாதிரிமாரிடத்திலும் அரசாங்கத்தாரிடத்திலும் இருந்தன. நம் நாட்டவருக்கு அச்சியந்திரம் வைக்கும் உரிமை, 19ஆம் நூற்றாண்டில் ஏற்பட்ட பிறகுதான், இந்துக்களும் முஸ்லிம்களும் தம்முடைய மதநூல்களை அச்சுப்புத்தகமாக அச்சிடத் தொடங்கினார்கள்[35]" என்கிறார்.

மாலிக்காபூரின் படையெடுப்புக்கு முன் இஸ்லாமியர்கள் மதுரையில் வாழ்ந்து வந்தார்கள் என்பதற்கு பாண்டியர்களின் படைகளில் அவர்கள் இருந்தது மூலம் அறியலாம். இஸ்லாமியர்கள், தங்கள் மதம் சார்ந்த இலக்கியங்களோடு பிற தமிழ் இலக்கியங்களையும் எழுதினர். இவற்றில் சிந்து மற்றும் நொண்டி நாடகங்களைக் குறிப்பிட்டும்படியாகச் சொல்லலாம். 19ஆம் நூற்றாண்டின் இறுதிப் பகுதியிலும் இருபதாம் நூற்றாண்டின் தொடக்கப் பகுதியிலும் மதுரையில் வாழ்ந்த இஸ்லாமியர்கள் மதம் மற்றும் தமிழ் இலக்கியப் படைப்புகளைப் பதிப்பிக்கத் தொடங்கினர். இப்பதிப்புச் செயல்பாடுகள் அவர்களின் பதிப்பகங்களின் வழியாக அடையாளம் காணப்படுகின்றன.

குலாம் காதிறு நாவலர்

குலாம் காதிறு நாவலர் 1833இல் நாகூரில் பிறந்தார். இவர் நாராயணசுவாமி உபாத்தியாயரிடம் பாடம் படித்தவர். அதன் பின்பு வித்துவான் மீனாட்சி சுந்தரம் பிள்ளையிடம் பாடம் கற்றார். 1901இல் மதுரை நான்காம் தமிழ்ச் சங்கம் பாண்டித்துரைத் தேவரால் தொடங்கப்பெற்றபோது அதற்கு உறுதுணையாக இருந்தவர். தமிழ்ச் சங்கத்தின் தமிழ்ப் புலவராக இருந்துவந்துள்ளார். 'மதுரைத் தமிழ்ச்சங்கத்துப் புலவராற்றுப்படை' எனும் இலக்கியத்தைப் படைத்துள்ளார். இது மதுரைத் தமிழ்ச் சங்கத்தின் வெளியீடாக 1903இல் வெளிவந்தது. இந்நூல் மதுரைத் தமிழ்ச்சங்கத்தின் ஒவ்வொரு செயல்பாடுகளையும் முழுமையாகப் பேசுகிறது. இதனைப் போன்று 'மும்மணிக்கோவை', 'மதுரைக் கோவை', 'சித்திரகவித்திரட்டு', 'நன்னூல் விளக்கம்', 'அரபுத் தமிழ் அகராதி', 'சமுத்திரமாலை', 'நாகூர் புராணம்', 'குவாலிர்க் கலம்பகம்', 'நாகூர் கலம்பகம்', 'முகாஷபா மாலை', 'கன்ஜுல் கறாமத்து', 'திருமணிமாலை வசனம்', 'உமறு பாஷா யுத்த சரிதை', 'பொருத்த விளக்கம்' போன்று பல இலக்கியங்களைப் படைத்துள்ளார். இவற்றுள் பல நூல்கள் தமிழ்ச் சங்கத்தின் வெளியீடாக வெளிவந்துள்ளன.

ஏ.நா.வ.முகைதீன் அப்துல்காதிறு றாவுத்தர் (*Slaugterhouse & Bookshop*)

மதுரை மேலூர் தாலுகாவில் பிறந்தவர்தான் ஏ.நா.வ.முகைதீன் அப்துல்காதிறு றாவுத்தர். இவர் மேலூரில் கறிக்கடையோடு புத்தக வியாபாரமும் செய்துவந்துள்ளார். காலையில் கறிக்கடையும் மாலையில் புத்தக வியாபாரமும் செய்துவந்துள்ளார். அதனால்தான் தன் கடைக்கு சிலாட்டர் ஹவுஸ் அன்ட் புக் ஷாப் என்று பெயரிட்டுள்ளார். புத்தகங்களைப் பதிப்பிப்பதோடு சில புத்தகங்களை எழுதியும் வந்துள்ளார். 1920களில் இந்தியாவில் அதிலும் குறிப்பாகத் தமிழகத்தில் பரபரப்பாகப் பேசப்பட்டுவந்த சுதந்திரப் போராட்டம் வெகுசன மக்களிடம் எழுச்சியை ஏற்படுத்தி, அவர்களையும் சுதந்திரப் போராட்டத்தில் ஈடுபட வைத்தது. அப்போராட்டத்தில் காந்தியக் கொள்கைகளில் ஈர்க்கப்பட்டவர்களில் ஒருவர்தான்; முகைதீன் அப்துல் காதிர். இவர் காந்தியக் கொள்கைகளால் ஈர்க்கப்பட்டுப் பின்பற்றத் தொடங்கினார்.

இதனால் கறிக்கடையை விட்டுவிட்டு மேலூரிலிருந்து மதுரை நகரில் அமைந்துள்ள புதுமண்டபத்தில் முழுநேரப் புத்தகக்கடையை

நிறுவினார். அதன்வழி பல நூல்களைத் தாமே பதிப்பிப்பதும் அதனை விற்பனை செய்வதுமாகச் செயல்படத் தொடங்கினார். இவர் பிறப்புப் பற்றிய தகவல்கள் கிடைக்கப் பெறவில்லையென்றாலும் இவரின் பதிப்பு நூல்களின் வழி சில தகவல்கள் கிடைக்கப்பெறுகின்றன. 'பஞ்சம் தீர்க்க வந்த பஞ்சாபீஸ்' என்ற கட்டுரையில் அப்துல் காதிரைப் பற்றி சுந்தர்காளி குறிப்பிடுகிறார். "கலிகால விபரீதக் கல்யாணச் சிந்து' என்னும் நூல் மேலூர் ஏ.நா.வ.முஹையதீன் அப்துல் காதிறு என்பவரால் பதிப்பிக்கப்பெற்றுள்ளது. இந்த அப்துல் காதிறு மதுரையையடுத்த மேலூரைச் சேர்ந்தவர் என்பதும், கறி வியாபாரம் நடத்திவந்தவர் என்பதும் குறிப்பிடத்தக்கவை. காந்தியடிகள் பற்றிய தேசாபிமானிகள் மாலை என்னும் மகாத்மா காந்தி அம்மானை (இருபாகங்கள்) (1925) என்னும் நூலை இயற்றிய இவர், நூல் விளம்பரம் ஒன்றில் தன் கடையை '*Slaugterhouse & Bookshop*' என்று குறிப்பிடுகிறார்.[36]" இது ராஜா ஷண்முகதாஸ் இயற்றிய 'பஞ்சாபீஸ் சிந்து' என்ற நூலினை வைத்துக்கொண்டு எழுதப்பட்ட கட்டுரை. இதனை வைத்துப் பார்க்கும்போது மதுரையில் நாடக ஆசிரியராக விளங்கிய சங்கரதாஸ் சுவாமிகளின் மாணவர்களில் ஒருவரான ராஜா ஷண்முகதாஸின் நாடக நூல்களை முஹைதீன் றாவுத்தர் பதிப்பித்திருக்கிறார் என்ற செய்தியும் கிடைக்கப்பெறுகிறது. இவர் சொந்தமாக அச்சியந்திரம் நிறுவவில்லை. ஆனால், அன்றைக்கு மதுரையில் சிறந்து விளங்கிய விவேகானந்தம் பிரஸ், மேலூர் லஷ்மி விலாஸ் பிரஸ் போன்ற பதிப்பகங்களின் வழியாகக் கிடைக்கப்பெற்றத் தரவுகளின் அடிப்படையில் நூல்கள் வரிசைபடுத்தப்பட்டுள்ளன.

- 1922இல் மேலூர் ஸ்ரீமான் ஏ.நா.வ. முஹையதீன் அப்துல்காதர் றாவுத்தர் அவர்கள் இயற்றிய 'ஸ்ரீ கிருஷ்ணாவதாரரான மஹாத்மா காந்திய சுயாட்சி மகிமை இரத்தின திலகம்' முதற்பாகம் எனும் நூலினைப் பதிப்பித்துள்ளார்.
- 1923இல் மேலூர் ஸ்ரீமான் ஏ.நா.வ.முஹையதீன் அப்துல்காதர் றாவுத்தர் அவர்கள் இயற்றிய 'மஹாத்மா காந்தியும் மற்றுமுள்ள தேசாபிமானிகளின் தியானம்' எனும் நூல் ஏ.எல்.வி.பிரஸில் பதிப்பிக்கப்பட்டுள்ளது.
- 1925இல் ஏ.நா.வ.முஹையதீன் அப்துல் காதிறு அவர்களால் இயற்றப்பெற்ற 'தேசாபிமானிகள் மாலை என்னும் மஹாத்மா காந்தி

அம்மானை' என்ற நூல் மதுரை புஸ்தக ஷாப் சிலாட்டர் ஹவுஸில் பதிப்பிக்கப்பட்டிருக்கிறது. இந்நூல் இரண்டு பாகங்களைக் கொண்டது.

- இந்நூலின் சிறப்புபற்றி 'சில்லரைக் களஞ்சியம்' எனும் நூலின் பின் அட்டையில் ஏ.நா.வ.முஹையதீன், "தேசாபிமானிகள் மாலையென்னும் ஸ்ரீமகாத்மா காந்தி அம்மானை என்ற புஸ்தகத்திலுள்ள கருத்துகளை இங்கே கொஞ்சம் எழுதுகிறேன். அதாவது நமது சுதேச இந்து முஸ்லீம் ஒற்றுமையால்வரும் மேன்மையைத் தெரியும்படியான விதமும், இப்பேர்க்கொற்ற மகாத்மா காந்தி ஏழைகளுக்காக ஒவ்வோர் ஊர்களிலும் பட்ட கஷ்டம், நஷ்டம், கல்லாலடி, மயக்கம், ஓடி ஒழிந்தது, சில உத்தமர்களால் பாதுகாக்கப்பட்டு, வெள்ளையர்களால் நேர்ந்தகொடுந்துன்பங்களைச் சகித்தது, மகாத்மா காந்தி மாறுவேடம் பூண்டு உயிரைக் காப்பாற்றியதுமான பேதாபேதங்களை எளிய நடையில் 54பக்கம்வரை பாடியிருக்கும் புத்தகத்தை வாங்கிப்படிக்கும் போது பக்கத்திலிருந்து கேட்டுக்கொண்டிருக்கும் ஆண், பெண் யாவர்களுக்கும் பயமும், சந்தோஷமும், அழுகை முதலிய விதங்களும் நேரும். நல்லதங்காள் கதை, பஞ்ச பாண்டவர் வனவாசம் முதலிய பாடல்களைப் போல் பாடவேண்டியது[37]" என்று நூலின் அறிமுகத்தையும் அதன் முக்கியத்துவத்தைப் பற்றியும் குறிப்பிடுகிறார். நாட்டுப்புறப் பாடலாகவும் பெரிய எழுத்துப் புத்தகமாகவும் வெகு மக்களிடம் புழக்கத்திலிருந்த நல்லதங்காள் கதை, முத்துப்பட்டன் கதை, மதுரை வீரன் கதை, காத்தவராயன் கதை, பஞ்சபாண்டவர்களின் கதை போன்று பாடப்பட வேண்டிய நூலாக இந்நூலினை அடையாளப்படுத்துகிறார். இதன்வழியாக இந்நூலின் முக்கியத்துவத்தை அறியமுடிகிறது.

- **1926**இல் மேலூர் ஸ்ரீமான் ஏ.நா.வ.முஹையதீன் அப்துல் காதிறு அவர்கள் இயற்றிய 'காப்பி தண்ணிக்கும் கள்ளுத் தண்ணிக்கும் மல்லுத் துணிக்கும் சண்டை, ஸ்ரீமஹாத்மா காந்தியின் உபதேசம்' முதற்பாகம் எனும் நூல் மதுரை அபிராமி விலாசம் அச்சியந்திரத்தில் பதிப்பிக்கப்பட்டுள்ளது.

- **1927**இல் 'கலிகால விபரீத கல்யாணச்சிந்து' இதற்கு இரண்டாம்பாகம் களிப்பென்னும் இக்காலக்கண்ணாடிதான் இது சந்தச்சரபம் ராஜா ஷண்முகதாஸ் அவர்கள் பாடியுள்ளார். மேலூர் ஏ.நா.வ.முஹையதீன் அப்துல்காதிறு அவர்களால் மதுரை ஷம்லியா பிரஸில்

பதிப்பிக்கப்பெற்றது. இதன் முதற்பாகம் எப்போது வந்தது என்று தெரியவில்லை.

- *1931*இல் மேலூர் ஸ்ரீமான் ஏ.நா.வ. முஹையதீன் அப்துல்காதிறு அவர்களால் பாடப்பெற்றது நம்புதாளைநகரிலவதரித்து திருப்பாலைக்குடியிலமர்ந்த ஸ்ரீலஸ்ரீ பக்கீர்மஸ்தான் அவர்கள் காரண மகிமைக் களஞ்சியம் முதற்பாகம் எனும் நூல் திருப்பாலைக்குடி இராமநாதபுரம் ஜில்லா, திருப்பாலைக்குடி நன்மையருளும் ஜமாலிய சங்கத்தார்கள் வேண்டுகோளின்படி மேற்படி ஸ்ரீமான் ஏ.நா.வ.மு.அவர்களால் செய்யப்பெற்றது. இது மதுரை விவேகானந்த பிரஸில் பதிப்பிக்கப்பெற்றது.
- *1931*இல் 'சில்லரைக் களஞ்சியம் என்னும் நாடகப் பொக்கிஷம்' இரண்டாம் பாகம் இது சந்தச்சரபம் ராஜா ஷண்முகதாஸ் அவர்கள் இயற்றியது. மதுரை புதுமண்டபம், புத்தக வியாபாரம் ஸ்ரீமான் ஏ.நா.வ.முஹையதீன் அப்துல்காதிறு அவர்களால் மதுரை ராஜா பிரஸில் பதிப்பிக்கப்பெற்றது. (இந்நூல் வேடனுக்கும் வள்ளிக்கும் தர்க்கம், வஞ்சிபத்தன் பாட்டு, லலிதாங்கி சரிதையில் மடத்தாட்சி பாடிவரும் பாட்டு, அரசனிடத்தில் குடிகள் முறையிடுதல், வேறுபாட்டு குடிகள் குறைகூறல், குறத்தியை அர்ஜூனன் மருந்து கேட்கின்ற பாட்டு, தர்க்கம், டிராமாக்களில் பபூன்கள் பாடுகிற புதிய இரயில் வண்டிப்பாட்டுப் போன்ற உட்தலைப்புகளுடன் அமையப்பெற்றிருக்கிறது. மொத்தம் *16* பக்கங்களைக் கொண்டுள்ளது.)

சுதந்திரப் போராட்டக் காலத்தில் முக்கியக் களமாக விளங்கிய இடங்களில் மதுரையும் ஒன்று. கள்ளுக்கடை மறியல், கதர் ஆடைப் போராட்டம் போன்று மிக முக்கியமான போராட்டங்கள் மதுரையில் நிகழ்ந்திருக்கின்றன. இச்சுதந்திரப் போராட்டங்களில் சாதி மதமற்ற பலர் இணைந்து செயல்படத் தொடங்கினர். இந்துக்களும் முஸ்லிம்களும் இணைந்தே மதுரையில் பல சுதந்திரப் போராட்டங்களை நடத்தியுள்ளனர். அவ்வகையில் மேலூரில் கறிக்கடையை வைத்துக்கொண்டு காந்தியக் கொள்கையால் முழுமையாக ஈர்க்கப்பட்டு, பிறகு சுதந்திரச் செயல்பாட்டில் இறங்கியவர்தான் ஏ.நா.வ.முஹையதீன் அப்துல் காதிர். காந்தியின் மீது இருந்த மோகத்தால் காந்தியைப் பற்றிப் பல நூல்கள் இயற்றி, அதனை அச்சிட்டு வெளியிட்டும் உள்ளார்.

வெடிகுண்டு இதழ்

'வெடிகுண்டு' எனும் பெயர்கொண்ட இதழ் மஹதி எனும் இஸ்லாமியரால் **1933**இல் மதுரையில் தொடங்கப்பட்டது. இவ்விதழ் வார இதழாக வெளிவந்தது. சுதந்திரப் போராட்டம் மதுரையில் எழுச்சிபெற்றிருந்த காலத்தில் வெளிவந்தது. திராவிடக் கொள்கைகளை ஆதரித்துவந்த மஹதி தன்னுடைய இதழின் வழியாகத் திராவிடக் கொள்கைகளையும் பிரச்சாரம் செய்யத் தொடங்கினார். இதழின் அதிதீவிரப் போக்கின் காரணமாக அன்றைக்குத் தமிழகத்தை ஆண்டுவந்த பிரிட்டிஷ் அரசு இதற்குத் தடை விதித்து, ரூபாய் ஐயாயிரம் அபராதம் விதித்தது. அன்றைய சூழலில் அபராதப் பணத்தைக் கட்டமுடியாததால் இதழ் முடங்கியது. அ.மா.சாமி இவ்விதழைப் பற்றிக் குறிப்பிடும்போது "திராவிடன் இதழ், பெரியார் கைக்கு வந்தபிறகு அந்த இதழக்கு இருந்த கடன் பாக்கிக்காகப் பெரியார் சிறை செல்ல நேர்ந்தபோது 'வெடிகுண்டு' வார இதழ் **11.06.1993**-இல் 'தோழர் ஈ.வெ.ராமசாமியின் சிறைவாசம்' என்ற தலைப்புடன் வெளியிட்டது[38]" என்று குறிப்பிடுகிறார்.

மஹதி நடத்திய 'வெடிகுண்டு' வார இதழ் அரசின் அடக்குமுறைக்கு உட்பட்டதால் **1933**இல் 'மதுரை சிட்டி கெசட்டி' என்ற வார இதழைத் தொடங்கினார். திராவிட இயக்கச் சிந்தனைகள் அல்லாமல் மாவட்டச் செய்திகளை வெளியிட்டுவந்த இவ்விதழ், ஓராண்டே வெளிவந்தது.

மதுரையில் **1906 - 07**இல் 'லிவாவுல் இஸ்லாம்' எனும் இதழும், **1906 - 08**வரை 'முஸ்லீம் தூதன்', 'இஸ்லாம் நேசன்' ஆகிய இதழ்களும் வெளிவந்துள்ளன. இவ்விதழ்கள் இஸ்லாமிய மார்க்கத்தையும் அவற்றின் வளர்ச்சிப் போக்குகளையும் பேசிவந்துள்ளன. 'இஸ்லாம் நேசன்' இதழின் ஆசிரியர் சுல்தான் சையத் அகமத் ராவுத்தர் ஆவார். இவ்விதழ் மூன்று மாதத்திற்கு ஒருமுறை வெளிவந்துள்ளது.

மதுரையில் பதிப்பிக்கப்பெற்ற இஸ்லாமியர்களின் படைப்புகள்

மதுரையில் வாழ்ந்த இஸ்லாமியர்கள் தங்களின் மதம்சார்ந்த செயல்பாடுகளோடு பொதுவாகவும் பங்காற்றியிருக்கின்றனர். இவர்கள் இலக்கியம் சார்ந்த அறிவுச் செயல்பாட்டிலும் தங்களின் பங்களிப்பைச் செய்துவந்துள்ளனர். அந்தவகையில் மதுரை இஸ்லாமியரின் அறிவுசார் செயல்பாடுகளினால் வெளிவந்துள்ள இலக்கியங்கள் தரவுகளின் அடிப்படையில் வரிசைப்படுத்தப்பட்டுள்ளது:

- **1907**இல் எம்.கே.எம்.அப்துல் காதிறு ராவுத்தர் அவர்களால் இயற்றப்பெற்ற 'மதுரைத் தமிழ்ச்சங்க மான்மியம்' எனும் நூல் மதுரை விவேகபாநு அச்சியந்திரசாலையில் பதிப்பிக்கப்பட்டது.
- **1910**இல் ர.மு.காதர்முகைதீன் ராவுத்தர் அவர்களால் எழுதப்பெற்ற 'சுருளிஸ்தலமிருந்து வீரபாண்டிமாரியம்மன் கோயில்வரை வழிநடை அலங்காரச்சிந்து' எனும் நூல் மதுரை ஸ்ரீராமச்சந்திர விலாசம் பிரஸில் அச்சிடப்பட்டுள்ளது.
- **1924**இல் போத்தலூர் வீரப்பிரம்மேந்திர சுவாமிகள் இயற்றிய 'கலியுகத்தின் மகத்துவமாகிய காலக்கியானம்' எனும் நூல் மதுரை முஹம்மதியன் பிரஸில் அச்சிடப்பட்டுள்ளது.

- 1924இல் பேகம்பூர் பி.எம்.அப்துற் காதிறு புலவர் எழுதிய 'காந்தி கப்பற் பாட்டு (1920ஆம் ஆண்டு முதல் 1924ஆம் ஆண்டுவரை நடந்த காங்கிரஸ் சரித்திரத்தை விளக்கிக்காட்டக்கூடியது)' எனும் நூல் மதுரை நாடார் பிரஸில் அச்சிடப்பட்டது.
- 1926இல் கா.முஹம்மது இபுராஹீம் இறாவுத்தர் குமாரர் வாலை அல்லாப்பிச்சைப் புலவர் எழுதிய 'சங்கீத நவரசக்கீர்த்தனம்' எனும் நூல் மதுரை ஷண்முக விலாசம் பிராஞ்சு அச்சியந்திரசாலையில் அச்சிடப்பட்டது.
- 1927இல் மி.பீர்முகமது சாகிபு எழுதிய 'காந்தி மாளிகை' எனும் நூல் மதுரை இ.செ.முகமது இப்றாகீம் றாவுத்தரால் பதிப்பிக்கப்பட்டது.
- 1928இல் டி.எம்.சையதுதாஸ் அவர்கள் எழுதிய 'அடிமைகளின் அறிவு விளக்கத் தேயிலைப்பாட்டு' எனும் நூல் மதுரை மீனாட்சி விலாஸ் பிரஸில் அச்சிடப்பட்டது. இந்நூலின் இரண்டாம் பதிப்பு 1930இல் மதுரை விவேகானந்தா பிரஸில் அச்சிடப்பட்டது.
- 1929இல் மகுதூ முகம்மதுப் புலவர் எழுதிய 'கற்புவேலியென்றும் கற்புநூலென்றும் வழங்குகின்ற இசுவத்துநாச்சியுடையகிஸ்ஸா' எனும் நூல் மதுரை மீனாட்சி விலாஸ் பிரஸில் அச்சிடப்பட்டுள்ளது.
- 1929இல் முகம்மதுப்புலவர் குமாரர் புலவர் வரிசைமுகியீத்தின் அவர்களால் எழுதப்பெற்ற 'இஃது சக்கூன் படைப்போர்' எனும் நூல் மதுரை மீனாட்சி விலாஸ் பிரஸில் அச்சிடப்பட்டது.
- 1933இல் செய்கு பீர்முகம்மது அவர்களால் எழுதப்பெற்ற 'தீதாறுமாலை' எனும் நூல் மதுரை மீனாட்சி விலாஸ் பிரஸில் அச்சிடப்பட்டுள்ளது.
- 1939இல் குணங்குடி மஸ்தான் சாஹிபு எழுதிய 'அதி அற்புத வேதாந்த கீர்த்தனை' எனும் நூல் மதுரை முருகன் புக் டிப்போவில் அச்சிடப்பட்டது.
- 1940இல் ஏ.கே.அப்துல் முத்தலிபு சாஹிப் எழுதிய 'இராமநாதபுரம் செல்லியம்பட்டி பூ.கருத்தசாமி சேர்வை காலஞ்சென்ற கலியுக கொலைச்சிந்து' எனும் நூல் மேலூர் லக்ஷ்மி விலாஸ் பிரஸில் பதிப்பிக்கப்பட்டது.

- *1963இல் மௌலவி அப்துல் கறீம் (நூரிய்யி) தேவதானப்பட்டி அவர்களால் எழுதப்பெற்ற 'எம்பெருமானாரின் அறிவுரைகள்' எனும் நூல் குர்ஆனிய்ய புக் டிப்போ மதுரை எனும் முகவரியில் பதிப்பிக்கப்பட்டது.*

இவ்வாறு பல தரவுகள் இஸ்லாமிய இலக்கியச் செயல்பாட்டிற்கு ஆதாரமாக விளங்குகின்றன. முஹமதியன் என்ற இஸ்லாமிய அச்சியந்திரமும் மதுரையில் செயல்பட்டிருக்கிறது. மதுரைப் பதிப்புச் செயல்பாடுகளில் இஸ்லாமியர்களின் பதிப்புச் செயல்பாடுகள் முக்கியப் பங்கு வகிக்கின்றன.

மதுரை மீனலோசனி அச்சியந்திரம்

மதுரையில் செயல்பட்டுவந்த பதிப்பகங்களில் குறிப்பிடத்தகுந்த அச்சியந்திரம் மதுரை மீனலோசினி அச்சியந்திரமாகும். இதனை நிறுவிய ஆண்டு மற்றும் பதிப்பகத்தார் யார் என்ற தகவல் கிடைக்கப்பெறவில்லை. ஆனால், இப்பதிப்பகம் வழியாக வெளிவந்த நூல்கள் கிடைக்கப்பெறுகின்றன; இவற்றின் சமய நூல்களே அதிகம். 1910க்குப் பிறகு வெளிவந்துள்ள நூல்களே கிடைக்கப்பெறுவதால், இப்பதிப்பகம் அவ்வாண்டுக்குப் பிறகே செயல்படத் தொடங்கியிருக்கலாம். அந்நூல்கள் ஆண்டு வாரியாக வரிசைப்படுத்தப்பட்டுள்ளன.

- 1922இல் சென்னப்பட்டணம் சொக்கலிங்கம் இயற்றிய இராமேஸ்வர மான்மிய மென்னும், சேது மகத்துவக் கும்மி' எனும் நூல் மதுரை மீனலோசனி அச்சியந்திரசாலையில் பதிப்பிக்கப்பட்டது. இதன் அடுத்த பதிப்பு 1923இல் வெளிவந்திருக்கிறது.
- 1922இல் மு.கதிரேசச் செட்டியார் மொழிபெயர்த்தியற்றியது சுலோசனை எனும் நூல் மதுரை மீனலோசனி அச்சியந்திரசாலையில் பதிப்பிக்கப்பட்டது.
- 1923இல் இராமசேடய்யர் குமாரரர் வைத்தியநாத சருமா அவர்கள் இயற்றிய 'சோமசுந்தரேசர், மீனாக்ஷி அம்மன், செல்லாயி அம்மன் இவர்கண்மீது பாடிய பதிகப் பிரபந்தத்திரயம்'.
- 1923இல் பி.எம்.ஷண்முகம் செட்டியார் இயற்றிய 'திருவிளையாடற்புராணம் மாணிக்கம் விற்ற சிந்து'.
- 1926இல் வி.யம்.சாமிநாதபிள்ளையவர்களால் எழுதப்பெற்ற 'கைவல்லியம் நவநீதம் மூலம்'. இதன் அடுத்த பதிப்பு 1927இல் வெளிவந்தது.
- 1927இல் கே.எஸ்.இராமசந்திரய்யர் (பென்சன் தாசில்தார்) இயற்றிய 'ஸௌந்தர்ய ஜனனி'.

- *1928*இல் நிரம்ப அழகிய தேசிகர் இயற்றிய 'திருப்பரங்கிரிப்புராணம்'.
- *1927*இல் ஸ்ரீமத் ஆத்துமாநந்த சுவாமிகளால் இயற்றப்பட்டு மதுரை தேவாரபாரயணம் அ.முத்துச்சாமிப்பிள்ளையால் பார்வையிடப்பெற்ற 'நித்தியா நித்திய வஸ்து விவேகம்'.
- *1927*இல் அ.சுந்தரநாத பிள்ளை அவர்களால் இயற்றப்பெற்ற 'திருச்செந்தூர்ப் புராணவசனம்'.
- *1927*இல் 'திருவரலவாயென்னும் மதுரைமாநகரின்கண் எழுந்தருளியிராநின்ற சோமசுந்தரக்கடவுள் செய்தருளிய திருவிளையாடற் புராணத்துள் ஐம்பத்தாறாவது இடைக்காடன்பிணக்குத்தீர்த்தது' எனும் நூல். இதன் ஆசிரியர் பெயர் தெரியவில்லை.
- *1929*இல் கழனிவாசற்குடியான் நாராயணன் செட்டியார் குமாரர் ஐயாக்கருப்பன் செட்டி எழுதிய 'ஏகாதசப்பிரப்பந்தம்', 'திருப்பானசை கண்ணுடையநாயிம்மை மாலை, பதிகம், கும்மி', 'சோழீசர் மாலை, பதிகம்', 'குன்றாக்குடி யென்னும் மயூரகிரி முருகக்கடவுள் பதிகம்', 'சிறுவயல் மும்முடிநாதஈஸ்வரர் பதிகம்', 'பாகநேரி புல்வாநாயகி அம்மன் பதிகம்' ஆகிய நூல்கள்.
- *1931*இல் அருணகிரிநாதர் இயற்றிய 'திருப்புகழ்'.
- *1931*இல் வை.செல்லையாப் பாவலரால் இயற்றப்பெற்ற கீழப்பூங்குடியிற் றிருவருட் சமாதிகொண் டெழுந்தருளியிருக்கும் மிளகாய்ச்சுவாமிகள் என வழங்கும் ஸ்ரீ இராமாநுஜ சுவாமிகள் சரித்திரம்'
- *1932*இல் மு.கோவிந்தசாமி ஐயர் இயற்றிய 'ஸ்ரீ சங்கர பகவத் பரதர் அருளிய சிவாநந்தலகரி'.
- *1934*இல் வேகுப்பட்டி பெரி இலக்குமணச் செட்டியார் இயற்றிய 'திருநீலகண்ட நாயனார் சரித்திரம்'.
- *1937*இல் வீரை.ஆளவந்தார் இயற்றிய 'ஞாந வாசிட்டம்'.
- *1938*இல் நா.வெ.இராமசுவாமி முதலியார் எழுதிய 'சிவசங்கரநயினார் கோவிலென்னும் சீராசையம்பதி மாதப் பதிகம்'.
- *1938*இல் நா.வெ.இராமசுவாமி முதலியாரால் இயற்றப்பெற்ற 'சிவசங்கரநயினார் கோவிலென்னும் சீராசையம்பதி மாதப் பதிகம்'.

மீனலோசனி பதிப்பகம் பெரும்பாலும் சமயம் சார்ந்த நூல்களை வெளியிட்டிருக்கிறது. மு.கதிரேசச் செட்டியார், அ.சுந்தரநாதபிள்ளை, அருணகிரிநாதர் போன்றோரின் முக்கியமான படைப்புகள் இப்பதிப்பகம் வழியாகப் பதிப்பிக்கப்பட்டிருக்கின்றன.

மதுரை மனோன்மணி அச்சியந்திரசாலை

1900த்திற்குப் பிறகு செயல்படத் தொடங்கிய பதிப்பகங்களில் மதுரை மனோன்மணி அச்சியந்திரசாலையும் ஒன்று. இவ்வச்சியந்திரத்தை நிறுவியவர் மதுரை தாசில்தார் பள்ளிவாசல் தெருவைச் சேர்ந்த கே.மாயண்டி பிள்ளை ஆவார். இவ்வச்சியந்திரம் நிறுவப்பட்ட ஆண்டு பற்றிய முழுமையான தரவு கிடைக்கப்பெறவில்லை. இது மதுரை வடக்குமாசி வீதியில் செயல்பட்டிருக்கிறது. 'மனோன்மணி விலாசம் பிரஸ், வடக்குமாசி வீதி, மதுரை' என்று இதன் முகவரி கிடைக்கப்பெறுகிறது. ஆனால், இவ்வச்சியந்திரத்தின் வழியாக வெளிவந்த நூல்கள் கிடைக்கப்பெறுகின்றன. அப்பனையங்கார், நாடக ஆசிரியர் சங்கரதாஸ் சுவாமிகள் போன்றோரின் நூல்கள் வெளியிடப்பட்டிருக்கின்றன. இவற்றை வைத்துப் பார்க்கும்போது அன்றைக்கு மதுரையில் சிறந்து விளங்கிய பதிப்பகங்களில் மதுரை மனோன்மணி அச்சியந்திரசாலையும் ஒன்று என்பதில் எந்த ஐயமுமில்லை. இப்பதிப்பகத்தின் வழியாக வெளிவந்த நூல்கள் ஆண்டுகள் வாரியாக வரிசைப்படுத்தப்பட்டுள்ளது.

- 1920இல் டி.டி.சங்கரதாஸ் சுவாமிகள் இயற்றிய 'பரமானந்தப் பக்திரஸக் கீர்த்தனை' எனும் நூல் மதுரை கே.மாயாண்டி பிள்ளையால் தமது மனோன்மணி விலாஸ அச்சியந்திரசாலையில் பதிப்பிக்கப்பட்டது.
- 1923இல் பெ.லெ.அ.சின்னையா செட்டியார் குமாரரர் சிதம்பரஞ் செட்டியார் எழுதிய 'குன்றக்குடி முருகர் காவடிச்சிந்து'.
- 1923இல் எஸ்.அய்யாச்சாமி பிள்ளை எழுதிய 'தினைப்புனம் கார்த்த வள்ளியம்மையை சிறையெடுத்த ஸ்ரீ சுப்பிரமண்யர் திருவிளையாடலென்னும் காவடிப் பாட்டு'
- 1924இல் மாணிக்கவாசகர் எழுதிய 'திருவாசகம்'.
- 1924இல் 'அல்லியரசானி மாலை'. இந்நூலின் ஆசிரியர் 'புகழேந்திப் புலவர்'.

- *1924*இல் 'காவடிச் சிந்து என்கிற வள்ளிச்சிந்து'.
- *1925*இல் நா.அப்பனையங்கார் எழுதிய 'கூடல் மான்மியம்'.
- *1927*இல் 'சுப்பிரமணியர் திருவிளையாடலென்னும் வளையற் சிந்து'. இந்நூலின் ஆசிரியர் க.இராமஸ்வாமி பிள்ளை. இந்நூலின் முதல் பதிப்பு மதுரை மீனாக்ஷி விலாஸ் பிரஸில் அச்சடிக்கப்பட்டது.
- *1927*இல் டி.டி.சங்கரதாஸ் சுவாமிகள் இயற்றிய 'சுலோசனாஸதி'.
- *1930*இல் டி.டி.சங்கரதாஸ் சுவாமிகள் இயற்றிய 'சோமவார மகத்வம் என்னும் சீமந்தனி நாடகம்'.
- *1930*இல் சோமகிரி மறைமணிச் சித்தர் எழுதிய 'கோமள குஞ்சரி ஞானக் கும்மி'.

சிந்து மற்றும் நாடக நூல்கள் பல மனோன்மணிய அச்சியந்திரத்தின் வழியாக வெளிவந்திருப்பதைக் காணமுடிகிறது. மதுரையில் நாடக சபாக்கள் அதிகமாக இருந்ததால் நாடக நூல்கள் அதிகமாக அச்சடிக்கப்பட்டிருக்கின்றன. அந்தவகையில் மனோன்மணிய விலாஸ அச்சியந்திர சாலையிலும் நாடக நூல்கள் பல அச்சடிக்கப்பட்டிருக்கின்றன. மதுரைப் பதிப்பு வரலாற்றை அறிவதற்கு மனோன்மணி விலாஸ அச்சியந்திரத்தின் செயல்பாடு கூடுதல் வலுசேர்க்கிறது.

மதுரை மீனாக்ஷி விலாஸ் அச்சியந்திரசாலை

மதுரைப் பதிப்பகங்களில் மதுரை மீனாக்ஷி விலாஸ் அச்சியந்திரசாலையும் ஒன்றாகும். இதனை நிறுவியவர், முகவரி, தொடங்கப்பட்ட ஆண்டு போன்ற விபரங்கள் கிடைக்கப்பெறவில்லை. *1900*த்திற்குப் பிறகுதான் இவ்வச்சகம் நிறுவப்பட்டிருக்கிறது. கிடைக்கப்பெற்ற தரவுகளின் அடிப்படையில் இவ்வச்சகத்தின் முதல் நூல் *1905*இல் வெளிவந்திருக்கிறது. இதற்கு முன்பும் நூல்கள் வெளிவந்திருக்கலாம். ஆனால், அவை ஆய்வில் கிடைக்கப்பெறவில்லை.

- *1905*இல் அண்ணாசாமி ஐயரின் குமாரர் நாராயணசாமி ஐயர் இயற்றிய சங்கிரக இராமாயணம் எனும் நூல் மதுரை மீனாட்சி அச்சியந்திரசாலையில் பதிப்பிக்கப்பட்டது.

- *1928*இல் டி.கே.சுந்தரம் அவர்கள் இயற்றிய 'தேயிலைத் தோட்டப் பாட்டு' எனும் நூல் மதுரை மீனாட்சி அச்சியந்திரசாலையில் பதிப்பிக்கப்பட்டுள்ளது.
- *1928*இல் டி.எம்.சையதுதாஸ் அவர்கள் இயற்றிய 'அடிமைகளின் அறிவு விளக்கத் தேயிலைப்பாட்டு'. இந்நூலின் இரண்டாம் பதிப்பு *1930*இல் மதுரை விவேகானந்தா பிரஸில் வெளியிடப்பட்டது.
- *1929*இல் மகுதூமுகம்மதுப் புலவரால் இயற்றப்பெற்ற 'கற்புவேலியன்றும் கற்புநூலென்றும் வழங்குகின்ற இசுவத்துநாச்சியுடையகிஸ்ஸா'
- *1929*இல் முகம்மதுப்புலவர் குமாரர் புலவர் வரிசை முகியீத்தின் அவர்களால் இயற்றப்பெற்ற 'இஃது சக்கூன் படைப்போர்'.
- *1929*இல் 'தசாவதாரம்' எனும் நூல் மதுரை மீனாட்சி அச்சியந்திரசாலையில் பதிப்பிக்கப்பட்டுள்ளது. இந்நூலின் ஆசிரியர் பெயர் தெரியவில்லை.
- *1930*இல் கே.டி.ஆர்.வேணுகோபால் தாஸ் இயற்றிய 'தங்கரத்தினம் பொன்னுரத்தினம் பாடிவரும் மெட்றாஸ் நாகரீக தங்கத்தில்லாலே பாட்டு'.
- *1930*இல் 'இராமேச்சுர மான்மியமென்னும் சேதுமகத்துவம்'. இந்நூலின் ஆசிரியர் பெயர் தெரியவில்லை. இந்நூல் *1921*இல் மதுரை மீனலோசினி பதிப்பகத்திலும், *1934*இல் மதுரை ஹரிஸமய திவாகரம் பிரஸிலும் வெளிவந்திருக்கிறது.
- *1930*இல் 'சங்கீதப்பாட்டுக்கள்'. இந்நூலின் ஆசிரியர் யார் என்று தெரியவில்லை.
- *1931*இல் 'இந்திய முடிசூடா மன்னர் பண்டித மோதிலால் நேரு ஆனந்த கிராமபோன் சங்கீதம்' (இரண்டாம் பாகம்).
- *1931*இல் 'கிராமபோன் புதிய பிளேட் சங்கீதத்திலகம்'.
- *1929*இல் மீறான்கனி யண்ணாவியரால் இயற்றப்பெற்ற இஃது குறமாது.
- *1931*இல் திருச்செந்தூர் அ.சித்திரம் பிள்ளை அவர்களால் இயற்றப்பெற்ற 'திருமாலிருஞ்சோலைமலை அழகர் வர்ணிப்பு'. இதன் இரண்டாவது பதிப்பு *1937*இல் வெளிவந்துள்ளது.

- *1931*இல் 'இந்திய முடிசூடா மன்னர் பண்டித மோதிலால் நேரு ஆனந்த கிராம்போன் சங்கீதம்' (4ஆம் பாகம்). இந்நூலின் ஆசிரியர் பெயர் தெரியவில்லை. இந்நூலின் மூன்று பாகங்கள் 1931ஆம் ஆண்டுக்கு முன்பு வெளியாகியிருக்கின்றன. இம்மூன்று நூல்களும் எந்தப் பதிப்பகம் மூலம் வெளியாகின என்ற தகவல் எதுவும் கிடைக்கப்பெறவில்லை.
- *1933*இல் செய்கு பீர்முகம்மது எழுதிய 'தீதறுமாலை'.
- *1934*இல் தற்கலை பீருமுகம்மது சாகிபு அவர்களால் இயற்றப்பெற்ற 'ஞானரத்தினக் குறவஞ்சி'.
- *1936*இல் சோ.மாணிக்கம் பிள்ளை அவர்களால் இயற்றப்பெற்ற 'பாவகாரிய மகற்றுஞ் ஜீவகாருண்யச் சிந்து'
- *1937*இல் திருச்செந்தூர் அ.சித்திரம் பிள்ளை அவர்கள் இயற்றிய 'திருமாலிருஞ்சோலைமலை அழகர் வர்ணிப்பு'.

இந்நூல்களின் பட்டியலைக் காணும்போது பதிப்புச் செயல்பாட்டில் மதுரை மீனாட்சி அச்சகம் பெரும்பங்காற்றியுள்ளது தெரியவருகிறது. மதுரையில் அதிக நூல்களை வெளியிட்ட பதிப்பகமாகவும் இருந்துள்ளது. சிந்து, ஏலோலப்பாட்டு, அழகர் வர்ணிப்பு போன்ற முக்கியமான நூல்களும் இதில் வெளிவந்திருக்கின்றன. மதுரையைச் சுற்றியுள்ள தெய்வங்கள் பற்றிய நூல்களும் வெளிவந்திருக்கின்றன.

மதுரை ராஜேஸ்வரி அச்சியந்திரசாலை

*1900*த்திற்குப் பிறகு தனிநபர்களால் மதுரையில் பல அச்சியந்திரங்கள் நிறுவப்பட்டன. அந்தவகையில் மதுரை ராஜேஸ்வரி அச்சியந்திரமும் தனிநபரால் தொடங்கப்பட்டிருக்கிறது என்பது தெரியவருகிறது. இது வணிகநோக்கில் தொடங்கப்பட்டதா அல்லது இலக்கிய நூல்களை அச்சில் கொண்டுவரவேண்டும் எனும் பொதுநோக்கில் தொடங்கப்பட்டதா என்பதன் விபரம் தெரியவில்லை. இதனை நிறுவியவர், தொடங்கப்பட்ட ஆண்டு போன்ற தரவுகளும் கிடைக்கப்பெறவில்லை. இவ்வச்சகத்தின் வழியாகத் திருப்பூவண வேதாந்த மடத்தின் நூல்கள் அச்சடிக்கப்பட்டிருக்கின்றன. இதனை வைத்துப் பார்க்கும்போது இவ்வச்சகத்திற்கும் திருப்பூவண மடத்திற்கும் நெருங்கிய தொடர்பு இருந்திருக்கிறது என்று அனுமானிக்கலாம். அக்காலகட்டத்தில் எழுதப்பட்ட

இலக்கிய நூல்கள் பல வெளிவந்திருக்கின்றன. அவை ஆண்டுவாரியாக வரிசைபடுத்தப்பட்டுள்ளன:

- *1930*இல் 'அகத்தியமுனிவர் அருளிச்செய்த வயித்திய கும்மி' எனும் நூல் மதுரை புதுமண்டபம் புக் ஷாப் பெ.கருப்பையா மணியாரர் அவர்களால் மதுரை ராஜேஸ்வரி பிரஸில் அச்சிடப்பட்டது.
- *1932*இல் 'பகவத்கீதை 15ஆவது பிரபஞ்ச அத்தியாயம் நிர்க்குணாஷ்டோர்த்தர சத நாமாவளி' எனும் நூல் ஸ்ரீமஹா தேவஞாநதேசிக ஸ்வாமிகள் அவர்கள் மாணாக்கர் பள்ளத்தூர் மு.ராம. சொ.ராம.முத்துவீரப்பையா அவர்களால் மதுரை ராஜேஸ்வரி பிரஸில் பதிப்பிக்கப்பட்டது.
- *1932*இல் திருக்களர் ஸ்ரீலஸ்ரீ வீரசேகர ஞாந தேசிக ஸ்வாமிகள் புராணம்: திருக்களர் ஆண்டவர் சரித்திர வசநம்' எனும் நூல் சுவாமிகளவர்களின் மாணாக்கர் சிவாநந்த ஸ்வாமிகளால் இயற்றப்பெற்று, மேற்படி வீரசேகர ஞாந தேசிக ஸ்வாமிகளவர்கள் மாணாக்கர் திருப்பூவண மடாதிபதி ஸ்ரீலஸ்ரீ காசிகாநந்த அவர்களால் வழுக்களைந்து மிக விரிந்து பொருட் செலவு செய்து மதுரை ராஜேஸ்வரி பிரஸில் அச்சிடப்பட்டது.
- *1933*இல் மதுரை புஸ்தகப்ரங்க எம்.ஏ. ஹாதி சாயபு அவர்களால் இயற்றப்பெற்ற 'குருசாமிக்கவுண்டரின் குமாரனைக்கொன்று ராஜரெத்தினம் பிள்ளையாகிய பக்தனுயிரைப் பாதுகாத்த பகவான் திருவிளையாடல்'.
- *1934*இல் 'சம்பூர்ண கோவலன்' எனும் நூல் அச்சிடப்பட்டது. இதன் ஆசிரியர் பெயர் தெரியவில்லை.
- *1935*இல் 'கிரய ஜாப்தா' எனும் நூல் மலையாள மெடிக்கல் ஹால் (மதுரை) எனும் முகவரி கொண்டு மதுரை ராஜேஸ்வரி பிரஸில் அச்சிடப்பட்டுள்ளது. இதன் இரண்டாம் பதிப்பு **1936**இல் வெளிவந்திருக்கிறது.
- *1935*இல் ஸ்ரீசங்கராசார்ய ஸ்வாமிகள் இயற்றிய 'ஹரிமீடே', ஸ்ரீஸ்வயம்பிரகாச யதிகள் இயற்றிய 'ஹரி தத்வ முக்தாவலி' ஆகியவை திருப்பூவண மடாதிபதி ஸ்ரீகாசிகாநந்த ஞாநாசார்ய ஸ்வாமிகளால் பதம், பதப் பொருளுடன் தமிழில், வசன வடிவமாக மொழிபெயர்க்கப்பட்டு மேற்படியாரால் மதுரை ராஜேஸ்வரி பிரஸில் பதிப்பிக்கப்பட்டது. இதன் இரண்டாம் பதிப்பு அடுத்த ஆண்டே *1937*இல் வெளிவந்திருக்கிறது.

- *1936*இல் மூலச் சந்திர ஞாநி ஹிந்தி பாஷையில் இயற்றிய 'வேதாந்த பதார்த்த மஞ்ஜூஷா' எனும் நூல் பரசமய கோளரியாரும் மண்டலேசுவரரும், உபய பாஷா வேதாந்தப் பிரவர்த்தகாசார்யரும் திருக்களர் ஸ்ரீலஸ்ரீ வீரசேகர ஞாந தேசிக ஸ்வாமிகள் அவர்கள் மாணாக்கரும் ஆகிய திருப்பூவண மடாதிபதி ஸ்ரீலஸ்ரீ காசிகாந்த ஞாநாசார்ய ஸ்வாமிகள் அவர்களால் தமிழில், வசந வடிவமாக மொழிபெயர்க்கப்பட்டு மேற்படியாரால் மதுரை ராஜேஸ்வரி பிரஸில் பதிப்பிக்கப்பட்டது. இதன் இரண்டாம் பதிப்பு அடுத்த ஆண்டே *1937*இல் வெளிவந்திருக்கிறது.
- *1936*இல் மதுரை பாஸ்கரதாஸ் & சதாசிவதாஸ் அவர்கள் இயற்றிய 'உஷா கல்யாணம்'.
- *1936*இல் 'இந்திர சபா' எனும் நூல் அச்சடிக்கப்பட்டுள்ளது. இதன் ஆசிரியர் பெயர் கிடைக்கப்பெறவில்லை.
- *1937*இல் நா.சோமசுந்தரம் அவர்களால் எழுதப்பெற்ற 'ஜெயஸிங் அல்லது தேவபுரி ஜெமீந்தார்'.
- *1937*இல் பாபநாசம் சிவன் அவர்களால் எழுதப்பெற்ற 'சிந்தாமணி அல்லது பில்வமங்கள்'.
- *1938*இல் 'துகாராம்' எனும் நூல் அச்சடிக்கப்பட்டுள்ளது. இதன் ஆசிரியர் பெயர் கிடைக்கப்பெறவில்லை.
- *1938*இல் திருப்பேரூர், ஸ்ரீசாந்த லிங்க சுவாமிகள் திருவாய் மலர்ந்தருளிய 'வைராக்ய தீபம்' எனும் நூல் திருப்போரூர் ஸ்ரீசிதம்பர சுவாமிகள் இயற்றிய பொழிப்புரையும் கோவிலூர் மடாலயம் ஸ்ரீவீரசேகர ஞாந தேசிக ஸ்வாமிகள் மாணக்கரும், பரசமய கோளியாரும், உபயபாஷா வேதாந்தப் பிரவர்த்தகாசாரியரும், மண்டலேசுவரரும், திருப்பூவண மடாதிபதியும் ஆகிய ஸ்ரீ காசிகாநந்த ஞாநாசார்ய ஸ்வாமிகள் மேற்படி பொழிப்புரையினையே புத்துரையாக்கிய பதவுரையும் இவை மூன்றும் சுவாமிகளால் பரிசோதிக்கப்பட்டு மதுரை ராஜேஸ்வரி பிரஸில் அச்சிடப்பட்டது.
- *1938*இல் சடாமுனி நூலாசிரியர் மேலூர் மு.நாகசுப்பராம பிள்ளை அவர்களால் எழுதப்பெற்ற 'மனிதன்: தன் நிலைமைக்குத் தானே காரணம்'.

- *1938*இல் 'லலிதாங்கி' எனும் நூல் அச்சடிக்கப்பட்டுள்ளது. இதன் ஆசிரியர் பெயரும் தெரியவில்லை.
- *1938*இல் நா.சோமசுந்தரம் அவர்களால் எழுதப்பெற்ற 'கொடியதண்டனை'.
- *1939*இல் 'சாந்த சக்குபாய்' எனும் நூல் அச்சிடப்பட்டது. இந்நூலின் ஆசிரியர் பெயர் கிடைக்கப்பெறவில்லை.
- *1942*இல் 'தொல்காப்பியம்: பொருட்படலம் - புறத்திணையியலும்' எனும் நூல் பேராசிரியர் இளசைகிழார் ச.சோ.பாரதியார் எழுதிய உரையும் மதுரை ராஜேஸ்வரி பிரஸில் அச்சிடப்பட்டது.
- *1947*இல் திருச்செந்தூர் அ.சித்திரம் பிள்ளை அவர்களால் எழுதப்பெற்ற 'அழகர் வர்ணிப்பு' எனும் நூல் மதுரை ராஜேஸ்வரி பிரஸில் அச்சடிக்கப்பட்டுள்ளது.
- *1949*இல் மதுரை தொ.ரா.ப. இயற்றிய 'அஷ்டாக்ஷர துவாதசாக்ஷர மந்திர வெண்பாக்கள்'.
- *1953*இல் திருப்பூவணம் வேதாந்த மடம் ஸ்ரீகாசிகாநந்த ஞாநாச்சார்ய ஸ்வாமிகளால் பதிப்பிக்கப்பட்ட ஸ்ரீதத்துவ ராய சுவாமிகள் இயற்றிய 'திருப்பள்ளி எழுச்சி', 'திரு எம்பாவை' எனும் நூல் மதுரை ராஜேஸ்வரி பிரஸில் அச்சடிக்கப்பட்டுள்ளது.
- *1957*இல் திருக்களர் ஸ்ரீவீரசேகர ஞாந தேசிகர் மீது திருப்பூவணம், ஸ்ரீகாசிகாநந்த ஞாநாச்சார்ய ஸ்வாமிகள் இயற்றிய 'திருஎம்பாவை திருபள்ளி எழுச்சி என்னும் அருட் பா மாலை' எனும் நூல் மதுரைத் தமிழ்ச்சங்கத்து பண்டித ஸ்ரீநாராயண சுவாமிகளால் இயற்றப்பெற்ற மணிமாலை - சிறு சுடர் என்னும் பொழிப்புரை, விசேஷ உரையுடன் மதுரை ராஜேஸ்வரி பிரஸில் அச்சிடப்பட்டது.

மதுரை ராஜேஸ்வரி பதிப்பகம் அன்றைக்கு மதுரையில் எல்லோராலும் அறியப்படும் அளவிற்குச் சிறந்த பதிப்பகமாகச் செயல்பட்டிருக்கிறது. திருப்பூவண வேதாந்த மடத்தின் நூல்கள் இங்கிருந்துதான் அதிகமாக அச்சிடப்பட்டிருக்கின்றன. 1900 முதல் 1950களுக்குப் பிறகும் பதிப்பகம் செயல்பட்டிருப்பதைச் சில நூல்கள் வெளிவந்திருப்பதன் வழியாக அறியமுடிகிறது.

மதுரை ஷம்ஸியா பிரஸ்

மதுரை ஷம்ஸியா பிரஸின் வெளியீடுகளில் சில நூல்களின் தரவுகள் மட்டுமே கிடைக்கப்பெறுகின்றன. இதன் செயல்பாடுகள் பற்றி முழுமையாக அறியமுடியவில்லை. இப்பதிப்பகம் வழி வெளியான இரண்டொரு நூல்கள் மட்டுமே கிடைக்கப்பெறுகின்றன.

- 1924இல் 'பிர்மகுல பதிவிரதா சிரோன்மணியாகிய பார்வதியம்மாள் கண்ணுசாமி நாடானைக் கழுத்தரிந்த சிந்து' எனும் நூல் மதுரை ஷம்ஸியா பிரஸின் வழி அச்சிடப்பட்டுள்ளது.

- 1927இல் 'கலிகால விபரீத கல்யாணச்சிந்து' - இதற்கு இரண்டாம்பாகம் களிப்பென்னும் இக்காலக்கண்ணாடிதான் எனும் நூல் ராஜா ஷண்முகதாஸ் அவர்களால் இயற்றப்பெற்று மதுரை ஷம்ஸியா பிரஸில் அச்சிடப்பட்டுள்ளது.

மதுரை முருகன் புக் டிப்போ

மதுரை முருகன் புக் டிப்போ எனும் முகவரியில் சில நூல்கள் பதிப்பிக்கப்பட்டிருக்கின்றன. ஆனால், இதன் செயல்பாடுகள் குறித்த முழு விபரம் தெரியவில்லை. இந்த புக் டிப்போ வழியாகச் சில நூல்கள் வெளிவந்திருக்கின்றன. இது 1920களுக்குப் பிறகு தொடங்கப்பட்டிருக்கலாம் என்று தோன்றுகிறது. அதையும் முழுமையான தகவலென்று சொல்ல முடியாது.

- 1931இல் 'கே.பி.சுந்தராம்பாள் பாடும் புதிய கிராமபோன் பாட்டு' மதுரை முருகன் புக் டிப்போவில் பதிப்பிக்கப்பட்டிருக்கிறது.

- 1932இல் 'S.V.சுப்பையா பாகவதர் & S.G.கிட்டப்பா, மிஸ். K.B.சுந்தராம்பாள் பாடிவரும் ஒரிஜினல் புதிய பிளேட் கிராமபோன் பாட்டுகள்' மதுரை முருகன் புக் டிப்போவில் பதிப்பிக்கப்பட்டிருக்கின்றன.

- 1939இல் 'அதி அற்புத வேதாந்த கீர்த்தனை' எனும் நூல் குணங்குடி மஸ்தான் சாஹிபு அவர்களால் எழுதப்பெற்று மதுரை முருகன் புக் டிப்போவில் பதிப்பிக்கப்பட்டிருக்கிறது.

- 1939இல் 'சுப்பிரமணியருக்கும் வள்ளிக்கும் வாக்குவாதமென்னும் வளையற் சிந்து' எனும் நூல் மதுரை முருகன் புக் டிப்போவில் பதிப்பிக்கப்பட்டிருக்கிறது.

- *1939*இல் 'தசாவதாரத்திலொன்றாகிய கிருஷ்ணாவதாரன் வர்ணிப்பு' எனும் நூல் மதுரை முருகன் புக் டிப்போவில் பதிப்பிக்கப்பட்டிருக்கிறது.
- *1939*இல் 'திருமாலிருஞ்சோலை மாயாவதாரன் வர்ணிப்பு' எனும் நூல் மதுரை முருகன் புக் டிப்போவில் பதிப்பிக்கப்பட்டிருக்கிறது.
- *1940*இல் 'குமரேச சதகம்' எனும் நூல் குருபாததாசரால் இயற்றப்பெற்று இரண்டாம் பதிப்பாக மதுரை முருகன் புக் டிப்போவில் பதிப்பிக்கப்பட்டிருக்கிறது.

மதுரை மஹாலெக்ஷிமி விலாசம் பிரஸ்

மதுரை மஹாலெக்ஷிமி விலாசம் பிரஸ் மதுரையில் ஸௌராஷ்ட்ர விஜயாப்தம் - *636* எனும் முகவரியிலிருந்து செயல்பட்டிருக்கிறது. இப்பதிப்பகம் *1910*களுக்குப் பிறகு நிறுவப்பட்டிருக்கலாம். பிள்ளைத்தமிழ், கும்மி, பஜனை போன்ற பல நூல்கள் பதிப்பிக்கப்பட்டிருந்தாலும் இவ்வாய்விற்கான தரவு சேகரிப்பில் இரண்டொரு நூல்களே கிடைக்கப்பெற்றுள்ளன.

- *1921*இல் சின்னஸாமி பாரதி குமாரர் இராமசாமி அய்யர் அவர்கள் இயற்றிய 'கும்பாபிஷேகக் கீர்த்தனம் பால சந்தக்கும்மி காவடிச் சிந்து' எனும் நூல் மதுரை மஹாலெக்ஷிமி விலாசம் பிரஸில் அச்சிடப்பட்டுள்ளது.
- *1924*இல் மழவைராயனேந்தல் சுப்பிரமணிய பாரதியார் அவர்கள் இயற்றிய 'குன்றைக்குடி மயூரகிரிநாதர் பிள்ளைத்தமிழ்'.
- *1949*இல் மதுரை தொ.ரா.ப. அவர்கள் இயற்றிய 'கீதா நிலைய பால் பஜனா வணி கீதா கீதம்'.

இப்பதிப்பகத்தின் வெளியீடுகள் முழுமையாகக் கிடைக்கவில்லை. கிடைத்த தரவுகள் வரை மட்டுமே கொடுக்கப்பட்டுள்ளன.

திருமங்கலம் ஸ்ரீகிருஷ்ணவிலாஸ அச்சியந்திரசாலை

*1835*களுக்குப் பிறகு மதுரை நகரிலும் நகருக்கு வெளியிலும் உருவான பதிப்பகங்கள் பலவாகும். அந்தவகையில் திருமங்கலம் ஸ்ரீகிருஷ்ண விலாஸ அச்சியந்திரம் குறிப்பிடத்தக்க ஒன்று. இதன் முழு விபரமும்

கிடைக்கப்பெறவில்லை. இதில் பஜனை, சரித்திரம், ஆனந்த களிப்பு, திருப்புகழ் போன்று பல நூல்கள் வெளிவந்திருக்கின்றன. அவை ஆண்டு வாரியாக:

- *1849*இல் 'கதிரேசன் பேரில் ஆனந்த களிப்பு' எனும் நூல் திருமங்கலம் ஸ்ரீகிருஷ்ணவிலாஸ அச்சியந்திரசாலையில் பதிப்பிக்கப்பட்டிருக்கிறது. இந்நூலின் ஆசிரியர் பெயர் கிடைக்கப்பெறவில்லை.
- *1911*இல் அருணகிரிநாதர் இயற்றிய 'திருப்புகழ்' - 200 செய்யுள்கள் கொண்டு திருமங்கலம் ஸ்ரீகிருஷ்ணவிலாஸ அச்சியந்திரசாலையில் பதிப்பிக்கப்பட்டிருக்கிறது.
- *1913*இல் ஆர்.எஸ்.நடேசபிள்ளை அவர்களால் இயற்றப்பெற்ற 'பால சுப்ரமணியக் கடவுள் பேரில் இந்துஸ்தான் பஜனை கீர்த்தனை'. இதன் இரண்டாம் பதிப்பு மதுரை எக்ஸெல்ஸியர் பிரஸில் அச்சிடப்பட்டுள்ளது.
- *1915*இல் ஆர்.எஸ்.நடேசபிள்ளை அவர்களால் இயற்றப் பெற்ற 'அல்லியரசாணி சரித்திரம்'.
- *1924*இல் யு.பி.காமாக்ஷி பிள்ளை அவர்களால் எழுதப்பெற்ற 'இந்து தேசாபிமானிகள் இனியரமணிய கீதம்'.
- *1924*இல் 'தென்பழனி ஆண்டிப்பண்டாரம் வள்ளியேசல்' எனும் நூல் பதிப்பிக்கப்பட்டிருக்கிறது. இதன் ஆசிரியர் பெயர் கிடைக்கப்பெறவில்லை.

வெ.பெரி.பழ.மு.காசிவிசுவநாதன் செட்டியார் *(1898 - 1986)*

*1898*ஆம் ஆண்டு செப்டம்பர் 15 அன்று பாகனேரி வெ.பெரி. பழ.முத்தையாச் செட்டியாருக்கு மகனாகப் பிறந்தார். கல்விப் புலமை இல்லையென்றாலும் நூல்களை விரும்பிப் படிக்கும் ஆர்வத்தைக் கொண்டிருந்தார். தான் பயணிக்கும் இடங்களில் கிடைக்கப்பெறும் நூல்களையெல்லாம் வாங்கியிருக்கிறார். இதனைச் சோமலே தனது நூலில் "*1913*இல் பர்மிய நாட்டின் தலைநகரான இரங்கூனுக்குத் தொழில் நிமித்தமாகக் காசிவிசுவநாதன் செட்டியார் சென்றிருந்தபோது நூல்களை வாங்குவதையும் வாசிப்பதையும் நிறுத்தாது செயல்படுத்திக்கொண்டிருந்தார்[39]" என்கிறார். *1920*இல் பாகனேரியில் நகரத்தார் பலரின் ஆதரவோடு 'கருணாகடாட்சி

வாசகசாலை' என்னும் நூல்நிலையத்தைத் தொடங்கி, தான் சேகரித்து வைத்திருந்த 1,500 நூல்களை நன்கொடையாக வழங்கினார். 1921இல் தொடங்கப்பெற்ற சைவசித்தாந்த நூற்பதிப்புக் கழகத்தின் ஆட்சிக்குழு உறுப்பினரானார். 1948 முதல் 1975 வரை இக்கழகத்தின் ஆட்சிக்குழுத் தலைவராகவும் விளங்கியுள்ளார். அதுமட்டுமின்றி 40 ஆண்டுகளுக்கும் மேலாக, கழகத்தின் இயக்குநராகவும் பதவிவகித்தார். 1934ஆம் ஆண்டு 'திருவள்ளுவர் நூலக'த்தினையும், 'பாகனேரி தனவைசிய இளைஞர் தமிழ்ச்சங்கம்' என்ற அமைப்பினையும் தொடங்கினார். கருணாகடாட்சி வாசகசாலைக்கும் திருவள்ளுவர் நூலகத்திற்கும் என மொத்தம் 3,500 நூல்களை நன்கொடையாக வழங்கினார்.

தமிழ் நூல்களைச் சேகரிப்பதிலும் வாசிப்பதிலும் ஆர்வம் காட்டிவந்த செட்டியார், தமிழ் நூல்களைப் பதிப்பிப்பதிலும் வெளியிடுவதிலும் ஆர்வம் கொண்டிருந்தார். பெரும்பாலும் இவரை நூல் வெளியீட்டாளர் என்றே குறிப்பிடுவர். 'பாகனேரி வெ.பெரி.பழ.மு.காசிவிசுவநாதன் செட்டியார் அவர்களால் வெளியிடப் பெற்றது' என்பதான குறிப்பு அவரின் நூல்வழி கிடைக்கப்பெறுகிறது. இதை வைத்துக்கொண்டே இவரை வெளியீட்டாளர் என்ற பொருண்மையில் அழைக்கின்றனர். சங்க இலக்கியம், காப்பியங்கள் முதலானவற்றைப் பதிப்பிக்க முற்படுகையில் துறை சார்ந்த வல்லுநர்களை அழைத்து மூலபாடத்தைச் சோதிக்கச் செய்து வெளியிடுகிறார். இவ்வகையில் பதிப்பாசிரியர், வெளியீட்டாளர் எனும் இருநிலைகளிலும் காசிவிசுவநாத செட்டியார் திகழ்ந்தார். செட்டியார் பதிப்பித்தவையாக 21 நூல்கள் கிடைக்கப்பெறுகின்றன. இவற்றினை வகைமைப்படுத்தும்போது தொகை நூல்கள், காப்பிய நூல்கள், பக்தி நூல்கள், பிரபந்த நூல்கள், நகரத்தார் சமூக நூல்கள் எனும் பொருண்மையில் காணமுடிகிறது.

தொகை நூல்களின் பதிப்பு

19ஆம் நூற்றாண்டில் தொடங்கப்பெற்ற பழந்தமிழ் நூல்களின் பதிப்பு முயற்சியில் பல தமிழறிஞர்களும் ஆர்வலர்களும் ஈடுபட்டனர். அதில் ஆறுமுகநாவலர், சி.வை.தா., உ.வே.சா, வையாபுரிபிள்ளை, சரவணப்பெருமாளையர் போன்றோர்கள் குறிப்பிடத்தக்கவர்கள். தொகைநூல்களில் முதலில் பதிப்பிக்கப்பெற்ற நூல் கலித்தொகையாகும். இதனை சி.வை.தா., 1887இல் பதிப்பித்தார். இதன் இரண்டாவது பதிப்பாக இ.வை.அனந்தராமையரின் பதிப்பு அமைகிறது. அடுத்ததாக

காசிவிசுநாதன், 1925 தொடங்கி 1931வரை ஒவ்வொரு பகுதியாகப் பதிப்பித்தார். அந்தவரிசையில் கலித்தொகையை முழுவதுமாகப் பதிப்பித்த மூன்றாவது நபர் என்ற பெருமைக்குரியவராகிறார். இவர் கலித்தொகையை நச்சினார்க்கினியர் உரையுடன் 1938இல் முதற்பதிப்பாகப் பதிப்பித்தார். இதில் 'கலித்தொகை மாட்சி' என்ற பெயரில் இளவழகனார் ஆராய்ச்சி முன்னுரை, உரை விளக்கம் இடம்பெற்றுள்ளன. 'கலித்தொகை மாட்சி' எனும் ஆராய்ச்சி முன்னுரை மேற்கூறிய இருவரின் பதிப்பிலும் இல்லாமல் இவரது பதிப்பில் மட்டும் இடம்பெற்றிருப்பது கூடுதல் சிறப்பு. இ.வை. அனந்தராமையரின் பதிப்பைப் பின்பற்றி 'சங்க மருவிய எட்டுத்தொகை நூல்களுள் ஆறாவதாகிய கலித்தொகை' என்று இந்நூலின் முகப்பு அட்டையில் குறிப்பிடுகிறார். ஆனால், சி.வை.தா. 'நல்லந்துவனார் கலித்தொகை' என்று முகப்பு அட்டையில் குறிப்பிட்டிருப்பார் என்பது இங்குக் குறிப்பிடத்தக்க ஒன்று.

சங்க எட்டுத்தொகை நூல்களில் ஒன்றாகிய அகநானூறைப் பதிப்பிக்கும் பணியில் உ.வே. சா, இரா.இராகவையங்கார், வே.ராஜகோபாலையங்கார் போன்றோர் ஈடுபட்டிருந்தார்கள். இராகவையங்காரின் உதவியுடன் வே.ராஜகோபாலையங்கார் 1923இல் அகநானூறைப் பதிப்பித்தார். இதனைத் தொடர்ந்து காசிவிசுவநாதனும் அகநானூறின் மூன்று பகுதிகளைத் தனித்தனியாகப் பதிப்பித்தார். 1943இல் 'களிற்றியானை நிரை'யை ந.மு.வேங்கடசாமி நாட்டாரின் பதவுரை - விளக்கவுரையுடன் பதிப்பித்தார். 1944இல் 'மணிமிடைப்பவள'த்தை ந.மு.வேங்கடசாமியின் பதவுரை - விளக்கவுரையுடன் பதிப்பித்தார். இதே ஆண்டில் 'நித்திலக்கோவை'யினையும் ந.மு.வேங்கடசாமி நாட்டாரின் பதவுரை - விளக்கவுரையுடன் பதிப்பித்தார்.

எட்டுத்தொகை நூல்களில் கலித்தொகை, அகநானூறு எனும் இரண்டு நூல்களைப் பதிப்பித்து வெளியிட்ட பெருமை பாகனேரி காசிவிசுவநாத செட்டியாரைச் சேரும்.

1942இல் பதினெண் கீழ்க்கணக்கு நூல்களில் ஒன்றாகிய நாலடியாரை தி.சு.பாலசுந்தரம் பிள்ளையின் பொழிப்புரையுடன் பதிப்பித்துள்ளார்.

காப்பியப் பதிப்பு

தமிழின் ஐம்பெரும் காப்பியங்களில் சிலப்பதிகாரம், மணிமேகலை எனும் இரு காப்பியங்களைப் பதிப்பித்துள்ளார் காசிவிசுவநாதன்.

இவற்றில் மணிமேகலையை மட்டும் உரையுடன் பதிப்பித்தார். 1946இல் ந.மு.வேங்கடசாமி நாட்டார், ஔவை துரைசாமிப்பிள்ளை அவர்களால் எழுதப்பெற்ற பதவுரை - விளக்கவுரையுடன் மணிமேகலையைப் பதிப்பித்தார். இதனைத் தொடர்ந்து 1947இல் சிலப்பதிகார மூலமும், சிலப்பதிகாரக் கதைச் சுருக்கமும் கதைப் பகுதிகளின் சுருக்கமும் அரும்பத அடிக்குறிப்பும் அடங்கியதைப் பதிப்பித்தார்.

பக்தி இலக்கியம்

நாட்டுக்கோட்டை நகரத்தார்கள் சிவபக்தியில் ஆழ்ந்தவர்கள். அதன் வழிவந்த காசிவிசுவநாதனும் பக்தியில் நாட்டம் கொண்டவர் என்பதற்கு அவர் பதிப்பித்த திருவாசகமே சான்று. இவர் பதிப்பித்த முதல் பதிப்பு நூல் திருவாசகம். இது அவரின் அக்காலச் சமயப் பற்றுதலைப் புரிந்துகொள்ள உதவுகிறது. திருவாசகத்தை அனைவருக்கும் எளிதில் கிடைக்கும் வகையில் பதிப்பித்து 1937இல் வெளியிட்டார். அதன் பதிப்புரையில் "இந்நூல் உருகா உள்ளத்தையும் உருக்கி, உயிர்க்குப் பசுத்துவங் கொடுத்துப் பதித்துவம் அருளவல்லதாகலின், இது செந்தமிழுக்கு அன்பு மறையாய் (அழுத்தம் பதிப்பாசிரியரால் கொடுக்கப்பெற்றது) போற்றப் பெறுகின்றது[40]" என்ற காசிவிசுவநாதனின் கருத்தை எடுத்துரைக்கிறார் சா.பாத்திமா.

அதைத் தொடர்ந்து 1938இல் தாயுமான அடிகள் திருப்பாடல்கள், 1940இல் திருமுருகாற்றுப்படை, கந்தர் கலிவெண்பாவிற்குக் கா.சுப்பிரமணியபிள்ளை அவர்களால் எழுதப்பெற்ற உரை வசனங்களுடன் பதிப்பித்தார். இதே ஆண்டில் பட்டினத்துப் பிள்ளையார் திருப்பாடல்களைப் பதிப்பித்தார். இதுபோன்று பன்னிரு திருமுறைத்திரட்டு, வழிபாட்டிற்குரிய தேவாரத்திரட்டு, முருகன் புகழ்நூற்கோவை, திருமந்திரம் போன்ற சைவ நூல்களையும் பதிப்பித்துள்ளார். ஆனால், 'கெடுவாய்ப்பாக' அவை கிடைக்கப்பெறவில்லை.

பிரபந்த இலக்கியம்

பிரபந்த இலக்கிய வகைமைகளுள் முக்கியத்துவம் பெற்றவை சதக இலக்கியங்களாகும். சதகம் என்றால் நூறு என்று பொருள். சதகநூல்கள் யாவும் நூறு பாடல்களைக் கொண்டதாக அமைந்திருக்கும். சதகங்களில் ஒன்றாகிய ஜெயங்கொண்டார் சதகத்தினை 1941இல் பதிப்பித்தார்.

சிவப்பிரகாச சுவாமிகள் எழுதிய பிரபந்தங்களைத் திரட்டும் நோக்கில் 'சிவப்பிரகாச சுவாமிகள் பிரபந்தத் திரட்டு' பதிப்பிக்கப் பெற்றுள்ளது. இது பிரபந்தங்களின் தொகுதியாகும். இதில் ஆசிரியர் வரலாறு, அரும்பொருள் உரை, முதற்குறிப்பகராதி போன்றவை இடம்பெறும் வகையில் பதிப்பித்துள்ளார். இந்நூலுக்குப் பதிப்புரை ஒன்றையும் எழுதியுள்ளார் காசிவிசுநாத செட்டியார்.

நகரத்தார் சமூக இலக்கியம்

தமிழ் நூல்கள் சேகரிப்பு, வாசிப்புடன் பதிப்பாளராகவும் வெளியீட்டாளராகவும் செயல்பட்டுவந்த காசிவிசுநாதச் செட்டியார், தான் சார்ந்த சமூக இலக்கியங்களையும் பதிப்பித்துள்ளார். 'ஏழு நகரத்தார் பெயராற் பாடிய திருமுக விலாசம்' எனும் நூலினை 1941இல் பதிப்பித்தார். இந்நூல் அழகப்பச் செட்டியாரது புதல்வர் முத்தப்பச் செட்டியார் இயற்றியது. 'நாட்டுக்கோட்டை நகரத்தார் சரித்திர'த்தை 1941இல் பதிப்பித்தார். தன் சமூகத்தின் மீது பெரும் பற்றுக்கொண்டவராகவும் இருந்திருக்கிறார். அதன் பொருட்டே தனவைசியர் சங்கத்தையும் நிறுவினார். நகரத்தார் பயன்பெறும் வகையில் படிப்பகங்களையும் உருவாக்கியிருப்பதை அறியமுடிகிறது. தனது பொருட்செலவில் பதிப்பித்து வெளியிட்ட நூல்களின் விற்பனை உரிமையைச் 'சைவ சித்தாந்த நூற்பதிப்புக் கழக'த்தாருக்கு வழங்கினார். தனது வெளியீட்டு விற்பனையில் வருகின்ற தொகை திருவள்ளுவர் நூலகத்திற்குச் சொந்தம் என்று கூறியுள்ளார்.

1937இல் தமிழகம் முழுவதும் இந்தி எதிர்ப்புப் போர் நடைப்பெற்றது. அக்காலச் சூழலில் மொழிப் பற்று உடையவராக இருந்த காசிவிசுவநாதனும் இந்தியை எதிர்த்தார். அதற்காக மறைமலை அடிகள் இயற்றிய 'இந்தி பொதுமொழியா' எனும் நூலினை 15,000 (பதினைந்தாயிரம்) படிகள் அச்சிட்டு அனைவருக்கும் நன்கொடையாக வழங்கினார். இதனைத் தொடர்ந்து 1938இல் 'தமிழும் இந்தியும்', 'இந்திமொழிப் பயிற்சியா?', 'தமிழுக்கு இந்தி வேண்டுமா?' போன்ற நூல்களையும் பல ஆயிரம் படிகள் அச்சிட்டு மக்களுக்கு இனாமாக வழங்கியுள்ளார்.

பழந்தமிழ் நூல்கள் பதிப்பு, வெளியீடு, வாசிப்பு, சேகரிப்பு என்று பல்வகைகளில் செயல்பட்டுவந்த காசிவிசுவநாத செட்டியார், பதிப்பு வரலாற்றில் குறிப்பிடத்தக்க ஒருவராவார். இவரின் அயராத நூல் சேகரிப்புப்

பணியில் கிடைக்கப்பெற்ற நூல்கள் எல்லாம் தற்போது இவரின் பெயரில் இயங்கிவரும் நூலகத்தில் காணக்கிடைக்கின்றன. இந்நூலகம் பாகனேரியில் செயல்பட்டுவருகிறது என்பது அனைவரும் அறிந்த செய்தியே. நூலகக் கட்டட மேற்கூரையின் ஒருபகுதி இடிந்து விழுந்ததால் அங்குள்ள அரிய பல தமிழ் இலக்கிய நூல்களை அரசு தனது ஆவணக் காப்பகத்திற்கு எடுத்துச் சென்றுள்ளது.

முகவை இராமானுசக் கவிராயர்

முகவை என்றழைக்கப்பெறும் இராமநாதபுர மாவட்டத்தில் நாயுடு வகுப்பில் பிறந்தவர். சிறந்த புலமைத் திறத்தால் இயற்றமிழ் ஆசிரியர் என்றும் கவிராயர் என்றும் அழைக்கப்பெறுகிறார். மாதவச் சிவஞான முனிவரின் மாணவரான திரு. சோமசுந்தரம் பிள்ளையிடம் தொல்காப்பியம் முதலிய இலக்கணங்களையும், சங்க இலக்கியங்களையும் கற்றார். இவர் 'யாம் சென்னைக்குச் சென்று இலக்கணப் பயிரிடப் போகின்றோம்' என்று கூறி சென்னை சென்று, வண்ணாரப்பேட்டையில் தங்கினார். சென்னையில் சொந்தமாக அச்சுக்கூடம் ஒன்றைச் சஞ்சீவிராயன் பேட்டையில் நிறுவினார். அதற்கு 'இலக்கணக் களஞ்சியம் அச்சுக்கூடம்' என்று பெயரிட்டார்.

இவர் சிறந்த இலக்கண உரையாசிரியராவார். இவரிடம் தமிழ்க்கல்வி பயின்றவர்கள் அஷ்டாவதானம் வீரசாமிக் கவிராயர், களத்தூர் வேதகிரி முதலியார், திருத்தணிகை விசாகப்பெருமாளையர், சரவணப்பெருமாளையர், தாண்டவராய முதலியார், மீனாட்சி சுந்தரம்பிள்ளை போன்றோர் ஆவர். தாம்சன் கிளாரக்கு, உவின்ஸ்லோ ராஜஸ், துரு ஐயர், போப் ஐயர், இரேனியல் ஐயர் போன்ற மேலைநாட்டவரும் இவரிடம் கற்றிருக்கிறார்கள்.

கவிராயர் சொந்தமாகவே அச்சகம் வைத்திருந்ததால் பழைய ஓலைச்சுவடிகளில் உள்ள செய்யுள்களுக்கு அவரே உரை எழுதியும் அச்சிட்டும் பதிப்பித்துள்ளார் என்பதனை அவரின் நூல்வழி அறியமுடிகிறது. **1847**இல் முதன்முதலில் 'இலக்கண நூற் சுருக்கம்' எனும் நூலினைப் பதிப்பித்தார். இந்நூல் இன்றுவரை கிடைக்கப்பெறவில்லை. இதனை அடுத்து **1840 - 1852**வரை திருக்குறளின் **63** அதிகாரங்களைப் பரிமேலழகர் உரையுடன் தமது தெளிபொருள் விளக்கத்துடன் எழுதி, ஆங்கிலத்திலும் விளக்கம் தந்து பதிப்பித்தார். இதை துரு ஐயருடன் இணைந்து பதிப்பித்தார். **1846**இல் நன்னூல் விருத்தியுரையும் காண்டிகையுரையும் சேர்த்துப்

பதிப்பித்தார். இந்நூலில் 'இது இராமாநுசக்காண்டிகையெனச் சிறப்புப் பெயரிட்டப்பட்டுச் சஞ்சீவிராயன் பேட்டையில் அவரது அச்சுக்கூடத்திற் பதிப்பிக்கப்பட்டது' என்று குறிப்பிடுகிறார். இவ்வுரையானது அவரது ஐரோப்பிய மாணக்கர்கள் கேட்டுக்கொண்டதற்கிணங்கச் செய்யப்பட்டது என்றும், இந்நூலுக்கு அவர்களே பொருளுதவி புரிந்தனர் என்றும் தனது பாயிரத்தில் கூறுகிறார்.

"இல்லையாந் தன்னிகர் எனவுல கேதுறூவும்
முல்லையாந் துருவெனும் ஒளிகொள் போதகனும்
ஏமசன் மார்க்கத் தியனிலை வாழாஅத்
தாமசன் கிளார்க் கெனுந் தகைப்புர வலனுந்
துராசையி னீங்கித் தொன்னெறி வழாஅ
விராச ஸெனும் பெயரியற் கோமகனும்
இந்நூற் குரையீங் நுனமியற் றுகவென
நன்னூற் குரைசெய நாடினன்[41]"

1848இல் சூடாமணி நிகண்டு பதினோராவது தொகுதி மூலபாடம் இராமாநுச கவிராயரால் பரிசோதிக்கப்பட்டுப் பதிப்பிக்கப்பட்டது. இதனைத் தொடர்ந்து கவிராயர் சில நூல்களுக்கு உரையும் எழுதியுள்ளார். 1840 - ஆத்திச்சூடி, 1845 - இனியவை நாற்பது, 1847 - கொன்றை வேந்தன், 1847 - வெற்றிவேற்கை போன்றவை. இவற்றைத் தனது இலக்கணக் களஞ்சியம் அச்சுக்கூடத்தில் பதிப்பித்துள்ளர். கவிராயர் சில நூல்களை இயற்றியும் உள்ளார். 1847இல் 'திருவேங்கட அனுபூதி', 'பார்த்தசாரதி பதம்புனை பாமாலை', 'வரதராஜர் பதிற்றுப்பத்தாந்தாதி', 1848இல் 'பச்சையப்பவள்ளன்மீது புதுவதுபுனைந்த பஞ்சரத்நமாலிகை யைங்காண்டிகையுரை', 1848இல் 'இலக்கணச் சுருக்கம்', 1848இல் 'ஆத்துமபோதப் பிரகாசிகை' (வடமொழியிலிருந்து மொழிபெயர்க்கப்பட்டது) முதலியன.

19ஆம் நூற்றாண்டில் வாழ்ந்த கவிராயர் பிறந்த ஊர் இராமநாதபுரமாக இருந்தாலும் அவர் சென்னைக்குச் சென்று தம் பணியை மேற்கொண்டிருக்கிறார். அன்றைக்குத் தமிழகத்தின் மைய இடமாகச் சென்னை இருந்ததால் பிழைப்பிற்கோ அல்லது பதிப்பிப்பதற்கோ பெரும் நகரங்களை நோக்கி நகர வேண்டியதாக இருந்தது. அதுதான் இராமாநுசக் கவிராயரையும் நகர்த்தியிருக்கிறது. அக்காலத்தில் இலக்கண

இலக்கியங்களில் சிறந்து விளங்கிய ஆசிரியர்களில் இவரும் ஒருவர். மேலும் உரையாசிரியராகவும் பதிப்பாசிரியராகவும் விளங்கியிருக்கிறார். நூல்களைப் பதிப்பிப்பதற்காகவே சொந்தமாக ஓர் அச்சுக்கூடத்தையும் நிறுவியிருக்கிறார். இவ்வாறு பன்முகத்தன்மையோடு திகழ்ந்த கவிராயர் 1853ஆம் ஆண்டு இயற்கை எய்தினார்.

மழவை மகாலிங்கையர்

பத்தொன்பதாம் நூற்றாண்டில் மதுரைக்குக் கிழக்கேயுள்ள மழவராயனேந்தல் என்னும் ஊரில் பிறந்தவர். இவர் வீரசைவ மரபைச் சேர்ந்தவர். திருத்தணிகை விசாகப்பெருமாளையர், திருத்தணிகை சரவணப்பெருமாளையர் என்னும் வீர சைவர்களிடம் கல்வி கற்றார். மகாவித்துவான் காஞ்சிபுரம் சபாபதி முதலியாரிடம் நட்புக் கொண்டிருந்தார். செய்யுள், இசை மீது ஆர்வம் கொண்டவராக இருந்தார். 'மன்னி நல்வளந்தரு மழைவை மாநகரான். சிவமறையோர் குலம்சீர்பெறத்தோன்றிய தவநிறை தருமறைச் சைவசிகாமணி' என்று தாண்டவராய சுவாமிகள் தனது தொல்காப்பிய சிறப்புப்பாயிரத்தில் இவரைப் பற்றிக் குறிப்பிடுகிறார். தமிழ் ஆசிரியராகப் பணியாற்றியுள்ள இவர், போதகாசிரியராகவும் பதிப்பாசிரியராகவும் படைப்பாசியராகவும் இருந்துள்ளார். இவருடைய எல்லா நூல்களிலும் இவர் 'யூனிவர்சிட்டி யென்னும் சகலகலா சாஸ்திர சாலைத் தமிழ்த் தலைமைப் புலவராகிய' என்ற அடையோடுதான் அழைக்கப்படுகிறார்.

தொல்காப்பியத்திற்கு இன்று கிடைக்கிற மரபார்ந்த உரைகள் இளம்பூரணர், பேராசிரியர், நச்சினார்க்கினியர், சேனாவரையர், கல்லாடர், தெய்வச்சிலையார் ஆகியோர் எழுதியவையாகும். இவற்றுள் முதன்முதலில் பதிப்பிக்கப்பட்டது நச்சினார்க்கினியரின் எழுத்ததிகார உரையே. இப்பெருமைக்குரியவர் மழவை மகாலிங்கையர். 1847இல் 'தொல்காப்பிய எழுத்ததிகாரம் நச்சினார்கினியர் உரையும்' எனும் நூல் பல பிரதிகளைக் கொண்டு ஆராய்ந்து பதிப்பிக்கப்பட்டது. இச்சூழலில் இலக்கிய நூல்கள் பல பதிப்பிக்கப்பட்டிருந்தாலும் இலக்கண நூல் பதிப்பின் தொடக்கமானது மகாலிங்கையரிடமிருந்தே தொடங்குகிறது. முதல் உரையாசிரியர் எனப்படும் இளம்பூரணரின் எழுத்ததிகார உரையானது மகாலிங்கையரின் பதிப்பு வெளியான பத்து ஆண்டுகள் கழித்தே வெளியானது. இதற்குப் பின்னர் தொல்காப்பிய எழுத்து, சொல், பொருள் எனத் தனித்தனியே பல்வேறு காலங்களில் பதிப்பித்தார் சி.வை.தாமோதரம் பிள்ளை.

தொல்காப்பிய எழுத்ததிகாரப் பதிப்பில் மகாலிங்கையர் சில பதிப்பு நெறிமுறைகளைச் செய்திருக்கிறார். உரையும் நூற்பாவும் வேறுபாடின்றி அமைந்திருப்பதைக் கண்ட மகாலிங்கையர், இரண்டையும் தனித்தனியே உரைநடை வடிவிலேயே பதிப்பித்துள்ளார். நூற்பாவையும் உரையையும் வேறுபடுத்தி அறிய ஒவ்வொரு நூற்பாவின் முடிவிலும் உரையின் முடிவிலும் ( ) குறியை இடம்பெறச் செய்திருப்பார். ஒவ்வொரு நூற்பாவுக்குக் கீழும் நூற்பா எண்ணும், இயலின் இறுதியில் நூற்பாக்களின் எண்ணிக்கையையும் கொடுத்திருப்பார். மழவையாரின் பதிப்பு நெறிமுறையானது முற்றிலும் தொடக்கநிலைப் பதிப்பாகவும் அதேசமயத்தில் முன்னோடிப் பதிப்பாகவும் காணப்படுகிறது.

மகாலிங்கையர் தொல்காப்பியத்திற்கு முன்னும் பின்னுமாகப் பல நூல்களைப் பதிப்பித்துள்ளார். தான் எழுதிய சில நூல்களையும் பதிப்பித்துள்ளார்.

- 1842இல் திருக்குறள் மூலம் பதிப்பித்தார்.
- 1845இல் கம்பராமாயணம் - பாலகாண்டம் மூலமும் உரையும்.
- 1845இல் திருத்தொண்டர் புராணம் உரை அவரால் எழுதப்பட்டுப் பதிப்பிக்கப்பட்டது.
- 1856இல் மழவைச் சிங்கார சதகம் அவரால் எழுதப்பட்டுப் பதிப்பிக்கப்பட்டது.
- 1859இல் இலக்கணச் சுருக்கம். இது 1898இல் வி.கோ.சூரியநாராயண சாஸ்திரியால் மீண்டும் பதிப்பிக்கப்பட்டது.
- 1879இல் அருணாச்சலபுராணம் மூலமும் மழவை மகாலிங்கையர் செய்த உரையும்
- 1898இல் போதகவாசகம், மகாலிங்கையர் செய்தது.
- 1926இல் தமிழ் இலக்கணம், மூன்றாம் புஸ்தகம் (ஏழாம் வகுப்பிற்குரியது)
- 1926இல் நீதிவாக்கிய மஞ்சரி, 208 நீதி விஷயம் அடங்கியது.

மதுரையில் பிறந்திருந்தாலும், சென்னையில் ஆசிரியர் பணி கிடைத்ததால் அதனை மையமாகக் கொண்டு செயல்பட்டவர். இவர் பதிப்பித்த நூல்கள் எல்லாம் சென்னையில்தான் பிரசுரமானது.

வி.கோ.சூரியநாராயண சாஸ்திரி (1870 - 1903)

மதுரைக்கு அருகே உள்ள விளாச்சேரி எனும் ஊரில் கோவிந்த சாஸ்திரியாருக்கு மகனாக 1870இல் வி.கோ.சூரியநாராயண சாஸ்திரியார் பிறந்தார். இவர் சைவப் பிராமண வகுப்பைச் சேர்ந்தவர். இளமைக்காலக் கல்வியாக வடமொழியையும் தமிழையும் தனது தந்தையிடம் கற்றார். பின்னர் சு.சபாபதி நாவலரிடம் தமிழை முறையாகக் கற்றார். மதுரைப் பசுமலைக் கல்லூரியில் ஆங்கிலம் பயின்றார். 1892இல் சென்னைக் கிறித்தவக் கல்லூரியில் தத்துவம் பயின்றார். தனது 19ஆம் வயதில் சைவம் தொடர்பான 'மாலா பஞ்சகம்' எனும் நூல் தோத்திர ரூபமாக இவரால் இயற்றப்பெற்றது. இந்நூல் கிடைக்கப்பெறவில்லை. சென்னை கிறித்தவக் கல்லூரியிலே உதவித் தமிழாசிரியராக வேலை பார்த்தார். சென்னையில் தங்கி வேலை பார்த்துவந்ததால் சி.வை.தாமோதரம் பிள்ளை, எம்.எஸ்.பூரணலிங்கம் பிள்ளை, சென்னை மதராஸ் ரிப்பன் உரிமையாளர் சை.இரத்தினச் செட்டியார் போன்றோரின் அறிமுகம் கிடைத்தது.

1897இல் தமிழ் நாடக இலக்கணம் குறித்து 'நாடகவியல்' எனும் நூலை எழுதிப் பதிப்பித்தார். இதில் தனது ஆசிரியரான சபாபதி முதலியாருக்கு நன்றி தெரிவித்துள்ளார். 1898இல் இவர் எழுதிய 'கலாவதி' நாடகம் பாஸ்கர சேதுபதியால் அச்சிடப்பட்டு வெளியிடப்பட்டது. அதன் உரிமையை அவருக்கே வழங்கினார். 1899இல் 'தனிப்பாசுரத் தொகை' எனும் நூலினை வெளியிட்டார். 'ஞானபோதினி' இதழ் வழியாக வெளிவந்த இப்பாசுரங்கள், ஆங்கிலத்தில் உள்ள 'ஸானெட்' (Sonnet) என்ற கவிதையைப் பின்பற்றி எழுதப்பெற்றது. இதனை ஜி.யு.போப் ஆங்கிலத்தில் மொழிபெயர்த்தார். இந்நூலின் இரண்டாம் பதிப்பில் தமிழ் மற்றும் ஜி.யு.போபின் ஆங்கிலமும் இடம்பெற்றன. இதற்கு சி.வை.தா. சிறப்புப் பாயிரம் எழுதியுள்ளார்.

1899இல் திராவிட மொழிச் சங்கத்தின் உதவித் தலைவராகப் பதவி வகித்தார். தமிழ் மொழி மீதிருந்த ஆர்வம் - பற்றுக் காரணமாகத் தனது பெயரை பரிதிமாற் கலைஞர் என்று மாற்றிக்கொண்டார். தனது ஆசிரியரான சு.சபாபதி முதலியாரால் 1863இல் பெரியகுளத்தில் குடிகொண்டிருக்கும் முருகன் மீது 'திருக்குளந்தை வடிவேலன் பிள்ளைத்தமிழ்' எனும் நூலினை இயற்றினார். பெரியகுளத்தில் உள்ள ஜமீன்தார் இதனைப் பதிப்பிக்க

முயன்றபோது, அதனைத் தாம் பதிப்பிப்பதாக சூரியநாராயண சாஸ்திரி ஜமீன்தாரிடம் கூறினார். அவ்வாறே அதனைப் பதிப்பித்து வெளியிட்டார். நாவலரின் 'மதுரை மாலை' எனும் நூலையும் 1901இல் அச்சிட்டு வெளியிட்டுள்ளார். சாஸ்திரியாரும் அவருடைய ஆசிரியர் சபாபதி முதலியாரும் இணைந்து யாழ்ப்பாணத்து நல்லூர் ஆறுமுக நாவலர் அவர்கள் எழுதிய 'சாதுன சதுஷ்டய தர்ப்பாணம்' என்ற நூலுக்கு 'சாதன சதுஷ்டய தர்ப்பண வச்சிர சூசிகா' எனும் கண்டன நூலையும் எழுதி வெளியிட்டனர்.

வி.கோ.சூரியநாராயண சாஸ்திரியார் மொழி ஆராய்ச்சியில் புலமை மிக்கவராகவும் இருந்தார். இவர் 'தமிழ்மொழி வரலாறு' என்ற மொழி வரலாற்று நூலையும் எழுதி வெளியிட்டுள்ளார். எம்.எஸ்.பூரணலிங்கம் பிள்ளையுடன் இணைந்து 'ஞானபோதினி' எனும் இதழை நடத்திவந்தார். இது 1900 முதல் 1903 வரை வெளிந்துள்ளது. இவ்விதழின் வழியாகத்தான் பல கட்டுரைகளையும் நூல்களையும் எழுதிவந்துள்ளார். இவர் பழைய நூல்களைப் பதிப்பிப்பதோடமையாது பல புதிய நூல்களையும் வெளியிட்டுள்ளார்.

1895இல் 'காணமாற்போன மகள்' (இது நாமகள் சிலம்பின் முதற்பாகம்), இவரது முதல் நாடக நூல். இது மேனாட்டு நாடக முறைகளைப் பின்பற்றி எழுதப்பட்ட நூலாகும். இதன் முதற்பதிப்பு 1895இலும், இதன் இரண்டாம் பதிப்பு 1902இலும் வெளிவந்துள்ளது. பின்னாளில் இது பி.ஏ. படிக்கும் மாணவர்களுக்குப் பாடநூலாக ஆனது.

- 1897இல் 'கலாவதி' (இது நாமகள் சிலம்பின் இரண்டாம் பாகம்) வெளியானது. இது வடமொழியிலிருந்து மொழிபெயர்த்துப் பதிப்பிக்கப்பட்டது.
- 1898இல் கலிங்கத்துப் பரணி நூலைப் பதிப்பித்தார்.
- 1898இல் மழவை மகாலிங்கையரின் 'இலக்கணச் சுருக்கம்', தாண்டவராய முதலியாரின் 'பஞ்ச தந்திரம்' போன்ற நூல்களையும் அச்சிட்டு வெளியிட்டார்.
- 1899இல் 'நளவெண்பா' நூலைப் பதிப்பித்தார்.

- *1900இல் 'பாவலர் விருந்து' (செய்யுள் தொகுப்பு) வெளியிட்டார்.*
- *1901இல் 'உத்திரகோச மங்கை மங்களேசுவரி பிள்ளைத்தமி'ழைப் பதிப்பித்தார்.*
- *1902இல் 'மதிவாணன்' எனும் நூல் வெளியிடப்பட்டது. இது ஞானபோதினி இதழ் வழியாக எழுதப்பட்டது.*
- *1902இல் 'மானவிஜயம்' (நாமகள் சிலம்பின் எட்டாம் பகுதி) வெளிவந்தது. இதன் இரண்டாம் பதிப்பு 1932இல் வெளியானது. இது செய்யுளாலான சோக நாடகமாகும்.*

வி.கோ.சூரியநாராயண சாஸ்திரியார் வடமொழியில் புலமை பெற்றிருந்ததால் 'சூர்ப்பநகை', 'முத்ராராட்சசம்' போன்ற வடமொழி நாடக நூல்களைத் தமிழில் மொழிபெயர்த்தார். 'உமை திருமணம்' என்னும் செய்யுள் நூலையும் மொழிபெயர்த்தார். சங்கம் வைத்துத் தமிழ் வளர்க்க வேண்டும் என்று விரும்பியவர், அதற்காகப் பல தமிழ் அறிஞர்களிடம் ஆலோசனை கேட்டார். இதில் குறிப்பிடப்படுபவர் மயிலைமுனிவர் என்றழைக்கப்பட்ட உயர்நீதிமன்ற நீதிபதி சர். எஸ்.சுப்பிரமணிய ஐயர். ஏற்கெனவே கிறித்தவக் கல்லூரியில் நிறுவப்பட்டுச் செயல்படாமல் இருந்த 'தமிழ் மொழி முன்னேற்றச் சங்கம்' எனும் சங்கத்தைத் தமது இயற்றமிழ் மாணவர்களுடன் இணைந்து 1899ஆம் ஆண்டு புதுப்பித்தார். இதனைத் தொடர்ந்து அன்றைக்குச் செயல்பட்ட பள்ளிகளுக்குத் தேவையான தமிழ்ப் பாடநூல்களை உருவாக்க வேண்டும் என்று எண்ணத்தை உருவாக்கி, அதற்காக 'சென்னைச் செந்தமிழ் உரை சங்கம்' என்ற சங்கத்தையும் உருவாக்கினார். இதன் வழியாகப் பள்ளிகளுக்குத் தேவையான உரைநடை நூல்கள் எழுதப்பட்டு வெளியிடப்பட்டன. இதன் வெற்றியாக 1899இல் மெட்ரிகுலேசன் பள்ளிகளுக்கான தமிழ்ப் பாடங்களுக்கு உரை எழுதி வெளியிட்டார்கள். இவ்வுரை நூல்களைப் பற்றி நா.சுப்பிரமணியன் "நூலிற்கேற்றவாறும் வகுப்பின் தரத்திற்குகேற்றவாறும் மாணவர்கள் எளிதில் அறியுமாறு எழுதி வெளியிடப்பட்ட இவ்வுரை நூல்கள் மிகவும் பயன்பட்டன[42]" என்கிறார்.

பாண்டித்துரைத் தேவரால் மதுரையில் நான்காம் தமிழ்ச் சங்கம் தொடங்கப்பட்டபோது அச்சங்கத்திற்கு ஆதரவு அளித்தவர். தமிழ்ச்

சங்கத்திற்கு வந்து தங்களின் சிறப்புகளைச் செய்ய வேண்டும் என்று பாண்டித்துரைத் தேவர் சில புலவர்களை அழைத்தார். அவர்களில் வி.கோ. சூரியநாராயண சாஸ்திரியும் குறிப்பிடத்தக்கவர். மதுரையில் நான்காம் தமிழ்ச் சங்கம் தொடங்கியபோது, அதற்குப் பல பண்டிதர்களின் மத்தியில் எதிர்ப்பு இருந்ததாகக் கூறப்படுகிறது. அதனை வி.கோ.சூரியநாராயண சாஸ்திரியார் குறிப்பிடுகிறார். "நல்ல காரியம் ஒன்று தங்களுக்குச் சுயமாகச் செய்யத் திறமையில்லாமற் போனவர்கள், பிறர் மேற்கொண்டு செய்யும் நல்ல காரியங்களில் ஊக்கத்தோடு கலந்துகொள்ள வேண்டும், அன்றியும் இகழாதேனும் ஒழிய வேண்டும். இரண்டுமின்றி இடையூறு செய்வதில் மகிழ்ச்சி கொள்ளும் சிலர் பொதுநலப் பகைவர்களே யாவர்[43]" என்று குறிப்பிடுகிறார். இதைவைத்துப் பார்க்கும்போது மதுரையில் நான்காம் தமிழ்ச்சங்கம் நிறுவப்பட்டபோது பல எதிர்ப்புகள் இருந்ததையும் காணமுடிகிறது. இச்சங்கத்திற்கு எதிராக மாற்றுக்கருத்துகள் கூறிய புலவர் குழு யார், இவர்கள் குழுவாக நின்று எதிர்ப்புத் தெரிவித்தார்களா அல்லது ஒட்டுமொத்த தமிழ்ப் பண்டிதர்களின் கருத்தா என்பதும், அவர்களின் அரசியல் பின்னணி என்ன, அவர்கள் ஏன் இதனை எதிர்க்க வேண்டும்? சூழல் என்ன போன்ற தகவல்கள் கிடைக்கப்பெறவில்லை.

வி.கோ.சூரியநாராயண சாஸ்திரியார் ஆராய்ச்சிப் பணி, பதிப்புப் பணி, இலக்கியப் பணி, பத்திரிகைப் பணி என்று பன்முகப் புலமைகொண்டவராகச் செயல்பட்டிருக்கிறார். மதுரையைப் பிறப்பிடமாகக் கொண்டு, படிப்பு, வேலைக்காகச் சென்னையை மையமாகக் கொண்டு செயல்பட்டிருந்தாலும், மதுரையைச் சேர்ந்தவர் என்பதற்காக இவரது பதிப்புச் செயல்பாடுகள் இவ்வியலில் இடம்பெற்றுள்ளன.

மதுரையில் செயல்பட்ட பிற பதிப்பகங்கள்

19ஆம் நூற்றாண்டின் இறுதியிலும் இருபதாம் நூற்றாண்டின் நடுப்பகுதிவரையும் ஆய்வின் பொருண்மைக்கேற்ப மதுரையை மையமாகக் கொண்டு செயல்பட்ட பதிப்பகங்களின் எண்ணிகை அதிகமாகும். ஆனால், அவற்றைப் பற்றிய முழுமையான தரவுகள் கிடைக்கப்பெறவில்லை. கிடைக்கப்பெற்ற தரவுகளின் அடிப்படையில் பதிப்பகங்களும் அவற்றின் வெளியீடுகளும் நூலின் ஆண்டினை ஆதாரமாகக் கொண்டு அட்டவணைப்படுத்தப்பட்டுள்ளன.

நூலின் பெயர்	ஆசிரியர்	ஆண்டு	பதிப்பகம்
சிவகங்கைச் சேகரம் திருப்பத்தூர் தாலூகா வாரப்பூருக்கடுத்த புதூர் மெ.வேலாயுதஞ் செட்டியார் விநோதக்கும்மி	துவரங்குறிச்சி ம.சின்னகாளை ராவூத்தர்	1910	மதுரை ருக்மணி விலாசம் பிரஸ்
பலதிரட்டு மங்களப்பிரபந்தம்	பெருமாளய்யங்கார்	1910	மதுரை ருக்மணி விலாசம் பிரஸ்
திருச்செந்தூர் மான்மியம்	முத்தியாலு நாயுடு குமாரன் பாலுசாமி நாயுடு	1910	மதுரை கே.ஆர். ரெங்கனாதம் அண்ட் பிரதர்ஸ் பிரஸ்
திருக்கூடல் நகரமென்னுந் திவ்ய தேசத்திலெழுந்த ருளியிருக்கிற மதுரை வ்யூக சுந்தரராஜன் ஸ்தலபுராண சங்கிரகம்	பெருமாளய்யங்கார்	1911	மதுரை ருக்மணி விலாஸம் பிரஸ்
அர்பத்நெட்டவுஸ் அலங்கோலக்கும்மி	கண்ணனூர் பத்மாஸினி அம்மாள்	1911	மதுரை கே.ஆர். ரெங்கனாதம் அண்ட் அச்சுக்கூடம்
தமிழ் வியாசங்கள்	எம்.வி.ரெங்கசாமி அய்யர்	1911	*K.R.Rungunathum & Bros Government and Gold Medalists, New str, Madura.*

நூலின் பெயர்	ஆசிரியர்	ஆண்டு	பதிப்பகம்
திருச்செந்தூர் சண்முகக் கடவுள் மீது மாசிலாமணிமாலை கந்தர் பதிகம், போற்றிமாலை	கவிராஜபண்டிதர் செகவீர பாண்டியர்	*1912*	மதுரை இளவேலங்கால் ஞானபிரகாச சைவ சபை
திருமாலூறும் சோலைமலையினின்று மதுரை வைகைநதி கெழுந்தருளும் அழகர் வர்ணிப்பு	திருச்செந்தூர் அ.சித்திரம் பிள்ளை	*1913*	மதுரை மகமதியன் பிரஸ்
அறுபத்து மூன்று நாயன்மார்களில் ஒருவராகிய சிறுத்தொண்டநாயனார் சரித்திரக் கும்மி	மதுரை பரங்கிவேலு தாசர்	*1914*	மதுரை மகமதியன் பிரஸ் (முதல் பதிப்பு சென்னை -*1891*; இரண்டாம் *1895*, சுந்தரவிலாஸ் அச்சுக்கூடம்; மூன்றாம் பதிப்பு *1908*, திரிசிராபுரம் சங்கநிதி விளக்கம் அச்சுக்கூடம்)
ஸௌராஷ்டர சரித்ர சங்கிரகம்	ஜே.எஸ். வெங்கடராம சாஸ்திரி	*1915*	*Printed at The CHITRASALA Press, Madura.*
தத்துவ விளக்கம்	சம்பந்தசரணாலய சுவாமிகள்	*1918*	மதுரை சூரியோதய அச்சியந்திரசாலை
இந்து தேசாபிமானிகள் செந்தமிழ்த்திலகம்	ஆர்.கே. பூமிபாலகதாஸ்	*1920*	மதுரை தர்மலிங்கம் பிள்ளை

நூலின் பெயர்	ஆசிரியர்	ஆண்டு	பதிப்பகம்
ஜீவிய செந்தமிழ்த் திலகம்	ஏ.எஸ்.சதாசிவ தாஸ்	1921	மதுரை டி.கிருஷ்ணசாமி பிள்ளை
கந்தபுராணம் அசுரகாண்டம் சூரபத்மனுக்கு காசிபர், மாயாதேவி, சுக்கிராசாரியர் செய்த உபதேசத்திரயம்	ராம.சொ. சொக்கலிங்க ஐயா	1921	மதுரை ஸ்ரீ ஞானசம்பந்த விலாஸப் பிரஸ்
சுய ஆட்சிக்கொடி மதுவிலக்கு மகத்துவம், மகாத்மா காந்தி தியானம்	எஸ்.எஸ். ஷண்முகதாஸ்	1922	மதுரை டி. கிருஷ்ணசாமி பிள்ளை
கொள்ளிடம் காவேரி வெள்ளக் கொடுமைச் சிந்து	எம்.இ.எம். பாஸ்கரதாஸ்	1924	மதுரை டி.கிருஷ்ணசாமி பிள்ளை பிரதர்ஸ்
காந்தியற் பாட்டு (1920ஆம் ஆண்டு முதல் 1924ஆம் ஆண்டுவரை நாடந்த காங்கிரஸ் சரித்திரத்தை விக்கிக்காட்டக்கூடியது)	பேகம்பூர் பி.எம். அப்துற் காதிறு புலவர்	1924	மதுரை நாடார் பிரஸ்
கலியுகத்தின் மககத்துவாமகிய காலக்கியானம்	போதுலூர் வீரப்பிரம்மேந்திர சுவாமிகள்	1924	மதுரை முஹம்மதியன் பிரஸ்

நூலின் பெயர்	ஆசிரியர்	ஆண்டு	பதிப்பகம்
கலியுக அவதாரக் காந்திமஹான் திலகரத்னாகரம்	*ஏ.எஸ்.சதாசிவ தாஸ்*	*1925*	*த. கிருஷ்ணசாமி பிள்ளை அன்டு பிரதர்ஸ்*
தமிழ்மொழியின் வரலாறு	*வி.கோ. சூரியநாராயண சாஸ்திரியார்*	*1927*	*மதுரை வி.சூ.சுவாமிநாதன்*
சங்கீத நூன்மணிமாலை, யென்னும் தியாகராஜய்யர் கீர்த்தனை	-	*1927*	*மதுரை இம்பீரியல் பிரஸ்*
காந்தி மாலிகை	*மீ.பீர்முகமது சாகிபு*	*1927*	*மதுரை இ.செ. முகமது இப்றாகீம் றாவுத்தர்*
தியானக்கிரம விஷயம்	*கே.எஸ். ராமசந்திரய்யர் (மொழிபெயர்ப்பு) பென்சன் தாசில்தார்*	*1928*	*மதுரை ஸ்ரீ ராமகிருஷ்ணா பிரஸ்*
அரவன் கிரி ஸ்ரீதண்டாயுதபாணி அஷ்டபந்தன மஹா கும்பாபிஷேகப்பதம்	*குன்றக்குடி சி.இராமபாகவதர்*	*1929*	*மதுரை ராஜாம்பாள் அச்சியந்திரசாலை*
சத்தப்பிரபந்தம்	*மு.கணபதியா பிள்ளை*	*1930*	*மதுரை ஜெககதாம்பாள் அச்சியந்திரசாலை*
ஆத்தமாநந்த விளக்கம்	*சுவாமி ஆத்மானந்தா*	*1930*	*திண்டுக்கல் ஆத்துமாநந்தா அச்சியந்திரசாலை*

நூலின் பெயர்	ஆசிரியர்	ஆண்டு	பதிப்பகம்
சுயராஜ்யபவனச் சீமான் பண்டித ஜவஹர்லால் கீதமென்னும் சுயராஜ்யத் திலகம்	வி.நடராஜக் கவிராயர்	1931	மதுரை எம். பழனியாண்டி அன்கோ
திருப்பாலைக்குடி பக்கீர் மஸ்தா னொலி மகத்துவ அலங்காரச் சிந்து	எம்.இ.எம். பாஸ்கரதாஸ்	1931	மதுரை நாடார் பிரஸ்
இடைக்காடனார் பாடியது மூவடிப் முப்பது மூலமும் உரையும்	மதுரஞ் சுந்தரபாண்யனார்	1931	மதுரை ராஜா பிரஸ்
திருப்பாலைக்குடி பக்கீர் மஸ்தானொலி மகிமைச்சிந்து (இரண்டாம் பாகம்)	ஆர்.வி. சத்திவேலாச்சாரி	1931	மதுரை ராஜா பிரஸ்
காந்திசன்யாசி புதிய பிளேட்பாட்டு	-	1932	மதுரை சி.எம்.வி. பிரஸ்
டிரியோ டிரியோ இடையர்பாட்டு	டி.எம். சாரதாம்பாள்	1933	கே.ஏ.மதுரை முதலியார்
கிராமபோன் புதிய பிளேட் சங்கீதத்திலகம்	-	1933	மதுரை கருப்பண பிள்ளை புக்ஸெக்லர்
ஆத்திச்சூடி விளக்கக் கதைகள்	கூ.பழநிக்குமாரப் பிள்ளை	1935	மதுரை க.ஆ. ராஜாப் பிள்ளை
சக்குபாய் சரித்திர டிராமா	வி.ஏ.தியாகராஜ செட்டியார்	1934	மதுரை கே.ஏ.மதுரை முதலியார்

நூலின் பெயர்	**ஆசிரியர்**	**ஆண்டு**	**பதிப்பகம்**
திரௌபதி வஸ்திராபஹரணம்	-	*1934*	மதுரை ராம் பிரஸ்
சதி அனுசூயா	கு.சா. கிருஷ்ணமூர்த்தி	*1937*	மதுரை பிரேமா அச்சகம்
சிந்தாமணி அல்லது பில்வமங்கள்	பாபநாசம் சிவன்	*1937*	மதுரை குமரன் பிரஸ்
கிருஷ்ண துலாபாரம்	டி.எம். வேதமாணிக்கம்	*1937*	மதுரை சி.வரதராஜுலு நாயுடு பிரிண்டிங் ஆபிஸ்
சாக்கோட்டை ஸ்ரீ உமையாண்டவர் கும்மி	பிச்சுவையர்	*1939*	சி.எம்.வி. பிரஸ்
சீவலீலா நாடகம்	டி.கே.சையது இமாம் பாவலர்	*1940*	மதுரை ஸ்ரீகிருஷ்ணா பிரஸ்
சுவாமி வீரமாமுனிவர் நினைவுமலர்	-	*1944*	மதுரை கத்தோலிக்கு சேவா சங்கம்
இல்வாழ்க்கை	மா. இராசமாணிக்கனார்	*1950*	மதுரை ஏ.டி.என். நாகலிங்கம் அண்டு கம்பெனி
டவுன் பஸ்	கா.மு.ஷெரிப்	*1955*	மதுரை குமரன் பிரிண்டர்ஸ்
இராமநாதபுரம் செல்லியம்பட்டி பூ.கருத்தசாமி சேர்வ்வை காலஞ்சென்ற கலியுக கொலைச்சிந்து	ஏ.கே.அப்துல் முத்தலிபு சாஹிப்	*1940*	மேலூர் லக்ஷ்மி விலாஸ் பிரஸ்

நூலின் பெயர்	ஆசிரியர்	ஆண்டு	பதிப்பகம்
தமிழ்தாய் இ அல்லது மாத்ரு தர்மம்	வி.ஏ.செல்லப்பா	*1940*	மதுரை ஸௌராஷ்ட்ர பிரஸ்
ஏகஜீவ சுக சிந்தனா அமிர்தம், என்னும் சித் கிளிக்கண்ணி அரும்பதவுரையுடன் கூடியது	திருப்பரங்குன்றம் ஆறுமுகசுவாமி	*1947*	மதுரை ஈசன் பிரிண்டிங் ஒர்க்ஸ்
புலவர் உலகம் (கம்பன் கழகம் ஆறாவது தொகுதி)	ஜெகவீர பாண்டியனார்	*1947*	மதுரை மதராஸ வரதராசு நாயுடு பிரஸ்
தமிழர் திருமறை	ந.சுவாமிநாதமூர்த்தி	*1948*	மதுரை திருமூலர் ஆசிரமம்
வி.கோ.சூரியநாராயண சாஸ்திரியார்	ந.சுப்பிரமண்யன்	*1950*	மதுரை வி.கே.சூ. சுவாமிநாதன்
ஊசி நுனிப் புத்தியும் உலக்கை நுனிப் புத்தியும்	திருத்தேவர் பழனியப்ப கவுண்டர்	*1950*	மதுரை பொன்மணி விலாஸ் பிரஸ்
திருக்குறட் குமரேச வெண்பா மூலமும் உரையும் பொருட்பால் முதல் பாகம்	கவிராஜபண்டிதர் ஜெகவீரபாண்டியர்	*1951*	மதுரை மதராஸ் சி. வரதராஜீலு நாயுடு பிரஸ்
இலக்கியச் செல்வம்	தி.இராமானுசன்	*1952*	மதுரை ஏ.டி.என். நாகலிங்கம் அண்டு கம்பெனி
நாநா ஜீவ வாதக் கட்டளை சத்யார்த்தப் பிரகாசிகை உரை	ஸ்ரீகாசிகாநந்த ஞாநாசார்ய ஸ்வாமிகள்	*1952*	வேதாந்த மடம், திருப்பூவனம்

நூலின் பெயர்	ஆசிரியர்	ஆண்டு	பதிப்பகம்
திருக்குறளின் உட்கிடை சைவ சித்தாந்தமே	க.வச்சிரவேல் முதலியார்	*1953*	மதுரை திருவருள் தவநெறி மன்றம்
அலிபாபாவும் 40 திருடர்களும்	ஏ. மருதகாசி	*1956*	மதுரை கலைமகள் அச்சகம்
திருமுருகன் எம்பாவை திருச்செந்தூர் ஆறுமுகன் திருப்பள்ளியெழுச்சி திருப்பல்லாண்டு மூலமும்	ஆலவாய் க்ஷேத்ராமிருதகவி பிரம்மஸ்ரீ ஏ.ஆர். சுப்பையர்	*1959*	ஏ.ஆர்.சுப்பையர் 119, திண்டுக்கல் ரோடு, மதுரைப் பதிப்பு. (3 பதிப்பு)
எம்பெருமானாரின் அறிவுரைகள்	மௌலவி அப்துல் கறீம் (நூரிய்யி), தேவதானப்பட்டி	*1963*	குர்ஆனிய்யா புக் டிப்போ, மதுரை
கோயில் மாநகர் (மதுரை மீனாட்சி சுந்தரர் திருக்கோயில் வரலாறு)	பி.டி.இராஜன் விருப்பத்திற்கிணங்க கி.பழநியப்பன் அவர்கள் இயற்றியது	*1963*	திருப்பணிக்குழு மீனாட்சி திருக்கோயில், மதுரை
கன்னியாக்குமரித் தலபுராணம் மூலமும் மு.ரா. அருணாச்சலக் கவிராயர் செய்த சுருக்க வசனமும்	சங்கர நாவலர்	-	மதுரை சுப்பிரமணியி விலாஸம் பிரஸ்
History of Tamil Literature	*M.R. Saamy*	-	*Moren Correspondence College*
எம்.எல். வசந்தக்குமாரி தனிப்பாடல்கள்	-	-	மதுரை கலைமகள் அச்சகம்

இவை மட்டும் முடிவல்ல, இதற்குப் பின்னும் தரவுகள் கிடைக்கப்பெறலாம்.

மதுரை வட்டார பதிப்புகள்

மதுரைப் பதிப்பு வரலாற்றின் கால எல்லையாக 1835 முதல் 1950 வரை என வகுத்துக்கொண்டு ஆய்வு செய்கையில் மதுரை அன்றைக்கு ஒருங்கிணைந்த மாவட்டமாகச் செயல்பட்டிருப்பதைக் காணமுடிகிறது. அதாவது, மதுரை மாவட்டத்தினுள் இராமநாதபுரம், சிவகங்கை, விருதுநகர், தேனி, திண்டுக்கல் போன்ற இன்றைய மாவட்டங்கள் பலவும் மதுரை மாவட்டத்தின் தாலுகாக்களாக இருந்திருக்கின்றன. நிர்வாக ஆட்சிக்கு ஏதுவாக இன்றைக்கு அவையெல்லாம் தனித்தனி மாவட்டங்களாகப் பிரிந்துள்ளன.

இராமநாதபுரம், சிவகங்கை, விருதுநகர், தேனி, திண்டுக்கல் போன்ற பல மாவட்டங்களில் பதிப்புச் செயல்பாடுகள் நடந்தேறியிருக்கின்றன. இவை தனிநபர் சார்ந்தும், நிறுவனம் சார்ந்தும் செயல்பட்டிருக்கின்றன. இதில் தனிநபர்களின் செயல்பாடுகள் குறிப்பிடத்தக்கவை. அவற்றுள் பெரியகுளம் மீனாம்பிகை பிரஸ், காரைக்குடி ஊழியன் பிரஸ், காரைக்குடி வைசியமித்திரன் பிரஸ், காரைக்குடி குமரன் பிரஸ், தேவகோட்டை ஆனந்தவள்ளி பிரஸ், தேவகோட்டை வைசிய மித்திரன் போன்றவற்றைக் குறிப்பிடலாம். பதிப்பு வழியான வரலாற்றை எழுதும் போக்கு சமகாலத்தில் எழுந்துவருகையில், இப்பதிப்புச் செயல்பாடுகளை எடுத்தியம்புவதன் மூலம் மதுரை வட்டாரப் பதிப்பு வரலாற்றை வரையறை செய்ய முடியும். இவை குறித்தான ஆய்வுகள் பெருமளவில் நடக்காததால் கிடைக்கப்பெற்ற தரவுகளின் அடிப்படையில் இவ்வாய்வு மதுரை வட்டாரத்தின் பதிப்புச் செயல்பாடுகளைத் தொட்டுக்காட்ட முயல்கிறது.

பெரியகுளம் மீனாம்பிகை பிரஸ்

பெரியகுளம் தாலுகா, இன்று தேனி மாவட்டத்தில் உள்ளது. பெரியகுளத்தில் மீனாம்பிகை எனும் பெயரில் ஓர் அச்சியந்திரசாலை பெரியகுளம் கு.அருணாசல முதலியாரால் நிறுவப்பட்டிருக்கிறது. இது என்ன நோக்கத்திற்காக நிறுவப்பட்டது, நிறுவப்பட்ட ஆண்டு பற்றி முழுமையான தகவல்கள் கிடைக்கப்பெறவில்லை. இருக்கும் தரவுகளின் அடிப்படையில் பார்க்கும்போது 1900-த்திற்குப் பிறகு தொடங்கப்பட்டிருக்கலாம் என்று தோன்றுகிறது. இதன் வழியாக வெளிவந்துள்ள நூல்கள் வரிசைப்படுத்தப்பட்டுள்ளன.

- *1911இல் 'பெரியகுளம் வரந்தரும் விநாயகர் பதிகம்' எனும் நூலினை மதுரை சேதுபதி ஹைஸ்கூல் உபாத்தியாயரும் மதுரைத் தமிழ்ச்சங்கம் மாஜி காரியதரிசியுமாகிய பிரம்மஸ்ரீ எஸ்.சாமிநாதையர் இயற்றி, பெரியகுளம் தந்தி ஆபீஸ் நாகூர் வ.வெங்கிட்டராமையரால் பெரியகுளம் மீனாம்பிகை அச்சியந்திரசாலையில் பதிப்பிக்கப்பட்டது.

- *1915இல் 'சுருளி என்று பெயர் வழங்குகின்ற ஸ்ரீசுரபிஸ்தலபுராணம்' எனும் நூல் தேவாரநகரம் ஸ்ரீ சுத்தாத்தொய்த வேதாந்தாசாரியார் அருட்கவி ஸ்ரீநிவாஸய்யங்கார் ஸ்வாமிகள் அருளிச்செய்தார். இது சீடர்களால் பெரியகுளம் மீனாம்பிகை அச்சியந்திரசாலையில் பதிப்பிக்கப்பட்டது.

- *1920இல் பெரியகுளம் ரிடையர்ட் வக்கீல் ஆர்.ஸ்ரீநிவாஸய்யர் இயற்றிய 'மஹரிஷிகள் சரித்திரம்'.

- *1926இல் 'திருக்குற்றாலக் குறவஞ்சி' எனும் நூல் தளவாய்புரம் த.அ.அருணாசலம் பிள்ளையால் பார்வையிடப்பட்டு, பெரியகுளம் கு.அருணாசல முதலியாரால் தமது பெரியகுளம் மீனாம்பிகை அச்சியந்திரசாலையில் பதிப்பிக்கப்பெற்றது.

காரைக்குடி ஊழியன் பிரஸ்

காரைக்குடியில் வாழ்ந்த ராய.சொ.சொக்கலிங்கம் என்பவரால் 1870களுக்குப் பிறகு நிறுவப்பட்டதுதான் காரைக்குடி ஊழியன் பிரஸ். இப்பதிப்பகம் வழியாக வெளிவந்த முதல் தரவு நூலாக 1872இல் ராய.சொக்கலிங்கரால் வெளியிடப்பெற்ற 'தாலாட்டும் கும்மியும்' எனும் நூலே அமைகிறது. காரைக்குடிப் பகுதியில் எழுந்துள்ள இலக்கியங்கள் இப்பதிப்பகத்தின் வழியாக வெளியிடப்பட்டுள்ளன. குறிப்பாகக் காரைக்குடி செட்டியார்களின் நூல்கள் வெளியிடப்பட்டுள்ளன. சமயம் சார்ந்த நூல்களே அதிகம் வெளியாகியிருக்கின்றன. இதனை வரிசைப்படுத்திக் காணலாம்.

- *1872இல் ராய.சொக்கலிங்கன் இயற்றிய 'தாலட்டும் கும்மியும்...' இதன் அடுத்த பதிப்பு 1932இல் வெளிவந்துள்ளது.

- *1881இல் சுந்தரர் இயற்றிய 'திருக்கோடிக் குழகர் கோயில் தேவர்'.

- *1921*இல் ராம.சொ.சொக்கலிங்க ஐயா அவர்கள் இயற்றிய 'திருநாகேசுவரர் பதிகம்' எனும் நூல் காரைக்குடி ஊழியன் அச்சுக் கூடத்தில் அச்சிடப்பட்டுள்ளது.
- *1924*இல் சேவுகப்பெருமாள் பிள்ளை குமாரர் பெரியசாமிப் பிள்ளை இயற்றிய 'குன்றக்குடி குமரேசன் பேரில் ஆனந்தக் களிப்பு'.
- *1924*இல் மு.கதிரேசச் செட்டியார் அவர்கள் இயற்றிய 'உதயண சரித்திரம்'.
- *1925*இல் நா.கிருஷ்ண சாஸ்திரிகளால் இயற்றப்பெற்ற 'தத்துவப் பிரகாசிகை, தத்துவ சங்கிரகம், தத்துவத்திரய நிர்ணயம்'.
- *1926*இல் அருணந்தி சிவாசாரியார் இயற்றிய 'சிவஞானசித்தியார் சுபக்கம்'.
- *1927*இல் சுவாமி சிவானந்த சரஸ்வதி இயற்றிய 'ஞான சூரியன்'.
- *1927*இல் 'இரத்தினத்திரயம், போககாரிகை, நாதகாரிகை, மோக்ஷகாரிகை, பரமோக்ஷநிரா சகாரிகை - மூலமும் உரையும்' எனும் நூல் அச்சிடப்பட்டுள்ளது. இதன் ஆசிரியர் பெயரும் பதிப்பித்தவர் பெயரும் கிடைக்கப்பெறவில்லை.
- *1928*இல் ராய.சொ.சொக்கலிங்கம் அவர்களால் இயற்றப்பெற்ற 'அத்தன்குடி ஸ்ரீமீனாட்சி சுந்தரேசுவரர் சந்தப் பதிகம் ஸ்ரீமீனாட்சியம்பா கலித்துறைப் பதிகம்'.
- *1930*இல் நாச்சியார்புரம் ராம.வேங்கடாசலச் செட்டியார் குமாரர் இராமநாமச் செட்டியார் இயற்றிய 'இலங்குடி பக்தவச்சலாமூர்த்தி ஐயனார் மீது ஆசிரிய விருத்தம்'.

காரைக்குடி ஊழியன் அச்சுக்கூடத்தின் வழியே அச்சிடப்பட்ட நூல்கள் இவை. இப்பதிப்பகத்தாரின் நூல்களே அதிகம் வெளியிடப்பட்டிருக்கின்றன.

*1920*இல் தனவைசிய ஊழியன் அச்சியந்திரத்தின் வழியாக 'தனவையசிய ஊழியன்' எனும் இதழ் சொ.முருகப்பச் செட்டியாரை ஆசிரியராகக் கொண்டு வெளியிடப்பட்டது. ஐந்தாண்டுகள் கழித்து *1925*இல் தனவைசிய ஊழியன் இதழ்ப் பெயர் மாற்றம் பெற்று 'ஊழியன்' எனும்

பெயரில் ராய.சொக்கலிங்கம் அவர்களை ஆசிரியராகக் கொண்டு வெளிவந்தது. இந்திய அரசியலும் சமூக அரசியலும் எழுச்சிப் பெற்றிருந்த காலத்தில் வெளிவந்ததால் தேசிய உணர்வுடனும், காந்தியடிகளின் செயல்பாடுகளைப் பொதுமக்களுக்கு எடுத்துச்செல்லும் வகையிலும் இவ்விதழ் செயல்பட்டிருக்கிறது. காந்தியடிகள் 'ஹரிஜன்' இதழில் எழுதிய கட்டுரைகள் தமிழில் மொழிபெயர்க்கப்பெற்று வெளியிடப்பெற்றன.

*1910*களுக்குப் பிறகு இராமநாதபுரம் மாவட்டத்தில் சிவகங்கை சேர்வதால் காரைக்குடி, தேவகோட்டை போன்ற முக்கியமான பகுதிகளில் அவ்வாண்டிற்குப் பிறகு நிறுவப்பட்ட பதிப்பகங்களின் எண்ணிக்கை அதிக அளவில் கிடைக்கப்பெறுகின்றன. *1910*களுக்குப் பிறகு மதுரை மாவட்ட எல்லைப் பரப்பினுள் இடம்பெறுவதில்லை என்பதைக் கவனத்தில் கொண்டு அப்பதிப்பகங்களின் பெயர்கள் மட்டும் கிடைக்கப்பெற்ற தரவுகள் அடிப்படையில் வரிசைப்படுத்திக் காட்டப்பட்டுள்ளன.

காரைக்குடி குமரன் பதிப்பகம்

- *1925*இல் ராம.சொ.சொக்கலிங்கம் இயற்றிய 'சிவபக்த நாமாவளி' எனும் நூல் காரைக்குடி குமரன் அச்சியந்திரசாலையில் அச்சிடப்பட்டது.
- *1925*இல் அரு.சிவ.ராம.நாராயணஞ்செட்டியார் குமாரர் கோவிந்த தாஸன் அவர்கள் இயற்றிய 'தொண்டாயுதபாணி பேரில் காவடிச்சிந்து கோலோட்டச் சிந்து'.
- *1927*இல் மழவாபுரி சிதம்பரபாரதி இயற்றிய 'க்ஞானாநந்தப் பேரின்பக் கீர்த்தனம்'.
- *1928*இல் திருவள்ளுவர் இயற்றிய 'ஜீவகாருண்யத் திருக்குறள்'.
- *1929*இல் கழநிவாசல் அரு.சிவ.ராம.நாராயணஞ் செட்டியார் குமாரர் கோவிந்தஞ்செட்டியார் இயற்றிய 'செய்கோன் மாநகர் அன்னந்தேசம் நொண்டிச்சிந்து'.
- *1934*இல் கோட்டையூர் மீனாட்சி சுந்தரமையர் குமாரர் சுப்பிரமணிய ஐயர் இயற்றிய 'சித்தமல்லிநகர் ஸ்ரீ கல்யாண விநாயகர் பதிகமும் கீரங்கோட்டகநாகர் ஸ்ரீசிந்தாமணி விநாயகர் பதிகமும்'.

- *1935*இல் நா.அ.அண்ணாமலைச்செட்டியார் குமாரர் சண்முகச் செட்டியார் இயற்றிய 'அளகை அஷ்டப் பிரபந்தம் சித்தி விநாயகர் மாலை', 'புதுவயல் கைலாச விநாயக ரந்தாதி', 'பழனியாண்டவர் மாலை', 'கம்பை நான்மணிமாலை', 'கம்பை முருகன் திருப்புகழ்' ஆகிய நூல்கள் காரைக்குடி குமரன் அச்சியந்திரசாலையில் அச்சிடப்பட்டன.
- *1935*இல் கோட்டையூர் சுப்பிரமணிய அய்யர் இயற்றிய 'கோட்டையூர் க.வீ.சொ.அழகப்பசெட்டியாரவர்கள் அறுபது ஆண்டுநிறைவு சஷ்டிப்த பூர்த்தி கல்யாணச் சிறப்பு'.
- *1938*இல் சுத்தானந்தா பாரதி இயற்றிய 'அப்பர் கோலாட்டப்பாட்டு'.
- *1939*இல் திருச்செந்தூர் சுப்பிரமண்ய சுவாமி இயற்றிய 'சத்துருசங்கார சிவமாலை'.

இதுபோன்று காரைக்குடி வைசியமித்திரன், காரைக்குடி பாஸ்கரன் பிரஸ், காரைக்குடி ஞானம்பிகா பிரஸ், காரைக்குடி பாரதி பிக்ஸர் பாலெஸ், காரைக்குடி செட்டிநாடு பிரஸ், காரைக்குடி பாஸ்கரன் அச்சுகூடம், காரைக்குடி இலக்கியா பதிப்பகம், காரைக்குடி ஜீவகாருண்ய சங்கம், காரைக்குடி சௌத் இந்தியா பிரஸ், காரைக்குடி ஸ்ரீராமன் பிரஸ், காரைக்குடி சிவநேசர் திருக்கூடம், காரைக்குடி கலைமகள் பிரஸ், காரைக்குடி மீனாம்பிகை அச்சுக்கூடம், காரைக்குடி டயமண்ட் பிரஸ், காரைக்குடி ராஜாஜி பிரஸ், காரைக்குடி ஹிந்துமதாபிமான சங்கம், காரைக்குடி திருவாசக மடம், காரைக்குடி நாவலர் பிரஸ் போன்று இன்னும் பல அச்சியந்திரங்களின் செயல்பாடுகளும் இங்கு நினைக்கத்தக்கவை.

தேவகோட்டைப் பகுதியில் செயல்பட்ட பதிப்பகங்களாகத் தேவகோட்டை ஆனந்தவள்ளி, தேவகோட்டை சிவநேசர் திருக்கூட்டம், தேவகோட்டை பிரஹாதம்பாள் அச்சுக்கூடம், தேவகோட்டை கண்டனூர் நகரத்தார் பிரஸ், தேவகோட்டை வைசியமித்திரன் அச்சியந்திரசாலை, தேவகோட்டை லெட்சுமி விலாஸ் பிரஸ், தேவகோட்டை ஆயர்வேத அச்சுக்கூடம், தேவகோட்டை கலாதர அச்சுக்கூடம், தேவகோட்டை திருநாவுக்கரசு நாயனார் அச்சியந்திரசாலை, தேவகோட்டை பிரஹதம்பாள் பிரஸ், தேவகோட்டை திருமகள் அச்சகம் போன்று இன்னும் பல அச்சியந்திரகளின் செயல்பாடுகளும் இங்கு நினைக்கத்தக்கவை.

சான்றெண்விளக்கக் குறிப்புகள்

1. ப.சரணவன், (பதி.ஆ.), தாமோதரம் - சி.வை.தா. பதிப்புரைகள், பக்.125 - 126

2. ப.சரணவன், (பதி.ஆ.), தாமோதரம் - சி.வை.தா. பதிப்புரைகள், ப.148

3. ப.சரவணன் (பதி.ஆ.), சாமிநாதம் - உ.வே.சா.முன்னுரைகள், பக். 245 - 954

4. இரா.ஜானகி, (தொகு.ஆ.), சங்க இலக்கியப் பதிப்புரைகள், பக். 131 - 132

5. ஆ.இரா.வேங்கடசலபதி, முச்சந்தி இலக்கியம், ப. 62

6. இ.ரா.ம.குருசாமிக்கோனார், (பதி.ஆ.), தமிழ்ச் சித்த வைத்திய அகராதி, ப. 3

7. ஆ.இரா.வேங்கடாசலபதி, முச்சந்தி இலக்கியம், ப. 62

8. இ.மா.கோபாலகிருஷ்ணக் கோன் (தொகு.ஆ.), மதுரைத் தமிழ்ப் பேரகராதி, ப. xxi

9. இ.மா.கோபாலகிருஷ்ணக் கோன் (தொகு.ஆ.), மதுரைத் தமிழ்ப் பேரகராதி, ப. xxi

10. இ.மா.கோபாலகிருஷ்ணக் கோன் (தொகு.ஆ.), மதுரைத் தமிழ்ப் பேரகராதி, ப. vi

11. இ.மா.கோபாலகிருஷ்ணக் கோன் (தொகு.ஆ.), மதுரைத் தமிழ்ப் பேரகராதி, ப. xix

12. இ.மா.கோபாலகிருஷ்ணக் கோன் (தொகு.ஆ.), மதுரைத் தமிழ்ப் பேரகராதி, ப. x

13. சு.அ.இராமசாமிப் புலவர், (இதழ்.ஆ.), நாள், கிழமை, திங்கள் இதழ் விளக்க வரிசை, ப. 156

14. இரா.கு.நல்லகுற்றாலம் பிள்ளை, (இதழ்.ஆ.), கிராம தூதன் - 1939 மாத இதழின் பின் அட்டை.

15. மு.ரா.கந்தசாமிக்கவிராயர், (இதழ்.ஆ.), விவேகபாநு இதழ் - 1902, ப. 7.

16. மு.ரா.கந்தசாமிக்கவிராயர், (இதழ்.ஆ.), விவேகபாநு இதழ் - 1902, ப. 2.

17. மா.கோபாலகிருஷ்ண ஐயர், முதுமொழியின் தளர்ச்சியும் வளர்ச்சியும், பக். 21 -22.

18. மா.கோபாலகிருஷ்ண ஐயர், முதுமொழியின் தளர்ச்சியும் வளர்ச்சியும், பக். 21 -22.

19. உஷா மகாதேவன் (தொ.ஆ.), ம.கோ.களஞ்சியம், ப. cxviii.

20. உஷா மகாதேவன் (தொ.ஆ.), ம.கோ.களஞ்சியம், ப. cxxiii.

21. மு.ரா.கந்தசாமிக் கவிராயர் (இத.ஆ.), வித்தியாபாநு ஏப்ரல் மாத இதழ் - 1913, ப.1.

22. உஷா மகாதேவன் (தொ.ஆ), ம.கோ.களஞ்சியம், ப. lxxix.

23. மா.கோபாலகிரு\;ண ஐயர், 'வள்ளுவர் நேரிசை முதல் நூறு செய்யுள் மூலமும் - குறிப்புரை, கதை விளக்கம்,' பின் அட்டை விளம்பரம்.

24. ஸ்ரீஉ.வே.சாமிஐங்கார் (மொ.பெ), 'திவ்யஸீரி சரிதம்' நூலின் பின் அட்டை.

25. பண்டிதர் அரங்கராமாநுஜன், ஹரிசமய திவாகரம் இதழ் தொகுதி 1, ப. 303.

26. பண்டிதர் அரங்கராமாநுஜன், ஹரிசமய திவாகரம் இதழ் தொகுதி 2, ப. 4.

27. பண்டிதர் அரங்கராமாநுஜன், ஹரிசமய திவாகரம் இதழ் தொகுதி 2, ப. 3.

28. பாலபாரதி, 'இராமாயணத் திருப்புகழ் குறிப்பு முன்னுரை', ப. 1.

29. சு.வேங்கடராமன், அறியப்படாத தமிழ் இலக்கிய வரலாறு, ப.12.

30. டி.டி. சங்கரதாஸ் சுவாமிகள், வள்ளி திருமணம், பின் அட்டை விளம்பரம்.

31. சுவாமி கமலாத்மானந்தர், சுவாமி விவேகானந்தர் பற்றி மகாகவி பாரதியார் கூறியவை - 3, ப.ஆறுமுகவேல் (க.ஆ.), வீடுதோறும் விவேகானந்தரை எடுத்துச் சென்ற பழனியப்பனார், ப. 333.

32. பி.வரதராசன் (தொகு.ஆ.), 'பன் மணித்திரள், அறநெறியண்ணல்', ப. 7.

33. சுவாமி கமலாத்மானந்தர், சுவாமி விவேகானந்தர் பற்றி மகாகவி பாரதியார் கூறியவை - 3, ப.ஆறுமுகவேல் (க.ஆ.), வீடுதோறும் விவேகானந்தரை எடுத்துச் சென்ற பழனியப்பனார், ப. 335.

34. ஆ.இரா.வேங்கடாசலபதி, முச்சந்தி இலக்கியம், ப. 80.

35. மயிலை சீனி வேங்கடசாமி, பத்தொன்பதாம் நூற்றாண்டில் தமிழ் இலக்கியம், பக். 23 - 24.

36. சுந்தர்காளி (க.ஆ.), புதிய ஆராய்ச்சி இதழ் - 07, 2017, ப. 50.

37. ஏ.நா.வ.முஹையதீன் அப்துல்காதர் றாவுத்தர், மஹாத்மா காந்தியும் மற்றுமுள்ள தேசாபிமானிகளின் தியானம்', பின் அட்டை விளம்பரம்.

38. அ.மா.சாமி, தமிழ் இஸ்லாமிய இதழ்கள், ப. 385.

39. சோமலெ, செட்டிநாடும் செந்தமிழும், ப. 26.

40. க.அமரேசன் (தொ.ஆ.), நொச்சி அறியப்படாத தமிழ்ப் பதிப்பாளுமைகள்: ஆய்வு ஆவணம், சா.பாத்திமா (க.ஆ), வெ.பெரி. பழ.மு.காசிவிசுவநாதன் செட்டியார், ப. 279.

41. வீ.அரசு (ஒருங்கிணைப்பு), பத்தொன்பதாம் நூற்றாண்டு தமிழியல் ஆளுமைகள், ப. 61 -62.

42. ந.சுப்பிரமணியன் (பதி.ஆ), வி.கோ.சூரியநாராயண சாஸ்திரியார் - பரிதிமாற்கலைஞர் நூற்றாண்டு விழா மலர், ப. 86.

43. ந.சுப்பிரமணியன் (பதி.ஆ), வி.கோ.சூரியநாராயண சாஸ்திரியார் - பரிதிமாற்கலைஞர் நூற்றாண்டு விழா மலர், ப. 86.

ஆய்வு முடிவுகள்

19ஆம் நூற்றாண்டில் அச்சுவழியாக இலக்கியப் பதிப்புகள் உருவாவதற்கு முன்பு இருந்தவந்த மூன்று பதிப்புப் போக்குகள் இனங்காணப்பட்டுள்ளன.

- பாறை, சுவர், மரப்பட்டை போன்றவற்றில் எழுத்தை பொறித்தனர். இதனை ஏட்டுப் பயன்பாட்டிற்கு முந்தைய முதல் போக்காகக் கொள்ளலாம்.

- நீண்ட இடைவெளிக்குப் பின்னர் பனையோலைப் பயன்பாட்டிற்கு வந்தது. பனையோலையில் எழுத்துப் பயன்பாடு அதிகமானது. அவற்றில் செய்யுள்கள் மட்டுமல்லாது வாய்மொழியாக வழங்கிவந்த பாடல்களையும் எழுத்துவடிவமாக மாற்றிப் பதிவேற்றினர். இவ்வாறு ஏடுகளில் ஏறியவை அவைசார்ந்த புலமைப் பெற்ற சிறுகுழுவினரிடமே புழங்கிவந்தன. தனிநபர்களிடமும், மடங்களிடமும் அவை பாதுகாக்கப்பட்டு வந்ததோடு அவர்களின் அடுத்த தலைமுறையினர்க்குச் சொல்லிக்கொடுத்து வரப்பட்டன. தமிழர்களின் அறிவுச் சேகரமானது பரண்களிலும், மடங்களிலும் புதைந்துகிடந்த ஏடுகளைச் சேகரிக்கவும், தொகுக்கவும், படியெடுக்கவுமான பணிகள் நடந்த இந்தக் கட்டத்தை இரண்டாவது போக்காகக் கொள்ளலாம்.

- ஐரோப்பியர் வருகை காரணமாக நிலைபெற்ற அச்சுக் கருவியானது தமிழ்ச் சமூகத்தில் ஏற்படுத்திய தாக்கத்தினால் மடங்கள், தனிநபர்களின் சேகரிப்பு என்றவாறிருந்த ஏடுகளை அச்சிற்கு மாற்றின. மடங்கள் போன்ற பாரம்பரிய நிறுவனங்கள், தனிநபர்கள், அதிகாரிகள், கல்வி மற்றும் இலக்கிய அமைப்புகள் போன்றவை இத்தகைய பணிகளை முன்னெடுக்கத் தொடங்கின. அதனால், அச்சுப் புத்தகங்கள் பரவலாக உருவாயின. இதனை மூன்றாவது போக்காகக் கொள்ளலாம்.

- தமிழின் பழந்தமிழ் இலக்கியங்கள் என்ற தகுதிப்பாட்டிற்கு ஆதாரமான பல நூல்கள் பத்தொன்பதாம் நூற்றாண்டில்தான் முதன் முதலாக அச்சுவடிவம் பெற்றன. இந்தவகையில் பத்தொன்பதாம் நூற்றாண்டின் செயற்பாடுகளைக் குறிப்பாக அச்சு ஊடகத்தின் வழித் தமிழ்ச் சமூகம் பெற்ற பயன்பாடுகளை குறித்துப் பன்முகநோக்கில் கூர்ந்து நோக்கப்பட்டது.

- தமிழ்ச் சூழலில் மரபுவழிப்பட்ட கல்விமுறையோடு பத்தொன்பதாம் நூற்றாண்டில் ஐரோப்பியப் பின்புலத்தில் அமைந்த நவீனக் கல்விமுறையும் இணைந்தது. இந்த இருவகைப்பட்ட கல்விமுறைகளிலும் தமிழ்ப் பாடம் இன்றியமையாத கூறாக இடம்பெற்றிருந்தது. இந்தக் கல்விமுறைகளில் இருந்த பாட நோக்கத்தைக் கொண்டு புதிய தமிழ்ப் பாட நூல்கள் உருவாக்க வேண்டிய தேவை உருவானது. இந்தத் தேவையைக் கருத்தில் கொண்டு மரபு இலக்கியங்களைத் தழுவி உரைநடை வடிவிலான இலக்கண இலக்கியங்களை உருவாக்கவேண்டிய தேவை உருவானது. இதனால், சுவடியிலிருந்த பழந்தமிழ் இலக்கிய இலக்கணங்களை அச்சாக்கம் செய்வதில் தமிழ்ப் புலமையாளர்கள் பலர் ஈடுபட்டனர். தொடர்ந்து பழந்தமிழ் இலக்கியங்களுக்கு இணையாக மருத்துவம், ஜோதிடம், வானியல் சாஸ்திரம் போன்ற நூல்களும் அச்சாயின.

- முன்னோடிகளுக்கு அடுத்தபடியாகவும் சமகாலத்திலும் தமிழகத்தின் பல்வேறு வட்டாரங்களை மையமிட்டுத் தனிநபர், நிறுவனம் சார்ந்த பதிப்புச் செயல்பாடுகள் சிறிதாகவும் பெரிதாகவும் நிகழ்ந்தன. அந்தவகையில் நவீன அரசியல் சூழலில் தலைநகரமாக உருக்கொண்ட சென்னைக்கு அடுத்தபடியாகப் பழந்தமிழ் நகரமாக விளங்கிவந்த மதுரையை மையமாகக்கொண்டு நிகழ்ந்துவந்த பதிப்பு வரலாறு தனித்துவம் மிக்கதாக விளங்கியது.

- பொதுவாக அரசியல் தலைநகரமாகவோ வேறெந்த காரணத்தினாலோ முக்கியத்துவம் பெற்றிருக்கக்கூடிய நகரங்களிலிருந்து உருவாகும் பதிப்புகளையே பதிப்பியல் வரலாறு கணக்கில் கொள்கிறது. அதனால் குறிப்பிட்ட நகரத்தை மட்டுமே வட்டாரத்தை அடிப்படையாகக் கொண்டு நூல்கள் வெளியானது போன்ற தோற்றம் ஏற்படுகிறது. இதனால் ஓர் இடத்தை மட்டும் மையப்படுத்தி மற்ற இடத்தில் நடந்த செயல்பாடுகள் விளிம்புக்குத் தள்ளப்படுகின்றன. மையமாக அமையாத சிறுநகரங்களில் நடந்த செயல்பாடுகள் மொத்த பதிப்பு வரலாற்றுக்குள் வராமலே புறக்கணிக்கப்பட்டு விடுகின்றன. எனவே, ஒரு குறிப்பிட்ட மொழியின் அல்லது மாநிலத்தின் எல்லா வட்டாரங்களையும் சார்ந்து அமைந்த பதிப்புச்செயல்பாடுகளை ஆராய்ந்து வரலாறு எழுதும்போதுதான் அம்மொழிக்கான முழுமையான பதிப்பு வரலாறு அறியப்பெறும்.

- இப்பதிப்பு முயற்சிகள் சில தனிநபர்களாலும் நிறுவனங்களாலும் மேற்கொள்ளப்பட்டன. வட்டார இலக்கியங்களாகத் தலபுராணம், சிந்து, மான்மியம், கும்மி, பள்ளு, கோயில் வரலாறு, கோவை போன்று பல்வேறு இலக்கிய வகைமைகள் அமைந்திருந்தன. இவைகள் அந்தந்த நிலத்தைப் பின்புலமாகக் கொண்டு பாடப்பெற்றன. பின்னர் பதிப்பிக்கப்பட்டன. அந்தவகையில் வட்டாரப் பதிப்புகள் பற்றிய ஆய்வுகள் பெருமளவில் தமிழகத்தில் நடந்தேறவில்லை என்பது இங்குக் குறிப்பிடத்தக்கது.

- வட்டார இலக்கியங்களின் வழியாகவும் வட்டாரப் பதிப்பு நூல்களின் வழியாகவும் ஒரு புதிய வரலாறு கட்டமைக்கப்படுகிறது. மேலும், வட்டாரத்தில் ஒரு நூலினை இயற்றியவர், அதனைப் பதிப்பித்தவர், நூலின் தன்மை, அதில் கூறப்படும் வரலாறு, அந்நூலிற்கு நன்கொடை வழங்கியவர்கள், அந்நூலில் நன்றி கூறப்பட்டவர்கள், அந்நூலிற்குப் பாயிரம் வழங்கியவர்கள் என்று வரிசைப்படுத்திப் பார்த்தால் அந்நூல் எழுந்ததற்கான அரசியல் சூழலும் அதன்வழியான வரலாற்றுப் பின்புலமும் அறியப்படுகிறது. இவ்வாறு வட்டாரப் பதிப்பிற்கான தேவையும், அவற்றின் தனித்தன்மைகளும், அவற்றால் ஏற்படுகின்ற நன்மைகள் பலவற்றையும் வெளிக்கொணர்வதன் வழியாக தமிழகப் பதிப்பு வரலாற்றை மீட்டுருவாக்கம் செய்வதற்கு வழி கிடைக்கின்றது.

வட்டார ரீதியிலான பதிப்பு வரலாற்றில் மதுரை சென்னைக்கு அடுத்தபடியாக விளங்குவதைக் காணமுடிகிறது. இப்பதிப்புகளில் நிறுவனங்களும் தனிநபர்களும் பெரும்பங்காற்றியிருப்பது தெரியவருகிறது. தமிழில் பதிப்பு வரலாறு எழுதுகையில் மதுரைப் பதிப்பு வரலாற்றைக் குறிப்பிடாமல் செல்லமுடியாது. அந்த வகையில், இந்த ஆய்விற்கெனத் தேர்ந்துகொண்ட,

- பிற வட்டாரப் பதிப்புச் செயல்பாட்டினின்று மதுரை வட்டாரப் பதிப்புச் செயல்பாடு தனித்துவம் மிக்கது.

- நிறுவனம் மற்றும் தனிநபர் சார்ந்து வெளியான பதிப்புச் செயல்பாடுகள் பிற வட்டாரப் பதிப்புகளைவிட முதன்மை வாய்ந்தவை (அல்லது) தனித்துவம் மிக்கவை.

- தமிழகத்தின் பிற பகுதிகளைவிட மதுரையில் சிறப்பாகவும் அதிகமாகவும் பதிப்பு முயற்சிகள் நடைபெற்றிருக்கின்றன.

ஆகிய 'கருதுகோள்களும்' மெய்மைத் தன்மை வாய்ந்தனவாக ஆகின்றன என்பது உறுதிப்படலாகிறது.

- 'மதுரைப் பதிப்பு வரலாறு (1835 - 1950)' எனும் தலைப்பின் கீழ் மேற்கொண்ட இந்த ஆய்வினைத் தொடர்ந்து, சில மேலாய்வுகளைச் செய்யவும் வாய்ப்பிருக்கிறது. குறிப்பாக, மதுரை வட்டாரத்தின் பதிப்புகளைச் சொல்கிற மாதிரி தமிழகத்தின் சென்னையைத் தவிர்த்துப் பிற வட்டாரங்களின் பதிப்புகளைப் பற்றியான ஆய்வுகளும் மேற்கொள்ளப்படலாம். 'மதுரை மடங்களின் பதிப்புப் பணி' என்கிற தலைப்பின் கீழும், 'மதுரையில் பதிப்பிக்கப்பெற்ற சங்க இலக்கியப் பதிப்புகள்' என்ற தலைப்பின் கீழும், 'மதுரை: நாடக நூல்கள் பதிப்பு வரலாறு' எனும் தலைப்பின் கீழும் 'மதுரை: பெரிய எழுத்து நூல்களின் பதிப்பு வரலாறு' எனும் தலைப்பின் கீழும் ஆய்வினை மேற்கொள்ள இடமுள்ளது.

பின்னிணைப்பு - 1:

நிறுவனப் பதிப்புகள்

மதுரை கிறித்தவ நிறுவனம்
டேனியல்பூர் வெளியிட்ட 'இந்தியாவில் சாதிகள் 72 மாதிரிகள்'

Seventy two
Specimens of Castes
In
India

"All people, Nations & Languages
shall serve HIM."
Tamul.
எல்லாத் தேசத்தாரும் பாஷைக்காரரும்
அவரையே தொழுதுகொள்ளுவார்கள்."
Teloogoo.

Presented
to
The Revd. William Twining
as a
Token of obligation
by his
far distant and unknown friend
Daniel Poor

"Unknown & yet well known."
Madura Southern India.
24 February 1837.
Written by T. Vaidapillay Writing Master
in the two English Schools established
by the American Missionaries Madura City

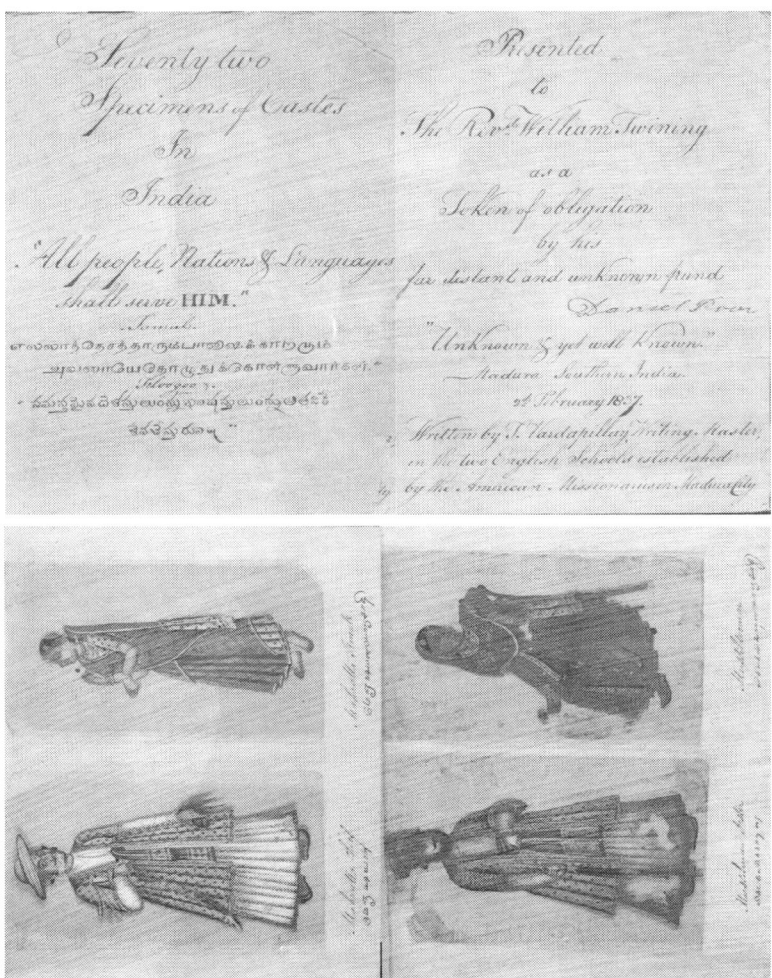

மதுரை ஆதீனம்

சோழவந்தான் கிண்ணிமடம் வெளியீடு

உ
சிவமயம்.

திருச்சிற்றம்பலம்.

சிதம்பர புராணம்.

இஃது
வேதாகம சித்தாந்த சைவ சமயாசாரிய பீடமாக
விளங்குகின்ற
மதுரை
திருஞானசம்பந்தசுவாமிகள்
ஆதீனம்
சிதம்பரசுவாமிகளால்
பலர்க்கும்
பயன்படும் பொருட்டுத்
திருத்தி யருளல் வேண்டு மென்ற, சாஸ்திர விளக்கச்
சங்கத்தைச் சார்ந்த சைவ சுத்த சித்தாந்த
சபையா ரவர்கள்
விண்ணப்பத்தின்படி
திருத்தப்பட்டு,
ஷ சங்கத்தைச்சார்ந்த
வித்தியானந்த அச்சுக்கூடத்திற்
பதிப்பிக்கப்பட்டது.

இராக்ஷஸ௵—ஆவணிம௴.

4605

உ
அருள்மிகு மந்தாரவிநாயகர் துணை

வெளியீடு எண்: 3

சோழவந்தான்
பெரும்புலவர் அரசஞ்சண்முகனார்
இயற்றிய

திருக்குறட்சண்முக விருத்தியுண்
முதற்குறள் விருத்தியுரையும்

"பொருட்பெண்டிர்"
என்னுந்
திருக்குறள் விளக்கமும்

வெளியீடு
தவத்திரு. சிவப்பிரகாச சுவாமிகள் சமாதி மடம்.
(கிண்ணிமங்கல மடம்)
பேட்டை. சோழவந்தான்-624 214.
1985.
விலை ரூ. 4-00

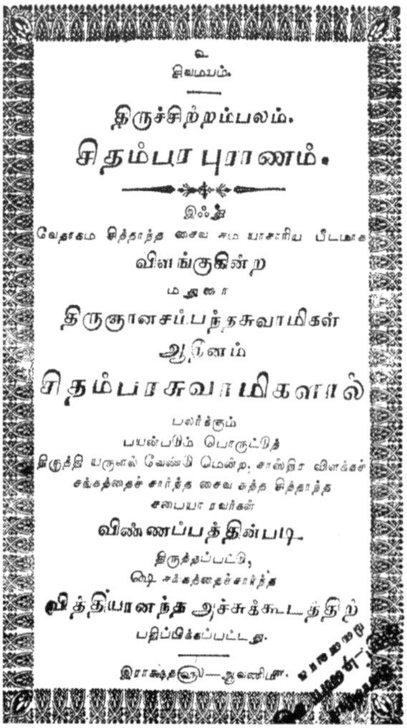

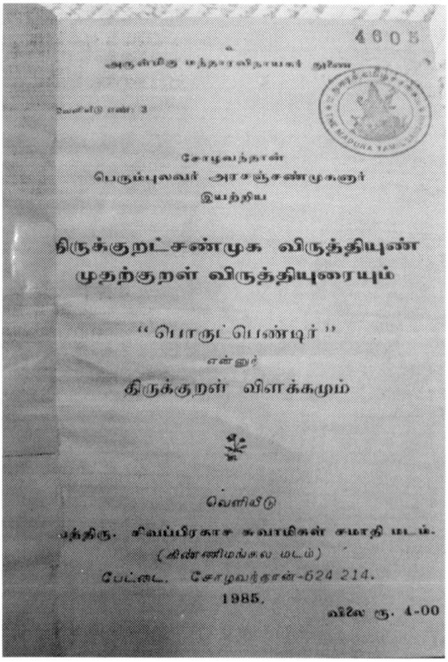

திருப்பூவணம் காசிகாநந்தா சுவாமிகளின் வேதாந்த மடம்

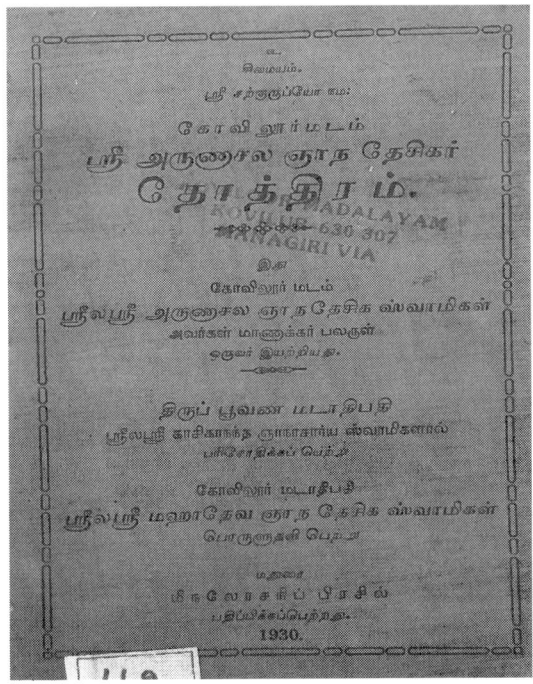

மதுரை பிரம்மானந்தா சுவாமிகளின் வேதாந்த மடம்

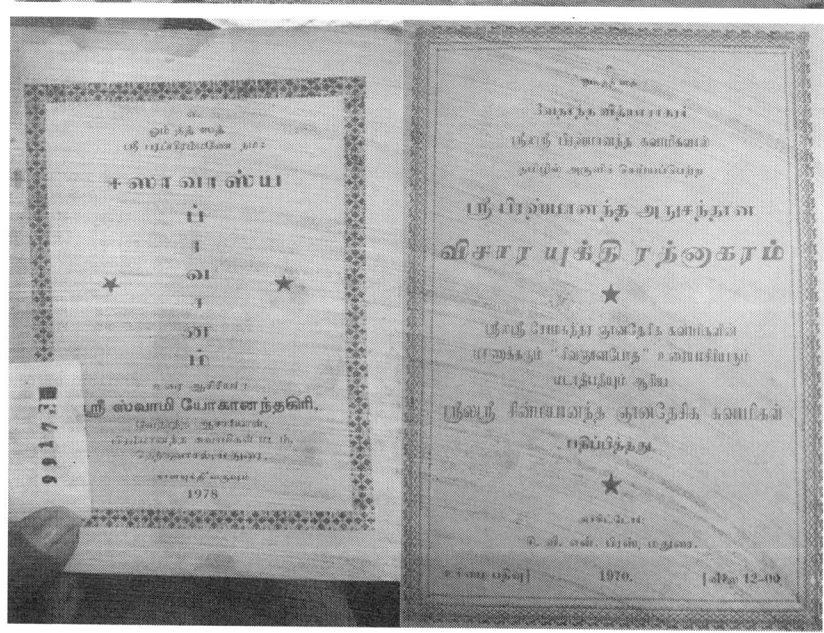

மதுரை நான்காம் தமிழ்ச்சங்கத்தின் வெளியீடுகள்

மதுரைத் தமிழ்ச் சங்கம் - 1901.

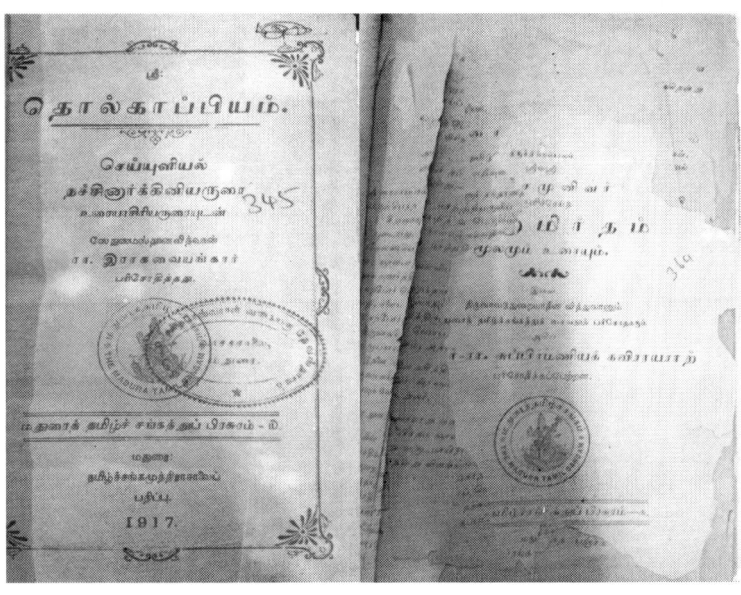

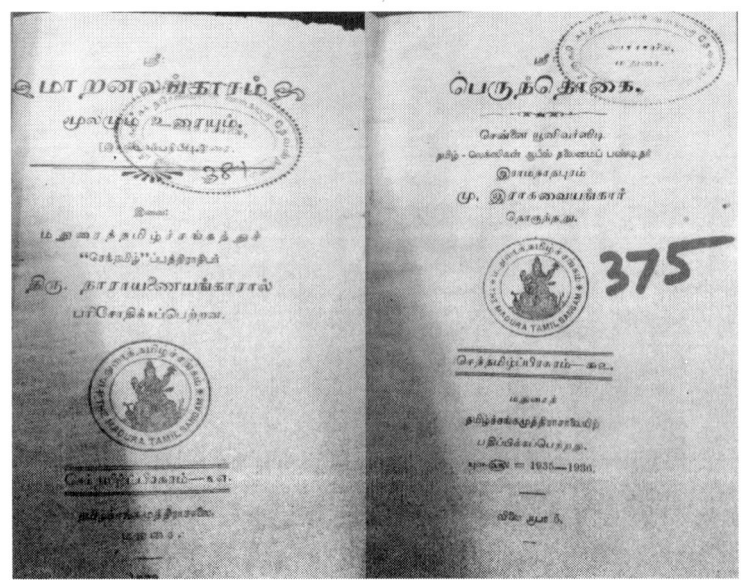

286 ❊ மதுரைப் பதிப்பு வரலாறு

மதுரை பிரம்மஞான சபை

ப.நாராயண அய்யர்

அ.ரங்கசுவாமி அய்யர்

மதுரை பிரம்மஞான சபையின் வெளியீடுகள்

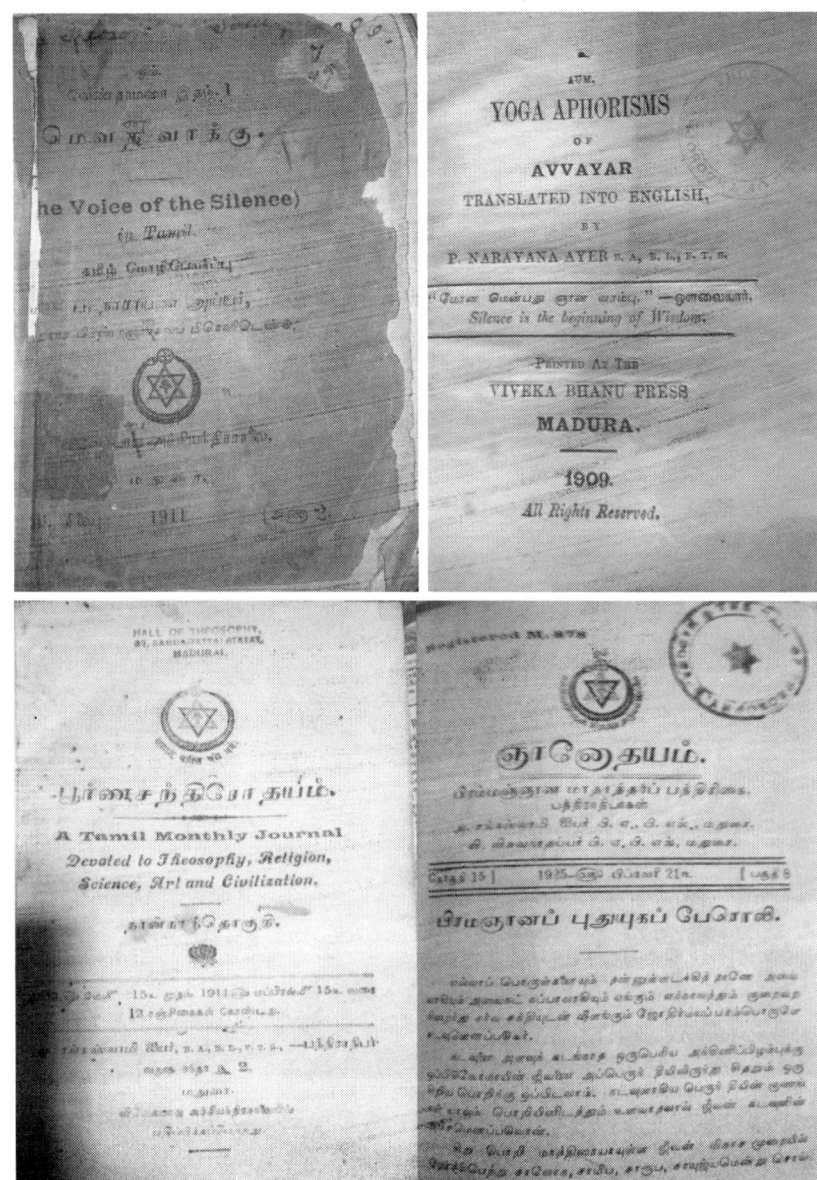

பின்னிணைப்பு - 2

தனிநபர் பதிப்புகள்

மதுரை சௌத் இந்தியன் பிரஸில்
வெளியான சௌத் இந்தியன் மெயில்

The South Indian Mail
PUBLISHED EVERY MONDAY
Special Information for You
How to Prevent Malaria
THE STANDARD LIFE ASSURANCE COMPANY
ENDOWMENTS for CHILDREN.
THE RAILWAY SERVICE
THE MODERN
THE SOWAR
Our Grand Clearance Sale is now on
Electricity is Life.
"NECTARIN."
West End Watch Co.,

Supplement to the "South Indian Mail."
Statement showing the Income and Expenditure of Madura etc. Devastanam for the year ending 31st December 07.

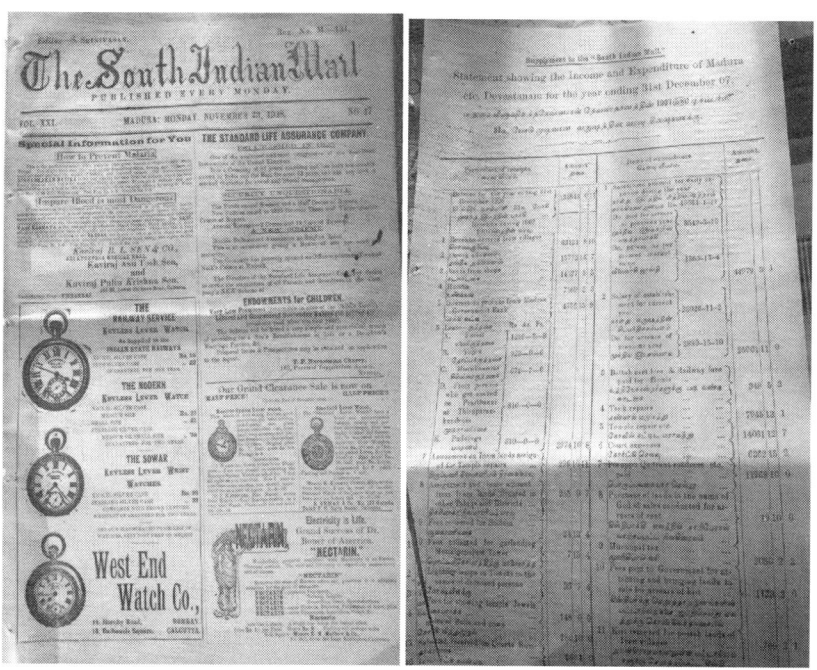

மதுரை பாண்டியன் பிரஸில் அச்சான நூல்கள்

ஸ்ரீ

ஸ்ரீவில்லிபுத்தூரென்னும் திவ்யதேசத்தி
லெழுந்தருளிய திருக்கோதை நாச்சியார்

அந்தாதி.

பெருமாள் அய்யங்கார் இயற்றியது.

மதுரை பாண்டியன் பிரஸ் ஆபீஸில்
அச்சிடப்பெற்றது

1897.

JUDGMENT

IN

ORIGINAL SUIT No. 33 OF 1898.

ON THE FILE OF

THE SUBORDINATE COURT

OF

MADURA, EAST.

RAJA M. BHASKARA SETHUPATHI,

Versus

IRULAPPA NADAN AND 14 OTHERS.

DELIVERED BY

T. Varada Rao, Esquire, B.A. B.L. M.C.S.
Subordinate Judge.

20th July 1899.

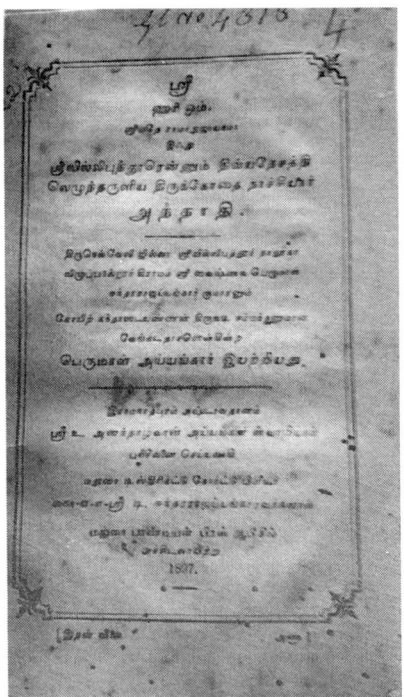

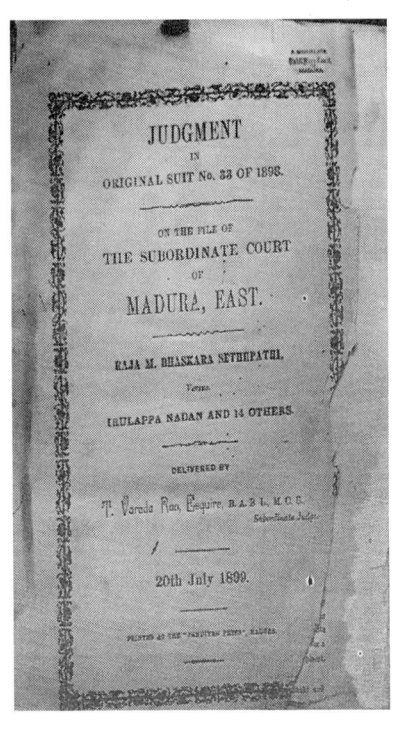

இ.ராம.குருசாமிக்கோனார்

இ. ரா. ம. குருசாமி கோனர்,
புரொப்ரைட்டர், ஸ்ரீராமசந்திர விலாஸம் பிரஸ்,
புக்ஷாப், புதுமண்டபம், மதுரை.

உ

பரமபதிதுணை.

சிவபெருமானும் பதினெண் சித்தர்களும்

திருவாய்மலர்ந்தருளிய

தமிழ்ச் சித்தர் நூல்களிலுள்ள

பச்சிலை மூலிகை சரக்குகளின் பொருள்களடங்கிய

தமிழ்ச்

சித்த வைத்திய அகராதி.

இஃது

மதுரை, புதுமண்டபம் புத்தகவர்த்தகம்

"சித்தர் நூலாராய்ச்சிப் புலவர்"

இ. ரா. ம.

குருசாமிக்கோனரவர்களால்

ஷை சாஸ்திரங்களில் திரட்டி எழுதப் பெற்றதை,

சென்னைமாகாண சித்தவைத்தியசங்க அமைச்சர்

மறைத்திருவன் சுவாமி விருதை

வி. சிவஞானயோகியவர்களால்

பார்வையிடப்பெற்று

ஷை இ. ரா. ம.

குருசாமிக்கோனர்அவர்களாற்றமது

ஸ்ரீ ராமச்சந்திரவிலாசம் அச்சியந்திரசாலையிற்

பதிப்பிக்கப்பெற்றது.

விலை] ரிஜிஸ்டர்காபிரைட். [ரூபா 2-0-0

1928

TITLE ONLY
S. M. PRESS. MADURA.

Registered Copy-right.

உ

கடவுள் துணை.

யாகோபு திருவாய் மலர்ந்தருளிய

சுண்ணம் நூற்றுக்கு

சூஸ்திரச்சுருக்கம்155.

ஷை சுருக்கம்-நூய

இஃது

மதுரை யானைக்கல் தெரு, வித்துவான்

மு. குழந்தைவேலுப் பிள்ளை அவர்கள்

வேட்டுப்பிரதியின்படி

மதுரை வித்வான்

த. குப்புசாமி நாயுடு அவர்களால்

பரிசோதித்தபடி,

மதுரை புதுமண்டபம் புத்தகஷாப்,

இ. ராம.

குருசாமிக்கோனர் சன்

அவர்களாற்றமது

மதுரை வடக்குமாசிவீதி, குருசாமிக்கோனர் தெரு,

ஸ்ரீராமச்சந்திர விலாசம் பிரஸில்,

பதிப்பிக்கப் பெற்றது.

உ

கடவுள் துணை.

உரோமரிஷி திருவாய்மலர்ந்தருளிய

நாகாரூடம் நூற்ய,

மந்திர சக்கரங்களுடன்.

மதுரைத் தாலுகா

கோச்சடையைச் சேர்ந்த பிரபட்டபத்து கிராமம்

ப. திருமலைமுத்தப்பிள்ளையவர்கள் குமாரர்

விஷரோக நிவர்த்தி மாந்திரீகர்

கருப்பையாப் பிள்ளையவர்கள்

விருப்பத்தின்படி

மதுரை வித்துவான்

த. குப்புசாமிநாயுடு அவர்களால்

பரிசோதிக்கப்பெற்று

மதுரைப் புதுமண்டபம் புத்தகஷாப்

இ. ராம.

குருசாமிக்கோனர்

அவர்களாற் றமது

மதுரை வடக்குமாசிவீதி

ஸ்ரீ ராமச்சந்திர விலாசம் அச்சியந்திர சாலையிற்,

பதிப்பிக்கப்பெற்றது.

1917

Registered Copy Right.

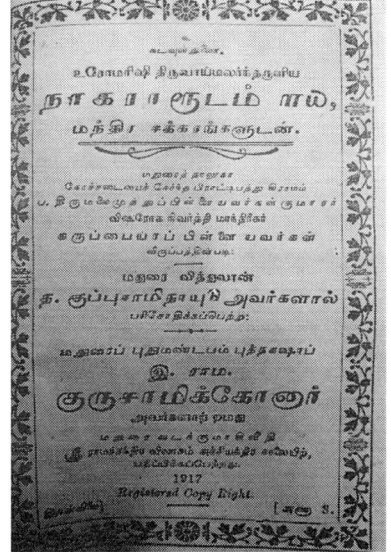

இ.மா.கோபாலகிருஷ்ணக் கோனாரின் புத்தகக்
கடையாகச் செயல்பட்ட கோபால் மஹால்

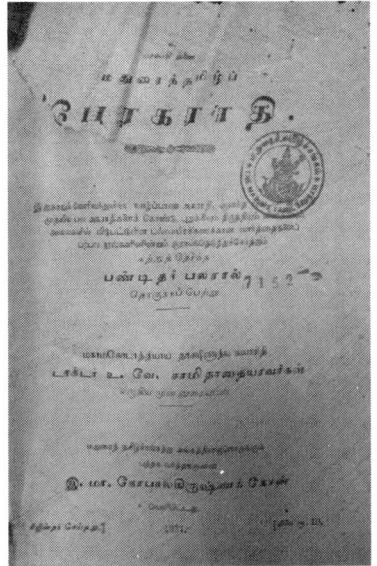

Approved by the Text-Book Committee, Madras.
SUNDARAR
BY
M. GOVINDASWAMY AIYAR
E. M. GOPALAKRISHNA KONE
MADURA & MADRAS.
1934
[Price 5 As.

COUNTRY HERALD.
கிராம தூதன்.
1941
வாழ்க்கை முறை.

பறையன் பாட்டு.
இ. ராமசாமிக்கோனாரால்,

கோவலன் சரித்திரம்
இரண்டாம் பாகம்.
4242
வித்வான் நாராயணக் கவிராஜரவர்கள்
இ. இராமசாமிக்

பதிவிரதா பராக்ரமம் அல்லது
சாவித்திரி சத்தியவான் சரித்திரம்.

அற்புத நாடக
காவடிச் சிந்து.
குப்பாத்தேவரவர்கள்
இ. ராமசாமிக்கோன்,
Registered Copy Right.

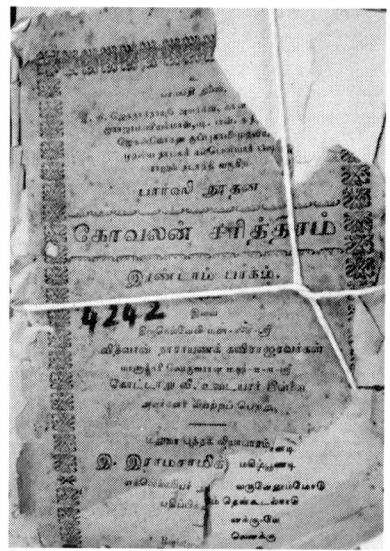

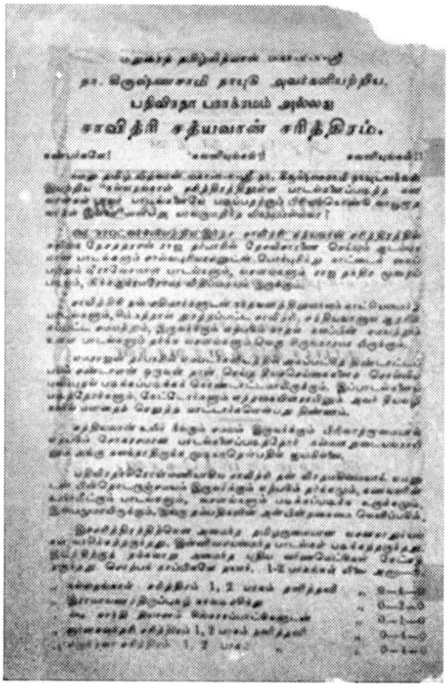

ரேங்கூன்பர்மாடாப்பு

நொண்டிச்சிந்து.

இந்த

[illegible]

சி. இராமசாமி ஐயங்காரவர்கள்

இயற்றியதை

[illegible] ஆ. க. உ.

சுப்பிரமணியஞ்செட்டியார்

[illegible]

வி. என்.

இராகவக்கோனர்

அவர்களால்

[illegible]

1908.

618

உ

கல்லிடைக்குறிச்சி

இராஜபார்ட் சங்கீத சபா [illegible]

K. P. முகையதின் சாஹிப் அ[illegible]ர்களின்

ஆசிரியர் ஆர்மோனியம்

T. K. சுந்தரம் அவர்கள்

இயற்றிய

பஜன ஜீவரத்னமிர்த மென்னும்

பக்திரசக்கீர்த்தனம்

(இரண்டாம் பாகம்.)

மதுரை புதுமண்டபம் புக்ஷாப்

M. K. சந்தானகிருஷ்ணக் கோ[illegible]

அவர்களால்

[illegible] மீனாக்ஷி விலாஸ் பிரஸில்

[illegible]திப்பிக்கப்[illegible]ற்றது.

[illegible] Right] 1927 [விலையணா 8.

T. K. சுந்தரம் அவர்கள்.

மூந்துங்கள்! உ மூந்துங்கள்!

வாங்குவதற்கு மூந்துங்கள்.

V. K. முத்துச்சாமிக்கவிராயரவர்கள்

இயற்றிய

தற்கால நாகரிக சங்கீத சம்பூர்ண

ஸ்ரீ கிருஷ்ண லீலா.

வி. கன்னையா கம்பெனியார் அவர்களின்

ஆப்டோன் படங்களுடன் வெளிவரும் ஓர் இனிய தமிழ் நாடகம்

சொற்பகாப்பிகள் மட்டும் ஸ்டாக்கிலிருக்கிறது விலை அணா 8.

ஷெயார் இயற்றிய பக்திரஸக் கீர்த்தனை கூடிய சீக்கிரம் வெளிவரும்	0—6—0
ஷெயார் இயற்றிய தற்கால சங்கீதசம்பூர்ண தசாவதாரம்	0—8—0
ஷெயார் இயற்றிய புதியபெரிய பார்வதிசதாரம் சரித்திரம்	0—4—0
T. K. சுந்தரம் கீர்த்தனை முதற்பாகம்	0—8—0
ஷெ இரண்டாம் பாகம்	0—8—0

இன்னும் நானாவித தமிழ் புஸ்தகங்களும் விலை சகாயமாய் கிடைக்கும். வேண்டுவோர் நேரிலும் வி. பி. போஸ்டு மூலமாகவும் பெற்றுக்கொள்ளலாம். வியாபாரிகளுக்கும் உபாத்தியாயர்களுக்கும் தகுந்த கமிஷன் கொடுக்கப்படும்.

இங்ஙனம்,

M. K. சந்தானகிருஷ்ணக் கோன்,

புக்ஷாப் புதுமண்டபம், மதுரை.

A.S. ஜெகதீசக்கோன் வெளியீடு

13

பெரிய எழுத்து

விவேகசிந்தாமணி

(மூலமும் உரையும்)

A. S. ஜெகதீசக்கோன்,
பிரிண்டர் அண்டு பப்ளிஷர்,
48-A, வடக்காவணிமூல வீதி,
மதுரை.

விலை] 1947. [அணா 5.

அறிவிப்பு

பள்ளிக்கூடங்களுக்கு வேண்டிய, உரை வகையறாக்களும் சிறுவர்களுக்குத்தகுந்த கதைப் புஸ்தகங்களும், அட்டெண்டென்ஸ் ரிஜிஸ்டர், அட்மிஷன் ரிஜிஸ்டர், ஸ்டூடென்ஸ் நோட், கணக்கு நோட், மேப் டிராயிங் நோட், பாக்கெட் டைரி, காலண்டர், நாவல், கதை, பாட்டு புஸ்தகங்களும், சௌகரியமான விலைக்கு எங்களிடம் கிடைக்கும்.

இத்துடன் எமது ஈசன் அச்சாபீஸில், கைதேர்ந்த வேலையாட்களைக் கொண்டு நூதன முறையில், கலர் ஜாப் வேலைகளும், சிறந்த லா-புக், குறிப்பு, சிட்டை, பேரேடு, முதலிய பைண்டிங் வேலைகளும், சினிமா போஸ்டர், கலர் போஸ்டர் முதலிய அச்சு வேலைகளும் குறித்த நேரத்தில் சுத்தமாகவும் அழகாகவும் குறைந்த சார்ஜில் செய்து கொடுக்கப்படும்.

A. S. ஜெகதீசக்
பிரிண்டர் & பப்ளி
வடக்காவணிமூலவீதி,

மு.ரா.கந்தசாமிக்
கவிராயர்

மு.ரா.கந்தசாமிக் கவிராயர் - விவேகபாநு அச்சியந்திரத்தை நிறுவியவர்

விவேகபாநு.

ஒருமாதாந்தத் தமிழ்ப்பத்திரிகை.

வால்யூம் 3 { 1904ஆ பிப்ரவரிமீ } புஸ்தகம் 2.

விஷயங்கள்.

புரொப்ரைட்டர்—எம். ஆர். கந்தசாமிக்கவிராயர்.

பத்திராதிபர் { எம். சாமிநாதையர். / எம். ஆர். கந்தசாமிக்கவிராயர்.

மதுரை ஸ்ரீ ... அச்சுக்கூடத்தில் பதிப்பிக்கப்பெற்றது.

பத்திரிகை 1-க்கு விலை அணா 4.

வித்தியாபாநு.

தமிழ்ப்பத்திரிகை.

நான்காந் தொகுதி.

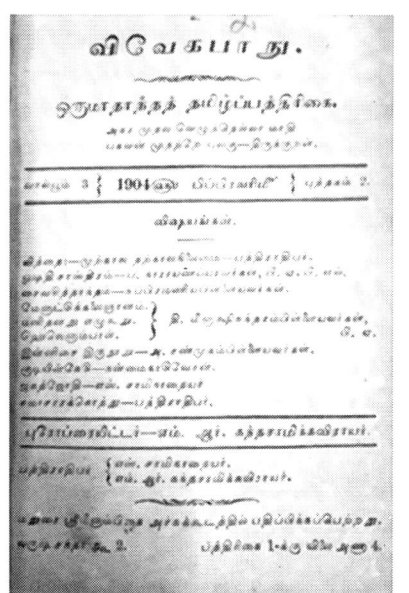

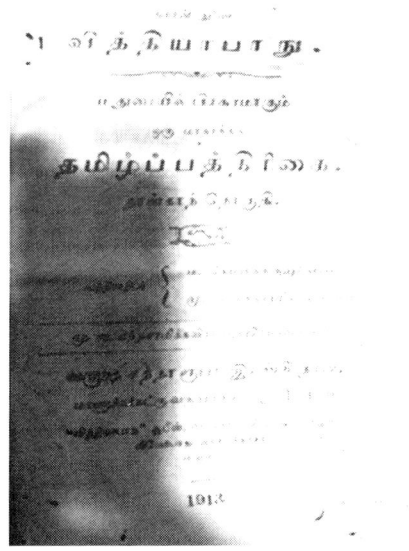

ம.கோபாலகிருஷ்ண ஐயர்
மதுரைச் செந்தமிழ் மாணவர் சங்கத்தை நிறுவியவர்

ஸ்ரீ மதுரை மாணவர் செந்தமிழ்ச்சங்கத்தார்

யோக்கியதாபத்திரம்.

நச்சினார்க்கினியன்

திரிசிரபுரத்தினின்று வெளிவரும்

மாதாந்த தமிழ்ப் பத்திரிகை

பெரியகுளம்

வரந்தரும்

விநாயகர் பதிகம்.

பெரியகுளம்

முதற்பதிப்பு] 1911 [பிரதிகள் 250.

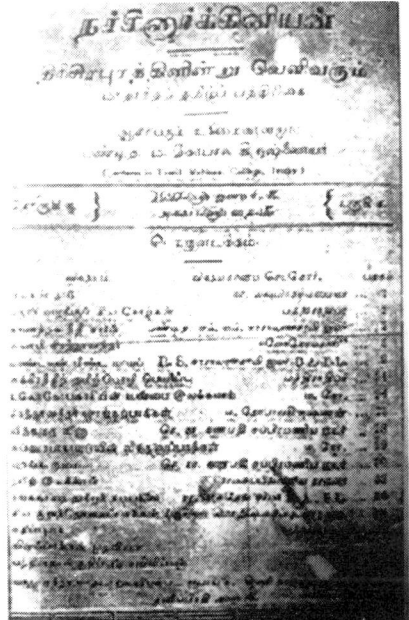

ஏ.அரங்க ராமாநுஜம் - ஹரிசமய திவாகரம் பிரஸ்

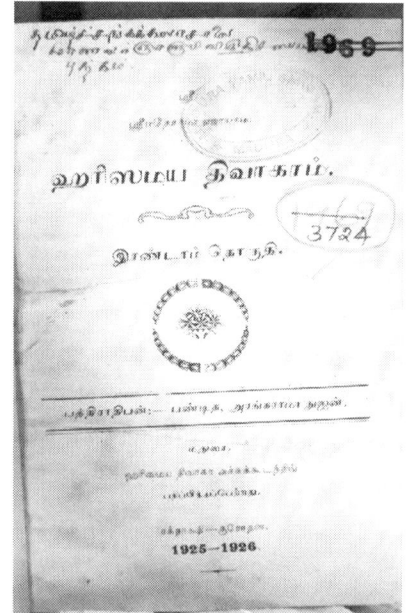
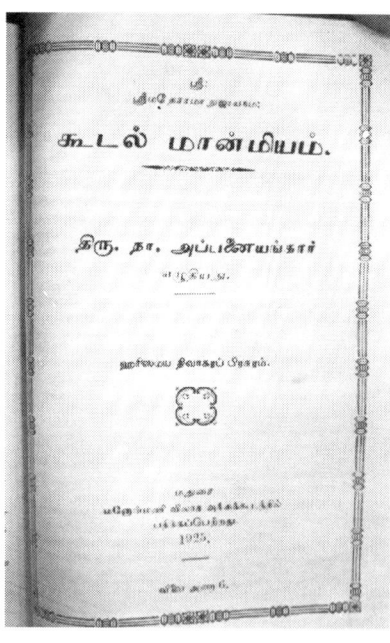

மு.கிருஷ்ணபிள்ளை

விநோத

பரமாநந்தகீர்த்தனை

உத்தமபாளையம்
நாடகாசிரியர் மகா-ள-ள-ஸ்ரீ
U.P. காமாக்ஷிபிள்ளையவர்கள்
இயற்றியது.

மதுரை புக்ஷாப்
...ஷ்ணபிள்ளையவர்கள்
வெளியிட்டது

மதுரை,
...பிரஸில் பதிப்பிக்கப்பெற்றது.
1937.
காபிரைட். [அணா 3]

வள்ளி திருமணம்

மு. கிருஷ்ண பிள்ளை

1934

டி. டி. சங்கரதாஸ் ஸ்வாமியவர்கள்

இயற்றிய நாடக சரித்திரங்கள்

1.	சத்தியவான் சாவித்திரி	0	6	0
2.	கோவலன்	0	6	0
3.	அல்லி	0	6	0
4.	பவளக்கொடி	0	6	0
5.	ஞானசௌந்தரி	0	6	0
6.	சாரங்கதரன்	0	6	0
7.	வள்ளிதிருமணம்	0	6	0
8.	நல்லதங்காள்	0	6	0
9.	மயானகாண்டம்	0	6	0

மொத்தமாய் ஒரு செட் வாங்கிக்கொள்பவர்களுக்கு 9-சரித்திரங்கள் சேர்ந்தது செட் 1-க்கு ரூ 3—0—0.

சரித்திரம்

மு. கிருஷ்ண பிள்ளை,

மதுரை.

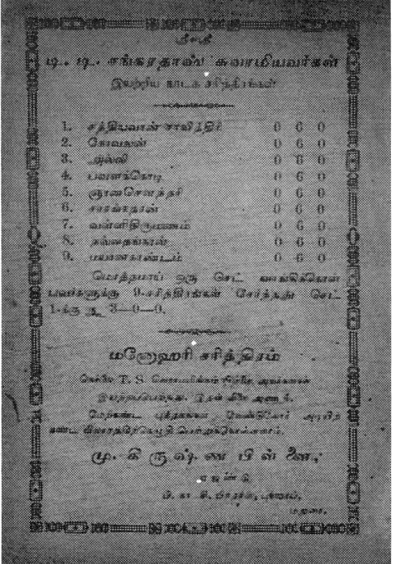

மதுரை,
எஸ். கந்தசாமி பிள்ளையவர்கள்
எழுதியது.
மதுரைத் தமிழ் வித்வான்
ஸ்ரீ-கா. கிருஷ்ணசாமி நாயுடவர்களால்
திருத்தம் பெற்று
மதுரை, ஸ்ரீமீனாம்பிகைப் பிரஸில்
பதிப்பிக்கப் பெற்றது.
காப்பிரைட்] 1926. [விலை அணா 3.

அநுபவ ஆராய்ச்சி விளக்க
எஸ். கந்தசாமி பிள்ளை
எழுந்ததை
வினா விடையாகச்
சுருக்கி எழுதியது.
மதுரை, ஸ்ரீ மீனாம்பிகைப் பிரஸில்.
பதிப்பிக்கப் பெற்றது.
காப்பிரைட்] 1927.

R.G.
மதுரை, ஸ்ரீ மீனாம்பிகை பிரஸ் மானேஜருமாகிய
எஸ். கந்தசாமி பிள்ளையவர்கள்
இயற்றியது.
மதுரைத் தமிழ் வித்வான்
ஸ்ரீ-கா. கிருஷ்ணசாமி நாயுடவர்களால்
திருத்தம் பெற்று,
மதுரை, ஸ்ரீமீனாம்பிகைப் பிரஸில்
பதிப்பிக்கப் பெற்றது.
காப்பிரைட்.] 1926. [விலை அணா 2.

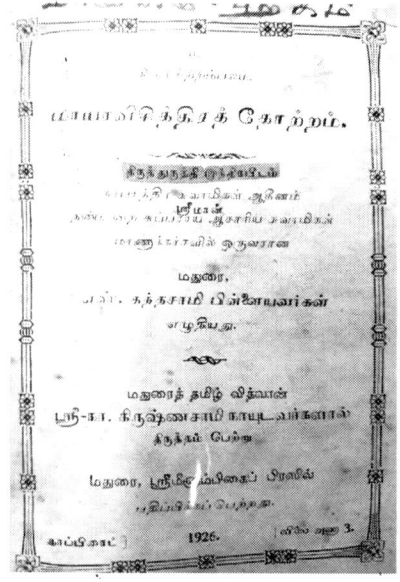

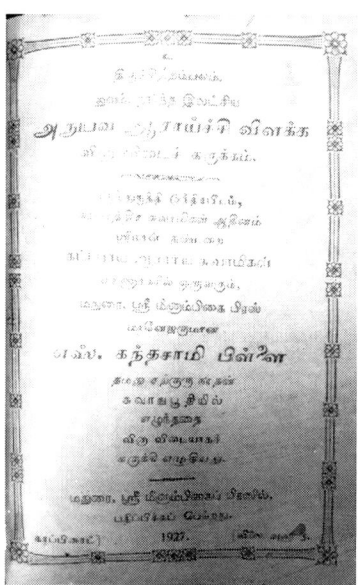

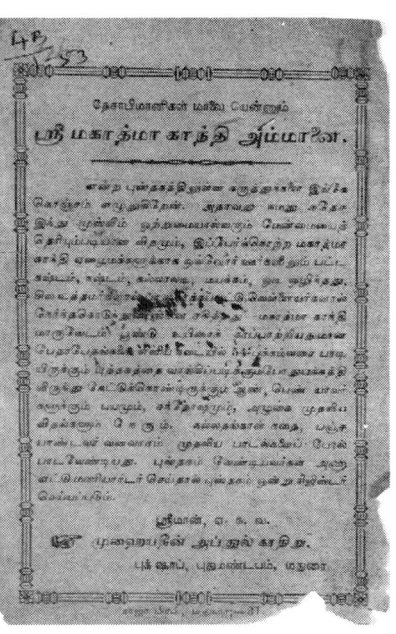

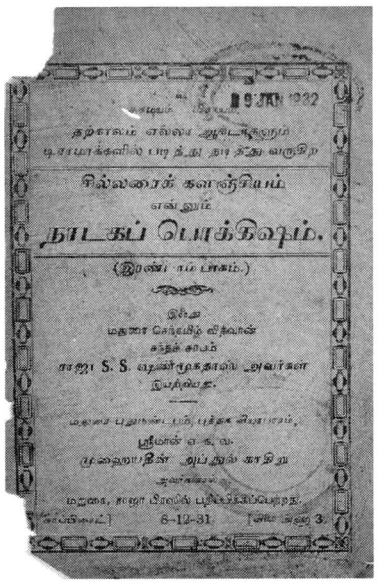

ஏ.நா.வ.முஹையதீன்
அப்துல் காதிறு - சிலாட்டர்
ஹவுஸ் அன்ட் புக்ஹவுஸ்

மதுரை இஸ்லாமியர் பதிப்பு

கே.மாயாண்டி பிள்ளை
– மதுரை மனோன்மணி அச்சியந்திரசாலை

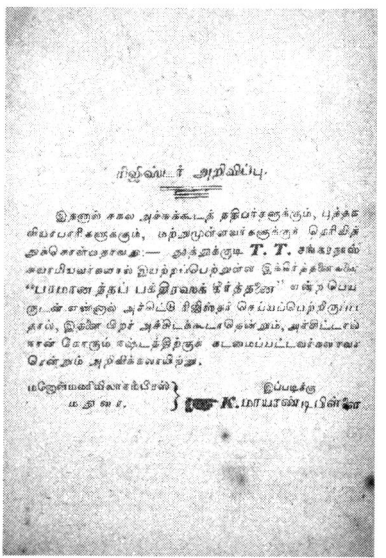
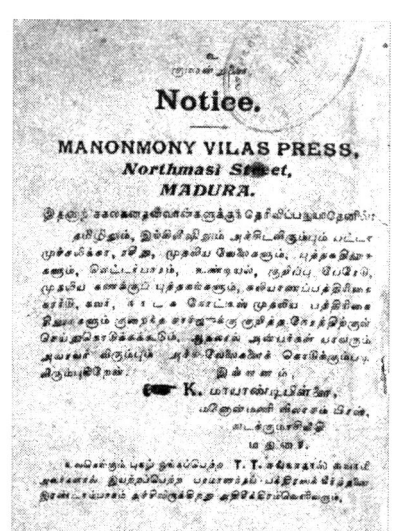

மீனலோசனி பதிப்பகம் - மதுரை மீனாம்பிகை பிரஸ்

கைவல்லிய நவநீதம் மூலம்
கருத்துப்பொருளும்
பி. யம். சாமிநாதபிள்ளை அவர்களால்
1926.
Registered and Copy Right Reserved

சிவபராசத்தியின்பேரில்
மெய்ஞ்ஞானம்.
சுந்தரம்பிள்ளை அவர்களால்
கே. இராமசுவாமி அய்யரவர்கள்
1901.

பெரியகுளம் மீனாம்பிகை பிரஸ் வெளியீடு

உ

கணபதி துணை

பெரியகுளம்

வரந்தரும்

விநாயகர் பதிகம்.

இது

மதுரை சேதுபதி ஹைஸ்கூல் உபாத்தியாயரும்

மதுரைத் தமிழ்ச்சங்கம் மாஜி காரியதரிசியுமாகிய

பிரமஸ்ரீ எஸ். சாமிநாதையரால்

இயற்றப்பெற்று,

பெரியகுளம் தந்தி ஆபீஸ்

நாகூர், வ. வெங்கிட்டராமையரால்

பிரசுரம் செய்யப்பெற்றது.

பெரியகுளம்

ஸ்ரீ மீனம்பிகை, அச்சியந்திரசாலையிற்

பதிப்பிக்கப்பெற்றது.

முதற்பதிப்பு] 1911 [பிரதிகள் 250.